# जालियनवाला बाग

अमेय जाधव

मेहता पब्लिशिंग हाऊस

✆ +91 020-24476924 / 24460313 / Mob. No. 9545000513
Email : production@mehtapublishinghouse.com
Website : www.mehtapublishinghouse.com



**JALLIANWALA BAGH** by AMEY JADHAV

**जालियनवाला बाग** : अमेय जाधव / ऐतिहासिक कादंबरी



Email : author@mehtapublishinghouse.com

मराठी पुस्तक प्रकाशनाचे हक्क : मेहता पब्लिशिंग हाऊस, पुणे.

प्रकाशक : सुनील अनिल मेहता, मेहता पब्लिशिंग हाऊस,
१९४१ सदाशिव पेठ, माडीवाले कॉलनी, पुणे – ४११०३०.

मुद्रक : पार्कसन्स ग्राफिक्स

मुखपृष्ठ : फाल्गुन ग्राफिक्स

प्रथमावृत्ती : डिसेंबर, २०२०

किंमत : ₹ ४९५

P Book ISBN 9789353175092
E Book ISBN 9789353175108
E Books available on : amazonkindle Apple Books Google Play Books

---

स्वातंत्र्यसंग्रामात आपल्या सर्वस्वाची होळी केलेल्या,
क्रांतिवेदीवर आपल्या रक्ताचा नैवेद्य
अर्पण केलेल्या
सर्व ज्ञात आणि अज्ञात वीरांना समर्पित.

## पुरस्कार

१) कै. इंदुबाई शिर्के स्मृती कादंबरी पुरस्कार, महाराष्ट्र साहित्य परिषद, दामाजीनगर, मंगळवेढा
२) सर्वोत्कृष्ट कादंबरी पुरस्कार, अखिल भारतीय साहित्य परिषद, नाशिक
३) श्री. अशोकसिंह ठाकूर पुरस्कृत राज्यस्तरीय कादंबरी पुरस्कार, सूर्यांश साहित्य आणि संस्कृती मंच, चंद्रपूर
४) राज्यस्तरीय कादंबरी पुरस्कार, साहित्य विहार संस्था, नागपूर
५) राष्ट्रीय संत नामदेव कादंबरी साहित्य पुरस्कार, हिंगोली

# याचसाठी केला हा अट्टहास

स्वातंत्र्यवीर विनायक दामोदर सावरकर लिखित 'जोसेफ मॅझिनी आत्मचरित्र नि राजकारण' हे पुस्तक वाचण्याचा योग मागे एकदा माझ्या आयुष्यात आला. त्या पुस्तकातील एक वाक्य माझ्या मनःपटलावर कायमचे कोरले गेले आहे. ते वाक्य आहे, 'जो देश स्वतःचा इतिहास विसरतो, तो देश पुन्हा कधीही नव्याने इतिहास रचू शकत नाही.' अतिशय तथ्यपूर्ण आणि समर्पक वाक्य. वाक्याची तथ्यता ते वाचल्यावर लगेचच पटते. त्यामुळे नवीन इतिहास जर आपणास घडवायचा असेल, तर गतकाळातील पानांमध्ये डोकावणे अपरिहार्यच आहे.

आता भारताचा इतिहास म्हणाल तर तो फार विस्तृत आणि अनेक रोमहर्षक घटनांनी भरलेला आहे. भल्यामोठ्या ग्रीक सैन्यासह भारतजेता बनण्याचे स्वप्न बाळगून येणाऱ्या राजा सेल्युकसला पराभवाचे पाणी चाखवून विमुख परत पाठवणारी चंद्रगुप्ताची तलवार, अयोध्येस विटाळ आणणारा ग्रीक सेनापती मिन्यांड यास पळता भुई थोडी करणारा सम्राट पुष्पमित्र, भारतावर येऊ पाहणारे शक-कुशाणांचे परचक्र रोखून धरणारा विक्रमादित्य, अठराशे सत्तावन्नच्या लढ्यात विद्युल्लतेप्रमाणे चमकून डोळ्यांचे पारणे फेडणारी झाशीच्या राणीची समशेर नि त्याच लढ्यात आपल्या अतुल पराक्रमाने इंग्रजांना तोंडात बोटे घालण्यास लाचार करणारा ऐंशी वर्षांचा म्हातारा सिंह कुवरसिंग, अलौकिक पराक्रमाने थक्क करणारी सावरकरांची मार्सेलिस बंदरातली उडी, इंग्रजांच्या कडेकोट बंदोबस्तातून निसटून जर्मनीत घेतलेली सुभाषबाबूंची गरुडभरारी या आणि अशा अनेक घटनांचा साक्षीदार आहे आपला इतिहास. अनेक पराक्रमी व्यक्तींचे शौर्य जवळून पाहण्याची संधी मिळाली आहे त्याला. इतिहासाच्या उदरात लपलेल्या अशा घटनांना अगदी जवळून, दुर्बिणीतून पाहण्याचा यत्न केला तर जाणवेल, की या घटना कधीच एकमेकांपासून वेगळ्या

नव्हत्या. त्या साखळीरूपात एकमेकाशी जोडलेल्या आहेत. एकाशी संलग्न दुसरी. अशाच घटनासाखळीतील एक शृंखला म्हणजे जालियनवाला बाग, भारताच्या इतिहासातील एक अतिशय लाजिरवाणी घटना. जिच्या मुळापासून पुढे अनेक घटना उद्‌धृत झाल्या आणि जी स्वतः अनेक घटनांच्या मुळांपासून उद्‌धृत झाली आहे, अशी भव्यदिव्य घटनाशृंखला. शृंखलेचे मूळ शोधण्याच्या प्रयत्नांत मागे गेलो तर गदर उत्थान, पगडी संभाल आंदोलन, महाराजा रणजितसिंगांची इंग्रजांबरोबरची लढाई, अशा अनेक घटनांचा संदर्भ घेत गर्तेत फिरत राहू; पण मूळ सापडणे अगदीच कठीण आहे.

जालियनवाला बाग हत्याकांड या शृंखलेतील प्रत्येक घटना अशी काही जादूमय आहे, की त्याबद्दल ऐकताना, वाचताना आपण आपोआप या जाळ्यात अडकले जातो. या जाळ्यातील प्रत्येक धागा एक घटना आहे, एक नाट्य आहे. काही घटना सुखद आहेत, तर काहींना उदासीनतेची किनार आहे. काही दुःखाने पूर्ण काळवंडल्या आहेत, तर काही आशेच्या किरणांवर तग धरू पाहणाऱ्या आहेत. म्हणूनच या जाळ्यातील प्रत्येक धागा वेगळ्या रंगाचा आहे. आता या शृंखलेची व्याप्ती म्हणाल तर ती अनंत काळाची आहे आणि अमृतसर, लाहोर, जालंधरपासून आफ्रिका, केनिया, जर्मनी, इंग्लंड अशा अर्ध्या जगभर पसरलेली आहे. या घटनाशृंखलेतील महत्त्वाची व्यक्ती म्हणाल तर, ज्याच्यावर हा सारा डोलारा उभा राहिला ते राम मोहम्मद सिंग आझाद. या शृंखलेचे नायक आझाद आपणास अनेक गोष्टी शिकवून जातात. एकोणीसशे एकोणीस मध्ये मनाशी केलेला निर्धार त्यांनी एकोणीसशे चाळीसमध्ये पूर्ण केला. त्यादरम्यान त्यांना अनेक अडचणी आल्या. पण त्या अडचणींचा यशस्वी सामना करत त्यांनी अखेर आपले ध्येय गाठले. अथक प्रयत्न, प्रयत्नांत सातत्य, सातत्याने ध्येयाचा विचार, ध्येयवेडी जिद्द नि ध्येयावर विश्वास, अशा अनेक गुणांचा मिलाफ त्यांच्या चारित्र्यात दिसतो.

इतकी महत्त्वपूर्ण घटना, एवढा विस्तृत विषय असूनही मराठीत या विषयावर जास्त पुस्तके नसावीत, हे अतिशय आश्चर्यजनक आहे. कुठल्याही नाटककारास, कादंबरीकारास हवे असलेले नाट्य या कहाणीत ठासून भरलेले आहे. त्यामुळे ही कहाणी, हा इतिहास लोकांना कळावा, हा हेतू उराशी बाळगून या कादंबरीलेखनाचे कार्य मी हाती घेतले.

कादंबरीलेखनासाठी सर्वांत कठीण गोष्ट जर कुठली होती, तर ती म्हणजे संबंधित माहितीचा अभाव. हा विषय फारच कमी ग्रंथांमध्ये वा कादंबऱ्यांमध्ये हाताळला गेला असल्याने, आणि तीसुद्धा भरपूर जुनी पुस्तके असल्याने संदर्भपुस्तके सहजासहजी उपलब्ध नव्हती. जी पुस्तके उपलब्ध झाली, त्यांमध्येही बऱ्याचशा गोष्टींबद्दल लेखकांचे मतांतर होते. विशेषकरून जालियनवाला बागेतील हत्याकांडाच्या

वेळी आझादांच्या उपस्थितीबाबत. काहींच्या मते आझाद तेव्हा आफ्रिकेत होते, तर काहींच्या मते ते पंजाबमध्येच होते; पण हत्याकांडाप्रसंगी ते बागेत हजर नव्हते. आझादांनी कोर्टात दिलेल्या जबानीत त्यांनी स्वतःच हे कबूल केले आहे की, ते हत्याकांडाच्या वेळी बागेत होते. शिवाय, काही लेखकांच्या मते ते त्या वेळी बागेत पाणीवाटपाचे काम करत होते. त्यामुळे ते बागेत हजर असावेत, या गोष्टीला पुष्टी मिळते.

आझादांच्या जन्मतारखांबाबतही एकमत नाही. काहींच्या मते त्यांचा जन्म २६-१२-१८९९चा आहे, तर काही २८-१२-१८९९ या तारखेवर जोर देत आहेत. काहींच्या मते ही तारीख २६-१२-१९०५ असावी. काही सरकारी कागदपत्रांनुसार त्यांचा जन्मदिनांक २३-०८-१९०१ आहे. राष्ट्रीय नोंदणीकरण पत्रकावर हा दिनांक २३-१०-१९०५ आहे. अमृतसरच्या खालसा अनाथाश्रमात त्यांना २४-१०-१९०७ रोजी दाखल केले गेले. त्या वेळचे त्यांचे वय पाच वर्षं असे नमूद केले होते. यावरून त्यांचा जन्म १९०२चा असावा, असाही अंदाज आहे.

काही लेखकांच्या मते, जालियनवाला बागेत त्या वेळी आझादांबरोबर त्यांची छोटी बहीणही उपस्थित होती; जिच्या मृत्यूमुळे चिडून जाऊन आझादांनी ओडवायर आणि जनरल डायरला मारण्याची शपथ घेतली. उलट आझादांना केवळ एकच भाऊ असल्याचे त्यांच्या अनाथाश्रमातील कागदपत्रांवरून सिद्ध होते. त्यामुळेही कदाचित आझादांची मानलेली बहीण असावी, असा अंदाज आहे.

आझादांनी या हत्याकांडामध्ये आपले जवळचे आप्तस्वकीय गमावले की नाही या गोष्टीस तितकेसे महत्त्व नाही. आझादांनी जे काही केले ते सूडभावनेने प्रेरित होऊन न करता राष्ट्रभावनेने प्रेरित होऊन केले आहे. शत्रूच्या गोटात घुसून सर्वांसमक्ष ओडवायरचा वध करण्यामागचा त्यांचा हेतू फारच उदात्त आहे. त्यांचा तो हेतू आणि महान जीवनकार्य सर्वांसमोर यावे, याचकरिता केला हा अट्टहास.

कादंबरी लिहिताना लेखकाला कल्पनाशक्तीच्या स्वातंत्र्याचा वापर करण्याची अनुमती असते. तेव्हा संग्रही पडलेल्या माहितीच्या आधारे कल्पनाशक्तीचा वापर करून रचलेली ही कादंबरी तुम्हा मायबापांसमोर सादर करण्यास मला अत्यंत आनंद होत आहे.

**– अमेय जाधव**

मर्दांच्या बंदुका उडाल्या मुलाबायकांत
जगज्जेत्यांच्या पराक्रमाची स्फूर्तिप्रद रीत!
पाचोळ्यापरि पडली पाहून प्रेतांची रास
नयन झाकले असशील देवा, तू अपुले खास!

– कुसुमाग्रज

खेळूनी होळी निरपराध्यांच्या रक्ताने
जगजेत्यांस कधी वाटली नाही लाज,
वधिले अधमास समक्ष सर्वां ज्याने
गाजेल नाव तयाचे काल, उद्या नि आज!

# अनुक्रमणिका

# १

# लंडनमधला दहशतवादी

२१ मार्च, १९४० ची सकाळ. लंडनमधील कोव्हेंट गार्डनजवळून एक गृहस्थ भारतीय सदरा आणि विलायती पँट या पोशाखात झरझर चालले होते. रस्त्याच्या दुतर्फा दुमजली इमारती होत्या. दुसऱ्या महायुद्धाचा काळ असल्यामुळे असेल कदाचित; पण रस्त्यावर फारशी वर्दळ नव्हती. हातात एक पिवळ्या रंगाचे चोपडे घेऊन ते चालत होते. गोरागोमटा रंग, पल्लेदार मिशा, कपाळावर अष्टगंध नि डोळ्यांवर चश्मा. बघताक्षणी छाप पडावी असे व्यक्तिमत्त्व होते त्यांचे.

ते कोव्हेंट गार्डनच्या जरा पुढे गेलेच होते की तोच मागून आवाज आला.

"ओ, ताम्हणकर बुवा, थांबा हो जरा."

त्यांनी थांबून मागे बघितले. एक किडकिडीत शरीरयष्टीचा मध्यमवयीन गृहस्थ जवळपास धावतच त्यांच्या दिशेला येत होता. ताम्हणकरांनी डोळे बारीक करून त्या माणसाला नीट निरखले.

"अरे हिरेनभाई, तुम्ही इथे काय करता आहात?" ताम्हणकरांनी प्रश्न केला.

"धंद्यासाठी आलेलो थोड्या दिवसांपूर्वी. दोन दिवसांत निघणार आहे परत. आता अनायसे या कॅक्स्टन हॉल केसची तारीख आहे आज. म्हटले सुनावणी ऐकूनच जावे. पण काही म्हणा, भारताची तरुणमंडळी चुकीच्या मार्गाला लागली आहेत आणि त्यांच्या कृत्याचे परिणाम आपल्याला भोगावे लागतात. आता या कॅक्स्टन हॉल गोळीबाराचंच बघा. त्या आतंकवाद्याला जे करायचं होतं ते करून बसलाय तुरुंगात; पण त्यामुळे आपले गोऱ्यांशी संबंध खराब झाले ना. तिथे गांधीजी गोऱ्यांना समजावून त्यांच्या देशात परत पाठवणार होते; पण आता कसले गोरे ऐकतात." हिरेनभाई मान हलवत बोलला.

ताम्हणकर हलकेसे हसत म्हणाले, "हिरेनभाई, आपण चालत चालत बोलू या का? मी पण तिथेच निघालो आहे. उशीर व्हायला नको."

"हो, हो. चला, चला." म्हणत हिरेनभाई ताम्हणकरांसोबत निघाला.

"हिरेनभाई, मघाशी तुम्ही म्हणालात की तो आतंकवादी आहे म्हणून?" चालता चालताच ताम्हणकरांनी मघाचा विषय काढला.

"हो, मग. खरंच आहे तर. लंडन टाइम्समध्ये पण आली आहे ही बातमी. अहो, ज्या दिवशी हा अत्याचार झाला, त्याच्या दुसऱ्याच दिवशी वृत्तपत्राच्या पहिल्याच पानावर बातमी होती ही– कॅक्स्टन हॉलमध्ये भारतीय दहशतवाद्याचा बेछूट गोळीबार."

"ते खरं आहे पण जर्मनीच्या वृत्तपत्रांनी तर काही वेगळंच लिहिलं होतं. त्यात हिंदुस्थानच्या स्वातंत्र्यलढ्याचा तळपता दीप, असं त्याचं वर्णन केलं आहे. तुम्ही नाही वाचलंत का?" ताम्हणकरांनी विचारले.

"नाही वाचलं. कुठं येते जर्मन आपल्याला. आपण बरा, हिंदी बरी, गुजराती बरी नि मोडकीतोडकी इंग्रजी बरी. जर्मन नाही येत. पण त्याने काय होते. आता जर्मनी इंग्लंडच्या विरुद्ध लढतेय की नाही, मग ते इंग्लंडच्या विरुद्ध भारतीयांची मने प्रक्षुब्ध करण्यासाठी असलं काही लिहिणारच." बोलताना हिरेनभाईने डोळे मिटून तोंडही वेंगाडून दाखवले.

"पण तो आतंकवादी आहे हे तरी कुठे सिद्ध झालंय अजून. आज कोर्टात सुनावणी होईल, खटला चालेल. मग ठरेल तो आतंकवादी आहे की नाही." बोलताना मध्येच ताम्हणकरांना खोकल्याची उबळ आल्याने ते खोकू लागले.

"आता आपला ज्या माणसाशी स्नेह असतो त्याचे दोष आपल्याला लवकर कळत नाहीत म्हणा. मी ऐकलंय की तुमचे पण त्या तरुणाशी लागेबांधे होते म्हणून." म्हणत त्याने ताम्हणकरांकडे बघितले. त्यांचा चेहरा काहीसा गंभीर भासला. तसे मग लगेचच सावधतेचा पवित्रा घेत तो म्हणाला, "मी नाही म्हणजे लोकं असे म्हणत आहेत."

"लागेबांधे?" बोलून ताम्हणकर जरासे हसले.

"हिरेनभाई, मी पत्रकार आहे. इथे असणाऱ्या सर्वच भारतीयांशी माझी ओळख आहे. किंबहुना मला ती ठेवावीच लागते. याचा अर्थ असा तर होत नाही, की मी सर्वांना वैयक्तिकरीत्या ओळखतो. कोणाच्या मनात काय आहे, ते मला कसं ठाऊक असणार? मी तर तुम्हाला पण ओळखतो. मग उद्या जर का तुम्हाला कुठल्या केसमध्ये अटक झाली तर तेव्हा पण लोक असंच म्हणतील की तुमचे माझे लागेबांधे होते म्हणून. ही तर लोकांची रीतच आहे. मी पत्रकार आहे. माझं काम आहे लोकांसोबत राहून माहिती मिळवणं. काय समजलात?"

ताम्हणकरांच्या उत्तरावर हिरेनभाई गप्प बसला. ते थोडा वेळ शांतच चालत होते की तोच समोरचे दृश्य बघून कपाळावर आठ्या घालीत ताम्हणकर म्हणाले, "अरे, बापरे! हे आणि काय?"

हिरेनभाईनेही त्या दिशेकडे बघितले. बोलता बोलता ते काटछेद रस्त्यांच्यामध्ये उभ्या असणाऱ्या बो स्ट्रीट पोलीस न्यायालयासमोर येऊन पोहचले होते. इ.स. १७४०मध्ये बांधलेल्या तीन मजली न्यायालयासमोर ते उभे होते. न्यायालयासमोर प्रचंड गर्दी होती. गोऱ्या नागरिकांसोबतच हिंदी माणसेही तिथे उभी होती. न्यायालयाचे दरवाजे बंद होते. समोर माणसांच्या गर्दीत निळ्या गणवेशात ब्रिटिश शिपाई फिरत होते. ताम्हणकर आणि हिरेनभाई तो गोंधळ बघत होते. ताम्हणकरांनी आपल्या

मनगटावरील घड्याळाकडे नजर फिरवली आणि म्हणाले, ‘‘आश्चर्य आहे. दहा वाजत आले. अजून न्यायालयाचे दरवाजे उघडले कसे नाहीत?’’

‘‘हो ना आणि हा एवढा गोंधळ का आहे इथे?’’ हिरेनभाई समोरच्या गोंधळाकडे बघत बोलला. ताम्हणकरांनी काही माहीत नसल्याच्या आविर्भावात मान फिरवली. तेवढ्यात एक पोलीस शिपाई त्यांच्याजवळ आला. त्यांना थोडं निरखून मग म्हणाला, ‘‘इंडियन? इंडियन दिसता तुम्ही. चला माझ्याबरोबर.’’

‘‘पण कुठे?’’ ताम्हणकरांनी विचारले.

‘‘तुमची झडती घ्यायची आहे. चला आता.’’ काहीसे गुरकावतच तो म्हणाला.

‘‘हे बघा, तुम्ही मला ओळखत नाही. पण तुमच्या विभागाचे बहुतेक अधिकारी ओळखतात मला. मी दत्तोपंत ताम्हणकर. भारतातील केसरी वृत्तपत्राचा वार्ताहर आहे मी. तो बघा लॅरी जातोय. ऑफिसर लॅरी, ऑफिसर लॅरी,’’ असे म्हणून ताम्हणकर लॅरीच्या दिशेने हात वर करून त्याला खुणवू लागले.

कोणीतरी आपल्याला खुणवते आहे ही गोष्ट एवढ्या गोंधळातही लॅरीच्या लगेच लक्षात आली. त्याने बघितले तर ताम्हणकर त्याला खुणावत होते. तो ताम्हणकरांकडे येत म्हणाला, ‘‘येस तामनकर, काय झाले?’’

‘‘बरं झालं तुम्ही भेटलात. अहो, हे ऑफिसर ओळखत नाहीत मला. माझी झडती घ्यायची म्हणत आहेत. जरा सांगता का तुम्ही त्यांना?’’

‘‘सॉरी तामनकर, बट रुल इज रुल. इथे येणाऱ्या प्रत्येक भारतीय व संशयास्पद व्यक्तींच्या झडत्या घेण्याचे आदेश आहेत.’’ लॅरीने दिलगिरी व्यक्त करत म्हटले.

ताम्हणकरांनी समोरच्या गर्दीकडे पाहिले. न्यायालयाचे दरवाजे उघडले होते. पण आत प्रवेश फक्त गोऱ्यांनाच दिला जात होता. हे पाहून तर त्यांना अजूनच चीड आली. लॅरीकडे वळत मग ते म्हणाले, ‘‘अहो, पण हा झडतीचा नियम केव्हापासून बनला? इथे येणाऱ्या प्रत्येक माणसाला आत बिनबोभाट प्रवेश मिळत होता, मग तो काळा असो वा गोरा. मग आज झडती का?’’

‘‘तुम्ही विसरताय तामनकर, आठ दिवसांअगोदर काय घडलेय ते. महायुद्धाच्या गर्तेत असताना या दहशतवादी कृत्यामुळे सावधानता बाळगणे गरजेचे झाले आहे. न जाणो, या माणसाचे साथीदार याला सोडवण्यासाठी इथेही गोळीबार अथवा बॉम्बस्फोट करतील. त्यामुळे इथे येणाऱ्या प्रत्येक भारतीयाची झडती ही घ्यावीच लागेल.’’ लॅरीने स्पष्टीकरण दिले.

‘‘बघितलंत, मी बोलत होतो ना, या आतंकवाद्यामुळे आपणा सर्व भारतीयांची प्रतिमा मलिन होईल म्हणून.’’ इतका वेळ शांत बसलेल्या हिरेनलाही आता वाचा फुटली.

‘‘तामनकर, प्लीज कोऑपरेट.’’ लॅरी म्हणाला.

"न करून सांगतो कोणाला! घ्या झडती." ताम्हणकर स्मित करत म्हणाले.

"तुम्ही दोघे असे माझ्या मागे या." म्हणून तो दुसरा अधिकारी पुढे निघाला.

ताम्हणकर आणि हिरेन दोघे त्याच्या मागे निघाले. जाताना ताम्हणकर जरी गप्प असले तरी हिरेनची बडबड मात्र थांबायचं नाव घेत नव्हती. येऊनजाऊन या आतंकवादी कृत्यामुळे आपली कशी हानी होत आहे, याचाच पाढा त्याने लावला होता. अधिकारी पुढे येऊन थांबला. त्याने माणसांच्या एका रांगेकडे बोट दाखवले. त्याला काय म्हणायचं आहे हे समजून ते दोघे त्या रांगेत उभे राहिले. त्यांच्यापुढे जवळपास पंधरा-वीस माणसे उभी होती. त्यांच्या वर्ण व पोशाखावरून तरी ते सर्व भारतीय असावेत, असे वाटत होते. रांगेपुढे दोन पोलीस अधिकारी उभे होते. त्यांच्या हातात काही कागद व लेखणी होत्या. येणाऱ्या प्रत्येक माणसाचा तपशील ते त्यात लिहून, एकेका माणसाला आत सोडत होते.

आतापर्यंत ताम्हणकर आणि हिरेनमागे बरीच माणसे त्या अधिकाऱ्याने उभी केली होती. रांग हळूहळू पुढे सरकत होती. थोड्या वेळातच ताम्हणकर त्या दोन्ही अधिकाऱ्यांसमोर उभे होते.

"नाव?" खाली कागदात बघण्यात व्यग्र असलेल्या एका अधिकाऱ्याने मान वर न करताच विचारले.

"दत्तोपंत ताम्हणकर."

"व्यवसाय?"

"केसरी वर्तमानपत्राचा वार्ताहर आहे."

त्या अधिकाऱ्याने मान वर करून पाहिले.

"ओळखपत्र," म्हणून त्याने हात पुढे केला.

ताम्हणकरांनी आपले ओळखपत्र त्याच्या हातात ठेवले. त्याने एकवार ते ओळखपत्र न्याहाळले व परत केले. मग दुसऱ्या अधिकाऱ्याकडे बोट दाखवत म्हणाला, "तिथे आपला पत्ता लिहून आत जा."

ताम्हणकरांनी दुसऱ्या अधिकाऱ्यासमोर ठेवलेल्या कागदावर स्वतःचा लंडनमधला पत्ता लिहिला आणि ते आत गेले. झडतीचक्रातून सुटल्याचा निःश्वास टाकत ते जेथे खटला चालणार होता त्या दिशेने निघाले, तोच मागून एका अधिकाऱ्याने त्यांना धावत येऊन थांबवले.

"एक्सक्यूझ मी जेन्टलमन, पण मला वाटतं तुमची झडती घेतली गेली नाही अजून."

"मी नाव, पत्ता लिहिला आहे बाहेर अधिकाऱ्यांजवळ," ताम्हणकर म्हणाले.

"नो, नो. शारीरिक झडती. तुम्ही चला माझ्याबरोबर." असे म्हणून तो अधिकारी ताम्हणकरांना न्यायालयाच्या प्रसाधनगृहाकडे घेऊन गेला. तिथे ओळीने

चार शौचालयाबाहेर चार माणसे उभी होती. त्या अधिकाऱ्याने ताम्हणकरांना पाचव्या शौचालयाबाहेर उभे केले. पहिल्या दोन शौचालयातून दोन माणसे बाहेर आली आणि त्याबाहेर उभ्या असलेल्या दोन माणसांना आत सोडण्यात आले.

थोड्याच वेळात तो अधिकारी हिरेन आणि अजून एका गृहस्थाला घेऊन तिथे आला. त्या दोघांना अधिकाऱ्याने पहिल्या व दुसऱ्या शौचालयासमोर उभे केले.

''ताम्हणकर, ओ ताम्हणकर,'' दुसऱ्या शौचालयाबाहेर उभ्या असलेल्या हिरेनने दबकतच ताम्हणकरांना आवाज दिला.

''इथे का आणलंय आपल्याला?'' ताम्हणकरांनी त्याच्याकडे पाहताच त्याने प्रश्न केला.

''झडतीसाठी,'' ताम्हणकर शांतपणे म्हणाले.

''मग इथे शौचालयाबाहेर का?'' त्याने परत विचारले.

''तुम्ही कुठले शस्त्र वा हत्यार बाळगलं तर नाही ना, यासाठी कपडे काढून झडती घेण्यात येणार आहे आत.''

''मग आता?'' कपाळावरचा घाम पुसत हिरेनने विचारले.

''आलिया भोगासी असावे सादर,'' ताम्हणकर हसत म्हणाले. तोच त्यांच्या समोरच्या शौचालयातून एक माणूस बाहेर आला आणि ते आत गेले.

सर्कशीचा खेळ पाहण्यासाठी ज्याप्रमाणे लोक दाटीवाटीने गर्दी करून बसतात, तशीच गर्दी आज न्यायालयात होती. ब्रिटिश नागरिक अगोदरच न्यायालयात येऊन बसले होते, तर झडती घेऊन झालेले भारतीयही न्यायालयात येत होते. ताम्हणकर चौथ्या रांगेत उजवीकडच्या जागेवर बसले होते. मघापासून शनीसारखा मागे लागलेल्या हिरेनपासून लांब बसल्यामुळे त्यांनी सुटकेचा निःश्वास टाकला. त्यांनी मनगटावरील घड्याळाकडे बघितले. साडेदहा वाजले होते. संपूर्ण न्यायालय माणसांनी अगदी गच्च भरले होते. ज्यांना बसायला जागा मिळाली नव्हती, ते न्यायालयाच्या मागच्या बाजूला उभे होते. प्रत्येक जण आपापल्या परीने केसची शहानिशा करत होते. तोच ऑर्डर्लीने न्यायाधीश डूमेट येत असल्याची घोषणा केली.

न्यायालयाला असलेल्या मागच्या दाराने न्यायमूर्ती डूमेट आपले भारीभक्कम स्थूल शरीर सांभाळत येऊ लागले. सोबत एक कारकून हातात कागदपत्रांचा गठ्ठा घेऊन आला. डूमेटने आपले आसन ग्रहण केले व डोळ्यांवर चश्मा चढवला. सोबत आलेल्या कारकुनानेही बाजूची जागा ग्रहण केली व तो ती कागदपत्रे उघडू लागला. डूमेटने मेजवर हॅमर आपटत न्यायालयात उपस्थित व्यक्तींना शांत राहण्याचा इशारा केला. त्याने एकवार संपूर्ण न्यायालयावरून नजर फिरवली व तो

खाली कागदात बघून काहीतरी वाचू लागला. एक-दोन मिनिटे झाली असतील की तोच न्यायालयाच्या डाव्या बाजूस असलेल्या दारातून पोलिसांच्या कडक बंदोबस्तात एका पस्तिशीतल्या उंच माणसास आणण्यात आले. त्याने तांबड्या रेघांचा निळा सर्ज सूट आणि निळ्या रंगाचीच पँट परिधान केली होती. त्याच्या डोक्यावर करड्या रंगाची फेल्ट हॅट होती. हातात बेड्या होत्या. दोन्ही बाजूंस पोलीस चालत होते. त्याच्या मनगटावर एक रुग्णपट्टी होती. तुरुंगात त्याचा बराच छळ झाला असावा. त्याचा उजवा डोळा किंचितसा सुजला होता आणि लालही झाला होता. पोलिसांच्या कडक बंदोबस्तात उभा असूनही त्याच्या चेहऱ्यावर भीतीचा जरासाही लवलेश नव्हता.

आरोपीच्या पिंजऱ्याजवळ येताच त्याच्या हातातील बेड्या उघडण्यात आल्या. तो आरोपीच्या पिंजऱ्यात जाऊन उभा राहिला. त्याने पिंजऱ्याच्या कठड्यावर आपले दोन्ही हात ठेवले व एकवार न्यायालयात जमलेल्या लोकांवर नजर टाकली. पिंजऱ्यात बंदिस्त सिंह ज्या बेडरपणे त्याला पाहायला आलेल्या लोकांकडे पाहतो, तोच बेडरपणा त्याच्या नजरेत होता. मग आपल्याला कशाशीही काही कर्तव्य नाही, अशा आविर्भावात तो समोर बघू लागला.

"न्यायालयाचा मान राखण्यासाठी तुला तुझ्या डोक्यावरील हॅट काढावी लागेल." न्यायाधीश डूमेटने त्याला फर्मावले.

डूमेट जे बोलला ते त्याने शांतपणे ऐकून घेतले आणि हसायला लागला.

"शांत हो. का हसतो आहेस तू?" डूमेटने रागाने विचारले.

"मी माझा मान राखण्यासाठी हॅट घातली आहे. त्यामुळे न्यायालयाचा कसा अपमान होईल बरं?" आपलं हसू आवरत तो कसेबसे बोलला.

"महाशय, ही न्यायालयाची रीत आहे. तेव्हा आपल्या डोक्यावरील हॅट काढून बाजूला ठेव." डूमेटने कडक आवाजात बजावले.

त्याने डूमेटकडे एकदा बघितले आणि मग निर्धाराने म्हणाला, "जसा न्यायालयाला त्याचा मान प्रिय आहे, तसा मला माझा. मी हॅट काढणार नाही."

डूमेटला आता भयंकर राग आला. त्याने पोलीस शिपायांकडे बघत त्यांना त्याच्या डोक्यावरची हॅट काढायचा आदेश दिला. पोलीस शिपाई त्याच्याकडे सरसावले; पण तो मात्र समोर नजर लावून तसाच उभा होता, निश्चल. एका शिपायाने पुढे होऊन त्याच्या डोक्यावरची हॅट काढून बाजूला नेऊन ठेवली. जशी त्या शिपायाने ती हॅट टेबलवर ठेवली, तसा तो पिंजऱ्यातील कठड्यावर हात आपटून जोरजोरात हसू लागला. डूमेटला त्याच्या हसण्यावर राग आला.

"काय झाले तुला हसायला? वेड्यासारखा का हसतो आहेस?" डूमेटने विचारले.

"आजपर्यंत भारतीयांना गोऱ्यांची चाकरी करताना बघितलं होतं; पण आज मी गोऱ्यांनाच माझी चाकरी करायला लावली म्हणून हसायला आले." हसत हसतच तो उत्तरला.

त्याच्या बोलण्याकडे दुर्लक्ष करत डूमेटने सरकारी वकील मिस्टर व्हिन्सेट ईव्हॉन्सला सुनावणी सुरू करण्यास सांगितले. डूमेटने मग तिथे बाजूलाच बसलेल्या त्या तरुणाच्या वकिलाकडे, बर्नाड लिंडरकडे बघितले. बर्नाड लिंडर सत्तावीस वर्षांचा गोरापान तरुण होता. दहशतवादी ठरवल्या गेलेल्या भारतीय तरुणाची या न्यायालयात निर्दोष ठरवून मुक्तता करण्याचे कठीण शिवधनुष्य या ज्यू सॉलिसिटरने उचलले होते.

"मिस्टर लिंडर, तुमच्या अशिलाला दुभाष्याची गरज आहे का? तशी असल्यास हे न्यायालय हिंदी जाणणाऱ्या दुभाष्याची सोय करू शकते." लिंडरकडे बघत न्यायमूर्ती डूमेटने विचारले.

डूमेटच्या विचारणेनंतर लिंडरने त्या तरुणाकडे जाऊन काही बातचीत केली आणि मग डूमेटकडे बघत म्हणाला, "तुमच्या कृपेसाठी धन्यवाद न्यायाधीश महाशय! पण माझा अशील इंग्रजी भाषा समजू शकतो आणि बोलूही शकतो."

लिंडरच्या उत्तरावर मग डूमेटने आपल्या निवेदनासाठी तयार असलेल्या ईव्हॉन्सकडे बघत म्हटले, "मिस्टर ईव्हॉन्स, तुम्ही तुमची बाजू मांडू शकता."

ईव्हॉन्सने त्या तरुणाकडे बघितले आणि मग समोर डूमेटकडे बघत म्हणाला, "आदरणीय न्यायाधीश महाराज, आज आपल्यासमोर हा जो गृहस्थ उभा आहे..." म्हणत त्याने त्या तरुणाकडे बोट दाखवले.

"हा तरुण, मिस्टर राम मोहम्मद सिंग आझाद, याच्यावर दिनांक १३ मार्च १९४० रोजी संध्याकाळी साडेचारच्या सुमारास, कॅक्स्टन हॉलमध्ये व्यासपीठावर उपस्थित असणाऱ्या मान्यवरांवर गोळीबार करण्याचा, तसेच माजी अधिकारी व ब्रिटिश नागरिक मिस्टर मायकेल ओडवायर यांची हेतुपूर्वक हत्या करण्याचा आरोप आहे. या केसला सुरुवात करण्याअगोदर मी न्यायालयासमोर या व्यक्तीची गुन्हेगारी पार्श्वभूमी ठेवतो. या माणसाचे नाव जरी हा राम मोहम्मद सिंग आझाद आहे असे सांगत असला तरी ते त्याचे खरे नाव नसावे असे मला वाटते. हा माणूस इंडियातील पंजाबमधला रहिवासी असून, १९२७मध्ये त्याला सविनय कायदेभंगात सहभागी झाल्याबद्दल तुरुंगवासाची शिक्षाही झाली होती. तुरुंगातून सुटका झाल्यानंतर तो पोलिसांना गुंगारा देऊन भारत देश सोडून पळून गेला. त्यानंतरच्या कालावधीत तो फारसा प्रकाशात नव्हता. १३ तारखेच्या दिवशी जो गोळीबार याने केला, त्यामुळे तो आता पुन्हा प्रकाशझोतात आला आहे. १३ तारखेच्या दिवशी कॅक्स्टन हॉलमध्ये काय घडले ते आपणा सर्वांनाच माहीत आहे. त्यानंतर या माणसाची

झडती घेतल्यानंतर याच्यापाशी एक लिनोलिअम पॉकेट सुरा, २५ जिवंत काडतुसे, एक दैनंदिनी सापडली. याशिवाय, ज्या रिव्हॉल्व्हरने हा अत्याचार करण्यात आला, ते रिव्हॉल्व्हरही पोलिसांनी ताब्यात घेतले आहे. गोळीबारानंतर मिस्टर ओडवायर लागलीच मृत झाले. त्यांच्या कोटावर बरीचशी पावडर व काळे डाग होते. यावरून ही गोष्ट शाबित होते की या गोळ्या ९ इंचांपेक्षा कमी अंतरावरून झाडण्यात आल्या होत्या. एवढ्या जवळून गोळ्या झाडण्यात आल्या, याचाच अर्थ या गोळ्या हत्या करण्याच्याच हेतूने झाडण्यात आल्या होत्या. पुराव्यादाखल मी या वस्तू न्यायालयात हजर करतो.'' असे म्हणत ईव्हॉन्सने एका ऑर्डर्लीला हात केला. तो ऑर्डर्ली काही वस्तू घेऊन न्यायालयात आला आणि वकिलांसमोर असलेल्या टेबलवर त्या ठेवल्या. आता टेबलवर एक सहा बारी रिव्हॉल्व्हर, एक लाल रंगाची दैनंदिनी, काही जिवंत काडतुसे आणि कोट व जाकीट होते.

डूमेटकडे बघत मग ईव्हॉन्स म्हणाला, ''याच त्या गोष्टी ज्या बाबतीत मी बोलत होतो. न्यायाधीशांनी याची नोंद घ्यावी.''

डूमेटने लगेचच आपल्या समोर असलेल्या कागदावर काही नोंद केली.

''न्यायालयाचा जास्त वेळ न घेता, आता मी माझ्या साक्षीदारांना बोलावण्याची परवानगी मागतो.'' असे म्हणून ईव्हॉन्स डूमेटच्या परवानगीची वाट बघू लागला.

''येस, प्रोसीड.'' डूमेटने परवानगी दिली.

ईव्हॉन्सने एकदा त्या तरुणाकडे बघितले; पण त्याचे सुनावणीत बिलकूल लक्ष नव्हते. तो तर शेजारी उभ्या असलेल्या शिपायाबरोबर काहीतरी बोलत होता आणि मधूनच हसतही होता.

संध्याकाळची वेळ होती. सूर्यनारायणाचा रथ पश्चिम दिशेला दौडत होता. क्षितिजावर लाली पसरली होती. पक्षी आपल्या घरट्याकडे परतत होते. नुकत्याच घरट्यात परतलेल्या चिमणीपाशी तिची पिले चिवचिव करीत गप्पा करत होती. जणू काही दिवसभरातल्या गमतीजमती त्या आपल्या आईला सांगत होते. त्या घरट्याकडे पाहत मणिशंकर कितीतरी वेळ तसाच उभा होता.

''मणी,... ए मणी.. काय करतो आहेस? कशात गुंग आहेस इतका?'' श्याम त्याच्या जवळ येत म्हणाला.

''श्याम, तिथे बघ जरा,'' घरट्याकडे अंगुलिनिर्देश करत मणिशंकर म्हणाला. ''किती सुंदर दृश्य आहे बघ. एवढासा तो जीव; पण किती प्रेम आहे आपल्या पिलांवर.''

''खरंच मणी, खूप सुंदर आहे. असं वाटतं इथेच बसून तास न् तास तिकडे

बघत राहावं. पण आपल्याला तसं करता यायचं नाही. चल ऊठ लवकर, प्रार्थनेची वेळ झालीय.'' श्याम म्हणाला.

''अरे हो की रे! चल लवकर.'' असे म्हणत मणिशंकर श्यामबरोबर निघाला. दोघेही चालत आदिनिवासासमोर असलेल्या मैदानात आले. इतरही मुले तिथे जमली होती. सर्व जण चार रांगांत उभी होती. ते दोघेही एका रांगेत उभे राहिले. समोर एका सतरंजीवर उघड्या अंगानिशी गांधीजी बसले होते. त्यांच्या अंगावर केवळ एक पंचा होता. डोळ्यांवर चश्मा लावला होता. नजर स्थिर होती. प्रार्थनेची वेळ झाली तशी त्यांनी खूण केली आणि मग सर्व जण एका स्वरात प्रार्थना म्हणू लागले.

रघुपती राघव राजाराम
पतित पावन सीताराम ॥
सीताराम जय सीताराम
भज प्यारे तू सीताराम ॥१॥
ईश्वर अल्ला तेरे नाम
सबको सन्मती दे भगवान ॥२॥

प्रार्थना म्हणून झाली तसे सर्व जण आपापल्या जागी खाली बसले व बापू काय म्हणतात ते ऐकू लागले.

''सबको सन्मती दे भगवान,'' गांधीजी शांत पण गंभीर स्वरात म्हणाले.

''खरंच, माझ्या सर्व बांधवांना सन्मतीची खूप गरज आहे. चांगलं काय आहे, काय वाईट आहे, याची निवड तुम्हाला करता आली पाहिजे. १९१९ला मी असहकार चळवळ सुरू केली होती; पण जनतेची नैतिक तयारी नव्हती. जनतेकडे ही सन्मती नव्हती म्हणून मी ती चळवळ थांबवली. पण मला हे सांगताना अतिशय खेद होतो आहे, की अजूनही माझे देशबांधव या स्वातंत्र्यलढ्यासाठी व्यवस्थित तयार नाहीत. काही दिवसांपूर्वी आपल्याच एका भावानं लंडनमध्ये काही इंग्रज अधिकाऱ्यांवर गोळीबार केला. सुदैवानं त्यांतील बहुतेकांना किरकोळ जखमा वगळता फारशी दुखापत नाही झाली; पण दुर्दैवानं एका इंग्रजी अधिकाऱ्याचा जागीच मृत्यू झाला. या घटनेनं मला अतिशय दुःख झालं आहे. समाज जर या रस्त्यावर चालू लागला तर आपलं स्वातंत्र्याचं लक्ष्य फार दूर आहे. आपल्या देशबांधवानं हे कृत्य केलं, या गोष्टीची मला लाज वाटते; पण त्याचबरोबर इतर इंग्रज अधिकारी वाचले, याचा आनंदही आहे. मी जनतेला आवाहन करीन की त्यांनी मला वाटणाऱ्या लाजेत आणि झालेल्या आनंदात सहभागी व्हावं. हे इंग्रज जरी आपले शत्रू असले तरी या अशा प्रसंगी मनातला शत्रुभाव विसरून त्यांच्या दुःखात सामील होण्यास काही गैर नाही, म्हणून आपण आता दोन मिनिटं शांत राहून त्या मृतात्म्यास शांती मिळावी यासाठी प्रार्थना करू या.'' असे म्हणून गांधीजींनी उपस्थित मंडळींवरून नजर

फिरवली. सर्व जण शांत बसले होते.

थोडा वेळ थांबून मग गांधीजी म्हणाले, "हा जो कोणी तरुण आहे आझाद, त्याचं हे कृत्य वेडेपणाचं होतं. मी असं ऐकलं, की त्यानं न्यायालयात त्याची सुनावणी चालू असतानाही बेपर्वाई दाखवली. पण त्याची मला काहीच वाहवा वाटत नाही. ते एक वेडाचं चिन्ह आहे. त्याला असं वाटत आहे, की त्यानं जे केलं, ते फार मोठं काम केलं आहे, फार पराक्रमाचं काम केलं आहे. खरंतर त्याला त्याच्या शौर्याच्या वृत्तीचा मद चढला आहे.

दारू प्यायलेली व्यक्ती आणि यांच्यासारखे तरुण यामध्ये जास्त फरक नसतो. दारू प्यायलेली व्यक्ती ज्याप्रमाणे अशा गोष्टीही करून जातो, ज्या तो शुद्धीत असताना नाही करू शकत आणि मग शुद्धीत आल्यावर त्याला कळतं, की मी हे दारूच्या नशेत केलं. तसंच काहीसं या लोकांचं पण असतं. तारुण्याच्या कैफात आपण काय करत आहोत, याचं भान त्यांना राहत नाही आणि जेव्हा कैफ उतरतो तेव्हा कळतं, आपण काय करून बसलो ते.

खुनी या शब्दाला इंग्रजीत ॲसॅसिन म्हणतात. तुम्हाला माहिती आहे हा शब्द कुठून आला ते?" गांधीजींनी एकवार सर्वांवरून नजर फिरवली. सर्व जण शांतपणे त्यांचे म्हणणे ऐकत होते.

थोडा वेळ थांबून ते पुढे म्हणाले, "ॲसॅसिन शब्दाची उत्पत्ती, भावी खुन्यांना त्यांची सदसद्विवेकबुद्धी मृतप्राय व्हावी म्हणून देण्यात येणाऱ्या 'हशीश' या शब्दातून झाली. ज्यांची सदसद्विवेकबुद्धीच नष्ट झाली आहे, त्यांना बरंवाईट कसं कळणार? त्यांच्या अशा अतिरेकी कारवाया सुरूच राहणार. या सतत सुरू राहणाऱ्या वेडेपणाविषयी आपणास दया नि खरंच दया वाटायला हवी.

"इंग्रजांविरुद्ध आपला लढा आहे हे खरं आहे; पण तो लढा शुद्ध हवा. आपला लढा शुद्ध असायचा तर प्रत्येक इंग्रजाला त्याच्या बांधवांमध्ये असताना वाटेल तसंच आपल्यात असतानाही सुरक्षित वाटलं पाहिजे. हे असे खून पाडून, बॉम्बहल्ले करून सर्वसाधारण जनतेला कधीच स्वातंत्र्य मिळणार नाही.

"या माणसानं केलेल्या अपराधामुळे लंडनमधील प्रत्येक हिंदी माणसाची मुद्रा काही काळ तरी आता संशयास्पद राहील, या विचारानं मला लाज व खेद होतो. मी देवापाशी आता हेच मागणं करीन, की त्यानं माझ्या इतर देशबांधवांना या चुकीच्या रस्त्यावर जाण्याची बुद्धी देऊ नये. त्यांना चांगला मार्ग दाखवावा. 'सबको सन्मती दे भगवान। सबको सन्मती दे भगवान।"

गांधीजी उठले आणि आपल्या कुटीकडे चालू लागले.

रॉयचौधरींनी आपल्या माथ्यावरील घाम पुसला आणि बाजूला बघितले. बाजूलाच बसलेले जी. एस. देसाईसुद्धा त्यांना चिंतेत असल्यासारखे दिसत होते. कॅक्स्टन हॉल प्रसंगानंतर लंडनमधले वातावरण पूर्णपणे बदलले होते. लंडनमधल्या सर्व सार्वजनिक ठिकाणी विशेष बंदोबस्त करण्यात आला होता. येणाऱ्या जाणाऱ्या प्रत्येक भारतीयाची कसून चौकशी केली जात होती. गरज वाटलीच तर झडतीही घेतली जात होती. बहुतेक सरकारी कार्यालयांमध्ये भारतीय माणसास प्रवेश करण्यास बंदी केली होती. या सर्व संरक्षण व्यवस्थेला लंडनमधले भारतीय वैतागले होते आणि त्यावर काही मार्ग काढावा म्हणून लंडनमधील काही प्रतिष्ठित मंडळी एकत्र चर्चेला बसली होती. सर्व जण यातून कसा मार्ग काढावा, याच विवंचनेत होते. सभेच्या मध्यभागी आर. आर. रॉयचौधरी बसले होते. रॉयचौधरींच्या सभोवताली डॉ. पी. बी. सील, व्ही. के. कृष्णमेननसारखे अनेक मान्यवर बसले होते.

कोणीच काही बोलत हे पाहून रॉयचौधरींनी घसा खाकरला. मग धीरगंभीर आवाजात त्यांनी बोलायला सुरुवात केली.

"जे काही झालं ते चांगलं झालं नाही. एकीकडे बापू आणि काँग्रेस अहिंसेचं हत्यार उचलून देशाला स्वातंत्र्य मिळवण्यासाठी धडपडत आहेत, तर एकीकडे हा माणूस, ज्यानं एवढा रक्तपात घडवून आणला. काय हासिल झाले त्याला यातून?"

"हो चौधरी, बरोबर बोलताय तुम्ही." डाव्या तळहातावर आपली उजवी मूठ आपटत डॉ. सील बोलले. "एखाद्या गोऱ्या आईच्या पोटी एखादं काळंबेंद्रं कुरूप पोर जन्माला यावं, तसं झालं हे. बापूंनी सांगितलेल्या अहिंसामय मार्गावर चालणाऱ्या आपल्या देशातील तरुणानं हे असं काम केलं, हे ऐकून दुःख होतं."

"याअगोदरही असे हत्यापात झाले होते. महाराष्ट्रात झालेली रँडची हत्या, जॅक्सनची हत्या... पण त्यामागे किमान राष्ट्रीय हेतू तर होता. देशभक्तीने भारावलेल्या तरुणांनी या हत्या केल्या होत्या; पण या आझादने काय केले? निवृत्त झालेल्या, उतारवयाला लागलेल्या गोऱ्यांना मारून काय साध्य झाले?" शेवटचं वाक्य बोलता बोलता देसाईंना धाप लागली.

"त्याला काय मिळालं किंवा त्याच्या संघटनेला काय मिळालं हे महत्त्वाचे नाही. आता आपल्याला काय भोगावे लागणार आहे हे महत्त्वाचे आहे. कालच वर्ध्यातील आपल्या निवासस्थानी बापू बोलले की आता प्रत्येक हिंदी माणसाकडे संशयाने बघितले जाईल आणि ते खरेच आहे. बो स्ट्रीट न्यायालयात त्या दिवशी जेव्हा सुनावणी झाली, तेव्हाही एकूण एक भारतीयांची झडती घेतली गेली. अगदी प्रतिष्ठित लोकांचीही." रॉयचौधरी पोटतिडकीने बोलत होते.

"बंधूंनो," आपल्या हातातील पेनासोबत चाळे करता करता कृष्ण मेनन बोलले. "आपल्याकडे आता संशयी नजरेनं बघितलं जात आहे आणि यासाठी

आपल्याला काहीतरी करणं गरजेचं आहे. साऱ्या भारतभर आज या कृत्याचा आणि त्या आझादचा निषेध केला जात आहे. आपणही एक सभा घेऊन त्यात या झाल्या कृत्याचा निषेध करू या; जेणेकरून ब्रिटिशांचा आपल्याबद्दलचा दृष्टिकोन निवळण्यास मदत होईल.'' समस्येवर रामबाण उपाय सांगितल्याच्या आविर्भावात त्यांनी सर्वांकडे पाहिले; पण सर्वांच्या चेहऱ्यावरून त्यांना ही कल्पना फारशी पसंत पडल्याचे दिसत नव्हते.

''कृष्ण मेनन, तुम्हाला सांगतो, जसा निषेध हिंदुस्थानात होत आहे, तसाच इथे लंडनमध्येही होत आहे. हौशी तरुणांनी कितीतरी सभा घेऊन केलेल्या गोष्टीबद्दल आझादचा धिक्कार केला आहे. एवढंच काय, पण बापूंच्या तत्त्वांच्या सरळ विरोधात उभ्या असलेल्या सुभाष बोसने पण त्याचा धिक्कार केला आहे. मग काय या जहाल मतवादी सुभाषवर विश्वास ठेवायला सरकार वेडं आहे काय? आणि महत्त्वाचे म्हणजे या सभांमध्ये काय होते याची माहिती सरकारपर्यंत पोहोचतच नाही. या कठीण परिस्थितीत असल्या निषेध सभांकडे द्यायला वेळ नाही सरकारकडे.'' रॉयचौधरी समजावणीच्या सुरात बोलले.

''मग आता काय करावं असं म्हणताय?'' कृष्ण मेननांनी विचारणा केली.

''मला असं वाटतं की आपण एक पत्रक काढू यात, ज्यात आपण या अत्याचारानं हिंदुस्थानी जनतेची आणि काँग्रेसची कशी हानी झाली आहे, ते मांडू या. याचा फायदा असा होईल की, आजवर झालेल्या या निषेध सभांबद्दल फारशी माहिती सरकारला नव्हती. पण पत्रक सरकारी इमारतींवर लावल्यानं ते सरकारच्या लक्षात येईल आणि त्याद्वारा सरकारची सहानुभूती मिळवण्यात आपण यशस्वी होऊ.'' डॉ. सील यांनी एक मुद्दा सुचवला.

''गुड! छानच गोष्ट आहे. आपण हे निषेधपत्रक बनवावं, याला माझी संमती आहे. तुमचं मत काय आहे यावर?'' म्हणत रॉयचौधरींनी सर्वांकडे बघितले.

सर्वांनी मानेनेच संमती दर्शवली.

प्रत्येक रात्र सरल्यानंतर नवीन पहाट होत असते. हे तर नित्याचेच आहे. येणारी नवीन पहाट घेऊन येत असते आशेचा किरण, जगण्याची नवी उमेद. पण आजची पहाट अमृतसर शहरासाठी केवळ नवी उमेदच घेऊन आली नव्हती, तर घेऊन आली होती उत्साहाची लाट, नवचैतन्य. या चैतन्याने पूर्ण अमृतसर शहर तळपत होते. साऱ्या शहरात जल्लोश होता, आनंद होता. पण या आनंदापासून अनभिज्ञ रतनदेवी मात्र आपल्या दुमजली घरात एकटीच बसली होती. तशी ती रोज एकटी नसायची. दररोज कोणत्या ना कोणत्या सभा तिथे होत असत. कधी कुठल्या

सणाच्या तयारीसाठी तर कधी स्वातंत्र्यचळवळीच्या आखणीसाठी. कारण कुठलेही असले तरी सभा रोज असायच्या. अगोदर हेमराज असतानाही घरात काँग्रेस सदस्यांच्या बैठकी होत असत. पण तो गेल्यापासून तिला एकाकी घर खायला उठत होते. नाही म्हणायला शेजारची ईशरत आणि तिची मुलगी हरमीत होत्या सोबतीला. आसपासच्या लहान मुलांनाही ती खाऊ खाण्यासाठी, खेळण्यासाठी बोलवायची. पण तरी एवढ्या मोठ्या घराचा काय उपयोग? आणि म्हणूनच तिने स्वातंत्र्यलढ्याच्या गुप्त बैठकींसाठी घराचा उपयोग करायचे ठरवले. त्यामुळे तिचा एकटेपणा तर दूर होतच होता, शिवाय सोबतच ज्यांनी तिच्या सौभाग्याचे लेणे हिरावून नेले त्या ब्रिटिशांच्या विरोधात लढण्याची संधीही तिला मिळत होती. तिचा लाडका हेमराज नेहमी सांगायचा, ''रत्नो, या ब्रिटिशांना देशाबाहेर हाकलण्यासाठीच माझा जन्म झाला आहे. चैन पडणार नाही मला, जोपर्यंत ते माझ्या मातृभूमीला सोडून जात नाही तोपर्यंत.'' हेमराजची आठवण येताच तिच्या डोळ्यांत टचकन् पाणी आले.

''माताजी, माताजी....'' शेजारची हरमीत धावत धावतच रतनदेवीकडे येत होती. तिच्या चेहऱ्यावरचा आनंद अशा प्रकारे ओसंडून वाहत होता, जणू काही तिला स्वर्गाचे स्वामित्वच मिळाले आहे.

हरमीतला कळू नये की आपण रडतो आहे, म्हणून तिने दुसरीकडे बघत डोळे पुसले आणि मग तिच्याकडे बघून हसत म्हटले, ''काय गं, काय झालं? एवढी का खूश आहेस?''

''माताजी, काय झालंय कसं सांगू तुला? खूप आनंदाची गोष्ट आहे. पण हे काय, तू रडते आहेस?'' हरमीतने विचारले.

''नाही गं,'' म्हणत रतनदेवीने पुन्हा आपले डोळे पुसले.

''बाबाजींची आठवण आली? नको रडूस गं. ऐक तर खरं! तुला आज अशी बातमी देते की तू पण खूश होशील. तो हत्यारा ओडवायर आहे ना, ज्यानं बाबाजी आणि माझ्या वीरजीला मारलं, त्याला त्याच्या पापांची शिक्षा मिळाली. त्याचा खून पाडला इंग्लंडमध्ये कोणीतरी.'' हरमीत उत्साहात म्हणाली.

''काय सांगतेस? खरंच?'' अविश्वासाने तिने हरमीतचे खांदे पकडले.

''हो माताजी, अगदी खरं.'' हरमीतने हसतच उत्तर दिले.

''कोणी केलं गं हे?'' रतनदेवीने उत्साहाच्या भरात विचारले.

''काही कळालं नाही. पापाजी सकाळी बोलले. ते म्हणाले की गावात जत्रा भरली आहे. गल्लीगल्लीत लाडू, लस्सी वाटले जात आहे. घोड्यावरून मिरवणुका काढल्या आहेत म्हणे.'' हरमीत सांगत होती, तोच बाहेरून लांबवरून ढोलाचा आवाज येऊ लागला. ढोलाच्या आवाजासोबतच घोषणाही ऐकू येत होत्या.

हरमीत जिन्यावरून धावतच माडीवर गेली. खिडकीतून बाहेर बघतच ती

ओरडली, "माताजी, इकडे या. ती बघा मिरवणूक. ढोल-ताशे सगळे आहेत."

रतनदेवी वर गेली. तिने खिडकीतून बाहेर बघितले. खरेच, दूरवरून काही माणसांचा जमाव घरांमधल्या बोळातून तिथेच येत होता. सर्वांच्या पुढून गळ्यात ढोल अडकवून एक माणूस चालत होता. मागून चालणारी माणसे ढोलाच्या तालावर विविध घोषणा देत होती. जसाजसा जमाव जवळ येत होता, तशा त्यांच्या घोषणा स्पष्ट ऐकू येऊ लागल्या.

जालिमों का अब होगा बुरा हाल
जाग चुके है भारत के लाल ।

जमाव घरासमोर आला तसा एका निळ्या सदऱ्यातल्या सरदारजीने आपला उजवा हात कानावर ठेवत गाणे गायला सुरुवात केली.

जरा वी लगन आझादी दी
लग गयी जिन्हाँ दे मन दे विच
ओह मजनू बण फिरदे न
हर सेहरा, हर वन दे विच ॥

जमाव पुढे निघून गेला. रतनदेवी आणि हरमीत पाठमोऱ्या जमावाकडे बघत होत्या.

"माताजी, चला ना आपण पण जाऊ गावात. माहीत तर होईल कोणी केलंय हे पुण्यकाम. चला ना," रतनदेवीचा हात धरून तिला खेचतच हरमीत म्हणाली.

"हो, हो. चल." म्हणत रतनदेवी हरमीतसोबत निघाली.

घराबाहेर आल्याआल्याच त्यांना वातावरणातलं चैतन्य जाणवलं. त्या बाहेर आल्याच होत्या की सात-आठ लहान मुले "बैरी का ले लिया बदला, बैरी का ले लिया बदला" ओरडत त्यांच्या बाजूने पळत गेली. तशाच पुढे चालत त्या मुख्य रस्त्यावर आल्या. तिथे तर वीस-पंचवीस माणसे ढोलताशाच्या तालावर भांगडा करत होती. त्या दोघींना बघून हरिसिंग एक टोपली घेऊन त्यांच्यापाशी आला.

"बधाई हो जी भाभी, बधाई हो। घ्या, घ्या, लाडू घ्या." म्हणत हरिसिंगने टोपलीतून बुंदीचे लाडू काढत ते रतनदेवी आणि हरमीतला दिले.

"वीरजी, काय झाले? हे लाडू कशासाठी?" रतनदेवीने विचारले.

"अरे, म्हणजे तुम्हाला काहीच माहीत नाही. भाभीजी, तो नराधम होता ना ओडवायर, त्याला त्याच्याच देशात जाऊन गोळ्या घातल्या आपल्या भारतीय सिंहाने." हरिसिंग खुशीत बोलला.

"तायाजी, कोण होता तो वीर?" हरमीतने विचारले.

''ऐकण्यात आलंय की तो पण पंजाबचाच होता. पण नक्की कुठला ते माहीत नाही. आपले जयचंदजी म्हणत होते की तो आपल्या बाजूच्या सुनाम गावचा होता. ते अजून म्हणाले की त्याचे नाव शेरसिंग आहे म्हणून. पण या वर्तमानपत्रात तर काही वेगळेच नाव दिले आहे.'' हरिसिंग म्हणाला.

''खरंच, शेरसिंगच नाव असलं पाहिजे त्याचं नाव. तेव्हाच तर असं सिंहासारखं काम केलं त्यानं. पण वीरजी, वर्तमानपत्रात काय नाव दिले आहे?'' रतनदेवीने उत्सुकतेने विचारले.

''राम मोहम्मद सिंग आझाद.''

# २

## पगडी संभाल जट्टा

ल्यालपुरातून वाहणाऱ्या चिनाब नदीच्या अरुंद पट्ट्याजवळ प्रचंड जनसागर जमला होता. चिनाब भारतातील एक प्रमुख नदी. हिमालयात उगम पावत पंजाबातून वाहत महाराष्ट्रात येणारी. महाराष्ट्रात या नदीला फारच मानाचे स्थान आहे. एका पौराणिक दंतकथेनुसार चंद्रभागा नावाच्या एका ऋषिकन्येच्या सौंदर्यावर भाळून सूर्यदेव पृथ्वीवर आला आणि त्याने तिला मागणी घातली. पण त्याचे तेज सहन न झाल्याने ती त्यापासून दूर पळू लागली. ते पाहून सूर्यदेवही तिच्या मागे पळू लागला. तो जसाजसा तिच्या जवळ येऊ लागला तसेतसे तिचे शरीर भाजू लागले. आपल्या शरीराचा दाह शांत करण्यासाठी तिने या नदीत उडी घेतली. तिच्या बलिदानाने पावन झालेल्या या नदीला महाराष्ट्रात नंतर चंद्रभागा या नावानेच ओळखण्यात येऊ लागले. याच नदीच्या काठावर पंढरपूरला विठ्ठलाचे सुप्रसिद्ध मंदिर आहे. दर वर्षी आषाढी एकादशीला प्रचंड संख्येने भाविक इथे येतात. पण ल्यालपुरास जमलेला हा जमाव भाविकांचा नव्हता आणि ना ही ते कुठल्या उत्सवासाठी जमले होते. ते जमले होते त्यांच्या अस्तित्वासाठी. ते जमले होते अन्यायाविरुद्ध आवाज उठवण्यासाठी.

ब्रिटिशांनी भारतात राज्य स्थापन केले तेच मुळी अन्यायाने, अनीतीने. व्यापार करण्यासाठी म्हणून भारतात आले आणि व्यापार करता करता त्यांनी भारतीय अर्थव्यवस्थेसोबतच राजव्यवस्थेवर आपली पकड घट्ट जमवली. राजव्यवस्थेवर आल्यावर पहिले काम जर त्यांनी कोणते केले, तर ते म्हणजे भारतीय जनतेचे आर्थिक शोषण. त्यांनी राज्यकारभार चालवण्यासाठी भारतीय शेतकऱ्यांकडून जमीन महसूल गोळा करण्यास सुरुवात केली. पंजाबमध्ये मोठा दुष्काळ पडला असतानाही ब्रिटिशांना पाझर फुटला नाही. तेव्हाही जरादेखील दया न दाखवता गरीब शेतकऱ्यांकडून शेतसारा वसूल करण्यात आला होता. त्यामुळे आधीच पंजाबी जनतेत प्रचंड असंतोष खदखदत होता. त्यातच ठिणगी पडली ती वसाहती बिल आणि डोअब बारी कायद्याने. १९०६मध्ये मंजूर करण्यात आलेल्या या कायद्यानुसार शेतसाऱ्याचे दर वाढवण्यात आले होते. शेतजमिनीवर असलेला वारसाहक्क केवळ ज्येष्ठ मुलापर्यंत मर्यादित ठेवण्यात आला. त्यामुळे मोठ्या मुलाचे निधन झाले की लगेचच ती जमीन सरकारी खात्यात जमा करण्यात येऊ लागली. शेतीसाठी पाणी मिळावे म्हणून चिनाब नदीतून कालवे काढण्यात आले होते. त्यासाठीही शेतकऱ्यांना कर द्यावा लागणार होता. एकंदरीत शेतकऱ्यांचे हाल कुत्राही खात नव्हता. परिस्थितीसमोर हतबल झालेल्या या शेतकऱ्यांची मने पेटवून त्यांना इंग्रजांविरुद्ध

लढण्यास प्रेरित करण्यासाठी सरदार अजितसिंगांनी ही सभा बोलवली होती. त्यासाठी त्यांनी नदीकिनारी एक तात्पुरते व्यासपीठही उभे केले होते.

"वीरजी, या जमलेल्या माणसांपैकी केवळ निम्मे जरी इंग्रजांवर चालून गेले ना तरी आपण सहज स्वतंत्र होऊ," व्यासपीठावरून समोर जमलेल्या शेतकऱ्यांकडे बघत अजितसिंग म्हणाले. त्यांच्या शेजारीच त्यांचे वडील बंधू किशनसिंग, छोटा भाऊ स्वर्णसिंग आणि घसीटाराम, सूफी अंबाप्रसादजी, लाला गोवर्धनदास, लछंदू फलक उभे होते.

"अजित, उगाच वाहवत जाऊ नकोस. त्यांच्या कलानं घे. ते सध्या उदास आहेत. निराश आहेत. त्यांच्या दुःखावर फुंकर घालून मगच त्यांच्या मनाची तयारी कर. लाला लजपतरायजींनी जसा त्यांचा अपेक्षाभंग केला, तसा करू नकोस. खूप आशा आहेत त्यांच्या तुझ्याकडून." आपली काळी दाढी कुरवाळत किशनसिंग उद्गारले.

"वीरजी, लालाजींनी 'हा कायदा बनवला आहे. आता काही करता येणार नाही', असे म्हणून त्यांना अजूनच निराश केले. मी तसे करणार नाही. ते कोण आहेत आणि काय करू शकतात, याची जाणीव मी त्यांना करून देईन. म्हणूनच तर दयालबाबूंना बोलावले आहे मी. ते आले की करू सभेस सुरुवात," अजितसिंग म्हणाले.

"ते पाहा, दयालबाबू आले." म्हणत घसीटारामांनी समोर गर्दीकडे बोट दाखवले.

गर्दीतून वाट काढत दयालजी व्यासपीठावर अजितसिंगांजवळ आले.

"माफ करा, मला यायला उशीर झाला. पण हे सरकारी कुत्रे पाठच सोडत नाहीत." म्हणत दयालजींनी हातातील रुमालाने कपाळावरील घर्मबिंदू पुसले.

"दयालबाबू, फक्त थोडाच वेळ. नंतर आपल्यालाच त्यांच्या पाठी हात धुऊन लागायचे आहे," अजितसिंग म्हणाले, तसे सर्व जण हसू लागले.

"चला, सुरू करू या," पुढे होत किशनसिंग म्हणाले.

अजितसिंगांनी हात वर करून जमलेल्या लोकांना शांत होण्याचा इशारा केला. सर्व जण शांत झाले. अजितसिंगांनी बोलायला सुरुवात केली.

"भाईयो, आपण इथे का जमलो आहोत ते मला वेगळे सांगायची गरज नाही. चिनाब, आपली नदी. पण तरी तिचं पाणी वापरण्यासाठी कर द्यायचा आपण. हा देश, आपला. ही भूमी, आपली. तरी या जमिनीचा महसूल द्यायचा आपण." म्हणत अजितसिंग हलकेसे हसले.

"परिस्थिती कठीण आहे खरी. याचा सामना कसा करायचा ते मी आपणापाशी बोलीनच. पण तत्पूर्वी 'झंग स्याल' पत्रकाचे संपादक बांके दयाल आपल्यासमोर

त्यांची कविता सादर करतील. त्यांची कविता आपल्या डोळ्यांत नक्कीच अंजन टाकील.''

मागे सरत अजितसिंगांनी दयालबाबूंना पुढे उभे राहण्याची खूण केली. दयालबाबू व्यासपीठावर मध्यभागी आले. त्यांनी डोळ्यांवर चश्मा चढवला. आपल्या बंडीच्या खिशातून घडी केलेला एक कागद काढून तो डोळ्यांसमोर धरला. मग पुन्हा समोर बघत ते म्हणाले, ''बघायला गेलो तर ही एक कविता आहे. पण खरंतर ही तुमच्यासारख्या शेतकऱ्यांच्या घरची रोजची कहाणी आहे. ही कविता नक्कीच तुमच्या मनाला स्पर्श करेल.''

दयालबाबूंनी परत समोर धरलेल्या कागदाकडे बघितले आणि ते कविता वाचू लागले.

पगडी संभाल जट्टा,
पगडी संभाल ओए,
पगडी संभाल जट्टा,
पगडी संभाल ओए,
पगडी संभाल,
तेरा लुट लेया माल ओए,
लुट लेया माल ओए, हाय ।
पगडी संभाल जट्टा,
पगडी संभाल ओए,
पगडी संभाल जट्टा,
पगडी संभाल ओए ।
तू सारी दुनिया दा दाता, तेरीया जुबान खाली
तेरे सर विच अंधेरा पै गया, लोकां करे दिवाली
तेरे बच्चे दुधो तरसा, तू गैओ को पाली
तेरे दुनिया विच गुलामी, तू बागन दा माली, ओए
लुट लेया माल तेरा,
हाल बेहाल ओए
हाल बेहाल ओए
हाये ।
पगडी संभाल जट्टा,
पगडी संभाल ओए,
पगडी संभाल जट्टा,

पगडी संभाल ओए ।
ऊँचा अंबर तेरा राखा, धरती तेरी माई
सारी दुनिया बैठ के खांदी, तेरी नेक कमाई
सारे जगनु तेरीया सहारा, तेनु लोड ना कोई
हौंसला ना हार जीनवे जींदडी
नि गल ओए
जींदडी नि गल ओए, हाये ।
पगडी संभाल जट्टा,
पगडी संभाल ओए,
पगडी संभाल जट्टा ।

कविता बोलता बोलता दयालबाबू भावुक झाले होते. त्यांच्या डोळ्यांच्या कडा केव्हा ओलावल्या, ते त्यांचे त्यांनाच कळले नव्हते. त्यांनी बोटांनी डोळे पुसले. समोर बघितले तर सर्वांच्याच डोळ्यांत पाणी होते. त्यांचीच आपबीती कवितेच्या रूपाने त्यांच्याच समोर आली होती.

दयालबाबूंनी कागदाची घडी करत तो खिशात ठेवला. सर्वांना नमस्कार करत ते मागे हटले, तसे अजितसिंग पुढे आले.

"ऐकलेत माझ्या बांधवांनो, आपण शेतकरी. आपण साऱ्यांचे पोट भरतो आणि आपल्यालाच या राज्यात उपाशी झोपावे लागत आहे. खरंच ही एक मोठी शोकांतिका आहे." बोलता बोलता अजितसिंगांचा आवाज कातर झाला.

"खरं तर हे राज्य आपल्यामुळे चालतं. आपण जर विरोध केला तर हे गोरे एक क्षणभरही इथे थांबू शकणार नाही. मी या सभेसाठी ल्यालपूरची निवड केली, कारण हा नव्यानं विकसित झालेला भाग आहे. संपूर्ण पंजाबमधली माणसं इथे एकवटलेली आहेत. तसेच हा सैनिकांचा प्रदेश आहे. गोऱ्यांच्या चाकरीत असलेले, निवृत्त झालेले बरेचसे सैनिक इथे राहतात. मी त्या सगळ्यांना एक विचारू इच्छितो, असे परक्यांसाठी लढण्यापेक्षा का नाही तुम्ही स्वतःसाठी लढत? का नाही तुमच्या देशबांधवांसाठी लढत? आजपासून २१ वर्षांपूर्वी, १८८६मध्ये आपल्याच पूर्वजांनी, कुका शिखांनी गुरू रामसिंगाच्या नेतृत्वाखाली या गोऱ्यांशी दोन हात केले होते. मग आपण का असे लाचार बसलो आहोत? असे लाचार बसल्यानं काही होणार नाही. गुरू नानक म्हणून गेलेत,

कीडा धाय देव पातशाही
लष्करे करे स्वाहा ॥

एक सामान्य बालक पण आपल्या निश्चयाने सबंध लष्कर समाप्त करू शकतो;

मग आपण का नाही करू शकत?''

अजितसिंग थोडा वेळ थांबले आणि मग पुन्हा बोलू लागले. सर्व जण त्यांचे बोलणे शांतपणे ऐकत होते. तिथून थोड्याच अंतरावर पोलिसांची एक व्हॅन उभी होती. आत दोन शिपायांसह पोलीस सुपरिंटेन्डंट फिलीप बसला होता. अजितसिंगांच्या एक एक वाक्यासरशी त्याच्या माथ्यावरची शीर ठणकत होती.

''मोतिसिंग, कोण आहे हा माणूस?'' शेजारीच बसलेल्या शिपायांपैकी एकाकडे बघत त्याने विचारले.

''सरकार, अजितसिंग आहे तो. खूप मोठे प्रस्थ आहे त्याचे इथे. त्याची स्वतःची एक संघटनाही आहे. अंजुमन-ए-मेहबूब-ए-वतन.'' मोतिसिंगने उत्तर दिले.

''काय?'' कपाळावर आठ्या चढवत फिलिपने विचारले.

''उर्दू नाव आहे सतरकार. भारतमाता सोसायटी पण म्हणतात काही लोक. फिलिपच्या कपाळावरील आठ्या बघत मोतिसिंगने सांगितले.

''अजून काय माहीत आहे?'' एक हात केसांमधून फिरवत फिलिपने विचारले.

''हुकूम, तो आणि त्याचा मित्र सूफी अंबाप्रसाद दोघे मिळून एक बुक एजन्सी पण चालवतात. भारतमाता बुक एजन्सी. इंडिया, पेशवा, भारतमाता, पंजाबी, अशी वर्तमानपत्रे पंजाबमध्ये वाटून सरकारविरोधी प्रचार करतात ते.'' बाजूलाच बसलेल्या मियाँखानने अधिकची माहिती पुरवली.

''ओह, आय सी. भरपूर खतरनाक माणूस दिसतोय. दोन दिवसात मला त्याच्याबद्दलची सर्व माहिती पाहिजे. समजलात?'' दोघांकडे बघत फिलिप म्हणाला. दोघांनीही होकारार्थी मान हलवली.

ईबटसन आपल्या कार्यालयात अस्वस्थपणे येरझाऱ्या घालत होता. त्याच्या अस्वस्थतेत एक अनामिक भीतीही होती. अजितसिंगांनी लावलेली आग वणव्यासारखी संपूर्ण पंजाबमध्ये पसरली. ३ मार्च, १९०७ला ल्यालपूरला घेतलेल्या पहिल्या सभेनंतर दोनच महिन्यांत त्यांनी एकूण अठ्ठावीस सभा घेतल्या होत्या. पोलीस सुपरिंटेन्डंट फिलिपच्या सांगण्यानुसार यातील फक्त पाच सभांमध्ये अजितसिंग शेतकऱ्यांच्या प्रश्नावर बोलले. बाकीच्या सभांमध्ये तर त्यांनी फक्त विद्रोहाला उठाव दिला होता. त्यांच्या भाषणांनी संपूर्ण पंजाब पेटून उठला होता. दररोज रस्त्यावर निदर्शने केली जात होती. राष्ट्रगान बनलेल्या 'पगडी संभाल जट्टा'ची तर घराघरातून पारायणे केली जात होती. त्या गाण्यामुळेच या चळवळीलाही 'पगडी संभाल जट्टा' चळवळ म्हणून संबोधण्यात येत होते. चळवळ थांबवण्यासाठी सरकारने प्रयत्न

केला नाही असे नाही; पण सरकारने केलेल्या दडपशाहीमुळे जनतेचे पोलिसांशी खटके उडू लागले. परिणामी रावळपिंडी, ल्यालपूर, गुरदासपूर, लाहोर ठिकठिकाणी दंगे उसळले होते. गोरा अधिकारी दिसला रे दिसला की त्याला काठीने बेदम बदडण्यात येत होते, त्याचे तोंड काळे करण्यात येत होते. ईबटसनला आठवले की कशा प्रकारे त्याचा मित्र रॉबर्ट्सचे तोंड रंगवण्यात आले होते. ते आठवले तसे ईबटसनच्या अंगावर भीतीने शहारे उठले.

अजून जरी कुठल्याही सरकारी कार्यालयावर हल्ला झाला नसला तरी ती शक्यता नाकारता येत नव्हती आणि पंजाबचा गव्हर्नर या नात्याने सध्याच्या परिस्थितीला नैतिकदृष्ट्या तोच जबाबदार होता. त्यामुळे तर त्याच्यावरील हल्ल्याची शक्यता अजूनच वाढली होती. दोनच दिवसांपूर्वी पोलीस सुपरिंटेन्डंट फिलिपवर हल्ला झाल्याची बातमीही तो ऐकून होता. तोच त्याच्या कार्यालयाबाहेर गाडी येऊन थांबल्याचा आवाज त्याने ऐकला. त्याने खिडकीतून बाहेर डोकावून बघितले. गाडीचा दरवाजा उघडला आणि त्यातून पोलीस सुपरिंटेन्डंट फिलिप बाहेर पडला. फिलिपला बघताच ईबटसनने सुटकेचा निःश्वास टाकला. आपल्या खुर्चीवर जाऊन तो फिलिपची वाट बघत बसला. थोड्याच वेळात फिलिप त्याच्यासमोर हजर झाला.

''फिलिप कसा आहेस? मी ऐकलं की तुझ्यावर हल्ला केला या भेकडांनी.'' ईबटसनने विचारले.

''नाही, हल्ला नाही केला. ल्यालपूरला एका ठिकाणी दंगा चालू होता. दहा-बारा जण होते. सरकारी वाहनांची मोडतोड करत होते. त्यांना हुसकण्यासाठी म्हणून मी गेलो तर मला धक्का देऊन पळाले हरामखोर. त्यांचा म्होरक्या होता तो लाला गोवर्धनदास, अजितसिंगचा दोस्त,'' दातओठ खात फिलिप म्हणाला.

''मग तू वाट कसली बघत आहेस? गो ॲन्ड अरेस्ट दोझ बास्टर्ड्स. जोपर्यंत हे दंगे शांत होत नाहीत, सुरक्षित वाटणार नाही मला,'' बाजूच्या खिडकीतून शहराच्या दिशेने बोट दाखवत ईबटसन म्हणाला.

''यू डोन्ट वरी सर, दंगे शांत होतील आणि तुम्ही सुरक्षित आहात सर इथे. मी माझ्या पन्नास शिपायांची तुकडी तुमच्या संरक्षणासाठी ठेवली आहे. हवं तर अजून शिपाई वाढवून देतो,'' फिलिप अदबीने म्हणाला.

''फिलिप तू वेडा आहेस?'' ईबटसन जवळ जवळ ओरडलाच.

''कुठल्या शिपायांची गोष्ट करत आहेस? जी पन्नास शिपायांची तुकडी तू दिली आहेस ते सर्वच्या सर्व हिंदी शिपाई आहेत. कसा विश्वास ठेवू शकतोस तू त्यांच्यावर? तुला माहिती आहे ना, हे आपलेच शिपाई गर्दी करायचे अजितसिंगच्या सभांना. १८ एप्रिलला मुलतानला झालेली सभा विसरलास का? आपल्या तब्बल २०० शिपायांनी सभेवर गोळ्या चालवण्यास नकार दिला. एवढंच नाही तर उलट

तेच सभेत सहभागी झाले. या अशा हिंदी शिपायांच्या भरवशावर मी स्वतःला सुरक्षित समजू?'' ईबटसनने रागाने विचारले.

''नो,....नो सर.'' फिलिप चाचपडत बोलला.

''सर, ॲक्च्युअली जे शिपाई तुमच्या दिमतीला दिले आहेत ते माझ्या विश्वासातले आहेत.'' सारवासारव करत फिलिपने उत्तर दिले.

ईबटसन आपल्या खुर्चीवरून उठला. फिलिपजवळ येत त्याने त्याच्या खांद्यावर हात ठेवला. मग आपल्या कामकाजाच्या टेबलला टेकून हाताची घडी घालत तो म्हणाला, ''फिलिप, लंडनपर्यंत या गोष्टी पोहचल्या आहेत. व्हॉइसरॉय लॉर्ड हार्डिंग्ज म्हणत होते की हे १८५७चे छोटे स्वरूप आहे. या चळवळीची तुलना १८५७च्या शिपायांच्या बंडाबरोबर केली गेली आहे. तुला कळतंय किती महत्त्वाची गोष्ट आहे ही. हिंदी शिपायांची तुकडी वेगळी ठेवू नकोस. तुझ्या प्रत्येक तुकडीत हिंदी, गुरखा आणि इंग्रजी शिपाई असले पाहिजेत. हो, पण हिंदी शिपायांपेक्षा गुरखा आणि इंग्रजी शिपायांची संख्या जास्त असायला हवी. म्हणजे जरी हिंदी शिपायांनी बंड करायचे ठरवले तरी आपण बाकीच्या शिपायांच्या मदतीने हे बंड हाणून पाडू शकतो. कळालं? आता लवकरात लवकर त्या अजितसिंग आणि त्याच्या साथीदारांना कैद कर.''

''येस सर.'' म्हणत फिलिप जाण्यासाठी निघाला. पण मग थोडा पुढे जाऊन तो तिथेच घुटमळत उभा राहिला.

फिलिप निघाला तसं ईबटसन पुन्हा आपल्या खुर्चीत जाऊन बसला. बसता बसताच त्याने फिलिपला तसे उभे राहिलेले बघितले.

''काय झाले फिलिप? काही सांगायचे आहे का?''

''येस सर. माझं मत होतं सर, आपण अजितसिंग आणि त्याच्या साथीदारांना अटक करतच आहोत तर आपण लाला लजपतरायला पण अटक करू या.'' फिलिपने आपले मत मांडले.

''लाला लजपतराय? त्याला का? त्याचा काहीच संबंध नाहीये ना यात?'' ईबटसनने अनिश्चिततेने विचारले.

''नाही, लाला लजपतरायचा काहीच संबंध नाही या चळवळीत. पण या पंजाबी जनतेला दोनच लीडर आहेत. एक हा अजितसिंग आणि दुसरा लाला. अजितसिंगला कैद केल्यानंतरही लोक कदाचित लाला लजपतरायच्या नेतृत्वाखाली ही चळवळ सुरू ठेवतील, अशी भीती वाटते मला. सरसेनापती युद्धात पडला की सैन्य घाबरून पळत सुटतं. मग भले ते संख्येने जास्त असो. या लोकांना नेताच भेटला नाही, तर काय करायचे या विचारानं ते दिङ्मूढ होतील आणि ही चळवळ अशीच बंद पडेल.'' फिलिपने आपली कल्पना सांगितली.

''हूंऽऽऽऽ.'' ईबटसनने होकारार्थी मान हलवली.

''सर, अजून एक गोष्ट आहे.'' म्हणत फिलिपने ईबटसनकडे बघितले.

''बोल, काय सांगायचे आहे अजून?''

ईबटसनने विचारले त्यासरशी फिलिप म्हणाला, ''सर, या दोघांना इथल्या तुरुंगात ठेवण्यापेक्षा लांबवर कुठेतरी ठेवावे. कारण सध्या लोकांमध्ये भरपूर प्रमाणात असंतोष आहे. त्या भरात ते त्यांच्या नेत्यांना सोडवण्यासाठी तुरुंगावर हल्लाही करतील. म्हणून त्यांना अटक केल्यावर दूरच्या तुरुंगात पाठवावे.''

ईबटसनने हलकेच स्मित केले आणि म्हणाला, ''गुड! बरोबर विचार केलास फिलिप. आम्हाला पण हा विचार सुचला होता आणि मी व्हॉईसरॉयशी त्या बाबतीत बोललोदेखील. अजितसिंगला मंडालेच्या तुरुंगात पाठवण्याचा विचार झाला होता. आता दोघांनाही तिथेच पाठवू. तू त्यांना अटक कर पट्‌कन.''

ईबटसनच्या बोलण्यावर फिलिप जरा खट्टू झाला. आपली कल्पना सांगण्यात आपण उशीर केला याचे त्याला राहून राहून वाईट वाटत होते. तरी चेहऱ्यावर तसे न दाखवता 'येस सर' म्हणत तो निघून गेला.

बांगातील आपल्या घरी विद्यावतीजी भाकऱ्या थापत बसल्या होत्या. शेजारीच दीड वर्षाचा छोटा भगत लाकडी घोडागाडीबरोबर खेळत होता. खेळून त्याचे मन भरले तसा तो दुडक्या चालीने विद्यावतींजवळ आला. एक हात त्यांच्या खांद्यावर ठेवत तो दुसरा हात त्यांच्या गालावरून फिरवू लागला.

''काय झालं रे लबाडा? आता आईची आठवण आली का? मघासपासून तर एवढा खेळण्यात गुंग होतास. बघायला पण तयार नव्हतास.'' आपल्या दोन्ही हातांनी त्याला धरत विद्यावतीजी म्हणाल्या.

विद्यावतीजींनी त्याला धरले तसे त्याने खांद्यावरचा हात काढत दोन्ही हातांनी हळूच त्यांच्या गालावर थपडा द्यायला सुरुवात केली. थपडा देता देता तो काहीसा आवाज काढत मध्येच हसतही होता.

''काय झालं? आईला काम नाही करू देणार? ती बघ तुझी तायीजी आली. जा खेळ तिच्याबरोबर, जा.'' दरवाजाकडे बोट दाखवत विद्यावतीजी म्हणाल्या.

भगतने एकदा दरवाजाकडे बघितले आणि कोणीच न दिसल्याने तो परत विद्यावतीजींकडे बघू लागला. मग तिथेच खाली बसत त्याने विद्यावतीजींचा हात हातात घेतला आणि त्यासोबत खेळू लागला.

''सोड ना भगत. कामं करायची आहेत. सोडतोस का देऊ एक?'' उगाच डोळे वटारून दाखवत दुसरा हात उगारत विद्यावतीजी बोलल्या.

हात सोडून भगत निष्पाप भावाने आपल्या आईकडे बघत राहिला. मग परत त्यांच्याकडे दुर्लक्ष करत त्याने बसल्या बसल्याच जोरजोरात जमिनीवर हात आपटायला सुरुवात केली. भगतने सोडले तसे विद्यावतीजींनी परत भाकऱ्या थापायला सुरुवात केली. पण शेवटी लहान मुलाचेच मन ते, चंचल. एखाद्या गोष्टीत किती वेळ रमणार? हात आपटायचा कंटाळा आला तसा त्याने परत आईचा हात हातात घेतला आणि तसाच तोंडाजवळ नेत चावू लागला.

"अरेरे! काय चालू आहे तुझे? ही घे, आली तुझी लाडकी तायीजी. जा तिच्याकडे पळ," नुकत्याच पाण्यावरून आलेल्या हरनामकडे बोट दाखवत विद्यावतीजी म्हणाल्या. पण तरी त्यांच्या बोलण्याकडे लक्ष न देता भगत त्यांचा हात चावतच होता.

"बोलव बाबा तुझ्या लाडक्या भगतला. नुसता उच्छाद मांडला आहे इथे." हरनामला उद्देशून विद्यावती बोलल्या.

"अले, अले, अले भगत, आईला त्राश नाही द्यायचा. ये बघू, इकडे ये." म्हणत हरनाम आपल्या हातांच्या पंजानी त्याला आपल्याकडे बोलवू लागली.

हरनामचा आवाज ऐकला मात्र आणि आईचा हात सोडून भगत दुडक्या चालीने धावतच तिच्यापाशी गेला. त्याला उचलून घेत हरनामने त्याच्या गालाचा मुका घेतला.

"काय हो दीदी, का आमच्या भगतला असं म्हणता?" हरनामने खोट्या रागात विचारले. तोच भगतने तिच्या गालावर थपडा मारायला सुरुवात केली.

"कळाले, तुमचे लाडके भगत कशा थपडा मारतात ते? अगदी मस्तीखोर झालाय. आता करा सहन." मस्करीतच विद्यावतीजींनी हरनामला उत्तर दिले.

हरनाम हसली. भगतला घेऊन ती विद्यावतींजवळ येऊन बसली. भगतला खाली ठेवून तिने त्याची घोडागाडी त्याच्यासमोर ठेवली. छोट्या भगतने मान वाकडी करत गाडीकडे पाहिले. गाडी हातात घेऊन क्षणभर त्याने ती निरखली. त्याच्या मनात काय आले कोणास ठाऊक; पण त्याने धाड्दिशी ती समोर फेकली आणि वळत हरनामला बिलगला.

"बघितलं, किती लळा लागला आहे तुझा. तू सोडून कुठे राहतच नाही," विद्यावतीजी कौतुकाने म्हणाल्या.

"हो ना, लहानपणापासून माझ्याकडेच राहिला आहे ना. एक बोलू दीदी?" म्हणत हरनामने विद्यावतीजींकडे बघितले. त्या तिच्याकडेच पाहत होत्या. त्यांनी मानेनेच काय म्हणून विचारले.

"आपल्या भगतचा ना पायगुण खूप चांगला आहे. आता बघा ना, याचा जन्म झाला आणि नेमक्या त्याच दिवशी किशनवीरजी आणि स्वर्णवीरजी तुरुंगातून

सुटले. खरंच, भरपूर चांगला शकुन झाला.'' म्हणत असतानाच हरनामने विद्यावतीजींच्या खांद्यावर हात ठेवला.

''कसला शकुन घेऊन बसलीस गं बाई! आता तुझा घरवाला सुटला तेव्हा त्या गोऱ्यांचा राजा गादीवर बसला म्हणे. आणि त्या निमित्तच सोडलं अजितवीरजींना. मग हाही शुभशकुन म्हणायचा का?''

''अजिबात म्हणायचा नाही हं विद्यावती,'' स्वयंपाकघराच्या दारातून आत येत किशनसिंग म्हणाले. किशनसिंग आले तशा त्या दोघी सावरून बसल्या.

''अजितला राग येतो असं कोणी म्हटलं तर. अहो, राज्याभिषेकानिमित्त शिक्षेत सूट देण्याचे नाटक करून त्यांनी जनतेला पुन्हा आपल्याकडे ओढलं. काँग्रेसनेही लालाजींना सोडण्याचा लकडा लावला होता. मग काय, या दोघांना सोडून काँग्रेसचाही पाठिंबा मिळवला त्यांनी.'' आत येत फडताळापाशी उभे राहत ते म्हणाले.

विद्यावतीजी उठल्या. माठातून पाण्याचा ग्लास भरून किशनसिंगांना देत त्यांनी विचारले, ''लस्सी बनवू का?''

''नाही, नको.'' म्हणत किशनसिंगजी पाणी प्यायले. हातातला रिकामा ग्लास विद्यावतीजींकडे देत त्यांनी भगतकडे बघितले. तो हरनामच्या हातांच्या बोटांशी खेळण्यात गुंग होता.

''ए भगत, चल फिरून येऊ,'' भगतकडे बघत आपले दोन्ही हात पसरत ते म्हणाले.

किशनसिंगांचे पसरलेले हात बघून भगत अजूनच हरनामला बिलगला. तसेच दबकत त्याने परत किशनसिंगांकडे बघितले. त्यांना तसेच उभे बघून तो चीत्कारत पुन्हा हरनामच्या पायात डोके खुपसून लपून बसला. तसे सर्व जण हसू लागले.

''हे बघा, असा करतो हा. कुणाकडे राहत नाही त्याची तायीजी सोडून,'' विद्यावतीजी हसून म्हणाल्या.

किशनसिंगांनी हसतच हरनामला बिलगलेल्या भगतकडे बघितले.

''तुम्ही बसा, मी भाकऱ्या आणते तुम्हाला. अजितवीरजी येणार आहेत का? की अडकलेत परत त्यांच्या पत्रकांच्या कामात?'' ताट करता करता विद्यावतीजींनी विचारले.

''अजित कसला येतो इतक्यात! तू कर माझं ताट. तो येईल सावकाश,'' किशनसिंगजी बसत म्हणाले. विद्यावतीजींनी ताट त्यांच्यासमोर ठेवले.

किशनसिंगजी भाकरी खाऊ लागले. विद्यावतीजी आणि हरनाम शेजारीच बसल्या होत्या. भगतची चुळबुळ जाणवत नव्हती म्हणून हरनामने खाली बघितले तर तो तसाच लपल्या लपल्या झोपी गेला होता.

''दीदी, मी भगतला अंथरुणात ठेवून येते.'' म्हणत भगतला कडेवर घेऊन

हरनाम निघाली. स्वयंपाकघरातून निघून ती दिवाणखान्यात आली. दिवाणखान्यात डावीकडे कोपऱ्यात असलेल्या जिन्यावरून ती सरळ वर आली. ती विद्यावतीजींच्या खोलीकडे निघालीच होती की तोच तिच्या खोलीतून कसला तरी आवाज आला. तिने कानोसा घेतला. आवाज कोणाच्या तरी हालचालीचा होता. तिच्या खोलीत कोणीतरी असल्याचे तिला जाणवले. पण कोण असू शकते? किशनसिंगजी आणि विद्यावतीजी तर खाली होते. स्वर्णसिंगजी आणि अजितसिंगजी तर घरी नव्हते. मग कोण असू शकते? कोणी भुरटा चोर? की पोलीस? अजितसिंगांच्या नावावर अजूनही काही खटले न्यायालयात चालू होते. त्यासाठी पुरावा गोळा करायला तर आले नसतील? क्षणभर हरनामला तसे वाटलेही. पण जर पोलीस असतील तर ते असे गुपचूप का शिरतील घरात? मग कोण असेल? हरनामच्या डोक्यात विचारांचे काहूर माजले. काय करावे तिला सुचत नव्हते. खाली जाऊन किशनसिंगांना सांगावे का? पण हा जर फक्त भास असला तर? अखेर, हिंमत करून हरनाम तिच्या खोलीजवळ गेली. भगत अजूनही तिच्या कडेवरच होता. तिने हळूच आत डोकावून पाहिले. आत अजितसिंगजी होते. काही पत्रके कपड्यांनी भरलेल्या ट्रंकेत ते भरत होते. त्यांना बघून हरनामच्या जिवात जीव आला. ती खोलीत आली. तिची चाहूल लागताच अजितसिंगांनी वळून बघितले.

"तुम्ही? तुम्ही केव्हा आलात? आणि ही ट्रंक भरून कुठे निघालात?'' ट्रंकेकडे बघत हरनामने विचारले.

अजितसिंगांनी आपली नजर जमिनीकडे वळवली. मग तसेच खिडकीपाशी आले आणि बाहेर बघू लागले. हरनामने कडेवरच्या भगतला जवळच अंथरुणावर निजवले. ती अजितसिंगांपाशी आली. तिने त्यांच्या चेहऱ्याकडे पाहिले. त्यांची नजर दूरवर काहीतरी शोधत होती. तिने त्यांच्या खांद्यावर हात ठेवला. तिच्याकडे न पाहताच त्यांनी तिचा हात आपल्या दोन्ही हातांत घेतला. तिचा हात आपल्या ओठांपाशी आणत त्यांनी आपले ओठ तिच्या हातावर टेकले. काय घडतंय याचा काहीच अंदाज तिला येत नव्हता. तोच तिच्या हातावर पाण्याचे थेंब पडले. तिने बघितले तर अजितसिंगांच्या डोळ्यांतले अश्रू तिच्या हातावर पडत होते. ती काही बोलणार इतक्यात अजितसिंग वळले आणि आवेगाने त्यांनी हरनामला बाहुपाशात कवटाळले. त्यांच्या डोळ्यांतून अश्रू वाहतच होते. थोड्या वेळात त्यांनी हरनामला बाहुपाशातून मोकळे केले आणि हाताच्या तळव्यांनी आपले अश्रू पुसले. हरनाम अजूनही प्रश्नार्थक नजरेने त्यांच्याकडे बघत होती. आपला हात तिच्या खांद्यावर ठेवत ते तिला खोलीत असलेल्या लाकडी खुर्चीपाशी घेऊन आले. तिला खुर्चीवर बसवत ते तसेच तिच्यासमोर उभे राहिले. अजूनही तिच्याशी नजर मिळवण्याची त्यांची हिंमत होत नव्हती.

"काय झालंय?" हरनामचा आवाज पातळ झाला होता.

"हरनाम, मी तुझा अपराधी आहे. मला क्षमा कर," बाजूला बघत हळू आवाजात अजितसिंग म्हणाले.

"काय झाले आहे सांगा तरी. का असे छळताय?" हुंदके देत हरनाम म्हणाली. काहीतरी नक्की वाईट झाले आहे याची जाणीव तिला झाली.

"पगडी संभाल जट्टा फार मोठी चळवळ होती. लंडनपर्यंत तिची दखल घेतली गेली आहे. आता जरी गोऱ्यांनी मला सोडलं असलं तरी फार काळ मला बाहेर राहू देण्याची चूक ते करणार नाहीत. माझ्यावरचे जे खटले चालू आहेत, त्यात अडकवून मला फाशी देण्याचा इरादा आहे सरकारचा." अजितसिंग बोलले.

"अरे देवा!" हात तोंडावर ठेवत हरनाम किंचाळली.

"हो आणि जरी फाशी नाही दिली तरी काळ्या पाण्यावर पाठवले जाऊ शकते. मी अशा प्रकारे माझे आयुष्य फुकट घालवू शकत नाही. झिया-उल-हक या माझ्या मित्राबरोबर मी परदेशी चाललो आहे." अजितसिंग म्हणाले.

"हो हो, चला ना. आपण जाऊ. मी पण येते तुमच्यासोबत." म्हणत हरनाम उठू लागली. तिच्या खांद्यावर हात ठेवत अजितसिंगांनी तिला बसवले.

"आम्ही कुठे जातो आहोत काहीच निश्चित नाही. कुठे राहणार, तेही माहीत नाही. तुला कुठे घेऊन जाऊ मी? युरोपात सध्या युद्धाचे वातावरण आहे. लवकरच युद्ध सुरू होईल. अशा परिस्थितीत तुला घेऊन जाणे धोक्याचे आहे. आणि असंही जास्त दिवस नाही राहणार मी बाहेर. मी युरोपमधील देशांना भारताच्या स्वातंत्र्याबद्दल अनुकूल बनवण्याचा प्रयत्न करणार आहे. म्हणजे युद्ध संपेपर्यंत आपला देश आझाद होईल आणि मी परत येईन." म्हणत अजितसिंगांनी हरनामकडे पाहिले. तिच्या डोळ्यांतून पाणी वाहत होते. त्यांनी तिचे डोळे पुसले.

"नको रडूस. मला जावे तर लागणारच. तुला काय वाटतं, मी इथं थांबून आयतंच गोऱ्यांच्या तावडीत सापडावं?" खुर्चीच्या हातांवर आपले हात ठेवून वाकत अजितसिंगांनी तिला विचारले.

"नाही, नाही. जा तुम्ही. नाही रडणार मी. मला विश्वास आहे तुम्ही लवकर परत याल. नका इथं थांबू." म्हणत हरनामने डोळे पुसले. ती खुर्चीतून उठून उभी राहिली. अजितसिंगांनी तिला मिठीत घेतले.

"काळजी घे. वीरजी आणि भाभींना सांभाळ." ते तिच्या कानात बोलले. थोड्याच वेळात तिला सोडत ते ट्रंकेपाशी गेले. ट्रंक उचलायला त्यांनी हात पुढे केला, तसा हरनामला हुंदका आला. तोंडावर हाताची मूठ ठेवत तिने तो दाबला. अजितसिंगांनी ट्रंक उचलली. तिच्याकडे बघत हसण्याचा प्रयत्न केला. हरनामही यंत्रागत खोटे खोटेच हसली. अजितसिंग खोलीबाहेर पडले. त्यांना दारापर्यंत

सोडण्याचे धारिष्ट तिच्यामध्ये नव्हते. ती तिथेच पुतळ्यागत उभी राहिली. अजितसिंगजी खाली उतरून घराबाहेर पडले. हरनाम खिडकीतून त्यांच्या पाठमोऱ्या आकृतीकडे पाहत होती. बघता बघता अजितसिंग नजरेच्या टप्प्यापलीकडे निघून गेले. पण हरनाम तशीच खिडकीत उभी होती.

कुठल्याही जखमेवरचे सर्वांत प्रभावी औषध म्हणजे काळ. कालानुरूप सर्व जखमा भरल्या जातात. १९१६ साल उजाडले होते. १९०९ला अजितसिंगांनी देश सोडला होता. त्या गोष्टीला आता सात वर्षे झाली होती. सुरुवातीला हरनामने त्यांची खूप वाट बघितली; पण जसा जसा वेळ पुढे सरकत होता, तशी तशी आशेची किरणे मावळू लागली होती. आता तर तिने त्यांची परत येण्याची आशा पूर्णपणे सोडली होती. लहानगा भगतही आता मोठा झाला होता. त्याच्या बाललीलांमध्येच रमत ती कसेबसे दिवस कंठत होती. पण माणसाचे मन खूपच विचित्र आहे. एखाद्या गोष्टीपासून दूर पळायचे ठरवले तरी मन मात्र त्याच गोष्टीचा पाठलाग करते. त्याप्रमाणेच हरनामलाही कधीतरी अजितसिंगांची आठवण येऊन ती फार उदास व्हायची. मग मनाची खोटी समजूत काढत ती स्वतःचेच समाधान करून घ्यायची. खरंतर स्त्रियांचा हा सोशिकपणा, हे बलिदान भारतीय संस्कृतीचा एक अविभाज्य भागच आहे. फार पूर्वी रामायणात ऊर्मिलाला राजमहाली सोडून लक्ष्मण रामासोबत वनवासास गेला. पण लक्ष्मणाशिवाय राजमहालातही वनवास्याप्रमाणे ऊर्मिलाने चौदा वर्षे कशी काढली असतील, याची कल्पना केवळ हरनामसारख्या बहादूर स्त्रियांनाच असू शकते. पण लढाई म्हटली की बलिदान हे आलंच. स्वातंत्र्यसंग्रामात कित्येक स्त्रियांनी आपले पती गमावले, कित्येकांनी आपली मुले, भाऊ, बाप गमावले. अशाच बलिदानी स्त्रियांमधली एक दुर्दैवी बहीण म्हणजे रतना. एक पंधरा वर्षांची कुमारिका. अमृतसर लाहोर सीमेवर असलेल्या घरी तिच्या आई-वडील आणि मोठ्या भावासोबत राहत होती. अतिशय मस्तिखोर, हसरी आणि तेवढीच सुंदर. स्वर्गातल्या अप्सरेलाही हेवा वाटावा असे सौंदर्य होते तिचे. गुलाबी गाल, टपोरे डोळे, लांबसडक केस, कमळाच्या पाकळ्यांप्रमाणे ओठ. ती हसली की कमळ फुलल्यासारखेच वाटायचे. पण गेल्या दोन वर्षांत रतना हसणे पूर्णपणे विसरली होती. तिच्या हास्याची जागा चिंतेने घेतली होती. चिंतेने तिचा चेहरा उतरून गेला होता. डोळ्यांखाली काळी वर्तुळे पडली होती. तिचा उदास चेहरा बघून तिच्या आईचा जीव तीळतीळ तुटायचा. वडीलसुद्धा तिला हसवण्यासाठी खूप प्रयत्न करायचे. पण तिला कधीच हसू आले नाही. तरी वडिलांना खूश ठेवण्यासाठी ती खोटेच हसायची. तिला जाणवत होते की तिच्या मोठ्या भावाच्या हरवण्याचे

दुःख जसे तिला आहे, त्याप्रमाणेच तिच्या आई-वडिलांनाही आहे आणि म्हणूनच ती जमेल तितके खूश राहायचा प्रयत्न करायची. पण तरीही त्याच्या अशा प्रकारे हरवण्याला तीच जबाबदार आहे असे मानून तिचे मन सारखे तिला खात होते. तिनेच वडिलांकडून त्याच्यासाठी कॅनडाला जाण्याची परवानगी मागितली होती. तो जो गेला तो परत आला तर नाहीच; पण साधे चिटोरेही आले नाही. मध्यंतरात पंजाबमध्ये फिरणाऱ्या गदर क्रांतिकारकांसोबत त्याला बघितल्याचे कोणीतरी सांगितले होते; पण नंतर त्याची काहीच खबरबात कळली नाही. गदरच्या क्रांतिकारकांना पकडून त्यांना शिक्षाही ठोठावण्यात आल्या; पण त्यातही तिचा भाऊ राजिंदर नव्हता. कॅनडाला जाण्याच्या त्याच्या विचाराला पाठिंबा दिल्याबद्दल तिला खूप वाईट वाटत होते. ती कितीतरी वेळा भूतकाळात जाऊन आपली चूक दुरुस्त करायची आणि सुंदर भविष्याची स्वप्ने रंगवायची. पण जेव्हा परत वर्तमानात यायची, तेव्हा तिचा पूर्णतः हिरमोड व्हायचा. खरंतर त्याच्या आठवणीपासून दूर राहण्यासाठी ती नेहमीच जितका जास्त वेळ घराबाहेर काढता येईल तितका काढायची. पण आजचा दिवस वेगळा होता. आज ती घराबाहेर पडली असती तर कदाचित तिला त्याची अजूनच आठवण आली असती. आज रक्षाबंधन होते. घरोघरी बहीण भावाला राखी बांधत असेल. रस्त्यांवर राख्यांची छोटी-मोठी दुकाने लागलेली असतील. ते सारे बघून तिने मनात साठवलेले दुःख आपोआप बाहेर आले असते. जखमेवरची खपली निघून त्यातून आठवणी निघाल्या असत्या आणि म्हणूनच ती घराबाहेर जाणे टाळत होती. आपल्या घराच्या ओट्यावरच्या झोपाळ्यावर बसून ती हळूहळू झोका घेत होती. तिने दोन्ही हातांनी झोपाळ्याचे साखळदंड पकडले होते. डोळे बंद करून ती कसला तरी विचार करत होती. बहुतेक भूतकाळात जाऊन आपली चूक सुधारत असावी. ती आपल्या विचारात गुंग होती की तोच तिला आवाज आला, ''बहनजी, चूड़ी ले लो ।''

आवाज रस्त्यालगत घराच्या फाटकाजवळून येत होता.

''भय्या, नही चाहिये।'' डोळे न उघडता तिने उत्तर दिले.

''बहनजी, बघा तर एकदा. सगळ्या चूडी आहेत आमच्याकडे. लाल आहेत, हिरव्या आहेत, निळ्या आहेत. बघा तर एकदा.'' तो चूडीवाला परत बोलला.

''भय्या, नही चाहिये।'' परत एकदा त्रासिक सुरात तिने म्हटले.

''बहनजी, एकदा बघा तर खरं!'' चूडीवाल्याने परत एकदा लकडा लावला.

''भय्या, एकदा सांगितले ना! कळत नाही तुला?'' चिडून झोपाळ्यावरून उठत रतना म्हणाली. तिने त्याच्याकडे एकदा निरखून बघितले. काबुली टोपी, पठाणाप्रमाणे लांबलचक दाढी व मिशी, अंगात गुडघ्यापर्यंत लांब पांढरा सदरा, त्यावर कंबरेपर्यंत लांब नक्षीदार बंडी, खाली सैलसर पायजमा, एका हाताने एक

गाठोडे पाठीवर अडकवलेले, दुसऱ्या हाताने बांगड्यांचे खुंटाळ पकडलेले, उंचपुरा, धिप्पाड. कपडे थोडेसे मळलेले होते.

"ठीक है, बहनजी. कशाला रागावता एवढं," आपले दाढीचे जंजाळ खाजवत तो म्हणाला. तो तसाच पुढे निघाला होता की काही क्षण घुटमळत तो परत वळला.

"बहनजी, किमान एक ग्लास पाणी तरी द्या," आपल्या कोरड्या घशावरून हात फिरवत तो म्हणाला.

"हूंऽऽऽ थांब देते." म्हणत रतना घरात गेली.

थोड्याच वेळात पाण्याचा ग्लास घेऊन ती बाहेर आली. तोपर्यंत तो चूडीवाला लाकडी फाटकातून आत घुसला होता. त्याला आत घुसलेला पाहून रतना थोडीशी घाबरली. ती पायऱ्या उतरून खाली जाणार तोच चूडीवाला स्वतःच पायऱ्या चढून येऊ लागला. तो वर येऊ लागला तशी रतना भीतीने मागे सरकू लागली. तो चूडीवाला पायऱ्या चढून ओट्यावर आला आणि हळूहळू रतनाकडे येऊ लागला. रतना मागे सरकत सरकत मागच्या भिंतीला टेकली. तो तिच्याकडे येतच होता. रतनाने ओरडण्याचा प्रयत्न केला; पण तिच्या तोंडातून आवाजच फुटत नव्हता. तिचे सर्वांग घामाने डबडबले होते. तो आता तिच्यापासून केवळ एका हाताच्या अंतरावर होता.

"रतना!" त्याने हाक मारली.

तिला आवाज जरा ओळखीचा वाटला. तिने समोर बघितले. तो रस्त्यावर आजूबाजूला बघत कोणी नसल्याची खात्री करत होता. मग रतनाकडे बघत म्हणाला, "नाही ओळखलंस ना मला? मी राजिंदर, तुझा वीरजी."

"वीरजी," म्हणत रतना पुढे आली. आपला उजवा हात ती त्याच्या चेहऱ्यावरून फिरवू लागली. मग तो राजिंदरच असल्याची खात्री पटली तशी ती त्याच्या खांद्यावर डोके ठेवून रडू लागली.

"वीरजी, कुठे गेलेलात आम्हाला सोडून. आम्ही किती शोधलं तुम्हाला?" रडत रडतच रतना बोलत होती.

"सांगतो, सगळं सांगतो. आधी घरात चल. इथे नको," तिला आपल्यापासून दूर करत तो म्हणाला.

ती अजूनही तशीच रडत उभी होती. तिला घरात जाण्याची खूण करत त्याने पुन्हा रस्त्यावर बघत कुणी नसल्याची खात्री करून घेतली. रतना आत गेली तसा राजिंदरही तिच्या मागोमाग आत गेला. आत जाताच त्याने पायातील वहाणा दरवाजामागे काढून ठेवल्या. मग तिथेच बाजूला भिंतीला टेकवून बांगड्यांचे खुंटाळ उभे करून ठेवले. उजव्या खांद्यावर अडकवलेले गाठोडे काढून जमिनीवर ठेवत त्याने हाताच्या बाहीला आपल्या कपाळावर आलेला घाम पुसला. रतनाने पुढे येत

पाण्याचा ग्लास त्याच्या हाती दिला. घटाघटा पाणी पिऊन त्याने ग्लास रतनाकडे दिला.

"वीरजी, बसा तुम्ही. मी लस्सी घेऊन येते." म्हणत रतना जाण्यास निघाली.

"रतना, ऐक ना."

राजिंदरचे बोलणे ऐकताच रतना थांबली.

"काही खायला असेल तर घेऊन ये. खूप भूक लागली आहे," पोटावरून हात फिरवत राजिंदर म्हणाला.

रतना हसली आणि म्हणाली, "आता घेऊन येते."

"रतना आणि काही नसेल तर राहू दे. उगाच काही बनवण्यात वेळ घालवू नकोस. मला निघायचं आहे लगेच," राजिंदर म्हणाला.

"वीरजी, आत्ता तर आलात. परत निघायच्या गोष्टी का करता?" रडवेल्या सुरात रतना म्हणाली. राजिंदरने लगेच परत जाण्याची गोष्ट केल्यामुळे तिला वाईट वाटले होते.

"हो, हो. गप. शांत हो. जा, घेऊन ये पहिले काही खायला," खुर्चीवर बसत राजिंदर म्हणाला.

रतना तशीच रडत आत निघून गेली. राजिंदर खुर्चीवर बसत घरात इकडेतिकडे बघू लागला. फारसा बदल नव्हता झाला घरात. सर्व वस्तू जागच्या जागीच होत्या. तो घर सोडून गेला होता तेव्हा जसे घर होते, तसेच आज होते. बदल झाला होता तो परिस्थितीत. दोन वर्षांपूर्वी घरात उत्साह नांदत होता. आज त्या जागी औदासीन्य भरून राहिले होते.

"काय झालं वीरजी? काय बघताय तुम्ही?" राजिंदरला भिंतीकडे निरखून पाहताना बघून मागून आलेल्या रतनाने विचारले.

राजिंदर आपल्या विचारात एवढा गुंग झाला होता की रतना कधी परत आली त्याला कळलंच नव्हतं. त्यानं रतनाकडे बघितलं. तिच्या एका हातात थाळी तर दुसऱ्या हातात लस्सीचा ग्लास होता. ते पाहून राजिंदर हलकेच हसला आणि लगेच जमिनीवर बसकण मारून बसला.

"हे काय वीरजी? खालीच बसलात. थांबा मी अंथरते काहीतरी," रतना म्हणाली.

"नको रतना, राहू दे. जमिनीवर बसायची सवय आहे मला. आण ती थाळी." म्हणत राजिंदरने हात पुढे केला. रतनाने थाळी आणि ग्लास त्याच्या हातात दिला आणि ती आत निघून गेली. राजिंदरच्या समोरच्या थाळीत गव्हाची रोटी आणि चण्याची उसळ होती. त्यानं रोटीचा एक तुकडा मोडत चण्याच्या उसळीत कुस्करत तोंडात टाकला. तोच रतना आतून पाण्याचा ग्लास घेऊन आली. ग्लास राजिंदरच्या

ताटापाशी ठेवत ती खाली बसली.

"वाऽऽऽ रतना, वा! तुझ्या हाताची चवच न्यारी. काय मस्त झाला आहे चना." राजिंदरने रोटीचा तुकडा चघळत म्हटले.

"जा, जा. उगाच खोटी स्तुती करू नका वीरजी. आणि हा काय अवतार बनवून ठेवला आहे. कुठे गेला होतात? आमची जराही आठवण आली नाही का? पापाजी आणि बेबे किती काळजी करत होते तुमची, माहिती आहे?" म्हणत रतना रडू लागली.

"ए रतना, नको रडूस. गप. आलोय ना मी आता. बरं, पापाजी आणि बेबे कुठे आहेत?" तोंडातला घास चावतच राजिंदरने विचारले.

"पापाजी शेतावर गेले आहेत आणि बेबे त्यांच्यासाठी जेवण घेऊन गेली आहे. तुम्ही उगाच विषय बदलू नका. कुठे गेलेलात सांगा?" लटक्या रागाने रतना म्हणाली.

"सांगतो बाबा सांगतो. तू तसं मला बसू थोडीच देणार आहेस." आपल्या डाव्या हाताचा पंजा पुढे मागे हलवत तिला धीर धरायची खूण करत तो म्हणाला.

"शेतीचं अनिश्चित उत्पन्न आणि सरकारला द्यावा लागणारा अवाजवी महसूल. वर्षभर काबाडकष्ट करूनही हातात काहीच उरत नव्हतं. वैतागलेलो मी या सगळ्यांना. माझा मित्र होता एक कॅनडास, रोशनसिंग. तो म्हणाला उत्तम रोजगार मिळतो तिथे. म्हणून मीही कॅनडास जाऊन नशीब अजमावयाचे ठरवले. कोमागाटा मारू नावाच्या जपानी जहाजाने मी कॅनडास निघालो. तेव्हा मला काय माहीत होते की या जहाजावरच माझ्या जीवनाला कलाटणी मिळेल म्हणून. इतके दिवस मी मेंढरांप्रमाणे दिशाहीन भटकत होतो. माझ्या जीवनाला दिशा मिळाली ती याच जहाजावर. माझ्यासारखेच कित्येक दिशाहीन हिंदी बांधव होते जहाजावर. सर्व जण निरनिराळी स्वप्ने सजवून कॅनडास निघालेले. पण सर्वांची स्वप्ने चक्काचूर झाली. कॅनेडियन सरकारने आम्हाला तिथे उतरण्यास बंदी घातली. व्हँकुव्हर बंदरात जहाज थांबलेले होते. खूप हुज्जत घातली आम्ही. पण त्यांनी काहीच ऐकले नाही. आमच्या मोडलेल्या स्वप्नांसकट परत पाठवले आम्हाला. सर्व जण फार निराश झालो होतो आम्ही. परतीच्या वाटेवर असताना जहाज याकोहामा बंदरात लागलेले तेव्हा सोहनसिंग भाकना नावाचा एक गृहस्थ जहाजावर आला आणि बस्स! माझ्यासकट सर्वांचेच जीवन बदलले. तो म्हणाला, "वर्णभेदामुळे कॅनडा सरकारने प्रवेश नाकारला. वर्णामुळेच हे इंग्रज स्वतःला आपल्याहून श्रेष्ठ समजतात. आपण त्यांचं काही खाल्लं नाही; मग फुकटची गुलामी का करायची? असाच का किडामुंग्यांसारखा जगायला जन्म झाला आपला?" म्हणत राजिंदरने रतनाकडे बघितले. ती शांतपणे ऐकत होती. राजिंदर शांत बसला. तसे उत्सुकतेने तिने विचारले, "मग, पुढे काय

झाले?''

''पुढे? तो बोलत गेला, बोलत गेला. सर्व जण भारावल्यागत ऐकत होते. मग त्याने उठावाची योजना सांगितली. लोकांमध्ये शस्त्रे वाटली.''

''शस्त्रे? ती आणि का?'' रतनाने घाबरत विचारले.

''रतना, स्वातंत्र्य काही कोण्या वाण्याच्या दुकानातली वस्तू नव्हे, इतक्या सहजासहजी मिळायला. स्वातंत्र्य हवे असेल तर वेदीवर रक्त हे वाहायलाच हवं. त्याशिवाय आझादी मिळत नसते.'' म्हणत राजिंदरने लस्सीचा एक घोट घेतला.

''वीरजी, मग पुढे काय झाले?'' रतनाची उत्सुकता शिगेला पोहोचली होती.

''आमचे जहाज कलकत्त्याला आले. पण इंग्रजांना या गोष्टीचा आधीच सुगावा लागला होता बहुतेक. आमच्या स्वागताला तयारच होते बंदरात. पोलिसांना बघताच पळापळ सुरू झाली. धरपकड सुरू झाली. जे सापडले त्यांना तुरुंगात टाकले. आमच्यासारखे काही पळण्यात यशस्वी झाले,'' राजिंदर म्हणाला.

''अच्छा, म्हणून पोलिसांपासून लपण्यासाठी तुम्ही हा वेश धारण केला आहे तर.'' रतनाने कुतूहलाने विचारले.

राजिंदर गालातल्या गालात हसला. त्याच्या ताटातील रोटी एव्हाना संपली होती. पाण्याचा एक घोट घेऊन त्याने ग्लास खाली ठेवला.

''नाही गं, तेव्हा जर घरी आलो असतो तरी सरकारला माहीत नसतं पडलं. पण सोहनसिंगांनी सांगितलेलं काम अपुरं राहिलं होतं. गावोगावी जाऊन आम्ही गदरचा प्रसार केला. तेव्हा आमचं ते एकच लक्ष्य होतं, गदर. सर्व तयारी झाली होती. पण ऐन वक्ताला घात झाला. आमची बरीचशी माणसं पकडली गेली. सोहनसिंगजी पण. हूंऽऽऽऽऽ.'' बोलता बोलता राजिंदर उदास झाला होता.

रतनाने त्याच्या पाठीवर हात ठेवत त्याला दिलासा देण्याचा प्रयत्न केला.

''सर्वांना भयंकर शिक्षा देण्यात आल्या. सात जणांना फाशी देण्यात आली.'' राजिंदरच्या डोळ्यांतून पाणी ओघळू लागले.

''वीरजी, जे व्हायचं होतं ते झालं. त्याला आता कोणी बदलू शकतं का? सोडा, झालं गेलं विसरून जा.'' त्याला धीर देण्याच्या उद्देशाने रतना बोलली. पण तिच्या शब्दांनी तो अजूनच चिडला.

''विसरून जाऊ? कसा विसरू मी रतना? त्यांनी मला माझ्या जीवनाचा मार्ग दाखवला, त्यांच्यासोबत मी काम केलं, त्या माझ्या सहकाऱ्यांना कसा विसरू मी? कसा विसरू शकतो मी अंतिम घडी त्यांच्यासोबत झालेला अन्याय? विनापंच सेंट्रल जेलमध्ये खटला चालवला. खटल्यास इतर कोणास तर जाऊ दे पण त्यांच्या सख्ख्या नातेवाइकांनाही हजर राहू दिलं नाही. पुनर्न्यायाची सवलत नाकारण्यात आली त्यांना. जर शिक्षा द्यायचं ठरवलंच होतं मग असं न्यायदानाचं ढोंग का करावं

त्यांनी? नाही रतना, नाही. मी नाही विसरू शकत माझ्या साथीदारांबरोबर झालेला अन्याय. मी नाही विसरू शकत माझ्या गरीब देशबांधवांवर या सरकारनं केलेले अत्याचार. मी नाही विसरू शकत.'' राजिंदर संतापाच्या भरात बोलत होता.

रतना त्याच्या पाठीवरून हात फिरवत त्याला शांत करू लागली. तोच तिची नजर त्याच्या ताटाकडे गेली.

''मी पण काय वेडी आहे वीरजी, गप्पांच्या नादात तुम्हाला काही हवं नको ते विचारायलाच विसरली. थांबा, मी रोटी घेऊन येते.'' म्हणत रतना निघाली.

''रतना, थांब. नको मला काहीही. माझं पोट भरलंय.'' राजिंदर म्हणाला.

''काय वीरजी, तुम्ही तर काही खाल्लंच नाहीत,'' रतना तक्रारीच्या सुरात म्हणाली.

''अगं, खरंच पोट भरलं माझं. हे बघ हात पण धुतले मी.'' म्हणत राजिंदरने ग्लासातील पाणी हातावर ओतत हात धुतले.

''ठीक आहे. वीरजी, तुम्ही आराम करा आता. बेबे येईलच इतक्यात,'' रतना म्हणाली.

''नाही रतना, मला थांबता यायचं नाही. माझ्या मागावर पोलीस आहेत. उगाच तुम्हाला त्यांचा त्रास नको. आणि तसंही एक महत्त्वाचं काम बाकी आहे माझं,'' शून्यात बघत राजिंदर निर्धाराने म्हणाला.

''पण तुम्ही येऊन लगेच निघून गेल्याचे कळले तर खूप दुःख होईल हो त्यांना.'' रतनाने त्याला थांबवण्यासाठी आई-वडिलांचे कारण पुढे केले.

''त्यांना कळवू नको इतक्यात, मी आलेलो म्हणून. माझं काम झालं, की मी स्वतः येईन घरी. ठीक आहे?'' समजावणीच्या सुरात राजिंदर म्हणाला.

''बरं वीरजी, आज राखीपौर्णिमा आहे. राखी तर बांधून जा,'' आठवण करून देत रतना म्हणाली.

''तू राखी आणून ठेवली आहेस काय? मला निघायचंय लगेच,'' घाईत असल्याचा आव आणत राजिंदर म्हणाला.

''नाही, आणली तर नाहीये,'' जीभ चावत रतना म्हणाली, तशी राजिंदरने निराशेने मान हलवली.

''आता जाऊन बाजारातून घेऊन येते,'' म्हणत रतना धावत निघाली.

''थांब रतना!'' राजिंदर ओरडला. ओट्यापर्यंत गेलेली रतना त्याचा आवाज ऐकून थांबली. तिने वळून त्याच्याकडे पाहिले.

''ये, आत ये,'' राजिंदर म्हणाला. तशी रतना परत घरात आली.

''तर, तर म्हणे आता जाऊन घेऊन येते. वेळ नाही मला आता. नंतर कधीतरी बांधू राखी,'' रतनाजवळ जात राजिंदर म्हणाला.

राजिंदरचे बोलणे ऐकून रतना अतिशय रडवेली झाली. तिच्या डोळ्यांत पाणी जमा होऊ लागलं. अचानक राजिंदर जोरजोरात हसू लागला. रतनाला काहीच कळत नव्हते. ती तशीच मख्खपणे त्याच्याकडे बघू लागली.

"डोळे पूस बाबा. डोळे पूस," हसत हसतच तो म्हणाला. मग बंडीच्या खिशात हात घालत त्याने गुलाबी गोंड्याची एक राखी बाहेर काढली.

"अरे, याचसाठी मी आलो होतो. राखी बांधल्याशिवाय मी जाईन का?" रतनासमोर राखी धरत राजिंदर म्हणाला.

रतनाने आपले डोळे पुसले आणि दोन्ही हातांनी हळूच ती त्याला मारू लागली. तिचं तोंड अजूनही रडकंच होतं.

"काय हे वीरजी, अशी मस्करी करतात कधी?" मारता मारताच ती म्हणाली.

हसत हसतच राजिंदरने मारणारे तिचे दोन्ही हात धरले. तोवर तीही शांत झाली होती.

"हूंऽऽऽ राग शांत झाला असेल तर राखी बांधू शकता आपण. हो, आणि आता कुठले सोपस्कार नकोत. अशीच बांध," राखी तिच्याकडे देत राजिंदर म्हणाला.

"पण वीरजी...." राखी हातात घेत रतना काही म्हणतच होती की राजिंदर तिला अडवत बोलला, "आता पण नाही आणि बिण नाही. बांध लवकर. निघायचंय मला."

राजिंदरने हात पुढे केला. अतिशय आनंदी चेहऱ्याने तिने त्याला राखी बांधली. रतनाचा चेहरा अतिशय खुलला होता. तिचा आनंद गगनात मावत नव्हता. गेली दोन वर्षे केलेल्या प्रतीक्षेचे फळ होते ते.

"माझं बक्षीस?" म्हणत तिने हात पुढे केला.

रतना आनंदात होती; पण राजिंदरचा चेहरा आता उतरला होता.

"माफ कर गं, पण तुझ्या या दुर्दैवी भावाकडे तुला देण्यासाठी काहीच नाही," रतनापासून नजर फिरवत राजिंदर म्हणाला.

"का खोटे बोलताय? आहे तर खरं." चोराकडे बघितल्यासारखे ती राजिंदरकडे बघत होती.

आपल्याकडे तर देण्यासारखे काहीच नाही. मग रतनाला असे काय दिसले माझ्याकडे?की, मी थांबावं अशी गळ घालणार आहे ती. राजिंदर विचारात गुंगला.

"कसला एवढा विचार करताय वीरजी?" त्याला विचारात पडलेले बघून रतनाने विचारले.

"रतना, तुला काय म्हणायचे आहे? खरंच माझ्याकडे काहीच नाही." काहीच न कळल्यामुळे अखेर राजिंदरने विचारले.

"काहीच नाही?" डोळे मोठे करत रतनाने विचारले. राजिंदरने अजूनही नकारार्थी मान हलवली.

"त्या काय बांगड्या आहेत ना." म्हणत रतनाने भिंतीला टेकवून ठेवलेल्या बांगड्यांच्या खुंटाळाकडे बोट दाखवले तसे दोघेही खळखळून हसले.

"बांगड्या ना? भरीन, पण तुझ्या लग्नात," राजिंदर हसतच म्हणाला.

"हे काय वीरजी, मी नाही काही लग्नबिग्न करणार." लटक्या रागाने रुसत ती त्याच्याकडे पाठ करून उभी राहिली.

"बरं बाबा, आता काय तुझ्या वीरजीला असं रुसूनच निरोप देशील." राजिंदर बोलला तशी झटकन रतना वळली. तिच्या डोळ्यांत अश्रू तरळले होते.

"नको रडूस. लवकर परत येईन मी. आणि आता मला सोडायला बाहेर येऊ नकोस. कोणी बघितलं तर उगाच आफत," तिचे डोळे पुसत राजिंदर म्हणाला. राजिंदर वळला. कोपऱ्यात ठेवलेले गाठोडे उजव्या खांद्यावर ठेवले. बांगड्यांचे खुंटाळ दुसऱ्या हातात घेत त्याने रतनाकडे बघितले. तिच्या टपोऱ्या डोळ्यांत अश्रू होते. तो हलकेसे हसला.

"काळजी घ्या वीरजी," रतना कातर आवाजात म्हणाली.

राजिंदर पुन्हा बळेच हसला. एव्हाना त्याच्या डोळ्यांतही पाणी दाटू लागले होते. ते रतनाला दिसू नये म्हणून तिच्याकडे न बघताच पायात वहाणा चढवून झपझप पावले टाकत तो बाहेर आला. एकवार रस्त्यावर इथेतिथे बघत कुणीही नसल्याची खात्री करून तो तसाच पुढे निघून गेला.

रतना घरातूनच त्याच्या दूरवर जाणाऱ्या पाठमोऱ्या आकृतीकडे बघत होती. तो दिसेनासा झाला तशी ती ताट आणि ग्लास घेऊन आत गेली. भांडी ठेवून ती बाहेर आली तर समोर ओट्यावर तिची आई उभी होती. चेहरा पूर्ण घामाने भिजलेला. हातात एक छोटे गाठोडे होते. बहुतेक शेतावर घेऊन गेलेल्या जेवणाची भांडी त्यात होती.

"काय उकाडा आहे!" घरात घुसता घुसता ती म्हणाली.

"बेबे, आण इकडे ते. तू बस खुर्चीत. मी पाणी घेऊन आले." म्हणत तिच्या हातातून गाठोडे घेत रतना आत गेली.

का कुणास ठाऊक पण बेबेला तिच्या लाडक्या लेकीच्या चेहऱ्यावर आज वेगळीच चमक दिसत होती.

पूर्वेस तांबडे फुटू लागले होते. आभाळ कसे लालबुंद झालेले. मधूनच थोडेसे डोके वर काढत सूर्याने बाहेर डोकावले तशी एक फिकट पिवळसर रंगाची छटा

लाल रंगात मिसळली. हळूहळू पिवळा रंग गडद होत होता. जणूकाही परमेश्वर आकाशात मनमोहक रंगछटाच उमटवत होता. थोड्याच वेळात सूर्य बाहेर आला. त्याच्या किरणांनी सारे अमृतसर शहर उजळून निघाले. शहरात मध्यभागी असलेल्या खालसा अनाथाश्रमाचे प्रतिपालक ग्यानी चंचलसिंग सूर्य उगवण्यापूर्वीच उठत. सूर्यकिरणांच्या रूपात परमेश्वरच आपल्याला आशीर्वाद देतो आणि तो मिळवण्यासाठी त्या परमदयाळू परमेश्वराची आराधना करणे गरजेचे आहे, असे त्यांचे मत होते. चौकोनी आकाराच्या या अनाथाश्रमात मध्यभागी एक मोकळी जागा होती, जिच्या चारही बाजूंना मुलांच्या खोल्यांची रांग आणि वर खुले आकाश होते. याच जागेचा वापर प्रार्थनेसाठी केला जात असे. सर्व मुले लवकर उठून प्रार्थनेसाठी हजर होती. ग्यानीजी आल्याबरोबर मुलांनी पूर्वाभिमुख रांगा बनवल्या. ग्यानीजी मुलांसमोर येऊन उभे राहिले. डोक्यावर निळसर फेटा, अंगात सैलसर निळा अंगरखा, कमरेला कृपाण, डोळ्यांवर चश्मा, चेहऱ्यावर स्मित, काळी दाढी-मिशी. नेहमीच्या शिरस्त्याप्रमाणे त्यांनी हात जोडले. त्यासरशी सर्व मुलांनी हात जोडले आणि एकसुरात प्रार्थना म्हणण्यास सुरुवात केली.

प्रथम स्मरोनी स्वामी ईश्वराला
स्मरावे नंतर नानकगुरूंना
त्यानंतर गुरू अंगदांना, अमरदासांना, रामदासांना,
ते आमचे रक्षण निरंतर करोत ॥
त्यानंतर स्मरा गुरू अर्जुन, हरिगोविंद,
अन् पवित्र गुरू हरिराय
आणि नंतर स्मरा हरिकृष्ण
दर्शनाने ज्यांच्या होतसे दुःखहरण ॥
त्यानंतर स्मरा गुरू तेघबहाद्दूर
की येवोत तुमच्या गेही नऊ धनसंचय
अहो स्वामी, सदा सांगाती असा
दहावे राजे गुरू गोविंदसिंग असोत सदा आमच्या बाजूस ॥
आणि आता स्मरा गुरू ग्रंथसाहेबांची शिकवण
जो आहे मूर्तावतार साऱ्या गुरूंचा
आणि म्हणा परमेश्वराचा विजय असो.
अहो आश्चर्यकारी स्वामी ॥

सर्वांनी डोळे मिटून शीर झुकवले. पाया पडून झाल्यावर सर्व जण आपापल्या कामाला निघाले.

"साधू, इकडे ये जरा," ग्यानीजींनी साधूला हाक मारत म्हटले.

साधूसिंग ग्यानीजींजवळ येऊन उभा राहिला.

"काय रे साधू , उदय कुठे आहे? प्रार्थनेला का नाही आला तो?" ग्यानीजींनी विचारले.

"माहीत नाही तायाजी, कालपासून खूप वेगळाच वागत आहे. काल दुपारी तो आला तेव्हापासून उदास आहे. काही बोलत नाही. आजही सकाळीच उठला होता; पण कुठे गेला कुणास ठाऊक!" साधूसिंग म्हणाला.

"ठीक आहे. त्याला आल्यावर मला भेटायला सांग."

साधूसिंग निघून गेला; पण ग्यानीजींची मुद्रा चिंतित बनली. उदय एक हसमुख मुलगा होता. एक सहा-सात वर्षांपूर्वी चंद्रसिंग नावाच्या एका भटक्या टोळीतल्या तमासगिराने साधूसिंग व उदयसिंग या दोन भावांना आश्रमात सोडले होते. साधूसिंग नावाप्रमाणेच साधूमाणूस. कुणाच्याही मध्यात नसणारा. याउलट उदयचे होते. सुरुवातीला तो जेव्हा या आश्रमात आला, तेव्हा अगदी भेदरलेला, शांत होता. पण जसाजसा तो इथे रुळला, तशीतशी त्याची भीड चेपली. तो इतका मस्तिखोर होता की त्याच्या खोड्यांनी केवळ आश्रमातली मुलेच नव्हे, तर आसपासची माणसेही त्रस्त झाली होती. पण त्याचा गोंडस चेहरा, मनमिळाऊ स्वभाव यामुळे तो सर्वांचा लाडकाही होता. एवढ्या वर्षांत ग्यानीजींनी त्याला कधीच उदासीन अवस्थेत बघितले नव्हते. त्यामुळे त्याच्याबद्दल असे ऐकल्याने त्यांना त्याची चिंता वाटू लागली होती. ते तसेच सचिंत अवस्थेत आश्रमाबाहेर आले. समोरच प्रवेशद्वाराजवळ शून्यात हरवलेला उदय बसलेला त्यांना दिसला. ते हळूच जाऊन त्याच्या शेजारी बसले. उदय अजूनही तसाच बसला होता.

"उदय.... बाळ उदय, काय झालं? का एवढा उदास बसला आहेस? चल ऊठ. तुझ्यासारख्या मुलाने असे शांत बसणे बरे दिसते का?" त्याच्या पाठीवरून हात फिरवत ग्यानीजी बोलले.

"तायाजी, हे जग एवढं निर्दयी का आहे?" लहानग्या उदयने रडतच ग्यानीजींना विचारले.

"अरे, माझा शूर पोरगा आणि असा रडतो? बोल, काय झालं? कोणी काही बोललं का?" ग्यानीजींनी आपल्या हातांनी त्याचे डोळे पुसले.

"तायाजी, आमच्या शाळेजवळ कदंबाचे एक झाड आहे. त्यावर मोठ्या मेहनतीने एका चिमणाचिमणीने घरटे बनवले होते. थोड्याच दिवसांपूर्वी त्यांना पिले झाली होती. काल त्या झाडावर एक काळा मोठा साप चढला. चिमणा-चिमणी तर उडून गेले; पण ती बिच्चारी पिले नव्हती उडू शकत. तिथेच चिवचिवाट केला त्यांनी. चिमणी पण आकाशातून येरझाऱ्या घालत होती. आम्ही पण खालून दगड

मारत होतो. पण काही उपयोग झाला नाही. एक एक करून त्याने सर्व पिलांना खाऊन टाकले.'' उदय मुसमुसून रडू लागला.

रडणाऱ्या उदयला जवळ घेत ग्यानीजी त्याच्या डोक्यावरून हात फिरवू लागले. उदयने रडणे थांबवले असले तरी अजून मुसमुसत होता.

''उदय, हा तर सृष्टीचा नियम आहे. डोळे पूस अगोदर. जन्माला आलेला कोणताही जीव अमर नाही. जो जन्माला येणार तो कधी ना कधी मरणारच. एक दिवस सगळ्यांनाच मरायचे आहे. बिचारी पिले, त्यांचे आयुष्य तेवढेच होते. त्याचं काय एवढे मनाला लावायचं? चल ऊठ,'' समजूत काढत ग्यानीजी म्हणाले.

''हो तायाजी, मला पण माहीत आहे; अमर कोणीच नाही ते. अगदी लहानपणापासून माहीत आहे. दोन वर्षांचा होतो तेव्हा आई गेली. सात वर्षांचा झालो तर पापाजी गेले. मरण सगळ्यांनाच येणार माहीत आहे मला. त्या पिलांबद्दल मला वाईट वाटतंय खरं; पण त्याहून वाईट वाटतंय ते त्या चिमणाचिमणीच्या नाकर्तेपणाचं. का नाही त्यांनी आपल्या पिलांना वाचवलं? का नाही ते तुटून पडले त्या सापावर?'' उदयने आवेशात येत विचारले.

''त्याने काय फायदा झाला असता उदय? त्यांनी जर का सापावर हल्ला केला असता तर सापाने त्यांना पण खाल्लं असतं. ते सापाशी लढू नसते शकले,'' समजावणीच्या सुरात ग्यानीसिंग म्हणाले.

''का नसते लढू शकले? गुरू गोविंदांचं नाव घेऊन चिमणी ससाण्यासोबत लढू शकते; मग सापाशी का नाही?'' उदयने हेक्याने विचारले.

''कारण तो वेडेपणा ठरला असता. आत्महत्या ठरली असती. आणि तू चुकीचा अर्थ लावतोयस गुरूंच्या वचनाचा. गुरू काय म्हणाले आहेत?

चिड्यियों से मैं बाज मरावू
सवा लाख से एक लढावू
तब गुरू गोविंदसिंग कहावू

मी जर दीनदुबळ्या चिमणीला ससाण्यावर हल्ला करून त्याचा जीव घेण्याइतका बलवान करू शकलो, जर माझ्या सैन्यातील एक सैनिक शत्रूच्या सव्वा लाखांची बरोबरी करू शकला, तरच मी स्वतःला गोविंदसिंग म्हणवून घेईन, हा त्याचा अर्थ. गुरू नाही म्हणत की त्यांचे नाव घेतले तर चिमणी ससाण्यालाही जीवे मारील. गुरू म्हणतात की ससाण्यावर हल्ला करायला चिमणीलाही बलवान बनावे लागते. आज त्या चिमणीकडे तेवढे सामर्थ्य नव्हते सापाशी झुंज द्यायला; म्हणून ती हतबल होती. उदय, तुला गुरूंची गोष्ट माहीत आहे का?'' ग्यानीजींनी विचारले.

ग्यानीजींच्या बोलण्याने उदयचे बऱ्यापैकी समाधान झाले होते. त्याला पटले

होते की खरंच सापाशी लढण्याचे सामर्थ्य चिमणीपाशी नव्हते. पण आता ग्यानीजींच्या प्रश्नाने त्याचे कुतूहल चाळवले होते. तो ग्यानीजींकडे वळला आणि मांडी घालून बसला. उजव्या हाताचे कोपर मांडीवर ठेवत तळव्यावर हनुवटी टेकवून त्याने विचारले, "कुठली गोष्ट तायाजी? सांगा ना."

"गोष्ट आहे गुरूंच्या वडिलांची. आपले नववे गुरू तेघबहादुरांची. काश्मीरचा मोगल सुभेदार तेथील ब्राह्मणांना त्रास द्यायचा. म्हणून त्या ब्राह्मणांनी गुरू तेघबहादुरांची करुणा भाकली. गुरूंनी त्या ब्राह्मणांना शरण दिली. त्यांना म्हणाले की "जा, जाऊन सांगा त्या सुभेदाराला की मी तुमचा मार्गदर्शक आहे आणि जर का मी त्यांचे अधिपत्य मानले तरच तुम्ही मानाल." सांगितल्याप्रमाणे त्यांनी ही गोष्ट सुभेदाराला सांगितली आणि सुभेदाराने बादशहा औरंगजेबाला. औरंगजेब भयंकर संतापला. त्याने गुरूंना कैद करून दिल्लीस आणले. त्यांचा अनन्वित छळ केला. पण गुरूंनी त्याचे आधिपत्य मानले नाही. शेवटी औरंगजेबाने त्यांचा शिरच्छेद करवला. या वेळी गुरू गोविंदसिंग केवळ नऊ वर्षांचे होते. तरी पण त्यांनी आपली स्थितप्रज्ञता गमावली नाही. त्यांनी औरंगजेबावर आक्रमण केले नाही. त्यांनी गरीब शेतकरी, कामकरी यांची एक बळकट स्वार्थत्यागी आघाडी उभारली आणि मगच त्यांनी बादशहा आणि त्याच्या डोंगरी राजांच्या अत्याचाराविरुद्ध लढा दिला." ग्यानीजी सांगत होते.

उदयचे डोळे विश्वासाने चकाकू लागले होते.

"ए चिककुकडी, काय जीभ काढून दाखवतेस? आऽऽऽप." स्वतःच्या तोंडावर बोट ठेवून उदय बोलला. तशी त्याच्या मांडीवरची ती सात-आठ महिन्यांची पोर खळाळून हसली. तिचं हसणे बघून उदयलाही हसू आले.

खरंच, या जगातील सर्वांत सुंदर गोष्ट जर कुठली असेल तर ती म्हणजे लहान मुलाचे हास्य. मग ते बाळ गरीब असो वा श्रीमंत, गोरे असो वा काळे. त्याने काहीच फरक पडत नाही. लहान मुलाला हसताना बघितले की माणूस कितीही दुःखात असला, कितीही तणावाखाली असला तरी त्याला सर्व गोष्टींचा विसर पडल्याशिवाय राहत नाही. उदयचेही तसेच काहीसे झाले होते. आई-बाबा गेल्यानंतर त्याचा स्वतःचा सख्खा असा कोणी होता तर तो त्याचा भाऊ साधूसिंग. तो जरी अनाथाश्रमात राहत असला तरी अनाथ शब्दाचा अर्थ साधूने त्याला कधीच जाणवू दिला नव्हता. आईची माया आणि बापाची छाया दोन्हीही साधूने त्याला दिली होती. उदयची जी काही इच्छा असायची, ती साधू नेहमीच पूर्ण करायचा. त्यामुळे देवाकडे कधी काही मागण्याची गरजच उदयला कधी भासली नाही. पण कदाचित याच

गोष्टीचा देवाला राग आला असावा. माणसासारखा साधारण माणूस तू आणि तरी तू माझ्याकडे काही याचना करीत नाही. एवढी तुझी मिजास. देवाचा अहंभाव दुखावला गेला असावा. कारण काही असो, पण दोघांचे नाते फार काळ टिकावे असे देवाच्या मनात नव्हते. पाचच महिन्यांपूर्वी छोट्याशा आजाराचे निमित्त करून देवाने साधूला आपल्याजवळ बोलावून घेतले होते. खऱ्या अर्थाने उदय त्या दिवशी अनाथ झाला होता. त्याने केवळ भाऊ गमावला नव्हता, तर एक प्रेमळ आई, मायाळू बाप आणि सच्चा दोस्तही गमावला होता. तो आघात उदयसाठी खरेच जबरदस्त होता आणि त्यातून सावरणे त्याला कठीण जात होते. आश्रमात जो तो आपल्या कामात व्यस्त होता. उदयसाठी कोणाकडेही वेळ नव्हता. हे बघून शेजारीच राहणाऱ्या सतनामने त्याला आपल्या मुलीबरोबर खेळावयास बोलावले; जेणेकरून तो त्याच्या दुःखातून बाहेर पडेल आणि झालेही तसेच. त्या लहान मुलीशी खेळताना उदय स्वतःचे दुःख विसरला. त्याला आता तिचा इतका लळा लागला होता की तो रोजच तिच्याशी खेळायला जाई. उदय तिची खूप काळजी करायचा. त्याचे तिच्यावरचे प्रेम बघून सतनामला खूप बरे वाटे. तिचे उदयवर अगदी मुलासारखे प्रेम होते. उदय जेव्हा नवीन नवीन आश्रमात आला होता तेव्हा सतनामचा नवरा कॅनडाला होता. घरी फक्त ती आणि तिचा म्हातारा सासरा. घरी बसून अगदी वैतागून जायची ती. नव्यानेच आलेल्या उदयच्या मस्तिखोर स्वभावामुळे तिची उदयशी चांगलीच ओळख झाली होती. ती उदयला आपला मुलगाच मानायची. आता दोन वर्षं झाली होती सतनामच्या नवऱ्याला कॅनडाहून परतून. तिने त्याच्याकडेही लकडा लावला होता उदयला दत्तक घेण्याचा. पण त्याने कधी या गोष्टीकडे फारसे लक्ष दिले नव्हते. तो नेहमी आपल्याच विचारात गुंग असायचा. त्याच्या चेहऱ्याकडे बघून जाणवायचे की त्याच्या डोक्यात विचारांचे काहूर माजले आहे. कितीतरी वेळा सतनामने त्याला याबाबत विचारले होते. पण प्रत्येक वेळी हसून तो गोष्ट टाळत असे. त्याचे वागणेही जरा विचित्र होते. कॅनडाहून येताना त्याने आपल्यासोबत एक ट्रंक आणली होती. पण अजूनपर्यंत त्याने ती ट्रंक उघडली नव्हती. ट्रंकेला एक भलेथोरले कुलूप ठोकले होते. त्या ट्रंकेला हात न लावण्याची ताकीद त्याने आधीच घरात दिली होती. कॅनडाहून आल्यापासून तो कधीच घरात जास्त वेळ राहिला नव्हता. एक मुलीच्या जन्माचा आठवडा सोडला तर कधीच तो स्वस्थ असा घरी बसला नव्हता. सकाळी जो तो घराबाहेर पडे तो एकदम रात्रीच उगवे. पण गेल्या चार-पाच दिवसांपासून काय झाले होते काय माहीत? पण काही दिवस तो घरीच होता. घराच्या दरवाजापाशीच लाकडाची खाट होती. त्यावर पडल्या पडल्याच तो उदय आणि स्वतःच्या मुलीकडे पाहत होता. तिला हसवण्यासाठी उदय ज्याप्रमाणे वाकुल्या करून दाखवत होता ते बघून त्याला खूपच गंमत वाटत

होती.

"बहू , पाणी आण गं जरा." दारातून आत येतच अर्जुनसिंगांनी आवाज दिला. आत येत त्यांनी आपल्या खांद्यावरील उपरण्याने चेहरा पुसला. उपरणे परत खांद्यावर ठेवत उदयजवळ जात त्याच्या शेजारी बसले.

"काय म्हणते आमची छकुली?" उदयच्या मांडीवरील चिककुकडीला चुटकी वाजवून दाखवत अर्जुनसिंग बोलले. त्यांना तसे करताना पाहून त्या लहानग्या जिवाला बरे वाटले असावे. ती खळखळून हसली. अर्जुनसिंगांच्या बोटाच्या दिशेने हात उंचावत ते पकडण्याचा प्रयत्न ती करू लागली. तोच आतून सतनाम पाण्याचा ग्लास घेऊन बाहेर आली.

"खूप दमला असाल ना सोराजी?" पाण्याचा ग्लास त्यांच्यासमोर धरत सतनाम म्हणाली. पाण्याचा ग्लास हातात घेत त्यांनी होकारार्थी मान हलवली. पाण्याचा घोट घेत त्यांनी खाटेवर पडलेल्या आपल्या मुलाकडे, रोशनकडे बघितले. छताकडे बघत तो खाटेवर पडला होता. सहसा अर्जुनसिंग आले की तो घराबाहेर पायरीवर जाऊन बसत असे. अर्जुनसिंगांसमोर येणे तो जाणीवपूर्वक टाळत असे. त्याच्याकडे बघतच अर्जुनसिंग पाणी प्यायले.

"काय करणार? आमची दाढी पिकली तरी आम्ही कामाचा कंटाळा करत नाही. पण याला काही आहे त्याचे?" रोशनकडे हात दाखवत ते म्हणाले. पण रोशनचे लक्ष नव्हते त्यांच्याकडे. तो स्वतःच्याच विचारात मश्गूल होता.

"एवढी चार वर्षं तिकडे परदेशात राहून आला; पण घरी येताना आलाय रिकाम्या हाताने. आता इथे येऊनही बसलाय आराम करत. कुठे हिंडत असतो काय माहीत? रात्री गिळायला तेवढा येतो," रोशनकडे डोळे वटारून बघत ते म्हणाले. रोशनही आता उठून बसला होता. जमिनीकडे बघत तो पायाच्या नखांनी जमीन उकरू लागला. त्याला शांत बसलेला बघून अर्जुनसिंगांना अजूनच चीड आली.

"अरे, एवढी कर्जं आहेत डोक्यावर. सरकारची देणी देऊन देऊन हैराण झालोय. अजून एक पाच-सहा महिन्यांत जमीनही जप्त होईल. पण त्याचं काही आहे तुला," सतनामच्या हातात ग्लास देत अर्जुनसिंग म्हणाले.

"मग नका देऊ ना सरकारला काही." खाटेवरून ताड्कन उठत रोशन गरजला.

"मला कळत नाही, का त्या गोऱ्यांसमोर शीश झुकवता तुम्ही? तो मागच्या आळीतला निहाल. त्याने पण घरावर जप्ती आली तशी गोऱ्यांच्या पायावर पगडी ठेवून दयेची भीक मागितली. अरे, आपलीच भूमी आणि आपणच भिकारी; हा कुठला न्याय! मला नाही पटत हे," रोशन म्हणाला, तसे अर्जुनसिंग उठले. त्याच्या जवळ गेले.

''तुला जर मरायचा शौक असेल ना तर खुशाल मर. मला तुझ्याशी काही घेणे देणे नाही. तू कोणीच नाहीस माझा. हा एवढाच माझा परिवार आहे असे समजेन,'' सतनाम आणि उदयच्या मांडीवरील चिककुकडीकडे बोट दाखवत अर्जुनसिंग म्हणाले.

कुणीतरी शिशाचा तप्त रस कानात ओतावा त्याप्रमाणे अर्जुनसिंगांचे शब्द त्याच्या कानी पडले. अर्जुनसिंगांच्या अशा बोलण्याने रोशन खासा दुखावला गेला. भिंतीला खिळ्यास अडकवलेले आपले कृपाण त्याने कमरेस बांधले. कोपऱ्यात असलेल्या वहाणा चढवून तो घराबाहेर पडला.

मघापासून चाललेले हे शाब्दिक द्वंद्व उदय शांतपणे पाहत होता. मांडीवर चिककुकडी केव्हाच झोपी गेली होती. दोघांच्या आवाजाने ती मध्येच जागी झाली होती; पण उदयने थोपटून तिला पुन्हा झोपवले होते. अर्जुनसिंग अजूनही रोशन गेला त्या दिशेने बघत होते. काही वेळ ते तसेच उभे होते. मग निराशेने मान हलवत ते आत निघून गेले. सतनामला काय करावे ते सुचत नव्हते. एका निश्चल पुतळ्यागत ती तशीच उभी होती.

''तायीजी, चिककुकडी झोपली.'' उदयने सतनामकडे पाहत म्हटले तसे सतनामने उदयकडे पाहिले. तिचे डोळे पाणावले होते.

''हं, दे तिला माझ्याकडे.'' सतनामने चिककुकडीला घेण्यासाठी हात पुढे केले. चिककुकडीला सतनामकडे देत उदय उठला. दरवाजाकडे जाता जाता त्याने वळून चिककुकडीकडे पाहिले. सतनामच्या कडेवर ती शांत झोपली होती. तिच्याकडे बघत हसतच तो घराबाहेर पडला. रस्त्यावर येताच तो समोर आपल्या आश्रमाच्या दिशेने चालू लागला. आश्रमाबाहेरच्या रस्त्याच्या कडेला येऊन तो थांबला. आत जायची त्याची अजिबात इच्छा नव्हती. संध्याकाळची वेळ होती. सूर्य मावळतीला झुकला होता. उदय उगीचच रस्त्यावर इकडेतिकडे पाहू लागला. रस्त्याच्या एका दिशेला घरांमधून जाणारा अरुंद बोळ होता. तिथे काही लहान मुले मातीत बसून काहीतरी खेळत होती. उदयने नजर फिरवत रस्त्याच्या दुसऱ्या दिशेला बघितले. रस्ता दूरवर एका नाक्यापर्यंत जात होता. दुतर्फा छोटी छोटी घरे होती. दूर नाक्यावर माणसांची गर्दी साफ दिसत होती. तोच रोशन नाक्याहून आश्रमाच्या दिशेने येताना त्याला दिसला. थोडे अंतर आत चालून आल्यावर रोशन थांबला आणि आजूबाजूला बघत उभा राहिला. रोशन तिथे येऊन का थांबला असावा? उदयला काही कळले नाही. उदय विचार करतच होता की तोच अजून एक मनुष्य नाक्याहून आत आला. त्याने आपल्या सर्व अंगावरून घोंगडे पांघरले होते, अगदी डोक्यावरूनसुद्धा. त्याच्या डोळ्यांजवळचाच भाग काय तो मोकळा दिसत होता. तो रोशनजवळ आला. त्याने रोशनला काही विचारले. उत्तरादाखल रोशन काहीतरी बोलला. तो

माणूस परत काहीतरी बोलला आणि आला तसा उलटपावली नाक्याच्या दिशेने निघून गेला. तो गेला तसा रोशन परत आश्रमाच्या दिशेने येऊ लागला. त्याला येताना पाहून उदय आश्रमात शिरला.

उदय आश्रमात आला खरा; पण त्याचे मन मात्र मघाच्या घटनेपासून माघारी येण्यास नकार देत होते. बघितलेल्या दृश्याने त्याचा अगदी पिच्छाच पुरवला होता. संध्याकाळी प्रार्थनेच्या वेळी, जेवणाच्या वेळी त्याला जे बघितले तेच आठवत होते. आता सतरंजीवर पडल्या पडल्याही तो तोच विचार करत होता. नक्की तो माणूस कोण असावा? त्याने रोशनतायाजींना काय विचारले असावे? की तो कोणी वाटसरू होता ज्याने त्याला ज्या ठिकाणी जायचे होते तो पत्ता विचारला आणि रोशनतायाजींनी सांगितला? पण मग रोशनतायाजी आधीच तिथे का थांबले? की तो तिथे येणार हे त्यांना आधीच माहीत होते? उदयच्या डोक्यात विचारचक्र चालू होते. पण गुंता सुटण्याऐवजी अजूनच वाढत होता. विचारांच्या धुमश्चक्रीत कधी झोप लागली, हे त्याचे त्यालाच कळले नाही.

उदयला सकाळी जरा उशिराच जाग आली. प्रार्थनेसाठी अगदी थोडाच वेळ बाकी होता. झटपट आवरून उदय प्रार्थनेसाठी आला. तो येईपर्यंत प्रार्थना सुरू झाली होती. मुले नेहमीप्रमाणे रांगेत उभे राहून प्रार्थना म्हणत होती. तो हळूच ग्यानीजींची नजर चुकवत एका रांगेत उभा राहिला. त्याने समोर पाहिले. ग्यानीजींचे लक्ष त्याच्याकडे नव्हते. त्याने सुटकेचा निःश्वास टाकला.

प्रार्थना आटोपली तसे सर्व जण आपापल्या कामाला निघाले. उदयही शाळेची तयारी करण्यास निघतच होता की ग्यानीजींनी त्याला हाक मारली.

"उदय बेटा, जरा इकडे ये."

आपण उशिरा आल्याचे ग्यानीजींना कळले की काय? पण त्यांचे लक्ष तर नव्हते आपल्याकडे. मग? की जाणूनबुजून त्यांनी लक्ष नसल्याचे दाखवले? की कोणी चहाडी केली आपली? आपल्याला ओरडा पडणार, या विचाराने तो घाबरला जरी नसला तरी जरासा खट्टू नक्कीच झाला होता. उदय हळूच चालत ग्यानीजींसमोर आला. त्याने ग्यानीजींकडे बघितले. पण त्यांची मुद्रा अजिबात क्रोधित दिसत नव्हती. उलट ते काहीसे चिंतित वाटत होते.

"उदय, आजपासून समोरच्या घरी जायचं नाही खेळायला तू. कळलं?" उदयकडे बघत ग्यानीजींनी निक्षून सांगितले.

"तायाजी काय....... काय झालं?" जरासे चाचरतच उदयने विचारले.

"काही झाले नाही. पण तू जायचं नाही तिथे त्या घरात," ग्यानीजी म्हणाले.

"पण का, तायाजी? असं अचानक ....." बोलता बोलता उदयचा आवाज बारीक होत गेला. नंतर तो काय बोलला ते त्याचे त्यालाच ऐकू आले नसेल.

"काय झालंय?" ग्यानीजींचा आवाज चढला होता.

"काय झालंय? बाहेर जाऊन बघ. पोलिसांच्या गाड्या उभ्या आहेत. आले होते रोशनला पकडायला. पण डरपोक रात्रीच पळाला. बिचाऱ्या म्हाताऱ्या बापाला त्रास. घेऊन गेलेत म्हाताऱ्याला चौकशीसाठी. उगाच तू तिथे जाशील आणि हा पोलिसांचा ससेमिरा तुझ्यासकट इथल्या बाकीच्या मुलांच्या मागे लागेल. त्यापेक्षा तू तिथे जायचंच बंद कर," ग्यानीजी हाताचा पंजा हवेत आडवा फिरवत म्हणाले.

"रोशनतायाजींना पकडायला.....पोलिस?" नाक बारीक करत आश्चर्याने उदयने विचारले. त्याच्या रोशनतायाजींना पकडायला पोलीस का आले असावेत? त्याला कळत नव्हते. असो वा असो पण या गोष्टीचा कालच्या घटनेशी नक्कीच काहीतरी संबंध असावा असे त्याला वाटत होते.

"तुझा रोशनतायाजी गदरियन होता. बाकीच्या साथीदारांबरोबर मिळून सरकार उलथण्याचा कट केला होता त्याने. पोलीस पकडायला येणार याची खबर लागताच पळाला भ्याड कुठूनचा."

उदयच्या आता हळूहळू लक्षात येत होते. काल आलेला तो विचित्र माणूससुद्धा गदर पार्टीचाच सदस्य असावा आणि कदाचित तो काल, पोलीस रोशनतायाजींना पकडण्यास येणार असल्याची खबर घेऊनच आला असावा. म्हणूनच रोशनतायाजी असे रात्रीच पळून गेले असतील. पण जर ते आपल्या देशाच्या स्वातंत्र्यासाठी लढत आहेत तर त्यांना भ्याड कसे म्हणता येईल?

"तायाजी, रोशनतायाजी तर देशासाठी लढत आहेत ना? त्यांना भ्याड का म्हणता मग?" उदयने ग्यानीजींकडे बघत विचारले.

"उदय, संकटं सर्वांवर येतात; पण त्या संकटांना घाबरून जो पळतो तो भ्याड असतो. रोशन पण गिरफ्तारीचे संकट दिसताच पळून गेला, सर्व जबाबदाऱ्या झटकून. आपल्यामागे आपल्या घरच्यांचे काय होणार याचा विचार नाही केला त्याने. उदय, जो जबाबदारीपासून हात झटकतो तो भित्रा असतो. सोड, तू एवढा विचार करू नकोस. हा, पण त्या घरी जाऊ नकोस आता आणि हा विषय काढू नकोस बाहेर. कळलं?" म्हणत ग्यानीजींनी उदयच्या गालावरून हात फिरवला. हलकेसे स्मित करत ग्यानीजी आश्रमाच्या मागील बाजूला असलेल्या स्वयंपाकघराकडे निघाले. उदय मात्र तिथेच उभा होता. त्याच्या कानात अजूनही ग्यानीजींचे शब्द घुमत होते.

रागाच्या भरात रोशन चालू लागला होता. तो कुठे जात होता त्याचे त्यालाच माहीत नव्हते. पाय नेतील तिकडे तो चालला होता. संतापात माणूस आंधळा होतो

म्हणतात. तसेच काहीसे रोशनचे झाले होते. त्याला आजूबाजूला काहीच दिसत नव्हते. त्याचे कान बधिर झाले होते. त्याला फक्त अर्जुनसिंगांचेच बोलणे ऐकू येत होते.

"तू कोणीच नाहीस माझा. मला तुझ्याशी काही घेणेदेणे नाही."

पण खरंच, काय चुकीचं बोलले ते? काय केलंय आपण घरासाठी? काहीच नाही. घराची बिघडलेली आर्थिक स्थिती सुधारण्यासाठी म्हणून आपण कॅनडाला गेलो आणि तिथे गेल्यानंतर काय करून बसलो? देश स्वतंत्र होवो न होवो, आपल्याला काय मिळणार आहे त्यातून? का उगाच आपण नाहक प्रयत्न करतो आहे? आपण एवढं करतो आहे देशासाठी, आपल्या बांधवांसाठी; पण आपले नावही कोणाला ठाऊक नाही. नाहीतरी सर्व संपले आहे. आपले बरेचसे सहकारी तुरुंगाआड गेलेत. कर्तारसिंग सराबा, विष्णू गणेश पिंगळेसकट सात सहकाऱ्यांना फाशी देण्यात आली आहे. या रस्त्याचा शेवट मृत्यूतच आहे आणि मृत्यू पण अगदी अज्ञात. आपण कधी मेलो ते कोणालाच कळणार नाही आणि कोणाला त्याची पर्वाही नसेल. मग आता या लढाईत काही अर्थ नसताना, का उगाच आपण जनजागृती करत गावोगावी हिंडतो आहे. हा देश मेलेल्यांचा आहे. जे मेलेलेच आहेत त्यांना काय उठवायचे? त्यापेक्षा आपणही गुपचूप मेलेल्याचे सोंग घेऊन यांच्यासोबत जगावे. किमान घरचे तर सुखी राहतील.

"रोशन..."

विचारांच्या तंद्रीत चालता चालताच रोशनला त्याचे नाव कोणीतरी त्याच्या कानात कुजबुजल्याचे ऐकू आले. त्याने बघितले तर तो गर्दीच्या ठिकाणी उभा होता. सभोवताली भरपूर माणसे होती. पण सर्व जण आपापल्या कामात दिसत होते. कोणी खरंच त्याच्या कानात कुजबुजले होते की हा त्याचा भ्रम होता. काहीच कळत नव्हते.

"रोशन, इथे गर्दी आहे. जेथून आलास तिथे बोळात जाऊन थांब." म्हणत एक घोंगडे पांघरलेला माणूस बाजूने निघून पुढे गेला.

रोशनने त्या पाठमोऱ्या माणसाकडे बघितले. आवाज त्याला ओळखीचा वाटत होता. पण त्याला नीट ओळखता येत नव्हते. त्याने संपूर्ण अंगावरून घोंगडे पांघरले होते. त्याला ओळखण्यासाठी फारसे कष्ट करण्याच्या फंदात न पडता रोशन गुपचूप चालत त्याच्या घराच्या बोळाकडे निघाला. तो माणूस नक्कीच त्याच्या सहकाऱ्यांपैकी एक असावा, याची त्याला खात्री होती. बोळात थोडे अंतर चालून गेल्यावर रोशन थांबला. आजूबाजूला बघत कोणी नसल्याची त्याने खात्री करून घेतली. त्या माणसाची वाट बघतच रोशनने तो कोण असेल याची अटकळ बांधायला सुरुवात केली. तोच तो मघाचा रहस्यमयी मनुष्य त्याच्यासमोर येऊन उभा ठाकला. रोशन

काही बोलणार इतक्यात त्यानेच बोलायला सुरुवात केली.

"रोशन, तुझे आता इथे राहणे धोक्याचे आहे. पोलिसांना तुझा संशय आला आहे. लवकरच तुला पकडण्यासाठी येतील ते. तेव्हा तू लवकरात लवकर इथून निघावंस."

रोशनने आता त्याचा आवाज ओळखला होता.

"राजिंदर तू? तू इथे कसा?"

"ते महत्त्वाचे नाही. रात्री गावाबाहेर भेट. आणि हो, सामान आहे ना तुझ्याकडे? घेऊन ये येताना, कामगिरी बजावयाची आहे."

रोशन काही बोलणार इतक्यात हाताचे बोट आपल्या घोंगडीने झाकलेल्या तोंडावर ठेवत राजिंदरने त्याला गप राहण्याचा इशारा केला.

"बाकीचे रात्री बोलू." म्हणत राजिंदर आल्या पावली निघून गेला.

रोशनच्या मनात भरपूर प्रश्न उठत होते. पण ही वेळ आणि जागा बोलण्यासाठी योग्य नव्हती. त्यामुळे राजिंदरकडे न पाहताच रोशन आपल्या घराकडे निघाला.

रोशनने घरात पाऊल ठेवले तेव्हा समोरच्या खोलीत कुणीच नव्हते. छोट्याशा खोलीत भिंतीला लागून असलेल्या खाटेजवळच अंथरुणावर त्याची मुलगी झोपली होती. त्याने तिच्याकडे बघितले. अगदी शांत झोपली होती ती. झोपेतच तिच्या ओठांची ठराविक पद्धतीने हालचाल होत होती. रोशनने भिंतीवरील खिळ्याला आपले कृपाण अडकवले. हळूच जाऊन तो आपल्या लेकीपाशी बसला. तिच्या गोंडस चेहऱ्याकडे पाहताच त्याला गहिवरून आले.

"पोरी, मला माफ कर. तुझा बाप म्हणवायच्या लायकीचा नाही मी. बाप...... तुला तर माहीतच नसेल बाप म्हणजे काय? कधी तेवढा वेळ दिलाच नाही मी तुला. आज तुझा हक्क तुला देईन, उद्या देईन करत दिवस कसे गेले कळलंच नाही. आता तर अशी वेळ आली आहे की पुन्हा कधी तुला पाहता येईल की नाही, काय माहीत? मी तुझा अपराधी आहे. मला माफ कर." स्वतःशीच बोलल्यागत रोशन बोलत होता. त्याला जाणवत होतं की कदाचित ही त्याची तिच्याशी शेवटची भेट असावी. त्याचे डोळे पाण्याने डबडबले होते. त्याने तिचा नाजूक हात आपल्या हातात घेतला.

तो कितीतरी वेळ तसाच बसून होता. तिचा हात अजूनही त्याच्या हातात होता. तिचा हात खाली ठेवण्याची त्याची इच्छा होत नव्हती. तिच्या चेहऱ्यावरून नजर निघता निघत नव्हती. कैदेपासून वाचण्यासाठी सारी बंधने झुगारून तो दूर पळायचा प्रयत्न करत होता. पण कोणतीतरी शक्ती त्याला दूर पळण्यापासून थांबवत होती. आपण मायापाशात अडकत जात आहोत, याची जाणीव त्याला झाली. काही झाले तरी असे अडकून त्याला चालणार नव्हते. थोड्याच दिवसात पोलीस त्याचा माग

काढत घरापर्यंत येऊन ठेपणार होते. मग त्यालाही त्याच्या साथीदारांप्रमाणे फाशी, जन्मठेप किंवा हद्दपारीची शिक्षा ठोठावण्यात आली असती. देव न करो पण कदाचित त्याच्यामार्फत इतर फरार साथीदारांचाही ठावठिकाणा पोलिसांना लागला असता आणि त्याने सहकाऱ्यांसोबत सजवलेले स्वातंत्र्याचे स्वप्न साकार होण्याआधीच भंगले असते. नाही, हे मी नाही होऊ देऊ शकत. मी असा स्वार्थी नाही बनू शकत. नाही बनू शकत.

रोशनने तिचा हात हलकेच खाली ठेवला आणि तो उठू लागला. तोच चिककुकडीने झोपेतच त्याचे बोट पकडले. जणू काही तिलाही परिस्थितीची जाणीव होऊन ती तिच्या वडिलांना जाण्यापासून परावृत्त करत होती.

रोशनने हलकेच आपले बोट तिच्या हातून सोडवून घेतले.

"काय झालंय आज, हूंऽऽऽऽ? बापाला खूपच प्रेम येते आहे पोरीवर?"

रोशनने आवाजाच्या दिशेने पाहिले. बाजूलाच सतनाम उभी होती. सतनामला सर्व काही सांगून तिची माफी मागूनच घर सोडावे असे रोशनला वाटत होते. पण त्याला ठाऊक होते की सतनामला जर या गोष्टीची खबर लागली तर ती रडून रडून घर डोक्यावर घेईल आणि मग अर्जुनसिंग त्याला जाऊ देणार नाहीत. त्यामुळे रोशनने भावनांना आवरते घेतले.

"काही नाही, उठली होती. थोपटत होतो तिला." म्हणत रोशन बाजूच्या खाटेवर जाऊन पडला. तिला संशय येऊ नये म्हणून काही घडलंच नाही या आविर्भावात तो रोजच्याप्रमाणे वागत होता. तिलासुद्धा खास असे काही जाणवले नाही. ती पुढे होऊन त्याच्या पायाजवळ बसली.

"सोराजींच्या म्हणण्याचा राग मानू नका. तुमच्यावर खूप प्रेम आहे त्यांचे," रोशनच्या पायावर एक हात ठेवत सतनाम म्हणाली.

तिचे म्हणणे ऐकले न ऐकल्यासारखे करत रोशनने फक्त हुंकार भरला.

"आता तुम्ही घरीच आहात इतके दिवस, तर शेतात जा ना त्यांच्या मदतीसाठी. त्यांनाही बरं वाटेल."

या वेळीही रोशनने हुंकार भरला.

"अजून राग गेला नाही वाटतं?" रोशनचा शांतपणा पाहून सतनामने विचारले.

रोशन तिच्याकडे पाठ करून कुशीवर झोपला. त्याला माहीत होते, तिला उत्तर देण्यासाठी त्याने जर तोंड उघडलं तर तो त्याच्या भावनांना आवरू शकणार नाही.

"सत्तो, मला झोप येते आहे."

"हूंऽऽऽ झोपा, शांत झोपा. काय तर एवढा राग धरायचा?" त्याचा राग गेला नाही असे समजून तोंड वाकडे करत ती म्हणाली. तरीही काहीच न बोलता तो तसाच पडून होता. तो काहीच बोलत नाही हे पाहून ती उठली आणि स्वयंपाकघरात

कामास निघून गेली. तो मात्र तसाच पडून होता. झोप येत नव्हती; पण कोणाचाही सामना करण्याची हिंमत नव्हती त्याच्यात. तसाच डोळे मिटून तो पडून होता. किती वेळ गेला कोणास ठाऊक. एव्हाना बाहेर अंधारून आले होते.

"अहो, खाऊन घ्या दोन घास," सतनाम त्याच्या पाठीवर हात फिरवत म्हणाली. खरंतर त्याची काहीच खायची इच्छा नव्हती. आणि असणार तरी कशी? जवळच्या साऱ्या माणसांना सोडून जायचे आणि तेही अनिश्चित काळासाठी. कशी भूक लागेल कुणाला? पण तरीही तिला संशय येऊ नये म्हणून तो उठून बसला. त्याच्या हातात पाण्याचा तांब्या देत सतनाम आत निघून गेली.

रोशन तांब्या घेऊन दारापाशी गेला. तांब्यातील पाण्याने चूळ भरत, राहिलेले पाणी त्याने तोंडावरून फिरवले. तसाच रिकामा तांब्या हलवत तो आत स्वयंपाकघरात गेला. स्वयंपाकघराच्या दरवाजापाशी एक गुडघाभर उंचीची चिमणी तेवत होती. तिचा बऱ्यापैकी उजेड पडला होता खोलीत. स्वयंपाकघर तसे बारीकच होते. दरवाजासमोर तीन हात आणि दरवाजापासून उजव्या दिशेला दहा-बारा हात, एवढीच ती खोली. दरवाजापासून उजवीकडे कोपऱ्यावर पेटती चूल होती. चुलीवर एका मोठ्या तव्यावर सतनाम भाकऱ्या भाजत होती. तिच्या अलीकडेच काही अंतरावर अर्जुनसिंग जेवायला बसले होते. रोशन तसा कधीच अर्जुनसिंगांसोबत जेवायला बसत नसे. पण आज, आजची गोष्ट वेगळी होती. तो येऊन अर्जुनसिंगांशेजारी मांडी घालून बसला. हातातील तांब्या शेजारी ठेवत दोन्ही हात गुडघ्यांवर ठेवत उपासनेला बसल्यागत तो बसला. अर्जुनसिंगांनी जेवता जेवताच वळून बघितले. रोशनची नजर खाली जमिनीवर स्थिरावली होती. अर्जुनसिंग काही बोलणार होते; पण तोच काहीसा विचार करत गप्प झाले. सतनामने रोशनसमोर जेवणाचे ताट ठेवले. सर्वसामान्य शेतकऱ्याच्या घरी ज्या प्रकारचे जेवण असते तसेच साधे जेवण होते. बाजरीची भाकरी आणि काळी मिऱ्यांची वाटून केलेली चण्याची डाळ. पण रोशनसाठी ते अन्न अमृताहून कमी नव्हते. भाकरीचा एक-एक तुकडा डाळीबरोबर अगदी स्वाद घेऊन खात होता तो. पुन्हा सतनामच्या हातच्या अन्नाची चव चाखायला मिळेल ना मिळेल. जेवता जेवता तो मध्येच सतनामकडे बघत होता. तिचा तो सुंदर चेहरा, मोहक डोळे, निरागस मन. त्या भाबड्या जिवाची का फसगत करतो आहे आपण? पण तिला सांगण्याचीही सोय नव्हती. तो कॅनडाला जायला निघाला होता तेव्हा रडून रडून डोळे लाल झाले होते तिचे. तेव्हाचे तिचे लहान मुलासारखे रडणे आठवताच त्याला त्याही परिस्थितीत हसू आले. नजरेच्या कोपऱ्यातून अर्जुनसिंग त्याच्याकडे बघत होते. त्याला हसताना बघून तेही गोंधळले. पण काही बोलले नाहीत. जेवण आटोपले तसे हात धुऊन ते बाहेर निघून गेले.

"सत्तो, छान झालंय जेवण," सतनामकडे बघत हसतच रोशन म्हणाला.

सतनाम हसली. रोशनचा राग शांत झाल्याचे बघून तिला बरे वाटले. गरमागरम भाकरी वाढण्यासाठी ती रोशनकडे गेली, तसे हातानेच तिला थांबायची खूण करत त्याने डावा हात पोटावरून फिरवत पोट भरल्याचे दर्शवले.

"तर, तर म्हणे छान झालं आहे जेवण. वाढते आहे भाकरी तर नाही म्हणता," सतनाम लटक्या रागाने म्हणाली.

"अगं, खरंच. पोट भरलं आता." म्हणत रोशन हात धुऊन बाहेर आला. बाहेरच्या खोलीत नुकत्याच उठलेल्या चिककुकडीला अर्जुनसिंग खेळवत बसले होते. काही न बोलता तो खाटेवर येऊन बसला. खोलीत स्वयंपाकघराच्या दाराशेजारी असलेल्या कपाटावर त्याची नजर गेली. त्याची कुलूपबंद ट्रंक तिथेच होती.

सामान.

सामान का हवं असेल राजिंदरला? कुठली कामगिरी पार पाडायची आहे आता?

विचार करता करता रोशनला केव्हा झोप लागली कळलंच नाही. जेव्हा जाग आली तेव्हा मध्यरात्र उलटून गेली होती. खाटेशेजारीच खाली अंथरुणावर सतनाम आणि चिककुकडी झोपली होती. तिथूनच जरा वर कपाटाजवळ अर्जुनसिंग झोपले होते. रोशन हळूच उठला. दबकत दबकत कपाटाजवळ जात त्याने वरची ट्रंक खाली उतरवली. मग थोडा वेळ थांबत कोणी उठलं तर नाही याची खात्री करत त्याने ट्रंक हळूच घराबाहेर पडायच्या दाराजवळ आणून ठेवली. पुन्हा कपाटाजवळ येत त्याने कपाट उघडले. या वेळी अर्जुनसिंगांची जरा चुळबुळ झाली. तसा तो कपाटाआड दडला. अर्जुनसिंग आपल्या उजव्या कुशीवर वळत झोपी गेले. रोशन हळूच बाहेर आला. कपाटातून एक कापड काढून त्याने ते जमिनीवर पसरले. मग कपाटातून आपले काही कपडे काढून त्या कापडावर ठेवून त्याचे गाठोडे बांधले. खांद्यावर गाठोडे घेत रोशन उठला. कपाट बंद करून तो दरवाजाच्या अलीकडे भिंतीवर अडकवलेल्या आपल्या कृपाणापाशी आला. कृपाण कमरेला अडकवत त्याने पायात वहाणा चढवल्या. दरवाजापाशी येत त्याने ठेवलेली ट्रंक उचलली. एकदा मागे बघून त्याने आपल्या घरच्यांवर नजर टाकली. अजून काही क्षण जर तो इथे थांबला तर त्याला घर सोडणं कठीण गेले असते. आपल्या कुटुंबाला डोळ्यांत साठवतच त्याने दार उघडले. आत बघतच तो बाहेर आला. त्याने दार ओढून घेतले. अर्जुनसिंग, सतनाम, चिककुकडी सारे त्याच्या नजरेआड झाले. पण मनात मात्र त्यांच्याच आठवणी घेऊन तो निघाला होता. तसाच झपझप पावले टाकत तो गावसीमेच्या दिशेने निघाला. आजूबाजूला अगदी काळाकुट्ट अंधार होता. रस्ता अगदीच निर्मनुष्य होता. चार-पाच भटकी कुत्री तेवढी समोर रस्त्यात होती. रोशन लांबवर त्यांना दिसला तसे त्यांचे भुंकणे चालू झाले. रोशन जवळ आला तसे तर

त्यांचे भुंकणे अजूनच वाढले. रोशनने खाली वाकत एक दगड उचलून कुत्र्यांच्या दिशेने भिरकावला. रोशनने दगड भिरकावण्यासाठी हात उचलला तेव्हाच कुत्री मागे सरली होती. त्याने दगड फेकल्यासरशी एक कुत्रं केकाटत लांब निघून गेलं. त्यामागोमाग इतर कुत्रीही निघून गेली. कुत्र्यांचा आवाज आता कमी झाला होता. रोशन तसाच चालत पुढे निघाला. एव्हाना तो गावच्या वेशीपाशी येऊन पोहोचला होता. त्याने एकवार सभोवताली पाहिले. पण आजूबाजूला कोणीच नव्हते.

कुठे आहे हा? तोच तर म्हणाला होता गावाबाहेर भेटायला की तो वाट बघून निघून गेला? किंवा पोलिसांनी तर.......?

"बराच उशीर केलास," मागून त्याच्या पाठीवर थाप देत राजिंदर म्हणाला.

"हो, तसा उशीरच झाला. बोल कसा आहेस?" हातातली ट्रंक खाली ठेवत रोशन म्हणाला.

"हा असा दिसतो ना, तसाच आहे. सामान आणलंस ना?"

"हो, आणलंय. पण कामगिरी काय आहे?" रोशनने विचारले.

"कामगिरी? त्या हरामखोर ओडवायरला उडवायचा आहे," रोशनच्या नजरेला नजर देत राजिंदर म्हणाला.

वणवा; पडलेल्या लहान ठिणगीचेच निमित्त लागते वणव्याला पसरण्यासाठी.

अजितसिंगांनी अजगरागत मरगळलेल्या अवस्थेत पहुडलेल्या पंजाबी जनतेत स्वाभिमानाची ठिणगी पेटवल्यानंतर स्वातंत्र्याची आग सर्व जनतेमध्ये पेटली होती. चळवळ थोपवण्यात जरी सरकारला यश आले असले तरी ती आग विझवण्यास सरकार अपयशी ठरली होती आणि त्या आगीला वणव्याचे स्वरूप दिले होते गदर उत्थानाने. दूर कॅनडात जन्मलेल्या या गदरचे लोण तिच्या कार्यकर्त्यांनी भारतात, विशेषतः पंजाब आणि बंगालमध्ये पसरवले होते. देशभक्तिपर पत्रके छापून ती गावागावात वाटण्यात आली होती. ब्रिटिश सैन्यात असलेल्या भारतीय सैनिकांना स्वातंत्र्याच्या बाजूने वळवण्यात गदर कार्यकर्त्यांना यश आले होते. उठावासाठी लागणारी हत्यारे आणि दारूगोळाही जमवण्यात आला होता. १९ फेब्रुवारी १९१५, उठावाचा दिवस ठरला. योजनाही बनलेली. झाला असता तर कदाचित देशातील सर्वांत मोठा उठाव असता. एकाच झटक्यात देश गुलामगिरीच्या शृंखलेतून आझाद झाला असता. पण हाय रे किस्मत! उठावाच्या आदल्या दिवशी लाहोरमधील मोची गेटजवळ भरलेल्या गुप्त बैठकीवर डीएसपी लियाकतखानने फितूर कृपालसिंगने पुरवलेल्या माहितीवरून धाड टाकली. स्वातंत्र्याची पहाट उगवण्याअगोदरच काळरात्र आली होती. पकडल्या गेलेल्या २९१ कार्यकर्त्यांवर खटला चालला. केसची

सुनावणी चालू असताना जेव्हा उठावाची योजना समोर आली, तेव्हा संपूर्ण ब्रिटिश सरकार हादरले होते. पंजाबसारख्या पेटत्या ज्वालामुखीवर आपण उभे होतो, या विचाराने क्षणभर का होईना पण इंग्रजी लोकं घाबरली होती. अखेर, या क्रांतिकारकांना निरनिराळ्या शिक्षा ठोठावल्यानंतर कुठे सरकारने सुटकेचा निःश्वास टाकला. शेवटी एकदाची पंजाबमध्ये शांतता पसरली होती.

शांतता!

वादळापूर्वीची शांतता!

ही फक्त शांतता नसून, वादळापूर्वीची शांतता आहे, हे पंजाबचा लेफ्टनंट गव्हर्नर मायकेल ओडवायर जाणून होता. पंजाबमध्ये जरी शांतता दिसत असली तरी अजूनही पंजाबी जनतेच्या मनात आग धुमसत आहे हे त्याला माहीत होते. एक्कावन्न वर्षांच्या या अधिकाऱ्याने आपल्या समृद्ध अनुभवाच्या जोरावर हे ताडले होते की हा उठाव अजून पूर्णपणे दडपला गेलेला नाही. त्याची पाळेमुळे पार पंजाबी जनतेत पसरली आहेत. गदर उत्थानाचे बहुतेक क्रांतिकारक अजूनही पंजाबमध्ये मोकळे फिरत आहेत आणि जर त्यांच्या मनात दहशत निर्माण करायची असेल तर पकडल्या गेलेल्या क्रांतिकारकांना कठोरातली कठोर शिक्षा देणे गरजेचे आहे, हे तो जाणून होता. त्यासाठी त्याने जमेल ते प्रयत्न केले. त्याच्याच बोलण्यावरून सरकारने विनापंच, पुनर्न्यायाची सवलत नसलेल्या पद्धतीने या कैद्यांचे खटले चालवले होते. त्याच्या हातात असतं तर त्याने सर्वांनाच फाशीची शिक्षा सुनावली असती. तरी किमान न्यायालयाने चोवीस कैद्यांना सुनावलेली फाशीची शिक्षा तरी कायम राहावी म्हणून तो आग्रही होता. लॉर्ड हार्डींजने जेव्हा सतरा जणांची फाशीची शिक्षा रद्द केली, तेव्हा तर तो कमालीचा वैतागला होता.

गावोगावी फरार क्रांतिकारकांना शोधण्यासाठी त्याने पोलीस पथकं पाठवली होती. क्रांतिकारकांबद्दल माहिती मिळवण्यासाठी त्याने तुरुंगातील त्यांच्या साथीदारांचा छळ तर केलाच होता; पण या कैद्यांच्या घरच्यांनाही सोडले नव्हते. माहिती काढण्यासाठी त्यांचाही छळ करण्यात येत होता. त्यामुळे साहजिकच ओडवायरबद्दल जनमत फारसे चांगले नव्हते. त्याच्या दडपशाही धोरणामुळे तो क्रांतिकारकांच्या नजरेत भरला होता. पण त्याची फारशी पर्वा त्याच्या चेहऱ्यावर दिसत नव्हती. आपल्या निवासस्थानासमोरच्या मैदानात तो बेफिकीरपणे उभा होता. गोरागोमटा रंग, चेहऱ्यावरची फिक्कट सोनेरी मिशी, काळे डोळे, डावीकडे फिरवलेले बारीक, सोनेरी केस, अंगात पांढरा शर्ट आणि त्यावर काळी पँट, पायात काळ्या रंगाचे चामडी बूट. लेफ्टनंट गव्हर्नर म्हणून असायला हवी असणारी अकड त्याच्या वावरण्यातून जाणवत होती.

मायकेलच्या शेजारी अमृतसरचा डेप्युटी कमिशनर माईल्स इर्विंग उभा होता.

मायकेल कुठल्याशा विषयावर त्याला काहीतरी सांगत होता. बाजूलाच खुर्चीवर लेडी ओडवायर मिसेस इर्विंगसोबत बसल्या होत्या. समोर टेबलवर चहाची किटली आणि चार पांढऱ्या रंगाच्या कपबशा होत्या. बहुतेक त्यांचा चहा पिऊन झाला होता. आज सुट्टी असल्याने मायकेलनेच त्यांना खान्यासाठी आमंत्रण दिले होते.

"काय म्हणता सर, तुम्ही जंगलात जाऊन निशाणेबाजीचा सराव करायचात?" इर्विंगने आश्चर्याने विचारले.

"हो, मग," मायकेल ठसक्यात म्हणाला.

"मला माहीतच नव्हते, सर. कधी बोलला नाहीत आपण. लष्करी सेवेत नसल्याने कधी तुमची नेमबाजी बघण्याचा मौकाच मिळाला नाही," अदबीने इर्विंग म्हणाला.

"ओह, दॅटस् इट. आता दाखवतो तुला माझा निशाणा." म्हणत मायकेलने त्याच्यापासून थोड्या अंतरावर असलेल्या नोकराला हाताने इशारा केला. नोकर धावतच त्याच्यापाशी येऊन उभा राहिला.

"रामचरण, बंदूक आणि पिंजरे घेऊन ये." तो येऊन थांबत नाही तोच मायकेलने फर्मावले. रामचरण आल्या पावली परत गेला.

'पिंजरे? पिंजरे का मागवले असतील मायकेलने?' इर्विंग विचारात पडला.

त्याची उत्सुकता मायकेलच्या नजरेतून सुटली नाही. हसतच त्याने इर्विंगच्या खांद्यावर हाताने थोपटले.

"यू विल कम टू नो." म्हणत मायकेल छद्मीपणे हसला.

इर्विंगने हलकेच चेहऱ्यावर स्मित आणले. लेडी ओडवायर आणि मिसेस इर्विंगसुद्धा आता त्यांच्याजवळ येऊन उभ्या होत्या.

"येस, मग दोन जेन्टलमन काय बोलत होतात?" म्हणत लेडी ओडवायरने संभाषणात भाग घेतला.

"काही नाही, मॅम. सर मला त्यांच्या नेमबाजीबद्दल सांगत होते," इर्विंग म्हणाला.

"ओह रियली? तुम्ही शूटर आहात?" आश्चर्यचकित झाल्याचे दाखवत लेडी इर्विंग म्हणाल्या.

"तुम्ही पाहालच." म्हणत मायकेल हसला.

एवढ्यात रामचरण एका हातात बंदूक आणि दुसऱ्या हातात कबूतरांचे काही पिंजरे घेऊन लगबगीने तिथे आला. पिंजरे खाली जमिनीवर ठेवत तो बंदूक घेऊन मायकेलजवळ गेला. बंदूक आणि खिशातून काही काडतुसे काढत ती मायकेलपाशी देत तो पुन्हा पिंजऱ्यांपाशी येऊन उभा राहिला.

काय घडणार आहे याची इर्विंगला पुरेपूर जाणीव झाली. सर्व जण शांत उभे

होते. पिंजऱ्यातील कबूतरांच्या गुटरगूने आजूबाजूची शांतता भंग पावत होती.

बंदुकीचा दस्ता खांद्याला अडकवत उजवा हात बंदुकीच्या चापेवर तर डाव्या हाताने बंदुकीची नळी धरत मायकेल तयार झाला. डोकं जरासे लववून डावा डोळा बंद करून त्याने नेम धरला. रामचरणने एका पिंजऱ्याचे दार उघडले. एवढ्या दिवसांनंतर आझादीचे सुख मिळतेय हे पाहून ते पाखरू सुखावले. पिंजऱ्याबाहेर येत त्याने पंख पसरत आकाशात भरारी घेतली. मोकळ्या आकाशात, स्वतंत्र आकाशात. आझादीच्या कैफात त्या पक्षाने आकाशात एक घिरटी घेतली.

धाय ऽऽऽ!

मोठा आवाज झाला. आवाजाने पिंजऱ्यातले पक्षीही दचकले. काही कळायच्या आतच ते बिच्चारे पाखरू जमिनीवर कोसळले. त्याच्या शरीरातून रक्त वाहत होते. जमिनीवर पडल्या पडल्या ते तडफडत होते. त्याचे तडफडणे बघून मायकेल खूश झाला. त्याच्या चेहऱ्यावर एक आसुरी हास्य पसरले.

"नाइस शॉट सर," टाळ्या वाजवत इर्विंग म्हणाला.

लेडी ओडवायर आणि लेडी इर्विंगही टाळ्या पिटत होत्या. मायकेलने त्यांचे अभिनंदन स्वीकारत मान डोलावली.

"रामचरण, किती आहेत अजून पंछी?" रामचरणकडे बघत मायकेलने विचारले.

"तीन आहेत जी. अजून आहेत आत. आणू का?" रामचरणने विचारले.

हाताचा पंजा दाखवत मायकेलने रामचरणला नको म्हणून सांगितले.

"तीन ना? एकत्र सोड त्यांना आता." म्हणत मायकेलने पुन्हा नेमबाजीसाठी पवित्रा घेतला.

रामचरणने एक एक करत तीनही पिंजऱ्यांचे दरवाजे उघडले. आपल्या पहिल्या बांधवासोबत जे घडले ते बघितले असूनही ती अजाण मुकी पाखरे गुटरगू करत, उड्या मारत पिंजऱ्याबाहेर आली. क्षणभर अंदाज घेत ती पाखरे जमिनीवरच रेंगाळली. हिंमत करून शेवटी एका कबूतराने हवेत भरारी घेतली. त्यासरशी इतर कबूतरेही हवेत सरसावली.

धाय ऽऽऽ!

गोळीचा जोरदार आवाज झाला. एक कबूतर फडफडत जमिनीवर येऊन पडले. मायकेलने झट्कन पुढच्या नळीवर धरलेल्या हाताने नळीवर फटका मारला. उघडल्या गेलेल्या नळीत दोन काडतुसे बसवत त्याने परत नळी बंद केली. नेमबाजीसाठी पवित्रा घेत त्याची नजर उरलेल्या कबूतरांचा शोध घेऊ लागली. वाचलेली दोन कबूतरे एव्हाना बरीच वर उडाली होती. जिवाच्या आकांताने ती बिचारी उडत होती.

धाय ऽऽऽ!

धाय ऽऽऽ!

मायकेलने लागोपाठ दोन गोळ्या झाडल्या. ज्या वेगाने ती पाखरे उडत होती त्याहून अधिक वेगाने ती जमिनीवर येऊन पडली. शेवटचे आचके देत ती तशीच पडून राहिली.

मायकेल जोरजोरात हसू लागला. त्या पक्ष्यांच्या कलेवरांकडे बोट दाखवत म्हणाला, "हॅव यू सीन इट? कसा उडवला त्यांना."

सर्व जण कौतुकाने टाळ्या वाजवत होते.

"व्हेरी गुड सर, वाटलं नव्हतं तुम्ही एवढे चांगले निशाणेबाज असाल म्हणून," पुढे येत इर्विंग म्हणाला.

"माझ्याबद्दल अजून भरपूर काही आहे, जे तुला माहीत नाही." हसत म्हणत मायकेलने रामचरणला इशारा केला. तसे रामचरणने पुढे येत मायकेलच्या हातातून बंदूक आणि काडतुसे घेतली.

"इर्विंग, या पंजाबमधल्या टेररिस्टना पण असाच एक एक करून उडवला पाहिजे. तुझे ऑफिसर्स काम करत आहेत ना यावर?" बोलता बोलता मायकेल खुर्चीवर येऊन बसला. त्याच्या शेजारीच लेडी ओडवायर आणि लेडी इर्विंग बसल्या. इर्विंग अजूनही उभाच होता. तो कसल्याशा विचारात गढलेला दिसत होता.

"इर्विंग, काय झालं? तू काही बोलत नाहीस?" इर्विंगला विचारात बघून मायकेलने विचारले.

"सर, माय ऑफिसर्स आर वर्किंग ऑन इट; पण प्रॉब्लेम असा आहे की हे आतंकी गावागावात पसरले आहेत. त्यांनी गावातल्या जनतेलाही त्यांच्या नादाला लावले आहे. त्यामुळे गावकरी कोण, आतंकी कोण ओळखता येत नाही. आपल्याकडे त्यांच्याबद्दल फारशी माहिती पण नाही आणि पुरावेदेखील नाहीत," इर्विंग चिंतातुर होत म्हणाला.

मघापासून हसतखेळत असलेला मायकेलचा चेहरा आता गंभीर दिसू लागला.

"हूंऽऽऽ" हनुवटीवर हाताची मूठ ठेवत मायकेल विचार करू लागला.

इर्विंगही आपल्या बायकोशेजारी खुर्चीवर बसला. मायकेलचा विचारमग्न चेहरा बघून त्याने काही बोलण्याचे टाळले. लेडी ओडवायर आणि लेडी इर्विंगही आता गप बसल्या होत्या. मायकेलने नजर वळवत दूर आकाशाकडे बघितले. आकाशात काळे ढग जमू लागले होते. काही क्षणांपूर्वीचे निरभ्र असलेले आभाळ आता काळ्या ढगांनी व्यापलेले होते. पंजाबची परिस्थितीही त्या आभाळासारखीच होती. सुरक्षित वाटणाऱ्या पंजाबातही लवकरच क्रांतीचे काळे ढग जमण्याची शक्यता निर्माण झाली होती.

"मायकेल, आपण आत जाऊन बसू चल. पाऊस येईल बहुतेक." मायकेलच्या हाताला धरत लेडी ओडवायर त्याला ओढू लागली. बायकोच्या हट्टापुढे नमते घेत मायकेल उठला. सोबत इर्विंग दाम्पत्यही निघाले.

चौघे घरात येऊन पोहचले नाहीत की थेंबथेंब पाऊस पडायला सुरुवात झाली.

"बरं झालं, आपण लवकर आत आलो. नाही तर पावसाने भिजवले असते आपल्याला. नाही का मायकेल?" मायकेलला विचारांच्या गर्तेतून बाहेर काढण्यासाठी लेडी ओडवायरने त्याला विचारले.

"अं......" तंद्रीतून बाहेर निघत मायकेलने तिच्याकडे बघितले.

"हो, भिजलो असतो आपण," स्मित करत मायकेल म्हणाला.

"सर, तुम्ही काही काळजी करू नका. या आतंकींना शिक्षा दिल्यापासून त्यांचे सहकारी घाबरले आहेत. त्यांची बरीचशी माणसे पकडली गेल्याने ताकद कमी झाली आहे त्यांची. ते नाही परत डोकं वर काढणार," मागून समोर येत इर्विंग म्हणाला.

मायकेलला त्याची कीव करावीशी वाटली. पण तो काही बोलला नाही. एव्हाना ते दिवाणखान्यात येऊन पोहोचले होते. एका कोचवर मायकेल रेलून बसला. शेजारीच लेडी ओडवायर आणि लेडी इर्विंग बसल्या. दिवाणखान्यातील एका भिंतीवर वेगवेगळ्या तसबिरी होत्या. इर्विंग त्या तसबिरी बघत उभा होता.

तोच रामचरण धावतच तिथे आला.

"सर....सर...." धावत आल्याने त्याला धाप लागली होती.

"यू स्टुपिड इंडियन फेलो, का असा वेड्यासारखा पळतो आहेस?" त्याच्याकडे बघत मायकेल ओरडला. आधीच त्रस्त असताना रामचरणचे अशा धावत येण्याने त्याच्या रागात भर पडली होती.

"सर, बहादुरसिंगला ........ आपल्या .....घराजवळ.... दबा धरून बसलेली..... दोन माणसे सापडली. बहादुरला बघताच त्यांनी .....पळ काढला. तो काही शिपाई घेऊन त्यांच्या मागे गेलाय. शिपायांनी त्या जागेची झडती घेतली तेव्हा त्यांना तिथे जिवंत बॉम्ब  सापडला म्हणे," धापा टाकतच रामचरण म्हणाला.

"काय?" मायकेल हादरला.

सर्व जण बसल्या जागीच उभे राहिले. मायकेलने पुढे होऊन दोन्ही हातांनी रामचरणच्या गणवेशाची कॉलर पकडली.

"कोण होती ती माणसं?" रामचरणच्या कॉलरला धरून त्याला पुढे मागे करत रागाने मायकेलने विचारले.

"अं.... माहीत नाही सर. बहादुर गेलाय त्यांना शोधायला." रामचरणने चाचरत उत्तर दिले.

"मला त्यांच्याबद्दल माहिती पाहिजे. जा!" म्हणत मायकेलने रामचरणला ढकलून दिले. रामचरण दूर जाऊन पडला. तसाच उठत तो पळत बाहेर निघून गेला.

"मायकेल, कूल डाउन." लेडी ओडवायरने जवळ येत मायकेलच्या खांद्यावर हात ठेवला.

"सर, यू डोण्ट वरी. मी शोधून काढतो कोण होते ते," इर्विंग मायकेलच्या जवळ येत म्हणाला.

"मी, मी सांगतो तुला कोण होते ते. ते फरार आतंकी होते. त्यांना पकडण्याचे साधे काम होत नाही तुझ्या अधिकाऱ्यांकडून आणि तू मला म्हणतो, डोण्ट वरी," मायकेल दात-ओठ खात ओरडत म्हणाला.

मायकेलचा हा हल्ला इर्विंगसाठी अनपेक्षित होता. स्वतःच्या बायकोदेखत आपला असा पाणउतारा झाल्याने तो वरमला. लेडी इर्विंगही मायकेलचा तो रुद्रावतार बघून घाबरली होती.

"इर्विंग, मला काही माहीत नाही. बट, मला हे सगळे कुत्रे तुरुंगात हवेत. डू यू अंडरस्टँड?" इर्विंगकडे अंगुलीनिर्देश करत मायकेल म्हणाला.

"बट, सर....." बोलता बोलता इर्विंग गप्प झाला. आपण जर आता काही बोललो तर आपली अजून शोभा होईल, याची जाणीव त्याला झाली.

"व्हॉट बट? माहिती नाही, पुरावे नाहीत हेच ना? ज्यांच्यावर संशय येईल त्याला अरेस्ट कर. तुरुंगात मारून मारून त्यांच्याकडून माहिती काढून घे." मायकेल आता रागाने थरथरत होता.

"येस सर. मी आताच कामाला लागतो." म्हणत इर्विंग जाऊ लागला.

मायकेल जाणाऱ्या इर्विंगकडे पाहत काहीसा विचार करू लागला.

"वेट इर्विंग. तुला मी खान्यासाठी बोलावलाय ना? न जेवता कसा जाशील? थांब बस." म्हणत मायकेल खाली कोचवर बसला. इर्विंग थांबला असला तरी तो अजूनही काय करावे, या संभ्रमात होता.

"बस इर्विंग तू." इर्विंगला अजूनही उभा असलेला बघून मायकेल बोलला. इर्विंग शेजारीच एका खुर्चीवर बसला. लेडी इर्विंग त्याच्या मागे खुर्चीला धरून उभी राहिली.

"प्रसंग बाका आहे. घाईघाईत काही करणे चुकीचे होईल. अजून तरी तू जसे तुझे काम चालू आहे तसे चालू ठेव. मी तोपर्यंत व्हॉईसरॉय लॉर्ड चेम्सफोर्डशी बोलून घेतो." म्हणत मायकेलने इर्विंगकडे बघितले.

इर्विंगने बळेच स्मित करत होकारार्थी मान हलवली.

"हूंऽऽऽ खाना झाला असेल, आपण जेवून घेऊ." म्हणत मायकेलने त्याच्या आचाऱ्याला हाक मारली.

३

# रक्तलांछन

अमृतसरच्या मध्यभागी जुने बांधकाम असलेली एकमजली सरकारी इमारत अलीकडे अहोरात्र राबती होती. तळमजल्यावर आतमध्ये असलेली मायकेलची कार्यालयीन खोली तर नेहमी माणसांनी भरलेली असे. सदा न् कदा अधिकाऱ्यांच्या सभा त्या खोलीमध्ये भरलेल्या असत आणि प्रत्येक वेळी या सभांचा विषय असे पंजाबमधला वाढता दहशतवाद.

दहशतवाद ब्रिटिशांसाठी, भारतासाठी तो होता ज्वलंत राष्ट्रवाद. अजितसिंगांनी लावलेले हे राष्ट्रवादाचे रोपटे फोफावून त्याचा आता वटवृक्ष झाला होता. आधी क्रांतिकारकांच्या गुप्त बैठका भरत; पण आता, आता तर जाहीर सभा भरत होत्या, उघड उघड. पंजाबी जनता इंग्रजांना अगदीच जुमानेशी झाली होती. ब्रिटिशांबद्दलची भीती जनतेच्या मनातून कुठेतरी दूर पळून गेली होती. मनात होता फक्त आझादीचा ध्यास. तहानभूक हरपून सर्व जण या आझादीच्या लढ्यात उतरले होते आणि याच गोष्टीमुळे ब्रिटिशांची झोप उडाली होती. विशेषतः मायकेलची.

तीन वर्षं उलटून गेली तरी त्याच्या घराबाहेर हल्ल्यासाठी दडून बसलेले तरुण अजून सापडत नव्हते. हेही त्याच्या चिंतेचे दुसरे कारण होते. उठाव दडपायचे सर्वांत प्रभावी हत्यार म्हणजे भय. एकदा का जनतेच्या मनात आपले भय निर्माण झाले, की उठाव आपोआपच दडपला जाईल, हे त्याला माहीत होते. पण जिथे खुद्द लेफ्टनंट गव्हर्नरवर हल्ला करणाऱ्यांना शिक्षा तर जाऊ द्या; पण त्यांच्या केसालाही धक्का लागला नाही, तिथे जनतेत काय भय उत्पन्न करणार. पंजाबची स्थिती हाताबाहेर जात होती. याबाबत त्याने व्हॉईसरॉयशीही बोलणे चालवले होते. सुरुवातीला व्हॉईसरॉय लॉर्ड चेम्सफोर्डने या गोष्टीकडे दुर्लक्ष केले होते. पण नंतर पंजाबमधील क्रांतिकारकांच्या वाढत्या हालचाली आणि मुंबईतल्या गिरणी कामगारांचे संप बघून या बाबतीत काहीतरी ठोस पावले उचलावी लागतील, हे त्याला जाणवले. त्याप्रमाणे यावर काही उपाययोजना सुचवण्यासाठी त्याने सिडने रौलट याच्या अध्यक्षतेखाली समिती बनविली. पण एक वर्ष होऊनदेखील या समितीच्या पोतडीतून कुठलीच योजना बाहेर पडत नव्हती. समितीच्या कामकाजातील या विलंबासोबतच मायकेलच्या अस्वस्थतेतही वाढ होत होती.

अस्वस्थ असला की मायकेल नेहमी सिगारेट ओढायचा. अलीकडच्या दिवसांत तर त्याच्या सिगारेट ओढण्यात प्रचंड वाढ झाली होती. आताही त्याची कार्यालयीन खोली सिगारेटच्या धुराने भरली होती. त्याची खोली तशी छोटेखानीच होती. पण

अगदी व्यवस्थित, टापटीप. दरवाजासमोरच मायकेलचे कामकाजाचे टेबल व त्यामागे त्याची खुर्ची. मायकेलच्या खुर्चीसमोर टेबलमागे दरवाजाला पाठमोऱ्या दोन खुर्च्या होत्या. चौकोनी अशा त्या खोलीमध्ये मायकेलच्या टेबलपासून उजव्या हाताला काही अंतरावर मुख्य रस्त्याला उघडणारी खिडकी होती तर डावीकडे चार हातांवर भिंत होती. भिंतीला लागूनच एक लाकडी कपाट होते. कपाट बंद असल्याने आत काय आहे, ते सांगणे मुश्कील होते. मायकेलच्या खुर्चीच्या मागच्या भिंतीवर खुर्चीपासून काही उंचीवर चार-पाच तसबिरी अडकवलेल्या होत्या. टेबलपासून उजव्या किनाऱ्यापासून जरा आत जुन्या बनावटीचा टेलीफोन होता. टेबलवर मध्यभागी काही कागदपत्रे उघडून ठेवली होती. त्याच्या शेजारीच एका ग्लासवजा भांड्यामध्ये काही लेखण्या होत्या. त्या भांड्याच्या शेजारीच बोटाच्या दोन पेरांइतके उंच एक वर्तुळाकार भांडे होते. त्यात सात-आठ सिगारेटची थोटके आणि राख होती. समोरच आपल्या खुर्चीत मायकेल आरामात रेलून छताकडे बघत बसला होता. त्याने उजव्या हाताच्या बोटांमध्ये सिगारेट धरली होती. अंगात फिकट निळ्या रंगाचा शर्ट आणि त्यावर गडद निळ्या रंगाचा कोट, गळ्यात सोनेरी रंगाची टाय, कोटाच्याच रंगाची पँट. त्याच्या चेहऱ्यावरून कोणीही सहज त्याच्या त्रासलेल्या मनःस्थितीचा अंदाज लावू शकत होते. सिगारेटचा एक झुरका मारत हवेत धूम्रवलये सोडत त्याने समोरच्या कागदांवरून नजर फिरवली. हाताची घडी घातल्यागत दोन्ही हात टेबलवर ठेवत तो समोरच्या कामावर नजर स्थिर करण्याचा प्रयत्न करत होता. नजर समोरील कागदांवर असली तरी लक्ष मात्र दुसरीकडेच होते.

टिरिंऽऽऽऽइंग, टिरिंऽऽऽऽइंग...

समोर टेबलवरचा फोन घणाणला. फोन वाजला की मायकेल सहसा वैतागत असे. अलीकडे त्याला फोनवर केवळ अप्रिय अशाच खबरी मिळत होत्या. मायकेलने नाराजीनेच फोनकडे बघितले. हातातील सिगारेटचा झुरका घेत त्याने राहिलेले थोटूक समोरच्या भांड्यात टाकले. फोन अजूनही घणाणतच होता. बसल्या बसल्याच मायकेलने उजवा हात सरसावून फोन उचलला.

"हॅलो," रिसीव्हर उचलून कानाला लावत मायकेल म्हणाला. त्यानंतर काही क्षण मायकेल केवळ ऐकत होता. आकाशात जमलेले मळभ ज्याप्रमाणे वाऱ्यामुळे दूर होऊन आभाळ पुन्हा स्वच्छ दिसू लागते तसेच मायकेलच्या चेहऱ्यावरून चिंतेचे भाव विरून प्रसन्नतेची लकेर उमटली होती.

"ओह, दॅट्स अ गुड न्यूज!" मायकेल म्हणाला. पुन्हा काही वेळ शांततेत गेला.

"थँक्यू सर! यू हॅव मेड माय जॉब इसिअर. आय प्रॉमिस यू दॅट पंजाब विल बी इन कंट्रोल फ्रोम ऑनवर्ड्स." म्हणत हसतच मायकेलने फोन खाली ठेवला.

अलिबाबाचा खजिना गवसल्याचा आनंद त्याच्या चेहऱ्यावरून ओसंडत होता. थोडा वेळ तो तसाच स्वतःशी हसत होता. मग काहीसा विचार करत त्याने पुन्हा फोनचा रिसीव्हर उचलला. उजव्या हाताने डायलर फिरवत त्याने डाव्या हाताने रिसीव्हर कानाला लावला.

"हॅलो, इर्विंग. मायकेल बोलतोय."

इर्विंगचे उत्तर ऐकत मायकेल काही वेळ गप बसला.

"हूंऽऽऽ आय वॉण्ट यू इन माय ऑफिस विदिन हाफ ॲन अवर."

इर्विंगच्या प्रतिक्रियेची वाट बघत मायकेल काही क्षण थांबला.

"दॅट आय डोण्ट नो. भरपूर महत्त्वाचे काम आहे. ताबडतोब नीघ," इर्विंगचे बोलणे मध्येच तोडत मायकेल म्हणाला. त्याच्या उत्तराची वाटही न बघता मायकेलने फोन ठेवलादेखील.

मायकेल जागेवरून उठत खिडकीपाशी गेला. खिडकीतून बाहेर दूरवर शहराकडे बघू लागला. काय माहीत का, पण त्याला हसू आले. आपल्या कोटाच्या खिशातून सिगारेटचे पाकीट काढत त्यातून एक सिगारेट काढून ती त्याने आपल्या ओठांत धरली. पाकीट पुन्हा खिशात ठेवून त्याच खिशातून लाइटर काढत त्याने सिगारेट शिलगावली. लाइटर खिशात ठेवून त्याने सिगारेटचा एक झुरका मारला. अजूनही त्याची नजर खिडकीबाहेर शहरात काही धुंडाळत होती. तिथेच उभा राहून सिगारेटचा आस्वाद घेत तो इर्विंगची वाट बघू लागला. एक एक क्षण त्याला आता मोठा वाटत होता. कधी एकदा इर्विंग येतो आणि आपला आनंद आपण त्याच्यासोबत वाटतो, असे झाले होते त्याला.

"मे आय कम इन सर," दरवाज्यात उभे राहत इर्विंग अदबीने म्हणाला. मायकेल त्याच्याकडे बघून हसला. इर्विंगसाठी हे हास्य नवीन होते.

"येस, इर्विंग येस, कम इन." म्हणत मायकेल आपल्या खुर्चीच्या दिशेने निघाला. खुर्चीजवळ येत मायकेल त्यावर बसला. तोपर्यंत इर्विंगही समोर येऊन उभा राहिला. मायकेलने हातानेच त्याला बसण्याची खूण केली. इर्विंग मायकेलच्या समोर असलेल्या दोन्हीपैकी मायकेलच्या उजव्या बाजूच्या खुर्चीवर बसला.

आपला डावा हात टेबलवर ठेवून सिगारेटचा एक झुरका घेत स्मित करतच मायकेल इर्विंगकडे बघू लागला. इर्विंग मायकेलकडेच बघत होता. कामाच्या अतिताणामुळे कदाचित मायकेलला वेड लागले असावे असे त्याला वाटलेही; पण तरी चेहऱ्यावर तसे न दाखवता तो गप्पपणे मायकेलकडे बघत होता.

"इर्विंग, तुला माहिती आहे का काय झालंय आज?" आपल्या चेहऱ्यावरचे स्मित कायम ठेवत मायकेलने विचारले.

मायकेलच्या चेहऱ्यावरून तरी नक्की काहीतरी चांगली खबर आहे हे इर्विंगला

जाणवले होते. पण नक्की कोणती खबर याचा तर्क लावणे मात्र त्याला कठीण जात होते. त्याने नकारार्थी मान हलवली. त्यासरशी मायकेलचे स्मित अजूनच वाढले.

"इर्विंग, रौलट समितीचा निर्णय आला आहे. आपल्या फायद्याचा एक कायदा त्यांनी बनवला होता आणि तो संमतही झाला आहे."

"ओह ग्रेट! मग काय आहे कायदा?" इर्विंगने विचारले.

"बऱ्याच चांगल्या तरतुदी सांगितल्या आहेत. तू संशयाच्या आधारावर कुणालाही अटक करू शकतो; तेही बिनावॉरंट आणि खटला न चालवता दोन वर्षांपर्यंत तुरुंगात डांबूही शकता. विनापंच खटलेही चालवता येतील. वर्तमानपत्र प्रकाशन तुमच्या कह्यात असेल. अजून बऱ्याच तरतुदी आहेत." एखाद्या पेटाऱ्यात दडवलेला खजिना उघडून दाखवावा त्याप्रमाणे मायकेल बोलत होता.

"फन्टॅस्टिक! आता आपण आरामात हा आतंकवाद काबूत आणू शकतो." इर्विंग खबर ऐकून उडालाच. इंद्राचे वज्रास्त्र हाती आल्यानंतर सामान्य माणूस जसा स्वतःला सामर्थ्यशाली समजू लागेल, तशीच काहीशी इर्विंगची अवस्था झाली होती.

"हूंऽऽऽ आहे ना गुड न्यूज? मग तुला माहिती आहे ना तुला काय करायचं आहे ते?"

"बिल्कूल सर. तुम्ही आता अजिबात काळजी करू नका. मी सांभाळून घेईन सगळं." इर्विंगच्या स्वरात आत्मविश्वास भरून राहिला होता.

"इर्विंग, अजून एक गोष्ट होती."

इर्विंगने प्रश्नार्थक नजरेने मायकेलकडे बघितले.

"ते दोघे कुत्रे सापडले का?" इर्विंगच्या नजरेला नजर भिडवत मायकेलने विचारले.

"नाही सर. पण आता सापडतील," इर्विंग नजर झुकवत म्हणाला.

"एकाचं काही नाव, गाव सापडलं होतं ना?" मायकेलने इर्विंगवर नजर रोखत विचारले.

"हो सर, अं.... रोशन नाव आहे त्याचं," इर्विंग म्हणाला.

"हूंऽऽ. घरच्यांना उचल त्याच्या आता. तो आपोआपच हातात येईल." म्हणत मायकेलने सिगारेटचा एक झुरका मारला.

"हो सर; माझा पण तोच विचार होता."

"देन, लवकर कामाला लाग." म्हणत मायकेल पुन्हा समोरच्या कागदांमध्ये डोके घालून बसला.

"येस सर," म्हणत इर्विंग उठला आणि खोलीबाहेर जाण्यासाठी चालू लागला.

“वीलजी.....वीलजी उत ना.”

चौकोनी आकाराची ती इमारत. चारही बाजूंस धर्मशाळेत जशा खोल्या असत तशा खोल्या होत्या. एका खोलीबाहेर खाटेवर एक तरुण झोपला होता. त्यास नुकतीच दाढी नि मिसरूड फुटलेली दिसत होती. त्याच्या पायाजवळच एक लहान मुलगी भेदरलेल्या नजरेने इकडेतिकडे बघत उभी होती. खाटेवर झोपलेल्या तरुणाच्या पायाला हातांनी हलवत ती चार-पाच वर्षांची चिमुकली त्याला उठवायचा प्रयत्न करत होती. अखेर तिच्या प्रयत्नांना यश आले. चुळबुळ करत तो तरुण उठला. दोन्ही हातांनी डोळे चोळत त्याने समोर बघितले.

“अरे, चिककुकडी? काय झालं? एवढ्या उन्हात का आलीस?” डोळे चोळतच उदयने विचारले.

“वीलजी, चल ना ले. बेबे ललते आहे,” अजिजीच्या सुरात ती म्हणाली.

उदयने तिला नीट निरखून बघितले. तिचा चेहरा उतरला होता. भयंकर घाबरली होती ती.

“अरे बस, बस. थांब आलोच मी.” म्हणत तिला खाटेवर बसवत उदय उठला. खाटेवरच ठेवलेला आपला सदरा अंगात चढवत तो आत खोलीत गेला. चिककुकडी परत खाटेवरून उतरत उभी राहिली. थोड्याच वेळात डोईवर पगडी बांधून उदय बाहेर आला. चिककुकडीला कडेवर उचलून घेत तो समोर अर्जुनसिंगांच्या घराकडे चालू लागला. चालताना त्याचे विचारचक्र चालूच होते. काय झाले असेल नक्की? तिला घेऊन तो आश्रमाच्या दारापाशी पोहोचला. दुपारची वेळ असूनही रस्त्यावर चिटपाखरूदेखील नव्हते. नाही म्हणायला आजूबाजूच्या घरांमधून पाच-पन्नास डोकी वाकून बघत होती. उदय चिककुकडीला घेऊन घरात शिरला. घरातले सामान अस्ताव्यस्त पसरले होते. खाटेला टेकूनच सतनाम रडत बसली होती. पसरलेल्या सामानाला चुकवत तो सतनामपाशी येऊन बसला. चिककुकडीला खाटेवर ठेवत उदयने सतनामच्या खांद्यावर हात ठेवला.

“तायीजी, काय झाले हे?”

सतनामला जोराचा उमाळा फुटला. ती अजूनच स्फुंदून स्फुंदून रडू लागली.

“तायीजी, शांत व्हा. गप्प व्हा. काय झालंय सांगा.” म्हणत उदय तिच्या खांद्यावर थोपटू लागला.

“उदय, पोलीस आले होते. सोराजींना घेऊन गेले रे ते.” रडतच सतनामने उत्तर दिले.

“का?”

“रोशनजींचा पत्ता हवाय त्यांना. तूच सांग आता, कुठून देऊ त्यांचा पत्ता?”

म्हणत सतनाम पुन्हा रडू लागली.

"तायीजी, तुम्ही घाबरू नका. मी जाऊन बघून येतो पोलीस स्टेशनला." म्हणत उदय उठला. अमृतसरचे पोलीस स्टेशन तसे जवळच होते. घराबाहेर येताच उदय त्या दिशेने चालू लागला. तिथे गेल्यानंतर काय बोलावे, कसे बोलावे याची तो मनोमन उजळणी करत होता. तो घाबरत नसला तरी प्रत्येक माणसाच्या मनात असणारी पोलीस स्टेशनला जाण्याची एक अनामिक भीती त्याच्याही मनात घर करून होती. माणूस घाबरला की तो कोणाची तरी सोबत शोधू लागतो. तसेच काहीसे उदयचे झाले होते. पोलीस स्टेशनला कोणाला तरी सोबत घेऊन जावे, असे त्याला वाटू लागले होते. चालता चालता तो करीमच्या घरापाशी आला. करीम त्याचा शाळकरी मित्र. काहीसा विचार करत तो तसाच करीमच्या घरासमोर उभा राहिला.

"करीम..." घराबाहेरूनच त्याने आवाज दिला, तसा त्याच्याच वयाचा अंगापिंडाने धष्टपुष्ट, मुसलमानी पेहराव केलेला एक युवक बाहेर आला.

"अरे उधम तू? किती दिवसांनी भेटतो आहेस. बोल, इकडे कसे येणे केले?" उदयजवळ येत तो म्हणाला.

"करीम, जरा काम होते रे," उदय म्हणाला.

"हा, फिर आ ना, अंदर बैठ।" म्हणत उदयच्या खांद्यावर हात ठेवत करीम त्याला घरात बोलवू लागला.

"नाही, करीम आपल्याला जरा बाहेर जायचं होतं."

"कुठे?" करीमने विचारणा केली.

"पोलीस स्टेशनला. आमच्या शेजारच्या आजोबांना पकडून घेऊन गेलेत पोलीस. त्यांना सोडवायला निघालो होतो. तू पण आला असतास तर बरं झालं असतं."

"बस क्या उधम, बचपन की यारी दोस्ती आपली. एवढं नाही करणार काय!" म्हणत त्याने घराकडे बघितले.

"अम्मी, मैं उधम के संग बाहर जा रहा हूँ। शाम को लौटूंगा।" तिच्या उत्तराची वाटही न बघता तो उदयबरोबर चालू लागला.

"उधम, क्यूँ पकडा उनको?" चालता चालताच करीमने विचारले.

"काय सांगू, त्यांचा मुलगा गदरच्या उठावात सामील होता म्हणे. तो चार वर्षांपूर्वीच परागंदा झाला. पोलिसांना सापडत नाही म्हणून मग आता घरच्यांचा छळ." मान हलवतच उदय उत्तरला.

"ये तो गलत बात है।" आवेशात येत करीम म्हणाला.

"हूं." उदयने हुंकार भरला.

दोघेही आता शांतच चालत होते. तसेच चालत ते अमृतसरच्या पोलीस स्टेशनला येऊन पोहोचले. पोलीस स्टेशनमध्ये पाऊल ठेवताच समोरचे दृश्य पाहून भीतीने त्यांच्या अंगावर काटा उभा राहिला. समोर पंधरा-वीस पंजाबी माणसे उघड्या अंगाने खाली जमिनीवर बसली होती. अंग झाकण्यापुरती एक लंगोटी तेवढी त्यांच्या अंगावर शिल्लक होती. उघड्या पाठीवर काठीचे लाल वळ उठले होते. बसल्या जागीच ते बिचारे थरथर कापत होते. त्यांतील बहुतेक जण तरुण असले तरी दोन जण उतारवयाला लागले होते. त्यांची अवस्था तर अजूनच बिकट दिसत होती. त्यांना व्यवस्थित बसताही येत नव्हते. त्यांच्यासमोरच इन्स्पेक्टर होशियारसिंग काडीने आपले दात कोरत उभा होता. त्याच्या शेजारी उभ्या असलेल्या शिपायाच्या हातात काही कागद होते. समोर बसलेल्या त्या माणसांना काही विचारत तो त्यांचा जबाब कागदावर उतरवत होता. सर्वांचा जबाब नोंदवून झाला तसे त्याने ते कागद होशियारसिंगकडे दिले. कागदावर नजर फिरवत होशियारसिंग सरळ मागे आपल्या खुर्चीवर जाऊन बसला. कागद टेबलवर ठेवत त्याने समोर पाहिले. पोलीस स्टेशनच्या दारावरच बावरून उभ्या असलेल्या या दुकलीवर त्याची नजर पडली.

"एऽऽऽ" तो जोरात ओरडला. ते दोघे दचकून त्याच्याकडे बघू लागले. त्याने बोटानेच दोघांना आपल्याकडे येण्याचा इशारा केला. दोघांनी एकमेकांकडे बघितले. तोंडातला आवंढा गिळत उदयने समोर जायला सुरुवात केली, तसा करीमही त्यासोबत पुढे निघाला. दोघे येऊन होशियारसिंगच्या टेबलसमोर उभे राहिले.

"हूंऽऽऽ" होशियारसिंगने आपल्या कडक नजरेने त्यांना न्याहाळले.

"काय पाहिजे रे? इकडे का दरवाजासमोर पुतळ्यासारखे उभे होतात?" आपल्या नजरेला शोभेल अशाच कडक आवाजात त्याने विचारले.

रस्त्याने येताना उदयने काय बोलायचे, कसे बोलायचे याचा भरपूर सराव केला होता तरी आता मात्र त्याच्या कंठातून शब्द फुटत नव्हता.

"सर, माझं नाव करीम खान आहे. हा माझा मित्र उधमसिंग. अं.... याच्या आश्रमासमोरच्या घरातून एका म्हाताऱ्या आजोबांना पोलीस पकडून घेऊन आले आहेत. त्यांच्याबद्दलच चौकशी करायला आलो होतो आम्ही," धीर करून करीम म्हणाला.

"हूं, हूं, हूं," होशियारसिंग ठसके देत हसू लागला.

"तुझं नाव काय?" हसतच त्याने विचारले.

"जी, करीम खान," करीम घाबरत म्हणाला.

"हा?" उदयकडे बोट दाखवत त्याने विचारले.

"उधमसिंग." करीमचा आवाज बारीक झाला होता.

"मित्र तुझा? आणि जो पकडला तो कोण याचा?" काडी दातात घालून

दातात अडकलेले अन्नाचे कण काढण्याची खटपट करत होशियारसिंगने विचारले.

“जी, शेजारी आहेत त्याचे ते.”

“कमाल आहे. मित्राच्या शेजाऱ्याला सोडवायला तू आलास. का?” होशियारसिंगने दात कोरतच विचारले.

“जी... त्याला सोबत म्हणून,” करीम जेवढ्या शक्य होईल तेवढ्या हळू आवाजात म्हणाला.

“सोबतीला यायला, ही काय बाग आहे का मंदिर?” खुर्चीवरून उठत होशियारसिंग गरजला. त्याचा तो रुद्रावतार पाहून दोघांनी गप्प राहणेच पसंत केले.

“बोला, कोणाबद्दल विचारायला आला आहात?” पुन्हा खुर्चीत बसत त्याने विचारले.

“जी, अर्जुनसिंग,” उदय म्हणाला.

“अर्जुन?” म्हणत काहीसे आठवल्यागत करत होशियारसिंगने चुटकी वाजवली.

“अर्जुनसिंग. रोशनचा बाप. बरोबर?”

“हो, हो.” उदयने लगेच होकार भरला.

“तो थेरडा तर मोठा पाहुणा. त्याला इकडे ठेवून आम्ही काय करणार? घेऊन गेलेत त्याला मोठ्या साहेबांकडे.” नखांशी चाळे करत त्याने सांगितले.

“मोठ्या साहेबांकडे?” उदयने गोंधळाने विचारले.

“हूं. चला आता, निघा.” म्हणत होशियारने समोरच्या कागदांवर नजर टाकली.

“पण सर, कुठे आहेत आता ते?” उदयने हिंमत करून विचारले.

“ए, चल ए नीघ. काम करू दे.” कागदांवरून नजर न हटवताच तो उत्तरला.

उदयने करीमकडे बघितले. करीमने त्याला डोळ्यानेच निघायची खूण केली. दोघेही पोलीस स्टेशनबाहेर आले. काही न बोलता ते घराच्या दिशेने निघाले.

उदयच्या मनात विचारांचे तुफान उठले होते. का म्हणून म्हाताऱ्या दुबळ्या अर्जुनसिंगांना असे पोलीस उचलून घेऊन गेले असतील? आणि तेही मोठ्या साहेबाकडे? आणि कोण ही माणस, ज्यांना असे वाईट पद्धतीने बडवले होते? आणि तायीजी? त्यांना काय उत्तर द्यायचं आपण? नाही, मी असा रिकाम्या हाताने त्यांच्यासमोर नाही जाऊ शकत..

“करीम, तू चल पुढे. मी आलोच,” रस्त्यात मध्येच थांबत उदय म्हणाला. करीमने उदयकडे बघितले. त्याच्या चेहऱ्यावर त्याला दृढनिश्चय दिसत होता.

“काय झालं उधम? तू कुठे निघालास?” करीमने उदयकडे बघतच विचारले.

“माहीत नाही, करीम. खरंच माहीत नाही कुठे निघालोय ते. पण आता असं परत जाण्याचे मन करत नाहीये.”

करीमने उदयच्या खांद्यावर हाताने थोपटले.

"हूं, मैं समझ सकता हूँ। काळजी घे. उगाच अविचार करू नकोस काही."

उदयने होकारार्थी मान हलवली. करीमने पुन्हा एकदा उदयच्या खांद्यावर थोपटले आणि तो घरचा रस्ता चालू लागला. चाललेल्या पाठमोऱ्या करीमकडे एकदा उदयने बघितले आणि तो परत फिरला. पोलीस स्टेशनच्या दिशेने तो झपाझप पावले उचलत निघाला. निमिषार्धात तो पोलीस स्टेशनसमोर येऊन ठेपला. समोरच इमारत आणि इमारतीत तो पोलीस ऑफिसर. पण त्याला परत जाऊन सांगायचे काय? आपल्याला रोशनतायाजींचा पत्ता ठाऊक आहे म्हटलं तर...? पण नाही. मग तो आपल्यालाही अटक करेल. पत्ता तर ठाऊक नाही आपल्याला. उगाच तुरुंगात खितपत पडावे लागेल. पण तुरुंगात टाकले तर किमान दादाजींची काळजी तर घेता येईल तिथे. पण जर तुरुंगात आपली भेट झालीच नाही त्यांच्याशी तर? उगाच अडकून पडावे लागेल.

प्रश्नांच्या वादळात उदय हरवून गेला. एका प्रश्नाचे उत्तर मिळते तोच त्या उत्तरातून नवा प्रश्न उपस्थित होत होता. तो सोडवला की पुन्हा नवा प्रश्न आ वासून उभा राहायचा.

एवढ्यात पोलिसांची एक व्हॅन येऊन पोलीस स्टेशनबाहेर थांबली. पाठोपाठ पोलिसांची एक मोटारही आली. मोटारीतून सात-आठ दंडुकेधारी पोलीस उतरले. एखादे शस्त्र परजावे त्याप्रमाणे ते दोन्ही हातांनी दंडुके पिळत होते. व्हॅनच्या चालकाच्या शेजारी बसलेला इंग्रज अधिकारी हातात किल्ल्यांचा जुडगा घेऊन व्हॅनमधून उतरला. त्याच्या कमरेला रिव्हॉल्व्हर अडकवलेले होते. तसाच मागे जात त्या किल्ल्यांमधून एक किल्ली निवडत त्याने व्हॅनचा मागचा दरवाजा उघडला.

"चला, उतरा पटापटा." ओरडत तो बाजूला जाऊन थांबला. त्या दंडुकेधारी पोलिसांनी आता व्हॅनच्या मागच्या बाजूला घेराव घातला. व्हॅनमधून पटापटा उड्या मारत काही माणसे उतरली. वेगवेगळ्या वयाची. अगदी विशीपासून सत्तरीपर्यंत. सर्वांच्या हातात बेड्या अडकवलेल्या. काही शीख, काही मुसलमान. सतरा-अठरा असतील. व्हॅनमधून उतरून ते उभे होते. तेवढ्यात एक विशीतला तरुण पुढे होत त्या पोलिसांपाशी जाऊन गयावया करू लागला.

"साब, साब, नहीं मालूम मेरे को कुछ। मेरे को छोड़ दो साब।" म्हणत त्याने त्यातल्या एकाचे पाय धरले. त्यासरशी त्या शिपायाने त्या तरुणाला लाथेने दूर उडवले. अर्वाच्य भाषेत काही शिव्याही दिल्या.

"साल्यांनो, मुलावर हात उचलता. लाज नाही वाटत हरामखोर कुठूनचे." त्या कैद्यांमधील एक मध्यमवयीन माणूस त्या मुलाच्या मदतीला धावला. त्या तरुणाला उचलतच शिपायांकडे रागाने बघत तो म्हणाला.

त्याचे असे मोठ्या आवाजात बोलणे त्या शिपायाला अपमानास्पद वाटले. पुढे होत दंडुक्याचा एक फटका त्याने त्या माणसाला लगावला. दुसरा फटका लगावण्यासाठी त्याने हात उगारला, तसे त्या माणसाने आपल्या दोन्ही हातांनी त्याच्या नाकावर असा काही ठोसा लगावला की तो पोलीस शिपाई खाली पडला. त्याच्या नाकातून रक्ताची धार वाहू लागली होती. हातातला दंडुका कुठेतरी दूर जाऊन पडला होता. हातात परजत असलेल्या दंडुक्याचे सामर्थ्य आजमावयाची वेळ आली आहे असे समजत हिंस्र पशूंची टोळी ज्याप्रमाणे आपल्या भक्ष्यावर तुटून पडते, तसेच ते सारे दंडुकेधारी पोलीस त्या माणसावर तुटून पडले. पकडलेल्यांपैकी अजून चार-पाच जणांनी मध्ये पडायचा प्रयत्न केला; पण त्यांनाही या पोलिसांचा लाठीप्रसाद मिळाला. जमिनीवर पाडून गुरांना बडवल्यागत त्या सर्वांना लाथाबुक्क्यांनी तुडवले जात होते. किमान जनावरांना तुडवताना तरी थोडाफार विचार केला जातो, थोडी दया दाखवली जाते; पण समोरची ती हाडामासांची माणसे कदाचित गुराढोरांच्याही लायकीची नव्हती. त्यांच्या किंकाळ्यांनी आसमंत भरून गेला होता. बहुतेकांच्या शरीरावर जखमा होऊन रक्त गळत होते. पण त्या शिपायांना काही दया येत नव्हती. बाकीचे कैदी बाजूला उभे राहून घाबरून सारं पाहत होते. उदयच्या समोरच सारे घडत होते. उघड्या डोळ्यांनी तो समोरचा अत्याचार बघत होता.

काही वेळ असेच ते त्या बिचाऱ्या कैद्यांना तुडवत होते. मारून दमले तसे त्यांनी हात-पाय आवरते घेतले. मागे सरत त्यांनी उरलेल्या कैद्यांना एका रांगेत उभे केले. मार खाल्लेले कैदी अजूनही तसेच विव्हळत जमिनीवर पडून होते.

''ए, उठो। चलो, लाइन में लगो।'' हातातील दंडुका जमिनीवर आपटत एक शिपाई ओरडला. पण त्या जखमी शरीरात आता उठायची ताकदच नव्हती. ते उठत नाही हे बघून पुन्हा चार शिपाई पुढे सरसावले. हाताच्या बळाने आणि दंडुक्याच्या फटक्याने एकेकाला उठवत त्यांनी रांगेत उभे केले. इंग्रज अधिकारी त्यांच्यासमोर येऊन उभा राहिला. सर्व कैद्यांवरून नजर फिरवत तो पोलीस स्टेशनमध्ये निघून गेला.

सारे कैदी उभे होते. त्यांतील एका कैद्याच्या पायाच्या घोट्याला मारहाणीदरम्यान जबर दुखापत झाली होती. त्याला व्यवस्थित उभेही राहवत नव्हते. वेदना असह्य झाली तसा तो बिचारा पाय धरत खाली बसला. त्याला बसलेला पाहताच ते दंडुकेधारी राक्षस पुढे झाले. एकाने जोरात दंडुक्याचे दोन फटके त्याच्या पाठीत रट्टावले. जोराचा टाहो फोडून तो तसाच बसला. हात पुढे बेड्यात अडकवल्यामुळे तो बिचारा पाठ चोळूही शकत नव्हता. तो तसाच रडत, ओरडत बसून होता. दोन शिपायांनी पुढे येत त्याच्या हाताला धरून त्याला उभे केले. उभे तर राहता येत नव्हते तरी दंडुक्याच्या भीतीने वेदना सहन करत तो उभा राहिला.

उदयला हे सारे जास्त बघवले गेले नाही. तो परत फिरला; पण त्या कैद्यांनी कुठेतरी त्याच्या मनात घर केले होते. तो दयेची भीक मागणारा तरुण, त्याच्यासाठी मार खाणारी ती माणसे उदयला आपलीशी वाटू लागली होती. त्यामुळे त्याची ती अवस्था बघून त्याला खूप वाईट वाटत होते. अमानुषतेची परिसीमा गाठणारे ते शिपाई आणि इंग्रज राजवटीबद्दल त्याला द्वेष वाटू लागला होता. विचारात गुंग झालेला तो केव्हा आश्रमापाशी येऊन पोचला, त्याला कळलेच नाही. रात्र झाली होती. अंधार पसरला होता. समोर सतनामच्या घरात चिमणीचा अंधूकसा प्रकाश दिसत होता. सतनामला सामोरे जाण्याचा धीर त्याला होत नव्हता. पण तरी धीर धरून तो घरात शिरला. घरात समोरच कपाटाजवळ चिमणी तेवत होती. तिचा अंधूक प्रकाश खोलीत पसरला होता. सतनाम समोरच खाटेला रेलून बसली होती. मांडीवर डोके ठेवून चिककुकडी झोपली होती. सतनामचे डोळेही बंद होते. रडून रडून झोपली असावी बहुतेक. चिमणीच्या प्रकाशात मागच्या भिंतीवर त्यांच्या लांबलचक सावल्या पडल्या होत्या. त्यांना झोपलेले बघून उदय शांतपणे त्यांच्या बाजूला जाऊन बसला.

"आलास उदय?" उदयकडे बघत सतनामने विचारले. तिच्या डोळ्यांतले अश्रू केव्हाच सुकल्यासारखे वाटत होते.

"तायीजी, माफ करा. उठवायचं नव्हतं मला तुम्हाला," उदय हळू आवाजात म्हणाला. खरंतर अर्जुनसिंगांबाबत काय सांगावे या विवंचनेत तो सापडला होता.

"माझं घर पेटलेले असताना मी कशी झोपू शकते उदय," सतनाम शांतपणे म्हणाली.

"अं... तायीजी, दादाजींची काही भेट नाही झाली. पण तुम्ही काळजी करू नका. मी उद्या जाऊन भेटून येईन त्यांना." उसने अवसान आणत उदय बोलला.

"उदय, तू काळजी नको करूस. सोराजींना आता कोणीही त्रास देऊ शकणार नाही," शून्यात बघत सतनाम म्हणाली.

उदयने प्रश्नार्थक नजरेने सतनामकडे बघितले. पण ती अजूनही शून्यातच हरवली होती.

"तायीजी, काय म्हणायचे आहे तुम्हाला?" न कळून उदयने विचारले.

"मुन्शीजी म्हणाले की पोलिसांच्या मारहाणीत सोराजी......." वाक्य अर्धवट सोडत हुंदके देत ती रडू लागली.

उदयच्या नजरेसमोरून पुन्हा एकदा पोलीस स्टेशनसमोरचा प्रसंग तरळून गेला.

“भाईयों, आज आपण इकडे एकत्र जमलो आहोत ते या रौलट कायद्याची सत्यता जाणून घेण्यासाठी. त्याचे नाव रौलट कायदा असण्यापेक्षा काळा कायदा असायला हवे होते. ‘ना अपील, ना दलील, ना वकील’ असंच एका वाक्यात या कायद्याचे वर्णन करावे लागेल. असा हा रौलट कायदा, या गोऱ्यांचा त्यांच्या मनाप्रमाणेच काळा कायदा.”

जालियनवाला बागेत मध्यभागी असलेल्या दगड-सिमेंटच्या पारावर उभा राहून एक काळ्या दाढी मिशीवाला पस्तिशीतला माणूस भाषण करत होता. समोर माणसांचा प्रचंड जमाव होता. बागेमध्ये ध्वनिक्षेपकाची व्यवस्था करण्यात आली होती; जेणेकरून आसपास राहणाऱ्या लोकांनाही ते भाषण ऐकायला जावे. आजूबाजूची बरीच मंडळी घरात बसून ते भाषण ऐकत होती. बागेच्या मागच्या भिंतीला लागून काही दुमजली घरे होती. त्यातल्याच एका घरात रतना राहत होती. हेमराजशी लग्न झाल्यानंतर ती इथेच राहत होती. हेमराज अगदी कट्टर काँग्रेस कार्यकर्ता. स्वतःबरोबरच त्याने रतनाच्या मनातही राष्ट्रवाद भरवला होता. आताही रतना घराच्या पहिल्या मजल्यावरील खोलीच्या खिडकीत उभे राहून भाषण ऐकत होती. तिच्या घराच्या खिडकीसमोरच ईशरतच्या घराची खिडकी होती. ईशरतही तिच्या घराच्या खिडकीत उभे राहून भाषण ऐकत होती.

“हे तर आता रोजचेच झाले आहे,” रतनाकडे बघत ईशरत म्हणाली.

“काय?”

“एकीकडे गुरुद्वारा, दुसरीकडे ही बाग. रोज सकाळी गुरुवाणी ऐकून दिवसाची सुरुवात होते, तर संध्याकाळी ही भाषणे ऐकून दिवस मावळतो. हाच दिनक्रम आहे कितीतरी दिवसांपासून,” ईशरत म्हणाली.

“तुझ्या घरी किमान सकाळी तरी गुरुवाणी ऐकू येते. इथे तर माझा घरवाला सकाळीच भाषण द्यायला सुरुवात करतो. सकाळी त्याचं ऐकते आणि संध्याकाळी या नेत्यांचं. दिवसाची सुरुवात पण भाषणापासून आणि शेवट पण.” रतनाच्या बोलण्यावर दोघीही खळखळून हसल्या.

“टिन् टिन् टिन्,” ईशरतचा छोटा मुलगा किशना हातातल्या पत्र्याचा डबा बडवत तोंडाने आवाज करत ईशरतच्या शेजारी येऊन उभा राहिला.

“साहिबान्, हर खास-ओ-आम को यह बताया जाता है कि आज शाम के पाँच बजे जालियाँवाला बाग में जलसा होगा, जिसमे होगा रौलट बिल का पर्दाफाश! टिन् टिन् टिन् टिन् टिन् टिन् टिन्.”

“काय रे किशना, हे काय आहे रौलट बिल?” किशनाची फिरकी घेत रतनाने विचारले.

"रौलट बिल?"

भुवया वर चढवत डोळ्यांनी वर बघत किशना आठवू लागला.

"काय तू दवंडी पिटतोस! तुलाच माहीत नाही हे रौलट बिल म्हणजे काय ते?" किशनाला चिडवत रतना म्हणाली.

"माहिती आहे. मौसाजींनी सांगितलेलं." मिचमिच्या डोळ्यांनी रतनाकडे बघत किशना बोलला.

"अजून काय शिकवलं आहे तुला मौसाजींनी?" कुतूहल दाखवत रतनाने विचारले.

"घोषणा शिकवल्यात."

"अरे वा! कोणत्या रे? बघू, आम्हाला पण शिकव ना." हाताच्या तळव्यावर हनुवटी टेकवत रतना म्हणाली.

"हिंदुस्थान की जय! हिंदू-मुसलमान एकता जिन्दाबाद! भारतमाता की जय!"

प्रत्येक घोषणेसरशी तो उजव्या हाताची मूठ हवेत उडवत होता.

"बस्स! एवढंच शिकवलं. या घोषणा तर आम्हाला पण माहिती आहेत. नवीन सांग कुठल्या तरी." त्याची गंमत करत रतनाने विचारले.

"अजून?" पुन्हा डोळ्यांनी वर बघत तो आठवू लागला.

"बस कर गं! किती छळशील माझ्या पोराला. किशना, जा तू हात-पाय धुवून घे. मी तुला खायला देते. जा," हसतच ईशरत म्हणाली.

"टिन् टिन् टिन् टिन् टिन् टिन् टिन्" ओरडतच किशना आत पळून गेला. तशा दोघी मोठ्याने हसल्या.

"एक देशभक्त तर आला. आता याचा बाप कधी येतो काय माहीत!" म्हणत ईशरत बागेच्या दिशेने बघू लागली.

"ईशरत, तू उलट नशीबवाली आहेस. तुझा घरवाला घरी वेळेवर येतो तरी. माझा घरवाला कधी वेळेवर आला तर नशीब,"

रतना म्हणाली तोच तिच्या घराच्या दारावर टकटक झाली.

"रत्नो, दार उघड."

पाठोपाठ हेमराजचा आवाज आला.

"घे बाई, आला तुझा घरवाला वेळेवर." दोघी पुन्हा हसल्या. हसतच लगबगीने जिना उतरत रतना खाली उतरली. दरवाजा उघडला तसा घामाने डबडबलेल्या पण तरीही आनंदी आणि प्रसन चेहऱ्याने हेमराजने घरात प्रवेश केला.

"क्या बात है? आज एकदम खुशीत." दरवाजा बंद करतच तिने विचारले.

"मग, आज आम्ही त्या गोऱ्यांना मोठी चपराक दिली आहे. बंद म्हणजे बंद. कडक हरताळ. एकही दुकान उघडलं नाही आज. गोऱ्यांनी किती प्रयत्न केले.

लालूच दाखवली, भीती दाखवली; पण कसलं काय, अजिबात ऐकलं नाही त्यांचं लोकांनी. त्या दिवशी तो ओडवायर मोठा शेखी मिरवत होता. म्हणे, तुमच्यावर राज्य करण्याचा आम्हाला निसर्गदत्त अधिकार आहे. तुम्ही आमचे गुलाम आहात आणि आम्ही जे सांगू ते तुम्ही ऐकलं पाहिजे. सांगतो तुला रतना, आज एकही दुकान उघडलं नाही, तेव्हाचा त्याचा चेहरा बघण्यालायक होता,'' जमिनीवर अंथरलेल्या गादीवर बसत हेमराज म्हणाला.

रतना आतून पाण्याचा भरलेला ग्लास घेऊन आली.

''चला, किमान आज लवकर तरी आलात. मी आत्ताच ईशरतला सांगत होते की तुम्ही कधी वेळेवर येत नाही आणि तुम्ही आलात,'' पाण्याचा ग्लास हेमराजकडे देत रतना म्हणाली.

घटाघटा पाणी पिऊन रिकामा ग्लास त्याने रतनाकडे दिला. रतना ग्लास ठेवायला आत गेली, तसा हेमराज दोन्ही हात डोक्यामागे ठेवत निवांत गादीवर पडला.

थोड्याच वेळात रतना ग्लास ठेवून बाहेर आली. हेमराजच्या शेजारी पडत तिने त्याच्या छातीवर डोकं ठेवलं.

''पण आज लवकर कसे आलात?''

''आलोय परत जाण्यासाठी. उद्याच्या निदर्शनाची तयारी करायची आहे ना,'' पडल्या पडल्याच हेमराज म्हणाला.

''काय तुम्हाला काही कौतुकच नाही.'' त्याच्या छातीवरून डोकं वर करत तिने त्याच्या छातीवर हलकासा गुद्दा मारला.

''नवं नवं लग्न झालंय आपलं. एवढी सुंदर बायको असून तुम्ही जाता रोज बाहेर. कधी दोन क्षण बसून बोलत पण नाही. सारखे आपले मोर्चा, सभा, निदर्शने. तुम्ही गेल्यावर आख्खा दिवस इथे एकटी बसून कसा काढते मी तुम्हाला काय माहीत!'' गाल फुगवत रतना म्हणाली.

''अगं, मग तू पण चल ना माझ्यासोबत. तेवढीच आमची ताकद वाढेल,'' जरासे उठत बसत हसतच हेमराज म्हणाला.

''मी नाही जा.'' रुसून रतना त्याच्याकडे पाठ करून बसली.

हेमराज उठला आणि त्याने पाठूनच रतनाला मिठी मारली.

''राग आला का? बस, काही दिवसच. मग काय अख्खा अख्खा दिवस घरीच असेन,'' तिच्या खांद्यावर हनुवटी टेकवत तो म्हणाला.

''चला तुमचं आपलं काहीतरीच,'' हसत रतना म्हणाली.

टक टक टक

दारावर कोणीतरी टकटक केली तशी रतना हेमराजपासून लांब झाली. हेमराजने

पुढे होत दार उघडले. समोर एक तिशीतला सरदार उभा होता. काळी दाढीमिशी, केशरी रंगाची पगडी, सफेद रंगाचा सदरा लेंगा, पायात चामडी मोजड्या.

"वीरजी तुम्ही?" हर्षोल्लासित होत ती धावतच त्याला बिलगली.

"रतना, थांब त्याला आत येऊ दे," हेमराज म्हणाला तशी रतना त्यापासून अलग झाली. राजिंदर आत आला. दाराजवळच पायातल्या मोजड्या काढून तो हेमराजजवळ आला. हेमराजने त्याला प्रेमाने आलिंगन दिले. रतनाने दार बंद केले आणि ती आत निघून गेली. एकमेकांच्या भरतमिठीतून मुक्त होत दोघे गादीवर बसले.

"तुला इथे येताना कोणी बघितले तर नाही ना?" हेमराजने चिंतित स्वरात विचारले.

"नाही. बहुतेक तरी नाही," राजिंदर भिंतीला टेकून बसत म्हणाला.

"तरी भरपूर धोका पत्करलास. अंधार पडल्यानंतर यायला हवं होतंस. पोलीस शिकारी कुत्र्यासारखे तुमच्या शोधात आहेत. घराघरातून ढिगाढिगाने माणसांना पकडत आहेत ते. बरं जाऊ दे, आता बाहेर पडू नकोस. घरीच थांब," हेमराज म्हणाला.

"मी तर घरीच थांबणार आहे. बाहेर तर तुम्ही जाणार, घोषणा देणार, बंद पाळणार. याने नक्की मिळेल आझादी," उपहासाच्या सुरात राजिंदर म्हणाला.

"हूंऽऽ, तुमच्या गदरने तरी कुठे मिळाली आहे आझादी," आपली उजवी भुवई वर ओढत हेमराज म्हणाला.

"बस्स! आता भांडू नका. काय हेमराजजी, एवढ्या दिवसांनी वीरजी घरी आलेत आणि तुम्ही भांडताय त्यांच्याशी," दोघांच्या विवादामध्ये पडत रतना म्हणाली. ती त्यांच्यासाठी लस्सीचे ग्लास घेऊन आले होते.

"मी? मी कुठे भांडतोय? बाबा, राजिंदर सांग आता," राजिंदरकडे बघत हेमराज म्हणाला.

"अगं, रतना.."

"तुम्ही गप्प बसा वीरजी."

राजिंदरने बोलायला सुरुवातच केलेली की त्याला तोडत रतना ओरडली.

"किती दिवसांनंतर तोंड दाखवताय तुम्ही. एवढ्या दिवसांत एखादी चिठ्ठीचपाटी तरी पाठवलीत का?"

"अगं, मागे दहा दिवसांपूर्वीच तर आला होतो."

"काहीही बोलू नका. त्याला तब्बल महिना उलटून गेला. आणि बहिणीच्या लग्नालाही येण्यासाठी वेळ नव्हता ना तुम्हाला?"

"अगं, या गोष्टीसाठी मागेच ओरडली आहेस तू. किती वेळा एकाच गोष्टीसाठी

ओरडणार आहेस?''

''तुम्हाला तर काही वाटतच नाही.'' रतना भावनावेगात बोलत होती.

अचानक राजिंदर हसू लागला. तोंड बंद करून तो हसू दाबण्याचा प्रयत्न करत होत; पण तरी त्याला हसणं थांबवता येत नव्हते. हेमराज आश्चर्याने त्याच्याकडे बघू लागला.

''काय झालं रे तुला हसायला?'' हेमराजने गोंधळून विचारले.

राजिंदरने हसतच रतनाकडे बोट दाखवले. तिचे मोत्यासारखे टपोरे डोळे भरून आले होते. नाकाचा शेंडा लालबुंद झाला होता. रडताना ताणला गेल्यामुळे चेहरा विदूषकासारखा विनोदी झाला होता. हेमराजने तिच्याकडे पाहिले आणि त्यालाही हसू फुटले.

दोघांनाही हसताना बघून रतनाने हंबरडा फोडला. तिच्या डोळ्यांतून पाणी गळू लागले होते.

''अरेरे, काय रडतेस अशी. गप, रडू नकोस. मस्करी करत होतो मी.'' म्हणत गादीवरून उठत राजिंदर तिच्यापाशी गेला. ती अजूनही हातात लस्सीचे ग्लास घेऊन तशीच रडत उभी होती.

''अरे वा! आमच्यासाठी लस्सी बनवलीस. छान.''

त्याने तिच्या हातातून लस्सीचे ग्लास घेतले. एक ग्लास हेमराजकडे देत त्याने स्वतःचा ग्लास तोंडी लावला. ग्लास तोंडापासून काढला तेव्हा तो पूर्ण रिकामा झाला होता.

''हॅं,'' म्हणत त्याने तोंडावरून हात फिरवला. रतनाकडे बघितले तर तिच्या चेहरा अजूनही उतरलेलाच होता.

''ए रतना, हस गं आता. बघ, नाहीतर मी परत जाईन हं.''

''गप्प बसा. परत जायचं नाव काढू नका,'' रतना रडक्या स्वरातच म्हणाली.

''मग हस चल.''

रतनाने कसेबसे आपल्या रडक्या चेहऱ्यावर हसू आणले. एव्हाना हेमराजही लस्सी पिऊन तिच्यापाशी येऊन थांबला होता. आपला ग्लास तिच्या हातात देत त्याने तिचा अश्रूंनी ओला झालेला चेहरा पुसला.

''हू, आता कशी छान दिसते माझी रत्नो!''

रतना हसली. राजिंदरकडून ग्लास घेऊन ती आत गेली.

''बरं राजिंदर, मी जाऊन येतो जरा. उद्याच्या निदर्शनाची तयारी करायची आहे,'' राजिंदरच्या खांद्यावर हात ठेवत हेमराज म्हणाला.

राजिंदरने स्मित केले.

''काय? कुठे निघालात? आता तर आलात. काहीच खाल्लं नाही आणि

तसेच निघालात?'' बाहेर येत रतना म्हणाली.

''अगं, लस्सी प्यालो ना आता. तेवढंच बस. आल्यानंतर खाईन काहीतरी आणि एवढ्या दिवसांनंतर भाऊबहीण भेटत आहेत; मी कशाला मध्येच तडमडू. तुम्ही बोला सावकाश. मी जाऊन येतो.'' म्हणत हेमराज सटकलाही.

''पाहिलंत वीरजी, हे असं आहे ह्यांचं. घरात कधी पाऊल टिकतच नाही ह्यांचं. सारखे आपले बाहेर पळतात,'' दरवाजाकडे बघतच रतना कौतुकाने म्हणाली.

''हूं... पण त्या पळण्याचा तरी काही उपयोग असता.''

''म्हणजे?'' रतनाला त्याच्या बोलण्याचा काहीच बोध होत नव्हता.

''रतना, तुला सांगू, हे अशानं स्वातंत्र्य नाही मिळणार. स्वातंत्र्य मिळवायचं असेल तर प्राण तळहातावर घेऊन लढलं पाहिजे या गोऱ्या माकडांबरोबर. पण इथे तर सगळं उलटंच चालू आहे. कोण कुठला तो गांधी! चरखा काय कातताे, प्रार्थना काय म्हणतो, उपवास काय करतो. हट साला! इंग्रजांना मायबाप म्हणवतो. म्हणे विनंती केल्यानं आपल्याला स्वातंत्र्य मिळेल. अशी जर विनंतीनं कामं होत असती तर मग जगात कुठे तंटाबखेडा झालाच नसता. रामराज्य असतं सगळीकडे रामराज्य.'' राजिंदर चिडला होता.

''वीरजी, असं नका बोलू. देवमाणूस आहे तो. तो बोलला आहे, येत्या एक वर्षात आझादी मिळेल म्हणून.''

राजिंदरने रतनाकडे बघितले. तिच्या डोळ्यांत त्याला एक स्वप्न दिसत होते.

''मित्रहो, आता देश आझाद व्हायची वेळ आली आहे. तुम्ही म्हणाल की हे एक दिवास्वप्न आहे. १९१४पासून आपण प्रयत्न करत आहोत. अजून काही नाही घडलं तर आता कसा हा चमत्कार घडणार, हेच ना. पण घडणार, हा चमत्कार घडणार. आधीच या गोऱ्यांच्या जुलमाला लोकं वैतागली आहेत. त्यात या रौलट कायद्यानं तर आगीत तेल ओतलं आहे. आता जनता स्वातंत्र्यासाठी एवढी आतुर झाली आहे की काहीही करून जाण्याची त्यांची तयारी आहे. आपल्या सुदैवानं आपल्याला किश्चलू आणि सत्यपाल यांच्यासारखं चांगलं नेतृत्व लाभलं आहे. आता बस्स! आझादी दूर नाही.'' लाला रतनचंद्र बोलत होते. भारताच्या स्वातंत्र्यासाठी कार्यरत असलेल्या 'नीलकमल' नामक क्रांतिसंस्थेचे नेते. इंग्रज सरकारनं रौलट कायद्याच्या नावाखाली चालू केलेल्या दडपशाहीविरुद्ध संपूर्ण देशभरात निदर्शनं केली जात होती. अमृतसरलाही ८ एप्रिलला डॉ. सत्यपाल नि किश्चलू यांच्या नेतृत्वाखाली निदर्शने केली जाणार होती. महात्मा गांधीही त्यासाठी अमृतसरला येणार होते. या सुवर्णसंधीचा फायदा उचलत अमृतसरचा सारा जनमानस निदर्शनासाठी

तयार करण्यासाठी लाला रतनचंद्रांनी आपल्या सहकाऱ्यांची गुप्त बैठक बोलावली होती. गुप्त बैठका सहसा रात्रीच्या वेळी आणि इंग्रजांच्या नजरेपासून सुरक्षित अशा ठिकाणी भरत. अमृतसरपासून दहा-अकरा किलोमीटर आत असलेल्या रामतीर्थ मंदिरात ही आजची बैठक भरली होती. रामतीर्थ मंदिर, याहून सुरक्षित जागा ती कुठली असणार. पौराणिक दंतकथेप्रमाणे राजा रामचंद्राने सीतेचा त्याग केल्यावर तिने इथेच वाल्मीकींच्या आश्रमात आश्रय घेतला होता. इथेच लव-कुश या तेजस्वी बालकांचा जन्म झाला होता. इथेच वाल्मीकींच्या हातून रामायणासारखे महाकाव्य रचले गेले. महाकाव्य रामायण, ज्यात वर्णिला आहे सत्याचा असत्यावर विजय, धर्माचा अधर्मावर विजय, न्यायाचा अन्यायावर विजय. हा स्वातंत्र्यलढा म्हणजे तरी दुसरं काय होतं. एका स्वाभिमानी राष्ट्राचा जुलमी राजवटीविरुद्ध लढा. मग या स्वातंत्र्यचळवळीच्या गुप्त बैठकींसाठी यासारखी सुरक्षित जागा दुसरी कुठली असणार. नेहमीप्रमाणे आजच्या बैठकीलाही चंद्राने उपस्थिती लावली होती. त्याच्या पिठूर प्रकाशात मंदिर परिसरात असलेले रामायणातील विविध प्रसंग चित्रित करणारे पुतळे स्पष्ट दिसत होते. मंदिराच्या मागल्या बाजूस आपल्या सात-आठ सहकाऱ्यांसमोर लाला रतनचंद्र बोलत होते.

"आज सात एप्रिल आहे. उद्यापासून आंदोलन चालू होणार आहे. तरी आपण सर्वांनी उद्या ठिकठिकाणी जाऊन लोकांना या आंदोलनात सामील होण्याचे आवाहन करा. सध्याची परिस्थिती बघता, मला वाटत नाही यात काही अडचण येईल. मी आता तुम्हाला..."

"लालाजी," रतनचंद्रांना मध्येच थांबवत यशपाल दबकत बोलला. तोंडावर बोट ठेवून त्यांना शांत राहण्याची खूण त्याने केली. सर्व जण प्रश्नार्थक नजरेने यशपालकडे बघत होते. त्याचे बोट अजूनही तोंडावर होते. कंबरेत किंचितसा वाकून तो कसलासा कानोसा घेत होता.

"लालाजी, कुणीतरी आहे. समोर कुणीतरी आहे," हळू आवाजात यशपाल म्हणाला. सर्व जण कानोसा घेऊ लागले. मंदिरासमोरून कुणाच्या तरी कुजबुजण्याचा आवाज येत होता. एवढ्या रात्री मंदिरात कोण आले असावे? पोलीस? पोलिसांशिवाय कोण असणार? रतनचंद्रांनी सर्वांना लपायचा इशारा केला. लपण्यासारखी अशी जागा तिथे नव्हती. तरी अंधाराचा फायदा घेत सर्व जण मुटकुळे मारून जमिनीवर पडून राहिले. मंदिराच्या आड लपून रतनचंद्र वाकून बघू लागले. अंधारात काही आकृत्या दिसत होत्या. किती ते नक्की सांगता येत नव्हते. पण सहसा तीन-चारपेक्षा जास्त नसावेत. रतनचंद्रांनी नीट निरखून बघितले. तिघे जण. हो, तिघे जण होते. कसलेतरी गाठोडे ओढून आणत होते. पण काय? लालाजींनी खूण करून सर्वांना जवळ बोलावले. सर्व जण त्यांच्यापाशी येऊन उभे राहिले.

"समोर तीन जण आहेत. पोलीस तरी वाटत नाही आहेत. मी बघून येतो. जर काही धोका वाटला तर मी खूण करतो. तुम्ही असाच पळ काढा," सर्वांकडे बघत रतनचंद्र म्हणाले.

"लालाजी, मी पण येतो तुमच्यासोबत," यशपाल म्हणाला. रतनचंद्रांनी मानेनेच संमती दिली. यशपालला बरोबर घेत दबकतच ते पुढे निघाले. इतर जण तसेच मंदिरामागे लपून त्यांना बघू लागले.

रतनचंद्र आणि यशपाल पुढे जात होते. समोरचे तिघे जण आता स्पष्ट दिसत होते. तिघांनी चेहरा कपड्यांनी झाकला होता. काहीतरी ओढत ते मंदिरात आणत होते. पण काय? काय होते ते? धूड? हो, जनावराचं धूड. नक्कीच.

"लालाजी, हा काय प्रकार आहे?" यशपालने समोर बघतच विचारले.

"माहीत नाही." म्हणत रतनचंद्रांनी मान हलवली. डोळे बारीक करून त्यांनी परत एकदा समोर नीट निरखून पाहिले.

"यश, ते गाईचे धूड आहे का रे?" रतनचंद्रांची नजर अजूनही समोरच होती.

रतनचंद्र बोलले मात्र आणि तोफेचा गडगडाट व्हावा तसाच काहीसा यशपाल ओरडला.

"हरामखोर, साल्यांनो," ओरडतच यशपाल त्यांच्यावर धावून गेला. यशपालचा आवाज ऐकून ते तिघे भेदरले. हातातील धूड सोडून ते पळू लागले. इतक्यात यशपालचे बाकीचे सहकारीही त्यांना पकडण्यासाठी धावले होते. जिवाच्या भयाने ते तिघे वाट फुटेल तिथे पळत होते आणि त्यांच्यामागून यशपाल आणि त्याचे सहकारी. पकडापकडीचा हा खेळ फार वेळ चालला नाही. मंदिराच्या आवारातच ते पकडले गेले. ते कोण, कुठले याची विचारपूस न करता सर्वांनी त्यांना लाथांनी तुडवायला सुरुवात केली.

"थांबा, थांबा. शांत व्हा. आवरा स्वतःला." मध्ये पडत रतनचंद्रांनी त्यांना थांबवण्याचा प्रयत्न केला. पण धर्मभावना दुखावलेल्या त्या तरुणांना आवरणे मुश्कील होते. तरीही रतनचंद्रांनी एकेकाला धरत तिथून बाजूला केले. सर्व जण बाजूला झाले. जमिनीवर ते तिघे कण्हत पडले होते. त्यांचे बुरखे निघून पडले होते. रतनचंद्रांनी त्यांच्याकडे बघितले. चेहऱ्यावरून तरी ते सर्व हिंदूच वाटत होते.

"कोण आहात तुम्ही? आणि काय चालवलंय हे सगळं?" रतनचंद्रांनी विचारले.

तिघे अजूनही बसलेल्या मारामुळे कण्हत होते. त्यांची पुरी हाडे खिळखिळी झाली होती. विचारलेल्या प्रश्नांकडे त्यांचे लक्षच नव्हते.

"उठून बसा कुत्र्यांनो. विचारलेल्या प्रश्नांची उत्तरे द्या. नाहीतर चामडी लोळवीन."

रतनचंद्रांचा कडक आवाज ऐकला तसे ते तिघे उठून बसले. लाथांचा मार

बसल्यामुळे त्यातल्या दोघांचे ओठ फुटले होते. तिघांनी बसल्या बसल्याच एकमेकांकडे बघितले.

"बोला लवकर. नाहीतर चोपून काढीन." रतनचंद्रांनी जरबयुक्त आवाजात म्हटले. त्यांचा आवाज काम करून गेला. तिघांमधला एक हात जोडून रडू लागला.

"भाऊ, सांगतो सगळं. पण आम्हाला मारू नका," रडत रडतच तो म्हणाला.

"ए कुत्र्या, भाऊबिऊ बोलू नकोस. तुझी लायकी नाही आम्हाला भाऊ बोलायची. गुपचूप सांग काय ते," यशपाल पुढे होत दरडावत म्हणाला.

"माझं नाव बलराज. मी अमृतसरलाच राहतो सुवर्णमंदिराच्या शेजारी. हे दोघेही तिथेच राहतात. फार गरीब आहोत हो आम्ही. एका गोऱ्या साहेबानं आम्हाला हे करायला सांगितलं. त्या बदल्यात पैसे दिले त्यानं."

यशपालने पुढे होत सट्दिशी त्याच्या कानाखाली खेचली.

"लाज नाही वाटत? हिंदू असून हे असं दळभद्री काम केलंत तुम्ही. तेही केवळ पैशासाठी. तुमचा तर जीवच घेतला पाहिजे." म्हणत त्याचा गळा धरायला तो पुढे सरसावला. तोच रतनचंद्रांनी त्याला धरले.

"यश, शांत हो. आधी कळू तर दे, नक्की या गोऱ्यांची योजना काय आहे ती."

यशपाल रागाने थरथरत होता. पण रतनचंद्रांचे बोलणेही त्याला पटत होते. रागाने आपल्या डाव्या हाताची मूठ उजव्या हाताच्या तळव्यावर आपटत तो परत मागे जाऊन थांबला.

"बरं, त्यानं का असं करायला सांगितलं तुम्हाला?" रतनचंद्रांनी आपला मोर्चा पुन्हा त्या माणसाकडे वळवला.

तो बिचारा अचानक गालफडात बसल्याने घाबरला होता. उजव्या हाताने गाल चोळत तो उत्तर द्यावे की नको या संभ्रमात रतनचंद्रांकडे बघत होता. थोडा वेळ शांततेत गेला. कोणीच काही बोलत नाही हे बघून तोच पुढे बोलू लागला.

"मला नाही माहीत, त्यानं असं का करायला सांगितलं."

रतनचंद्रांनी काही वेळ विचार केला.

"कोण होता तो साहेब?"

"माहीत नाही," मान हलवत तो म्हणाला.

रतनचंद्रांनी एक दीर्घ श्वास घेतला. इंग्रजांचा हेतू अजूनही त्यांच्या ध्यानी आला नव्हता. आपल्या सहकाऱ्यांकडे ते वळले. सर्वांच्या चेहऱ्यावर प्रचंड असंतोष खदखदत होता.

"दोस्तहो, प्रकरण काहीतरी वेगळे दिसत आहे. याची खबर सत्यपाल आणि किश्चलूजींना द्यायला हवी. एक काम करा, काही जण या तिघांना घेऊन किश्चलूजींकडे

चला. मी सत्यपालजींना घेऊन तिथे येतो आणि बाकीच्यांनी इथेच मंदिरात थांबा. गाईचे धूड बाहेर नेऊन त्याची व्यवस्था करा. मंदिर स्वच्छ धुवून घ्या. कोणालाही याबाबत कळता कामा नये.'' म्हणत रतनचंद्रांनी सर्वांवर नजर फिरवली. त्यांचे चेहरे अजूनही क्रोधितच होते. त्यांच्या डोळ्यांतून निघणाऱ्या ज्वाळा कधी त्या तिघांना भस्मसात करतो याची वाट बघत होत्या.

''आणि हो, या तिघांवर कोणी हात उचलणार नाही. किमान मी येईपर्यंत तरी. हूं?''

सर्वांनी होकारार्थी मान हलवली तसे रतनचंद्र पटपट पावले उचलत तिथून निघून गेले.

''यश, लालाजी गेलेत. यांना चांगला धडा शिकवू आता,'' राजेश पुढे होत म्हणाला.

''राजेश, नको. आपण लालाजींना शब्द दिला आहे आणि तसंही ते आता थोड्याच वेळात डॉ. सत्यपालांना घेऊन किश्चलूजींकडे येतील. आपणास तोपर्यंत यांना घेऊन तिथे पोहोचले पाहिजे. चल, निघू आपण पण. हेमंत, तू पण चल आमच्याबरोबर.'' म्हणत यशपालने पुढे होत एका माणसाला धरले आणि त्याला धरून तो चालू लागला. पाठोपाठ हेमंत आणि राजेशही बाकीच्या दोघांना घेऊन निघाले.

रात्रीची वेळ असल्याने रस्ता अगदी निर्मनुष्य होता. यशपाल, राजेश आणि हेमंत त्या तिघांना घेऊन चालतच निघाले होते. बलराजसकट इतर दोघेही मुकाट्याने चालत होते. त्यांच्या हातातून सटकायची इच्छा मधेच डोके वर काढत होती; पण अगोदर मिळालेला प्रसाद आठवला की ती ऊर्मी तशीच मरून जायची. गुपचूप चालण्याशिवाय त्यांच्याकडे दुसरा पर्यायच नव्हता. थोडा वेळ चालल्यानंतर ते एका बोळात शिरले. पहिली काही घरे सोडून एका घराच्या दारावर यशपालने टकटक केली. दार ठोठावल्यानंतर काही वेळ त्यांनी दार उघडण्याची वाट बघितली; पण आतून काही हालचाल जाणवली नाही, तसे पुढे होत यशपालने जोरात दार ठोठावले.

''किश्चलूजी..... डॉ. किश्चलूजी.'' दार ठोठावतच त्याने बाहेरून आवाज दिला.

''कौन है?'' आतून आवाज आला.

''किश्चलूजी, आम्ही 'नीलकमल'चे सदस्य आहोत. रतनचंद्रजींचे साथीदार.'' यशपालने उत्तर दिले.

थोड्याच वेळात तो लाकडी दरवाजा उघडला गेला. समोर तिशीतले सैफुद्दिन किश्चलू उभे होते. उभा चेहरा, गोरा रंग, चेहऱ्यावर मेहंदी रंगाची मिशी, डोक्यावर मागे फिरवलेले मेहंदी रंगाचेच केस, अंगात बंडी व खाली लुंगी. दरवाजा उघडताच

त्यांनी एक मोठी जांभई दिली. त्यांच्या डोळ्यांत झोप तरळलेली होती. डाव्या हाताने त्यांनी आपले डोळे चोळले. समोर सहा-सहा तरुण बघून तेही जरा अचंब्यात पडले होते.

"काय काम काढलेत एवढ्या रात्रीचे?" तसेच दरवाजात उभे राहत किश्चलूजींनी विचारले.

"किश्चलूजी, जरा गंभीर मुद्दा आहे. लालाजी सत्यपालांना बोलावण्यास गेले आहेत. इतक्यात येतीलच ते," यशपाल म्हणाला.

"बरं, तुम्ही आत या," दारातून हटत किश्चलूजी म्हणाले.

सर्व जण आत आले तसे किश्चलूजींनी पुन्हा दार लावून घेतले. घरासमोरच्या मोकळ्या जागेत एक खाट होती. त्यावर बसत किश्चलूजींनी सर्वांना बसण्यास सांगितले. सर्व जण किश्चलूजींसमोर खाली जमिनीवर बसले.

"हूं, बोला. तर मग काय मुद्दा आहे?" सर्वांवर नजर फिरवत किश्चलूजींनी विचारले.

यशपालने सुरुवातीपासूनची कहाणी सांगायला सुरुवात केली. किश्चलूजी शांतपणे सारे ऐकत होते. इतक्यात दारावर टकटक झाली.

"सत्यपालजी आले वाटते. जा रे, दार उघड," किश्चलू म्हणाले.

हेमंतने उठून दार उघडले. किश्चलूजींचा अंदाज बरोबर होता. दारात रतनचंद्र आणि सत्यपालजी होते. दोघांचीही मुद्रा सचिंत होती. ते दोघे आत शिरले तसे हेमंतने दार लावून घेतले.

"किश्चलूजी, कळाली का तुम्हाला गोऱ्यांची साजिश?" आत शिरताच डॉ. सत्यपालांनी विचारले.

"हो, आत्ताच ऐकलं. हे लोक एवढ्या खालच्या पातळीवर जातील वाटलं नव्हतं." किश्चलूजी उद्विग्नतेने म्हणाले. तोपर्यंत रतनचंद्र आणि सत्यपालजी खाटेवर किश्चलूजींच्या शेजारी येऊन बसले होते.

"पण असं करण्यामागे इंग्रजांचा काय हेतू असणार?" हेमंतने प्रश्न केला.

"हेतू? हेतू अगदी साफ आहे. फूट पाडायची आहे त्यांना. तूच विचार कर. गायीचे धड टाकणारे हे हिंदूच आहेत म्हणून ठीक; पण त्या जागी जर मुसलमान वा शीख असते तर? तुम्ही जिवंत तरी ठेवलं असतं का त्यांना? तसंच उद्या जर हे गायीचे प्रेत मंदिरात सापडलं असतं तर किती दंगे उसळले असते? आपापसात भांडण्यातच आपली ताकद खर्ची पडली असती. या लढाईत जात-धर्म विसरून आपण एकत्र लढतोय, हे सलतंय त्यांना. १८५७ च्या लढ्यात जसे त्यांनी शिखांना वेगळे केले, तसेच आता आपल्या सगळ्यांना वेगळं करायचा डाव होता त्यांचा." सत्यपाल म्हणाले.

"पण सत्यपालजी, हा एक प्रयत्न झाला. न जाणो अजून दुसरीकडे कुठे त्यांनी प्रयत्न केले असतील. अमृतसरमध्ये कैक मंदिरे आहेत, मशिदी आहेत, गुरुद्वारा आहेत," किश्चलूजी चिंतेने म्हणाले.

"हूं, बरोबर बोलताय तुम्ही. काहीतरी केले पाहिजे." सत्यपालही आता चिंतित झाले होते.

"सत्यपालजी, लोकांना शांतता बाळगण्याचा, एकत्र राहण्याचा संदेश तर आपण भाषणातून देऊच. पण परवा रामनवमी आहे. सर्व जण, सर्वधर्मीय लोक खांद्याला खांदा लावून तो सण साजरा करू. या गोऱ्यांना पण कळू दे आपली एकता." किश्चलू म्हणाले.

"छानच! रतनचंद्रजी तुम्ही तुमच्या साथीदारांसह मंदिर, मस्जिद आणि गुरुद्वारांवर पहारा ठेवा. म्हणजे अजून काही गडबड होणार नाही," रतनचंद्रांकडे बघत सत्यपालजी म्हणाले.

"ठीक आहे. माझी माणसे घेऊन मी पहारे बसवतो. पण आता या तिघांचं काय करायचं?" बलराज आणि इतर दोघांकडे बोट दाखवत रतनचंद्रांनी विचारले.

"तूर्तास त्यांना समज देऊन सोडून द्या. काय म्हणता किश्चलूजी?"

"बिल्कूल, बिल्कूल. आपला लढा इंग्रजांशी आहे. यांना सोडून द्या. पण सत्यपालजी, या गोऱ्यांचे एवढे धाडस होतेच कसे आपल्याला वेगळे करण्याचे?"

"जाऊ द्या किश्चलूजी. हिंदू, मुसलमान, शीख सारी या मातीची लेकरे आहेत. त्यांना एवढ्या सहजासहजी वेगळे करणे जमणार नाही या गोऱ्यांना." म्हणत सत्यपालांनी किश्चलूजींचा हात हाती घेतला.

लाला रतनचंद्र आणि इतर सहा जणांबरोबरच आकाशातील चंद्रही जमिनीवरील या राम-रहिमांचे प्रेम पाहून तृप्त होत होता.

राजा श्री रामचंद्र की जय ।

सियावरचंद रामचंद्र की जय ।

अमृतसरच्या रस्त्याला उधाण आले होते. ९ एप्रिल १९१९. रामनवमीच्या निमित्ताने शहरातून मोठी मिरवणूक निघाली होती. मिरवणुकीच्या अग्रभागी सजवलेला रथ होता. रथावर रामचंद्र आणि सीतामातेचे सोंग घेतलेली पात्रे बसली होती. त्यांच्या पायाजवळच गाल फुगवलेल्या लालभडक मारुतीचे पात्र बसले होते. रथ हळूहळू मार्गक्रमणा करत पुढे चालला होता. रथाच्या मागून मोठा जनसमुदाय चालत होता. मोठ्या संख्येने लोकं या मिरवणुकीत सहभागी झाली होती. रथापासून मागे काही अंतरावर एक जीपगाडी चालत होती. त्यात डॉ. सत्यपाल आणि डॉ.

किश्चलू बसले होते. जीपगाडीवर ध्वनिक्षेपकाची व्यवस्था करण्यात आली होती. जीपच्या मागे बसलेले तरुण मोठ्याने घोषणा देत होते.

एक ही प्रभू के दो है नाम ।
कोई कहता रहिम, कोई कहता राम ।
हिंदू-मुस्लीम एकता झिंदाबाद! झिंदाबाद!

ध्वनिक्षेपकातून घोषणा ऐकली की जमलेला जनसागरही त्या घोषणा दृगोच्चारित करत होता. हिंदू, मुस्लीम, शीख, बायका, पुरुष, पोरं, सारेच्या सारे अमृतसर शहर मिरवणुकीला हजर होते. घोषणांमागून घोषणा चालूच होत्या. मुंगीच्या पावलाने मिरवणूक पुढे सरकत होती. मिरवणूक आता शहरातील मध्यवर्ती चौकात आली होती. एवढ्यात मिरवणुकीसमोरून पोलिसांच्या काही गाड्या अतिशय वेगाने पोलीस मुख्यालयाकडे निघून गेल्या. या गाड्यांमधल्या दुसऱ्या खाशा गाडीत खुद्द मायकेल ओडवायर इर्विंगसोबत बसला होता. शहरात प्रचंड मिरवणूक निघाली आहे ही खबर लागताच तो मुद्दाम पाहणीसाठी म्हणून आला होता. पण तो अथांग जनसागर बघून त्याने परतण्याचा निर्णय घेतला.

"बघितलेस इर्विंग, तू म्हणत होतास सारे काही कंट्रोलमध्ये आहे. अबब! किती ती माणसं. याला तू कंट्रोल म्हणतोस?" शेजारी बसलेल्या इर्विंगकडे बघत मायकेलने विचारले.

"सर, काही विपरीत घडणार नाही. ही सर्व माणसं त्या गांधीचे भक्त. तो म्हणतो, 'आंदोलन करायचे पण अहिंसात्मक मार्गाने.' या अहिंसात्मक मार्गाने आपले काय नुकसान करणार ते," काहीसा बेफिकिरीनेच इर्विंग म्हणाला.

"इर्विंग, या काँग्रेसच्या नेत्यांना अजून तू पुरते ओळखले नाहीस. मला माहीत आहे ना; अरे, आधी तो टिळक आणि पाल हे नेते होते त्यांचे. दोघेही कुख्यात चळवळे. तीन वर्षांपूर्वी टिळक पंजाबला यायला निघाला तेव्हा मीच जाणूनबुजून त्याला इथे यायला बंदी केली. हे काँग्रेसचे नेते तर त्या टेररिस्टांपेक्षा खतरनाक. यांच्या तोंडी एक आणि मनात एक. लोकांमध्ये आग लावण्याची कामं येतात यांना फक्त. त्यात आपला पंजाब म्हणजे धुमसता ज्वालामुखी. एक लहानशी ठिणगीही इथे स्फोट घडवून आणू शकते. आत्ताची परिस्थितीही काही वेगळी नाही. तो गांधी म्हणतो, अहिंसात्मक मार्गानं लढायचं. पण शेवटी लढायचंच ना. आणि तुला काय वाटते, काही होणार नाही? अरे, बघितलं नाहीस, हिंदू-मुसलमान कसे गळ्यात गळे घालून हिंडत होते. एकमेकांच्या उष्ट्या ग्लासातून पाणी पीत होते. अरे, ही तर केवळ सुरुवात आहे. हे जर असेच एकत्र राहिले तर एक दिवशी नक्की

भडका उडेल. यापासून वाचायचं तर यांना वेगळं करणं गरजेचं आहे. पण हे सत्यपॉल-कीचलू हातात हात घालून मैत्रीचे गोडवे गात फिरतील तर यांना वेगळं करणं मुश्कील आहे,'' काहीशा नाराजीच्या सुरातच मायकेल म्हणाला.

''पण सर, एवढी मिरवणूक निघाली तरी कुठेही भडकाऊ भाषणे झाली नाहीत. कुठे काही गडबडही उडाली नाही. सारे कसे शांततेत पार पडले. मला नाही वाटत, काही धोका आहे आपल्याला म्हणून.'' इर्विंग हेक्याने आपला मुद्दा पटवून देण्याचा प्रयत्न करत होता.

''इर्विंग, तीन वर्षांपूर्वी माझ्या घराबाहेर बॉम्ब लावायचा प्रयत्न झाला. विसरलास का तू?'' म्हणत मायकेल इर्विंगकडे बघत उपहासात्मक हसला.

''सर, त्या गोष्टीला तीन वर्षं होऊन गेली. आणि या तीन वर्षांत कुठे काही गडबड नाही झाली. आणि नाहीतरी ते सारे गदरियन होते. आपण त्यांना सर्वांना अटक केली आहे.'' इर्विंग आपला हेका सोडायला तयार नव्हता.

मायकेल जरासा हसला.

''तू आता मिरवणुकीतली माणसे बघितली? किती असतील अंदाजे? पन्नास हजार, हूं?'' मायकेलने विचारले.

इर्विंगने होकारार्थी मान डोलावली.

''एवढी पन्नास हजार माणसे अचानक अमृतसरमध्ये कुठून उगवली? गदरियन आहेत ही सारी, ठिकठिकाणी लपून बसलेली. आता अमृतसरमध्ये एकत्र येत आहेत. अहिंसात्मक चळवळ तर केवळ दिखावा आहे. दुसराच कट शिजतोय त्यांचा.''

गाड्या थांबल्या. पोलीस मुख्यालय आले होते. इर्विंग गाडीतून खाली उतरला. मायकेल आतमध्येच बसून होता. तो गाडीने पुढे त्याच्या कार्यालयात जाणार होता. इर्विंग जायला निघाला तशी मायकेलने त्याला हाक मारून पुन्हा बोलावले. इर्विंग परत मागे फिरून गाडीच्या खिडकीत वाकून उभा राहिला.

''इर्विंग, मला एक तासाभरात माझ्या कार्यालयात भेट,'' मायकेल म्हणाला.

''येस सर.''

मायकेलने इशारा केला तसा त्याचा चालक भरधाव वेगाने धुरळा उडवत गाडी त्याच्या कार्यालयाच्या दिशेने पळवू लागला. मायकेलच्या जाणाऱ्या गाडीकडे बघत इर्विंगने त्याच्या कपड्यावरची धूळ झटकली. इर्विंग तिथून जो निघाला तो तडक त्याच्या कार्यालयात येऊन बसला. मायकेलने सोडलेला भुंगा त्याच्या डोक्यात भुणभुण करत होता. नक्की काय आहे हे? अहिंसात्मक चळवळ की त्यामागे दडलेली गदरियन क्रांती? कोण आहेत ही एवढी लोकं? गरीब गावकरी की टेररिस्ट?

"मे आय कम इन सर?" दारात डेप्युटी सुपरिंटेन्डट पोलीस प्लोमर उभा होता.

"येस, प्लोमर. ये, आत ये," प्लोमरकडे बघत इर्विंग म्हणाला. सध्याच्या चालू घडामोडींवर प्लोमरचा सल्ला घेणे इर्विंगला आवश्यक वाटले म्हणून त्यानेच प्लोमरला बोलावले होते.

प्लोमर आत येऊन अदबीने उभा राहिला.

"सिट डाउन प्लोमर," इर्विंग म्हणाला, तसा प्लोमर इर्विंगच्या समोरील खुर्चीवर बसला.

"प्लोमर, एक सांग. रामनवमी हिंदूंचा सण आहे. मग आता मिरवणुकीत शीख आणि मुसलमान पण होते. तू बघितले असशीलच. स्वतःचा धंदापाणी बुडवून हे मुसलमान आणि शीख या सणात का सहभागी झाले असतील?" इर्विंगने विचारले.

"सर, आजचा रामनवमीचा सण ते रामनवमी म्हणून साजरा करतच नाही आहेत मुळी," प्लोमर म्हणाला.

"मग?" इर्विंगच्या चेहऱ्यावर प्रश्नचिन्ह उभे राहिले होते.

"राष्ट्रीय एकता दिन म्हणून ते हा दिवस साजरा करत आहेत."

"राष्ट्रीय एकता दिवस? अजब आहे. तुला नाही वाटत, शहरातले वातावरण सध्या रहस्यमयी बनले आहे." इर्विंगने विचारले.

"म्हणजे?" प्लोमरने गोंधळून विचारले.

"म्हणजे रामनवमीच्या सणाला हे असे हिंदू-मुस्लिमांचे एकत्र येणे, दररोज सभा-बैठका घेणे. काहीतरी वेगळं आहे नक्की. मला वाटतं, की त्या गांधीच्या चळवळीमुळे लोकांमध्ये नवा उत्साह संचारला आहे. पण ओडवायरसाहेबांना वाटतं की हे इथे लपलेल्या गदरियन लोकांचं कारस्थान आहे. तुला काय वाटतं?"

"सर, गांधीचा करिश्मा असो वा गदरियनांचा कट; आपल्याला सावधानता बाळगावी लागेल," समोरच्या टेबलवर बोटे नाचवत प्लोमर म्हणाला.

"मग यावर काय करता येईल असं तुला वाटतं?" प्लोमरच्या सुपीक डोक्यातून एखाददुसरी उपयोगी कल्पना मिळते का ते बघण्यासाठी इर्विंगने विचारले.

"सर, एकता त्यांची ताकद आहे. या सर्व लोकांना वेगळं करून त्यांना आपापसात लढवलं तर आपल्याला काही करायची गरजच उरणार नाही." प्लोमर म्हणाला.

"ठीक आहे, मी ओडवायरसाहेबांशी बोलतो याबाबत. नाहीतरी त्यांनी मला आता बोलावलं आहेच."

"ओके सर. मी निघू आता?" परवानगी मागत प्लोमर खुर्चीतून उठून उभा

राहिला.

"हूं." इर्विंगने हुंकार भरला, तसा नम्रतेने मान तुकवून प्लोमर निघून गेला.

इर्विंग त्याच्या कार्यालयात एकटाच बसून होता. मायकेलच्या आणि प्लोमरच्या बोलण्यावर तो मनातल्या मनात चिंतन करत होता. वस्तुस्थिती आणि मायकेलचा तर्क यांची जुळणी करत होता. पण ठोस असे कुठलेच अनुमान हाती लागत नव्हते. गांधीचे भक्त की गदरियन? काहीच कळत नव्हते. पण मायकेलची एक गोष्ट त्याला पटली होती, जिला आता प्लोमरनेही पुष्टी दिली होती. हिंदू-मुस्लिम ऐक्य; घातक आहे ही गोष्ट आपल्या साम्राज्यासाठी. तिला वेळीच दडपले पाहिजे. मनाशी काही ठरवून तो ओडवायरला भेटायची तयारी करू लागला.

पुढच्या काही वेळातच तो ओडवायरच्या कार्यालयात बसलेला होता. समोर मायकेल नेहमीप्रमाणे सिगारेट ओढत बसला होता.

"सर, बरोबर आहे तुमचे म्हणणे. यांची एकी. तिच्यावरच घाला घालू या. सर्व काही व्यवस्थित होईल मग," इर्विंग अतिउत्साहाने म्हणाला.

मायकेलने हलके स्मित केले. हातातील सिगारेटची राख समोरील भांड्यात टाकत त्याने सिगारेटचा अजून एक झुरका मारला. हवेत धूम्रवलये उडवत त्याने इर्विंगकडे बघितले.

"तसा प्रयत्न करून झालाय इर्विंग. नो रिझल्ट. आता फायनल शस्त्र वापरावे लागणार आहे. किश्चलू आणि सत्यपालला निरोप पाठवा की शहरात चाललेल्या घडामोडींसंबंधी बोलण्यासाठी उद्या सकाळी तुझ्या बंगल्यावर या म्हणून. आणि ते आले की तसेच त्यांना कैद करून धर्मशालेला तुरुंगात पाठवा. कोणाला काही कळायच्या आधीच ही ब्याद शहराबाहेर असेल." म्हणत मायकेल छद्मी हसला. आपण सुचवलेल्या कल्पनेबाबत त्याला मनोमन कौतुक वाटत असावे.

"व्हॉट? नो सर. आपण असं नाही करू शकत. जेव्हा पब्लिकला कळेल की आपण त्या दोघांना कैद केलं आहे, तेव्हा मोठा आगडोंब उसळेल. भडका उडेल. नो, वुइ कान्ट डू इट." संभाव्य परिस्थितीची जाणीव असल्याने इर्विंग परोपरीने या गोष्टीला नकार देत होता.

इर्विंगच्या बोलण्यावर मायकेल मोठ्याने हसला.

"काही बिघडणार नाही. लोकं आंदोलनं करतील, शांत होतील आणि निघून जातील. आणि जरी समजा काही गडबड झालीच, तर आपले बंदूकधारी शिपाई तयार ठेव," मायकेल शांतपणे म्हणाला.

"पण सर, लोकांवर गोळीबार करायचा म्हणजे.....?" इर्विंगचे अजूनही समाधान झाले नव्हते.

"काय होते त्याच्यात? दहा-बारा मरतील तेव्हाच अक्कल येईल यांना. त्यांचे

नेतेच घेतले आहेत आपण. त्यांना कोण वाली आहे.'' म्हणत मायकेलने सिगारेटचा एक झुरका मारला.

''सर, पण... गांधी पण येतोय इथे. प्रकरण चिघळेल,'' इर्विंगने चिंतित स्वरात म्हटले.

मायकेलने पुन्हा एकदा स्मित केले.

''इर्विंग, मी अविचाराने कुठलीही गोष्ट करत नाही. गांधीला पळवळ स्टेशनवरच गाडीतून उतरवून मुंबईला परत पाठवले आहे. सो डोण्ट वरी. एव्हरीथिंग विल बी इन कंट्रोल. ओके?'' मायकेलने इर्विंगकडे पाहिले. इर्विंगने होकारार्थी मान डोलावली.

''सो, त्या दोघांना निरोप पाठव लगेच. जा.'' म्हणत मायकेलने हातातले सिगारेटचे थोटूक समोरच्या भांड्यात टाकले.

डॉ. सत्यपाल आणि किश्चलूजींना धोक्याने कैद करून धर्मशालेस तुरुंगात धाडल्याची खबर हा हा म्हणता सर्व अमृतसरमध्ये पसरली. झाल्या गोष्टीची कोणी साधी कल्पनाही केली नव्हती. तशी सरकारची दडपशाही चालूच होती. दररोज कित्येकांची अटक ही ठरलेलीच असायची. पण आज तर चक्क त्यांनी देवावरच हात टाकला. नाही, नाही. काही झाले तरी त्यांना परत आणलेच पाहिजे. विचार पक्का केला. इरादा ठाम झाला. कालच्याप्रमाणे आजही शेकडोंच्या संख्येने लोक रस्त्यावर उतरले. सकाळची अकराची वेळ. सूर्य आपली प्रखर किरणे जमिनीवर फेकत होता. त्याच्यासाठी कालचे आणि आजचे चित्र सारखेच. कालही रस्त्यावर माणसे जमलेली आणि आजही जमली आहेत. चित्र सारखेच; पण त्याला बापड्याला काय ठाऊक, की कालच्या लोकांच्या मनातल्या उत्साहाची जागा आज क्रुद्धतेने घेतली आहे. तसे माहीत असते तर तो आपल्या प्रखर किरणांचा मारा त्यांच्यावर करता का? आधीच तप्त असलेल्या त्यांच्या मनाला त्याची उष्ण किरणे अजूनच चेतवत होती. अमृतसर रेल्वे स्थानकाच्या जवळच असलेल्या ॲटकिन्सन पार्कमध्ये जमाव आला. सत्यपाल आणि किश्चलूजींचा निकटचा सहकारी मोहम्मद बशीर पार्कमधील एका झाडाभोवती उभारलेल्या वर्तुळाकार पारावर उभा राहिला. त्याने सभोवार एकदा नजर फिरवली. लोकांच्या चेहऱ्यावर कमालीचा असंतोष दिसत होता. काय झाले? कसे झाले? या संवादात बहुतेक जण गुंतले होते. काही अतिउत्साही मंडळी जोरजोरात घोषणा देत होती. मोहम्मद बशीरपासून ही मंडळी बरीच लांब असल्याने, ते नक्की काय घोषणा देत आहेत, हे त्याला कळले नाही.

''मित्रांनो...'' बशीर बेंबीच्या देठापासून ओरडला. जरासे थांबत त्याने समोर बघितले. जवळपासच्या लोकांचा गोंधळ, गोंगाट थांबला होता. तर दूरवर कोणाला

बशीर काही बोलत आहे, याची कल्पनाच नव्हती. तिकडे गडबड, गोंधळ, घोषणा चालूच होत्या. बशीरने आपले दोन्ही हात हवेत उंचावत सर्वांना शांत राहण्याची खूण केली. काही वेळ तो तसाच उभा होता. एव्हाना सर्व मंडळी शांत झाली होती. सर्वत्र शांतता पसरताच बशीरने बोलायला सुरुवात केली.

"दोस्तहो... हे इंग्रज म्हणजे वटवाघळाची अवलाद. मागून वार करतात साले. सध्याच्या परिस्थितीवर बोलण्यासाठी म्हणून अमृतसरच्या डिप्युटी कमिशनरांनी आपल्या नेत्यांना बोलावून घेतले आणि तिथे गेल्यावर आपल्या निर्दोष नेत्यांच्या हातात बेड्या अडकवून त्यांना धर्मशालेस तुरुंगात पाठवून दिले. पहिले तर तो काळा कायदा लादून आमचे हाल करत होते आणि आता हे. आताच जर आपण याचा विरोध केला नाही तर उद्या कदाचित आपल्याला बोलायचीही बंदी असेल. म्हणून म्हणतो झाल्या गोष्टीचा जाब विचारण्यासाठी आपल्याला....."

धाय ऽऽऽ

गोळीचा कानठळी बसवणारा आवाज झाला. त्या आवाजात बशीर पुढे काय बोलला ते कोणालाच ऐकू गेले नाही. सगळ्यांनी वळून जिथून गोळीचा आवाज आला तिथे पाहिले. पार्कच्या गेटपाशी शिपायांची हत्यारबंद तुकडी उभी होती. बंदुका रोखून धरलेल्या शिपायांना बघून जमावात गोंधळ माजला. सर्वत्र पळापळ सुरू झाली. बशीर तसाच वर उभा राहून सर्वांना शांततेचे आवाहन करत होता; पण बेकाबू झालेल्या या माणसांना थांबवणे त्याला अशक्य झाले होते.

"शांत व्हा, शांत व्हा. गोंधळ माजवू नका." बशीर जिवाच्या आकांताने ओरडत होता. पण कोणीच त्याचे ऐकत नव्हते. जो तो आपला जीव वाचवण्याची धडपड करत होता. बरीचशी मंडळी पार्कच्या भिंतीवरून उड्या मारून पळून गेली होती. फारच थोडी माणसे आता पार्कमध्ये होती.

पोलिसांना जे हवे होते ते हवेत झाडलेल्या एका गोळीने साध्य झाले होते. शिपायांच्या मागेच गाडीत बसून इर्विंग ती सारी गंमत पाहत होता. गोळीच्या आवाजाने पार्कमधील लोकांची उडालेली त्रेधातिरपिट बघताना त्याला खूप मजा येत होती. मनोमन तो मायकेलची तारीफ करत होता. आज आंदोलन होणार याची खात्री असल्याने मायकेलने सांगितल्याप्रमाणे त्याने त्याची बंदूकधारी शिपायांची तुकडी तयार ठेवली होती आणि विशेष म्हणजे केवळ एका गोळीतच त्याचे काम झाले होते म्हणून तो अजूनच खूश होता. मघाशी जो विशाल जनसागर पार्कमध्ये दिसत होता, त्याच्या पावपटही माणसे आता पार्कमध्ये नव्हती. जी होती तीसुद्धा भेदरलेली. इर्विंग गाडीचे दार उघडून बाहेर येऊन उभा राहिला.

"थांबा, शांत व्हा...." बशीर अजूनही लोकांना शांत करायच्या प्रयत्नांत होता. एवढ्यात त्याची नजर गाडीबाहेर येऊन उभ्या राहिलेल्या इर्विंगकडे गेली.

"दोस्तहो.... शांत व्हा. काही होणार नाही. आपल्याला घाबरवण्यासाठी इंग्रजांनी हवेत गोळी झाडली होती. शांत व्हा. ते बघा, समोरच डिप्युटी कमिशनर उभे आहेत. आपण आपले गाऱ्हाणे प्रत्यक्ष त्यांच्याच कानावर घालू. मी त्यांच्यापाशी जाऊन बोलून येतो. तोपर्यंत तुम्ही शांतता बाळगा." म्हणत बशीर पारावरून खाली उतरला आणि पार्कच्या गेटच्या दिशेने निघाला.

गोरे शिपाई तयारीतच होते. बशीरला घाईघाईने गेटच्या दिशेने येताना पाहून त्याच्या बाजूला एक गोळी झाडली गेली. पुन्हा एक कानठळ्या बसवणारा आवाज झाला. बशीर कानात बोटे घालून थांबल्या जागीच खाली बसला. बाकीची मंडळीही खाली पडून होती.

"गोरे पूर्ण तयारीनिशी आले आहेत. आता आपली काही खैर नाही," पडल्या पडल्याच एक जण म्हणाला.

"नाही रे. कितीही झालं तरी ती पण माणसेच आहेत ना. ते फक्त आपल्याला घाबरवायला गोळीबार करत आहेत. त्यांना माणसे नाहीत मारायची," त्याला धीर देत दुसरा म्हणाला.

"तर, तर. काय म्हणतो आहेस माणसे नाहीत मारायची म्हणून. कालच दिल्लीला आठ जणांना गोळ्या घातल्यात या गोऱ्यांनी." संपूर्ण जमावावरून भीतीची एक लहर वाहून गेली.

दोन्ही हात वर करत बशीर जागेवर उभा राहिला.

"डिप्युटीसाहेबांशी बोलायचे आहे. आम्ही इथे कोणाला नुकसान पोहोचवण्यासाठी नाही आलो. गोळ्या चालवू नका." म्हणत बशीर पुन्हा पुढे चालू लागला. बशीर पुढे चालू लागलेला बघून जमलेल्या लोकांनाही धीर आला.

रिहा करो, रिहा करो
हमारे नेताओ को रिहा करो।

उभे राहून त्यांनी नारे द्यायला सुरुवात केली.

"घोषणा देऊ नका. थांबा, शांत व्हा." बशीरने लोकांकडे वळत पुन्हा त्यांना शांत होण्याचे आवाहन केले. पण नाऱ्यांच्या घोषात त्यांना बशीरचा आवाज ऐकूच जात नव्हता. त्यांच्या घोषणा चालूच होत्या. इतक्यात एक गोळी सूं ऽऽऽ सूं ऽऽऽ करत बशीरच्या कानाजवळून गेली. बशीर गोळीच्या धक्क्याने खाली कोसळला. गोळीचा कानठळ्या बसवणारा आवाज झाला, तसे सर्व जण कानावर हात धरत खाली वाकले. उठून त्यांनी बशीरकडे पाहिले तर बशीर जमिनीवर आडवा पडला होता. पोलिसांच्या गोळीने बशीर मेला असे वाटून लोकांच्या मनाने पेट घेतला. बस्स! किती सहन करायचे? काळा कायदा, बिनपुरावा तुरुंगवास, नेत्यांची धरपकड आणि आता तर चक्क खून! नाही, नाही सहन होणार. आमचे काय व्हायचे ते होऊ

दे. पण आता बस्स! मनाशी ठाम निर्धार करत जमावाने पोलीस शिपायांवर दगड फेकायला सुरुवात केली. एवढ्यात बशीर उठून उभा राहिला. पण आता फार उशीर झाला होता. लोकांनी अन्यायाविरुद्ध रणशिंग फुंकले होते.

धाय ऽऽऽ धाय ऽऽऽ धाय ऽऽऽ

शिपायांनी गोळीबार सुरू केला. पण आता गोळ्या हवेत नाही तर लोकांवर बरसत होत्या. गोळीबार सुरू झाला तशी लोकांची पांगापांग सुरू झाली. कितीतरी जण गोळ्या लागून खाली कोसळले. काही मेले तर काही जखमी होऊन तसेच पडून राहिले. गोळ्यांपासून वाचण्यासाठी बशीर पार्कमधील एका झाडामागे लपला. तिथूनच असहायपणे तो सारे बघत होता. एवढ्यात पोलिसांनी गोळीबार थांबवला. लपून बसलेली माणसे आता पार्कमधून बाहेर उड्या घेत धावत सुटली. बशीर जखमी माणसांकडे धावत निघाला. एवढ्यात मागून आलेल्या शिपायांनी त्याला पकडले. बशीरला धरून ते घेऊन जाऊ लागले. बशीरने मागे वळून पाहिले. पार्क पूर्णपणे निर्मनुष्य होता. नाही म्हणायला चाळीस-पन्नास देह अजून जमिनीवर पडले होते. त्यांच्या हालचालीवरून तरी बहुतेक जण जिवंत असावेत असे वाटत होते. त्यांना वाचवण्यासाठी बशीर त्याच्या खुदाकडे प्रार्थना करू लागला. त्याच्या डोळ्यांत पाणी तरळून आले होते.

अमृतसर शहरातील नारायणदास खन्ना म्हणजे डॉ. सत्यपालांचे निकटचे सहकारी. स्वातंत्र्याप्रीत्यर्थ घेतलेल्या प्रत्येक सभेमध्ये, चळवळीमध्ये डॉ. सत्यपालांसोबत नारायणदासांचा सहभाग असे. डॉ. सत्यपालांशी त्यांचे अगदी घनिष्ठ संबंध होते. त्यामुळेच सकाळी जेव्हा सत्यपाल आणि किश्चलूंच्या अटकेची बातमी आली तेव्हा अंगात ताप असतानाही ते मोर्च्यात सहभागी होण्यास निघाले होते. पण काही अंतर चालून गेले तोच, त्यांच्या हाता-पायांना कापरे फुटले. अंगातून घाम निघू लागला. तरीही मोर्च्यात भाग घेण्याची त्यांची इच्छा होती. पण अखेर लोकांनी बळजबरीने त्यांना परत घरी आणून सोडले होते. पण घरी बसूनही त्यांना चैन कुठले पडणार होते. घराच्या व्हरांड्यात बसून येणाऱ्या जाणाऱ्या प्रत्येक माणसाकडे ते मोर्च्याबद्दल विचारणा करत होते. मोर्च्यासाठी प्रचंड संख्येने माणसे जमली आहेत हे ऐकून त्यांना खूप आनंद झाला आणि अशा प्रसंगी आपण तिथे उपस्थित नाही, याची खंतही वाटत होती.

समोरच उदय हाती हातोडा घेऊन जमिनीवरील अर्धवट बनलेल्या लाकडी कपाटात खिळे ठोकत होता. नारायणदासांचेच कपाट बनवून देत होता तो. कपाट जवळपास बनत आले होते. त्याला दरवाजे लागले की कपाट तयार झाले असते.

अंगणात ऊन पडले होते. उदयच्या अंगातून घामाच्या धारा वाहत होत्या. तरी त्याचे काम तो अगदी निष्ठेने करत होता.

"गोली चल गई, गोली चल गई, गोली चल गई।" शेजारील गल्लीतून आलेल्या या आवाजाने उदय आणि नारायणदास दोघांचेही लक्ष वेधून घेतले. गल्लीतून जसा तो आवाज आला तसाच विरून गेला.

"उधम, जा रे बघ जरा काय झालंय ते," व्हरांड्यात उभे राहून गल्लीकडे बघत नारायणदास म्हणाले.

उदयने नारायणदासांकडे बघत होकारार्थी मान हलवली. हातातील हातोडा आणि खिळा खाली ठेवत त्याने सदऱ्याच्या बाहीला कपाळावरचा घाम पुसला. जिथून आवाज आला त्या गल्लीत तो आत निघून गेला.

नारायणदास अधीर होऊन उदयची वाट बघत होते. बराच वेळ होत आला पण उदयचा काही पत्ता नव्हता. इतक्यात त्यांना गल्लीतून धावत येत असलेला उदय दिसला. उदय येऊन नारायणदासांसमोर उभा राहिला. त्याचा चेहरा पडला होता.

"काय रे उधम, काय झालं?" पायऱ्या उतरून उदयपाशी येत नारायणदासांनी विचारले.

"खन्नाजी, वाईट बातमी आहे. आपल्या मोर्च्यावर पोलिसांनी गोळीबार केला," जमिनीकडे बघत उदय म्हणाला.

"काय? कुठे? काय घडलंय, मला सविस्तर सांग उधम."

"काय घडलं, कसं घडलं, मलाही नाही ठाऊक. पण एवढं समजलं की ॲटकिन्सन पार्कमध्ये गोळीबार झाला." उदयची नजर अजूनही जमिनीकडेच होती.

"मला..... मला गेले पाहिजे तिथे. मला गेले पाहिजे." म्हणत नारायणदास भराभरा पायऱ्या चढून वर गेले. व्हरांड्यात दरवाजाबाहेरच काढलेल्या चपला पायात चढवत ते निघालेदेखील.

"खन्नाजी, कुठे निघालात तुम्ही? थांबा." उदय काही बोलतो तोच नारायणदास पुढे निघून गेले. उदयने धावत जाऊन त्यांना गाठले.

"खन्नाजी, काय वेडेपणा आहे हा? तुमची तब्येत बरी नसताना कुठे चाललात तुम्ही?" नारायणदासांसोबत चालता चालता उदयने विचारले.

"ॲटकिन्सन पार्ककडे." चालता चालताच नारायणदास उत्तरले.

"अहो, पण तुमची तब्येत बरी नसताना का उगाच त्रास करून घेता?"

"मी जर आता घरी बसलो तर मला त्रास होईल. मला चैन नाही पडणार तिथे गेल्याशिवाय." नारायणदासांची पावलं आता अजूनच झपझप पडू लागली होती.

नारायणदासांचा हेका पाहून उदय थांबला. नारायणदास पुढे निघून गेले. रस्त्यात उभा राहून उदय जाणाऱ्या नारायणदासांकडे पाहत होता. पण क्षणभरच.

त्याच्या मनात काय आले कुणास ठाऊक, तो धावतच नारायणदासांच्या मागे गेला. काही वेळातच तो नारायणदासांपाशी पोचला. चुपचाप काही न बोलता तो त्यांच्यासोबत चालू लागला. ॲटकिन्सन पार्क अजून बरेच दूर होते. खरेतर नारायणदासांच्या घरापासून पार्क इतके दूर होते की चालत जाण्यापेक्षा सायकलचा पर्याय त्याने निवडला असता. पण नारायणदासांच्या हट्टापुढे तो काहीच बोलू शकला नाही.

चालत चालत अखेर ते पार्कपाशी आले. समोरचे दृश्य पाहून दोघांचेही हृदय द्रवले. समोर पार्कमध्ये एका बाजूला एक अशी अकरा प्रेते रचून ठेवली होती. बाजूलाच काही खाटांवर जखमी माणसे विव्हळत होती. खाटांच्या कमतरतेमुळे क्वचित एखाददुसऱ्या खाटांवर दोन-दोन माणसांना झोपवण्यात आले होते. बचावकार्य जोरात चालू होते. एव्हाना पळून गेलेली बरीचशी मंडळी पुन्हा येऊन सेवाकार्यात गुंतली होती. जखमींची तात्पुरती शुश्रूषा करून त्यांना खाटेवर झोपवण्यात येत होते. खाटेवरील माणसांना ताबडतोब सिव्हिल हॉस्पिटलच्या दिशेने हलवण्यात येत होते. अरे, पण हा माणूस कोण? उदयने नीट निरखून पाहिले. हो, तेच होते. त्याचे रोशन तायाजी. इंग्रजांनी ज्या अकरा भाग्यवंतांना वीरमरण दिले होते त्या भाग्यवंतांपैकी एक. उदय त्यांच्याजवळ गेला. त्यांचे डोळे मिटलेले होते. गडबडीत पगडी सुटल्याने मोकळे सुटलेले केस जमिनीवर पसरले होते. सारे कपडे धुळीने व रक्ताने माखले होते. दोन गोळ्या लागल्या होत्या त्यांना. एक पोटात नि एक जांघेत. पोटाजवळ कपड्यांवरचे रक्त अजूनही ओले होते. अर्जुनसिंगांना जाऊन फारसे दिवस झाले नव्हते की तोच रोशनसिंगही स्वर्गाच्या दारात उभे राहिले होते. काय सांगायचं आता तायीजींना? कसं सांगावं त्या बिच्चाऱ्या बापुडीला की बाई गं, आता तुझं या जगात कोणी राहिलं नाही म्हणून? उदयचे मन आक्रोश करत होते. नकळतच त्याच्या डोळ्यांतून पाणी वाहू लागले होते.

"उधम, इकडे ये जरा. डोलीला हात लाव." नारायणदासांच्या आवाजाने उदय भानावर आला. डोळे पुसून तो त्यांच्यापाशी आला. त्यांनी खाटेचा एक पाय धरला होता. त्यांच्या शेजारचाच पाय धरत उदयने बाकीच्या तिघांसकट खाट उचलली. ते खाट घेऊन सिव्हिल हॉस्पिटलच्या दिशेने निघाले. उदयने खाटेवर नजर टाकली. खाटेवर एक विशीतला कोवळा तरुण वेदनेने तडफडत होता. डोळे बंद होते त्याचे. चेहऱ्यावर वेदनेची लकेर साफ दिसत होती. बंदुकीच्या गोळीने त्याचा पाय फोडला होता. त्याच्या आर्त किंकाळ्या ऐकून उदयचे मन हेलावत होते. जितक्या जलद शक्य होईल तितक्या वेगाने ते पाय पळवत होते. हॉस्पिटल इंग्रजांच्या वसाहतीच्या भागात होते. त्याला सिव्हिल लाइन म्हटले जायचे. सिव्हिल लाइनमध्ये प्रवेश करणाऱ्या पूलगेटपाशी ते आले आणि तसेच थबकले. त्यांच्या पुढे निघालेल्या जखमींच्या डोल्या पुलाच्या अलीकडेच थांबल्या होत्या. पुलाच्या पलीकडे दंडुके

घेऊन इंग्रजी शिपाई उभे होते. पुलाच्या अलीकडून डोलीसोबतची माणसे ओरडून काही सांगत होती. पण पलीकडे असलेले शिपाई काही ऐकायला तयारच नव्हते. नारायणदास आणि इतरांनी खाट खाली ठेवली.

"उधम, याच्या जवळ थांब. आम्ही जाऊन येतो," खाटेवरील तरुणाकडे बोट दाखवत नारायणदास म्हणाले. उदयने हुंकार भरला तसे ते तिघे पुलाकडे निघाले. पुलाच्या जवळच नारायणदासांना गुलाम नाबी दिसले.

"नाबीजी, काय झाले? इथे का थांबलेत सर्व जण?" नाबींकडे येत नारायणदासांनी विचारले.

"काय करणार? कुठल्याही नेटिव्ह माणसाला सिव्हिल लाइनमध्ये घुसायची परवानगी नाही म्हणतात हे शिपुरडे," चिंतित आवाजात नाबी म्हणाले.

नेटिव्ह शब्द नाबींचा नसून त्या गोऱ्या शिपायांचा आहे, हे नारायणदासांच्या लगेच लक्षात आले. समोर माणसे मरत असतानाही त्या शिपायांच्या अशा थंड उत्तरामुळे नारायणदास क्रोधित झाले.

"त्यांना म्हणावं, सिव्हिल हॉस्पिटलमध्ये लोकांना भरती करायचे आहे. तुमच्या कृपेनेच जखमी झाले आहेत ते," रागानेच नारायणदास म्हणाले.

"सांगितले. पण नाही ऐकत ते."

"असे कसे नाही ऐकत? चला, आपण बोलू परत त्यांच्याशी." म्हणत गुलाम नाबींना घेऊन नारायणदास पुलाकडे निघाले. पुलाच्या अलीकडूनच नारायणदास शिपायांना काहीतरी सांगू लागले. उदय दुरूनच सारे पाहत होता. आतापर्यंत त्यालाही सिव्हिल लाइनीत प्रवेश न करू देण्याचा ब्रिटिशांचा आदेश कळला होता. मनातल्या मनात इंग्रजांना शिव्या देत त्याने खाटेवरील तरुणाकडे पाहिले. त्याची तडफड थांबली होती. त्याचे जीवनपाखरू केव्हाच आकाशात उडाले होते.

"वीरजी, तुमचं काम झालं की नाही अजून? घरी पापाजी आणि बेबे वाट बघतात तुमची," स्वयंपाकघरातून बाहेर येत राजिंदरच्या बाजूला बसत रतना म्हणाली.

राजिंदरने आपल्या हातातील 'पेशवा' वर्तमानपत्रातून बाहेर डोके काढले.

"नाही अजून. एक वर्ष लागेल अद्याप काम व्हायला," वर्तमानपत्राची घडी करून बाजूला ठेवत राजिंदर म्हणाला.

"एक वर्ष? एवढा वेळ? असं कोणतं काम आहे?" रतनाने आश्चर्याने विचारले.

"आझादी. एकच तर मकसद आहे माझा. आणि तुझ्या त्या साधूबाबाने

सांगितले आहे ना, त्यासाठी एक वर्ष लागेल म्हणून,'' हसतच राजिंदर म्हणाला.

"मग त्यासाठी असे पळत फिरायची काय गरज आहे? माझा घरवाला पण आझादीसाठी लढतोय ना. तो थोडी घर सोडून पळालाय. नाहीतरी तुमच्याबद्दल गोऱ्यांना काही संशय पण नाही. मग घरी जाऊन पापाजी-बेबेंना भेटा. तिथून चालू ठेवा तुमची लढाई.''

"वेडी आहेस तू. सर्वांचेच लक्ष्य आहे आझादी. पण मार्ग वेगळे आहेत ना. तुमच्या त्या गांधीबाबांच्या मार्गाने सरकारचे काही एक नुकसान होत नाही. म्हणूनच पोलिसांच्या ससेमिऱ्यापासून लांब आहेत गांधीभक्त.'' चेहऱ्यावर उसने हास्य आणत राजिंदर बोलला.

"मग तुम्ही पण व्हा ना गांधीभक्त. एका वर्षात स्वातंत्र्य मिळेल.''

"स्वातंत्र्य? एका वर्षात? गांधीच्या मार्गाने गेलो तर अजून तीस-चाळीस वर्षं तरी स्वातंत्र्याचे निशाण दिसणार नाही. साऱ्या देशाला नपुंसक बनवून ठेवलंय त्याने. देशाच्या दोन मोठ्या नेत्यांना पकडून जेलमध्ये टाकले आणि या विरोधात आम्ही काय केले, तर मोर्चा काढला. अरे, सरळ चालून जा या गोऱ्यांवर, घ्या त्यांना शिंगावर.'' राजिंदरच्या चेहऱ्यावर उद्वेग साफ दिसत होता.

"वीरजी, स्पष्ट बोलते एक गोष्ट. राग मानू नका. पण तुमच्या लोकांनाही अटक झाली, फाशी झाली. तुम्ही काय केलेत? साधा मोर्चा पण नाही काढला तुम्ही तर,'' रतना शांतपणे म्हणाली.

राजिंदर हलकेसा हसला.

"मोर्चा नाही काढला कारण त्याची गरज नाही वाटली. आमच्या साथीदारांवर झालेल्या अत्याचाराचा बदला आम्ही नक्कीच घेऊ. बहुतेक उद्याच.''

"उद्या?'' रतनाच्या चेहऱ्यावर आश्चर्य पसरले होते.

"हुँ, माझा साथीदार एवढ्यात शहरात आला असेल. रात्री भेटू आम्ही. हो, पण ही गोष्ट कोणालाच सांगू नकोस. अगदी हेमराजलाही.''

"पण वीरजी.....'' तिला पूर्ण बोलू न देता त्याने तिच्या तोंडावर हात ठेवला.

"नाही.'' राजिंदर ठाम स्वरात बोलला.

रतनाला काय बोलावे ते सुचेना. पुढचा काही वेळ असाच शांततेत गेला की तोच बाहेरून गोंधळ ऐकू आला.

"गोली चल गई। गोली चल गई।''

आवाज ऐकला तशी रतना धावतच वर गेली. खिडकीत येत तिने खाली गल्लीत नजर टाकली. सहा-सात माणसे पळत येत होती. पळताना ओरडून ते सर्वांना झाल्या घटनेबद्दल छोटीशी कल्पना देत होते.

"भय्याजी.... भय्याजी....'' ते जवळ आले तशी रतनाने त्यांना वरून हाक

मारली. तिची हाक ऐकून ते धावता धावता थांबले. आवाजाचा वेध घेत ते इथेतिथे बघू लागले.

"भय्याजी," रतनाने पुन्हा हाक मारली. तिचा आवाज आला त्यासरशी ते वर बघू लागले.

"भय्याजी, काय झाले? कुठे गोळीबार झाला का?" रतनाने काळजीने विचारले.

"ॲटकिन्सन पार्कमध्ये. मोर्च्यासाठी जमलेल्या जमावावर गोळ्या चालवल्या इंग्रजांनी." एकाने मोठ्या आवाजात सांगितले.

"अरे देवा!" म्हणत रतनाने आपल्या उजव्या हाताची मूठ तोंडावर दाबली.

"भाई, कोणाला गोळी लागली तर नाही ना?" रतनाच्या शेजारीच येऊन उभा असलेल्या राजिंदरने विचारले.

"अरे भाई, गोळीबार हवेत नाही माणसांवरच झाला. कित्येक जण मेले. कित्येक जखमी झाले आणि हे हैवान जखमींना हॉस्पिटलमध्येही दाखल करून घेत नाही आहेत." दुसरा एक जण बोलला.

ते ऐकताच रतना मटकन खाली बसली. तिच्या डोळ्यांतून पाणी वाहू लागले. तोंड मुठीने दाबून धरले असले तरी अनावर झालेले हुंदके फुटत होते. राजिंदर खाली बसला.

"रतना.... रतना, सांभाळ स्वतःला. ही काही पक्की खबर नाही. गप, उगाच रडू नकोस," तिच्या खांद्यावर हात ठेवत राजिंदर म्हणाला.

"गोली चल गई। गोली चल गई।" ओरडतच ती माणसे पुढे निघून गेली. त्यांचा आवाज ऐकून तर रतना अजूनच रडू लागली.

"रतना, गप गं. नको रडूस. हे बघ, मी जाऊन घेऊन येतो हेमराजला. ठीक आहे. डोळे पूस बघू. पूस डोळे." म्हणत राजिंदरने तिचे डोळे पुसले.

"ठीक आहे रतना, शांत हो. मी आता जाऊन घेऊन येतो हेमराजला. हूं." तिच्या गालावरून हात फिरवत राजिंदर म्हणाला. रतनाची मुसमुस चालूच होती. हेमराजला बघितल्याशिवाय ती आता शांत होणार नाही, हे राजिंदर जाणून होता. म्हणून अधिक काही न बोलता तो उठला आणि जिना उतरून हेमराजला शोधण्यासाठी घराबाहेर पडला.

रतनाच्या डोळ्याला संततधार लागली होती. तिला त्या लोकांची मघाचीच वाक्ये ऐकू येत होती. कुठे असेल माझा हेमराज? वीरजी घेऊन येतील का त्याला? पण वीरजी? अशा भयंकर स्थितीत मी त्यांना बाहेर जाऊच कसे दिले? अरे देवा, पहिले नवरा गेला आणि आता वीरजी पण. मी एकटी घरात काय करू? ईशरत? ईशरतच्या घरवाल्याला नक्की माहीत असेल हेमराज कुठे आहे ते. पण तो तरी घरी

आहे का?

अंगात बळ आणत रतना उभी राहिली.

"ईशरो.... ईशरो..." रडवेल्या आवाजातच तिने ईशरतला पुकारले. आवाज देऊन तिने काही वेळ वाट बघितली. पण समोर खिडकीत कोणीच आले नाही.

"ईशरो, अगं ईशरो...." म्हणत रतना खाली मान घालून रडू लागली.

"काय गं? का बोलवत आहेस?"

ईशरतचा आवाज आला तसे रतनाने वर बघितले. समोर खिडकीत ईशरत उभी होती. तिचे डोळेही पाणावले होते.

"ईशरत, तुझा घरवाला पण नाही आला का घरी?" ईशरतकडे बघत रतनाने विचारले.

"आला गं. पाय मोडला आहे त्याचा. धावपळीत पडला. पण हा किशना कुठे फिरतोय काय माहीत?" म्हणत ईशरत रडू लागली.

"किशना? किशना घरी नाही? इथे माझा घरवाला पण नाही आला अजून. अरे देवा, काय चालू आहे?" म्हणत रतना खिडकीलगतच्या भिंतीवर डोके टेकवून रडू लागली.

दोघीही रडत होत्या. अगदी बिलखून बिलखून. पण त्यांच्याकडे बघायला कोणाला वेळ कुठे होता? साऱ्या अमृतसर शहराची हीच परिस्थिती होती. कोणाचा बाप हरवला होता, कोणाचा नवरा, कोणाचा मुलगा. सारे जण देवाकडे आपल्या आप्तांच्या सुरक्षिततेसाठी प्रार्थना करीत होते. पण तो देव तरी कोणाकोणाचे गाऱ्हाणे ऐकणार? सर्वांना त्यांच्या परिस्थितीवर सोडून त्यानेही गप्प बसणेच पसंत केले होते.

"माताजी, का रडतेस गं तू?" ईशरतच्या मागे येऊन उभ्या असलेल्या किशनाने विचारले.

किशनाचा आवाज आला तसे दोघींनी आवाजाच्या दिशेने पाहिले. समोर किशना उभा होता. हात-पाय, अंगातील कपडे सारे मळले होते. चेहऱ्यावरही थोडीशी माती लागली होती.

"किशना... किशना..." म्हणत गुडघ्यावर बसत ईशरतने त्याला छातीशी घट्ट कवटाळले. आवेगाने ती त्याच्या गालाचे मुके घेऊ लागली. त्याच्या पाठीवरून हात फिरवत ती रडत होती.

"कुठे होतास रे?" त्याला मिठीतून सोडत ईशरतने विचारले.

"मी तर हे इथेच होतो." किशना निरागसपणे बोलला.

"तुला माहिती आहे, मी किती काळजीत होते? नको जाऊस यापुढे असा कुठे राजा. नको जाऊस." म्हणत ईशरतने त्याला पुन्हा कवटाळले.

“किशना, तुझे मौसाजी दिसले का कुठे?” रतनाने रडवेल्या सुरात विचारले.

“हो.” ईशरतच्या मिठीतून निघत किशनाने तुटक उत्तर दिले.

“खरंच? सांग ना, कुठे होते तुझे मौसाजी?” रतनाने अधीर होत विचारले.

“त्या तिकडच्या गल्लीत,” आपला उजवा हात वर नेत इशारा करत किशना म्हणाला.

“गोऱ्या मेमला पाणी पाजत होते ते.”

“गोरी मेम? कोण? का पाणी पाजत होते?” रतनाने घाबरून विचारले.

“मला नाही माहीत. मी पळून आलो तिथून.” म्हणत दुडुदुडु धावत किशना खाली निघून गेला.

किशनाचे बोलणे ऐकून रतना चिंतित झाली होती; पण तरी किमान हेमराज सुखरूप आहे हे ऐकून तिचा जीव भांड्यात पडला होता.

जो दुसऱ्यांसाठी खड्डा खणतो तो स्वतःच त्या खड्ड्यात पडतो. जो इतरांच्या घरांना आगी लावण्यासाठी मशाल पेटवतो त्याचेही हात जळतातच. मूठभर लोकांवर गोळ्या चालवून, निःशस्त्र आणि निर्दोष लोकांचे रक्त वाहवून इंग्रज स्वस्थ बसले, पण त्यांनी लावलेल्या या आगीत त्यांचेही हात जळणार होते हे त्यांना कुठे ठाऊक होते.

अ‍ॅटकिन्सन पार्कमध्ये गोऱ्यांनी निरपराध लोकांवर गोळीबार केला नि वर जखमींना सिव्हिल हॉस्पिटलमध्ये भरती करण्यास नकार दिला हे ऐकून ज्याचे रक्त खवळणार नाही तो एकतर मुडदा असावा वा त्याच्या शरीरात रक्ताऐवजी पाणी वाहत असावे. सुदैवाने अमृतसरच्या लोकांच्या शरीरात अजूनही रक्त वाहत होते, सळसळते रक्त, जे या अत्याचाराची खबर ऐकून खवळून उठले. शहरात जे जे म्हणून काही या इंग्रजांच्या घाणेरड्या स्पर्शाने विटाळले गेले आहे ते आगीच्या स्वाधीन करण्यास धावले. अरे, पण सुरुवात कुठून करायची? ते समोर काय आहे? ती भली थोरली वास्तू कोणती? नॅशनल बँक. सुरुवात इथूनच करायची. लावा आग त्या बँकेला. अरे, पण साथीदारांनो विसरलात का? आपल्या माणसांची मौत विसरलात? रक्ताच्या बदल्यात रक्त. गोरं रक्त. ते पाहा, जळत्या बँकेतून ते कर्मचारी बाहेर आलेत. त्यांतले ते तिघे बघा. गोरं रक्त. द्या त्यांना फेकून अग्निमुखात. काय झाले? अग्निदेवतेची भूक शमली नाही? काळजी नसू दे. अजून बऱ्याच गोष्टी आहेत. चार्टर्ड बँक, रेल्वे मालगोदाम. एकूण एक गोष्टींना आगी लावत चला. चला रे चला.

भर दुपार असूनही आगीच्या धुराने शहर अगदी काळवंडले होते. जिकडेतिकडे

आग लागलेली होती. आगीच्या ज्वाळा आणि घोषणांनी सारे अमृतसर शहर भरून राहिले होते.

चर्च ऑफ इंग्लंड झेनाना मिशनरी सोसायटीच्या 'सिटी मिशन स्कूल'ची शिक्षिका मिस मार्शेला शेरवूड आपल्या वर्गाच्या खिडकीतून बाहेर चाललेला आगीचा खेळ पाहत होती. सर्व इंग्लिश इमारतींना आगी लावण्यात आल्या आहेत हे तिच्या इतक्यात लक्षात आले होते. लवकरात लवकर स्कूलची इमारत सोडून बाहेर पडणेच फायद्याचे आह, हे ध्यानात येऊन ती लगेच मुलांना घेऊन इमारतीतून बाहेर आली. मुलांना घरी सोडायचे म्हणजे नेटिव्हांच्या वस्तीत जावे लागणार. पण अशा दंगलीत मुलांना तरी कसे सोडून जाणार? स्कूलबाहेरच लावलेली आपली सायकल हाताने धरून चालवत ती मुलांना घेऊन त्यांच्या घराकडे निघाली. रस्त्यात ठिकठिकाणी सरकारी इमारती पेटत होत्या. एका ठिकाणी जमाव कुठल्या तरी गोऱ्याला धरून बदडत होता. तिच्या अंगावर भीतीने शहारे उभे राहिले. तरी तिकडे दुर्लक्ष करत ती कशीबशी तिथून निघाली. मुलांना त्यांच्या त्यांच्या घरी सोडून सायकलवर टांग मारत ती आपल्या घरी जाण्यास निघाली. ती जरा पुढे गेली तोच तिला समोर माणसांचा जमाव दिसला. जळत असलेल्या समोरच्या इमारतीवर विनाकारण दगड मारत होते ते. आग तर आपले काम चोख करत होती तरीही विनाकारण दगड मारायचे प्रयोजन तिला कळले नाही. किंबहुना तिला कळवून घ्यायचेच नव्हते. तिला फक्त स्वतःचा जीव वाचवायचा होता. समोरचा जमाव बघून पुढे जावं की नको या संभ्रमात ती थांबली. पण थोड्याच वेळात तिला उत्तर मिळाले.

"ए, ती बघा रे गोरी मेम," मार्शेलाकडे बघत जमावातील एक जण म्हणाला.

"जाऊ दे तिला. स्त्रियांवर काय हात उचलायचा," दुसरा एक जण उदार मनाने म्हणाला.

"काय जाऊ द्या? आज जर सोडलं हिला तर उद्या हीच एका गोऱ्याला जन्माला घालेल आणि तोच आपल्यावर हुकूम गाजवेल. या गोऱ्यांची सारी जात एकसाथ ठेचली पाहिजे," त्वेषात येत तिसरा म्हणाला.

"ठेचा सालीला. मारा हिला." म्हणत एकाने तिच्या दिशेने दगड भिरकावला. त्यासरशी एका मागोमाग एक दगड मार्शेलाकडे भिरकावले गेले.

हल्ला झाल्याचे बघताच मार्शेला सायकलवरून उतरून पळत सुटली. मागचा पुढचा कसलाही विचार न करता ती जीव मुठीत घेऊन पळत होती. आपला जीव वाचवणे एवढेच अंतिम लक्ष्य होते तिचे.

ती पळाली तशी ती माणसेही लाठ्या, काठ्या, दगड घेऊन तिच्या मागे धावली. मार्शेला जीव तोडून पळत होती. ती कुछ करीछन गल्लीजवळ आली

आणि नशिबाने तिची साथ सोडली. मागून येणाऱ्या माणसांनी तिच्या केसांना धरून तिला पकडले. केस ताणल्यामुळे ती जोरात ओरडली. तिच्या केसांना धरूनच तिला जमिनीवर पाडण्यात आले. सोबत आणलेल्या लाठ्यांचा वापर करून त्यांनी तिला बदडण्यास सुरुवात केली. ती जोरजोराने किंचाळत होती. पण अखेर तिचे किंचाळणेही बंद झाले. तिचे किंचाळणे थांबले तसा मारेकऱ्यांचा आवेश ओसरला. त्यांचा लाठीहल्ला थांबला. तिचे डोळे बंद होते. श्वासही मंदावत चालला होता.

''मेली वाटतं. चला रे.'' थोड्याच वेळात जमाव पांगला.

मार्शला अजूनही तशीच पडून होती. मृत्यूची वाट बघत. येतोय तो. त्याची चाहूल लागतेय. आला तो. हे काय शिंपडतोय तो तोंडावर? पाणी? मार्शलाने डोळे उघडले. समोर एक तरुण उभा होता. तो पण भारतीयच दिसत होता. ती घाबरली. तोच त्याने तिच्या केसांना हात घातला. आता केस ताणल्यानंतर होणाऱ्या वेदना सहन करण्यासाठी ती तयार झाली. तिने डोळे मिटले. पण हे काय? त्याने तिचे डोके अलगद उचलत मांडीवर ठेवले. तिने डोळे उघडले. तिच्या तोंडासमोर त्याने पाण्याचा ग्लास धरला होता. ती घटाघटा पाणी प्याली. हेमराजने ग्लास बाजूला केला. ती कृतज्ञतेने हेमराजकडे बघत होती. बघता बघता तिची शुद्ध हरपली.

''भवानदास, अवस्था गंभीर आहे हिची. हिला जर असं इथे सोडून गेलो तर नाही वाचणार ही. एक काम करू. हिला तुझ्या घरी घेऊन जाऊ, औषधपाणी करू आणि रात्री अंधाराचा फायदा घेऊन सिव्हिल लाइनीत पोहचती करू,'' हेमराज आपल्या शेजारच्या तरुणाकडे पाहत म्हणाला.

''हूं.'' भवानदासाने मान डोलावली.

रात्रीच्या साडेनऊच्या सुमारास अमृतसर शहरात काही मोटारींचा ताफा प्रवेश करता झाला. मोटारींमध्ये जालंधर ब्रिगेडचे अधिकारी बसले होते. मोटारीच्या काचेतून त्यांना काळवंडलेल्या शहराचे दर्शन होत होते. रस्त्यावर ठिकठिकाणी दगड, विटा, मातीचे ढीग पडलेले होते. आग विझली असली तरी इमारती अजूनही धुमसत होत्या. बहुतेक इमारतींवर काजळी चढली होती. चंद्राच्या चांदण्यात आधीच भयंकर असे ते दृश्य अजूनच भेसूर वाटत होते. धुमसणाऱ्या त्या इमारती तिसऱ्या मोटारीत बसलेल्या अधिकाऱ्याच्या मनात वन्ही चेतवत होता. आजूबाजूला जे काही दिसत होते ते पाहून तो संतापाने थरथरू लागला. थरथरत्या हातानेच त्याने आपल्या कोटाच्या खिशात हात घालत सिगारेटचे पाकीट काढले. पाकिटातून एक सिगारेट काढून ती ओठात धरत त्याने पाकीट खिशात ठेवले. आपल्या कोटाच्या दुसऱ्या खिशातून लाइटर काढून त्याने सिगारेट शिलगावली. लाइटर खिशात ठेवून

त्याने सिगारेटचा एक झुरका घेतला. मोटारीच्या दारावरील काच उघडत त्याने धूर बाहेर सोडला. समोरच अलायन्स बँकेची धुमसती इमारत होती. हीच ती बँक जिथे बँकेचा मॅनेजर थॉमसनला जिवंत जाळले होते. काल दुपारचीच गोष्ट ही. काल पेटलेले दंगे जेव्हा हाताबाहेर जाऊ लागले तेव्हा अमृतसरच्या पोलीस कमिशनर किरचिनने त्याला मदतीचा संदेश पाठवला होता. किरचिननेच त्या संदेशात थॉमसनबाबत कळवले होते. संदेश मिळताच त्याने आपली तीनशे माणसे ताबडतोब अमृतसरला धाडली होती. त्यामुळे काल संध्याकाळपर्यंत दंगे नियंत्रणात आणणे शक्य झाले होते. दंगे नियंत्रणात आले तरी यापुढे अमृतसर पोलिसांच्या हातात सुरक्षित राहू शकणार नाही याची ओडवायरला खात्री पटली होती. त्यामुळेच अमृतसरला लष्करी राजवट लागू करण्याचा मानस धरून त्याने जालंधर ब्रिगेडचा ब्रिगेडियर जनरल रेजिनाल्ड डायरला पाचारण केले होते. लेफ्टनंट गव्हर्नर मायकेल ओडवायरच्या बोलावण्यावरच डायर अमृतसरला आला होता.

मोटारींचा ताफा पोलीस मुख्यालयासमोर येऊन थांबला. आपल्या मोटारीतून निघत डायर बाहेर येऊन उभा राहिला. समोरच्या मोटारीतून उतरलेला त्याचा साथीदार जनरल ब्रिग्ज चालतच त्याच्यापाशी येऊन थांबला.

मस्तकालगत बारीक कापलेले करड्या रंगाचे केस, चेहऱ्यावर करड्या रंगाची मिशी, फुगीर नाक, प्रखर सूर्यप्रकाशाकडे तिरळे डोळे करत पाहणारी नजर, अंगावर लष्करी गणवेश, पायात सैनिकांचे बूट. डायरचा चेहरा तर असा, की त्या उग्र चेहऱ्याने रात्रीलाही भीती वाटून तिने दडून बसावे. हातातील सिगारेटचा झुरका घेत त्याने पेटते थोटूक जमिनीवर टाकले. आपल्या बुटांनी ते चिरडत तो समोरील पोलीस मुख्यालयाच्या भव्य इमारतीकडे बघू लागला. जनरल ब्रिग्ज डायरच्या आदेशाची वाट बघत शेजारीच उभा होता.

"ओह, ब्रिगेडियर डायर तुमचे स्वागत आहे. आम्ही तुमचीच वाट बघत होतो," डायरने काल पाठवलेल्या सैन्याचा कॅप्टन मेसी त्याच्याजवळ येत म्हणाला.

डायरने एक जळजळीत कटाक्ष मेसीवर टाकला, तशी मेसीच्या चेहऱ्यावरील खुशी लुप्त झाली.

"माझे स्वागत करायला मी काही कुणाच्या लग्नाला आलेलो नाही. लेफ्टनंट गव्हर्नर कुठे आहेत?" कडक आवाजात डायरने विचारले.

"सर, गव्हर्नरसाहेब कमिशनरच्या कार्यालयात आहेत. तुमचीच वाट बघत आहेत. चला, मी तुम्हाला घेऊन चलतो." म्हणत मेसी पुढे निघाला.

डायरने ब्रिग्जला इशारा केला. दोघेही मेसीच्या मागे चालत कमिशनर किरचिनच्या कार्यालयात आले.

किरचिनच्या कार्यालयात समोरच खुर्चीवर मायकेल बसला होता. त्याच्या

समोरच लाकडाचे टेबल होते. टेबलसमोर दोन खुर्च्या होत्या. त्यांपैकी एका खुर्चीत किरचिन बसला होता.

"ओह, वेलकम हॅरी! प्लीज हॅव अ सीट," किरचिनच्या शेजारील खुर्चीकडे हात दाखवत मायकेल म्हणाला. डायर स्मित करत किरचिनच्या शेजारी बसला. ब्रिग्ज आणि मेसी उभेच होते.

"हॅरी, हे अमृतसरचे पोलीस कमिशनर किरचिन," किरचिनकडे नजर फिरवत मायकेल म्हणाला.

"हो, काल संदेश आला होता यांचा," किरचिनकडे बघत डायर म्हणाला.

"काल तुम्ही मदत पाठवली त्याबद्दल धन्यवाद!" स्मित करत किरचिनने आभार मानले.

समोर टेबलवरील चौकोनी ठोकळा हातात फिरवत मायकेल डायरकडे बघू लागला.

"हॅरी, तू तर जाणतोच की काल इथे आम्हावर काय प्रसंग गुदरला तो. अमृतसर हे दारूचे कोठार आहे हे मी ओरडून ओरडून सांगत होतो. पण कोणी ऐकलं नाही. कालची गोष्ट तर फक्त छोटासा नमुना होता. याहून मोठा उद्रेक होऊ शकतो. म्हणूनच मला वाटतं, शहरात फौजी कायदा लागू करण्यात यावा आणि त्याच्या चीफ ॲडमिनिस्ट्रेटरपदाची सूत्रे तू हाती घ्यावीस."

डायरने होकारार्थी मान हलवली.

"ठीक आहे तर मग. तू उद्यापासूनच काम चालू कर," हातातील ठोकळा टेबलवर गरगर फिरवत मायकेल म्हणाला.

"नो सर, मी आता येताना परिस्थिती बघूनच आलोय. मी आतापासूनच काम चालू करतोय. मला आत्ताच्या आत्ता या दंग्याशी संबधित सर्व पोलिसांबरोबर मीटिंग करायची आहे," डायर ठामपणे म्हणाला.

"गुड! अं... किरचिन, तू मीटिंग अरेंज कर ताबडतोब," किरचिनकडे बघत मायकेल म्हणाला.

"येस सर." म्हणत किरचिनने टेबलवरील फोन उचलला. डायलर फिरवत रिसीव्हर कानापाशी धरला.

"हॅलो इर्विंग, तुझी सारी टीम घेऊन मीटिंगरूममध्ये पोहोच ताबडतोब." म्हणत तो काही क्षण थांबला. समोरून इर्विंगचे उत्तर ऐकून त्याने रिसीव्हर ठेवला.

"माझे ऑफिसर्स पोहोचत आहेत मीटिंगरूममध्ये." डायरकडे बघत किरचिन म्हणाला.

"ठीक आहे तर मग. आपण कसली वाट बघतोय इथे? आपण पण चलू या," डायर म्हणाला.

"ओके हॅरी. तुला अजून कशाची गरज लागली तर मला सांग," डायरकडे चालत येत मायकेल म्हणाला.

"हूं सर, मला एका विमानाची गरज आहे." डायर उत्तरला.

"विमान?" मायकेलने आश्चर्याने विचारले. एवढ्यात तो डायरच्या खुर्चीशेजारी उभा होता.

"हो, उद्या अमृतसरची पाहणी करायची आहे मला. त्यासाठी मला विमान लागेल," आपल्या खुर्चीतून उठून उभा राहत डायर म्हणाला.

"ठीक आहे. व्यवस्था होईल." म्हणत मायकेलने डायरशी हात मिळवला. हस्तांदोलन झाले तसा डायर किरचिनकडे वळला. किरचिन अजूनही बसलेलाच होता.

"चलायचं का?" किरचिनने विचारले. डायरने मान डोलावली. किरचिन खुर्चीतून उठून उभा राहिला. मायकेलकडे पाहत तो अनुमतीची वाट बघू लागला. मायकेल किरचिनकडे बघत हसला. त्याच्या हसण्यालाच त्याची अनुमती समजत किरचिननी डायरला त्याच्याबरोबर येण्यास सांगितले. जवळच खुंटाळावर काढून ठेवलेला आपला कोट अंगात चढवत तो कार्यालयातून बाहेर पडला आणि त्यापाठोपाठ डायर, मेसी आणि ब्रिग्ज निघाले.

बाहेर निघून काही पावले सरळ गेल्यानंतर किरचिन डावीकडे वळला आणि सरळ एका खोलीत शिरला. डायर, ब्रिग्ज आणि मेसीही त्यापाठोपाठ खोलीत आले. ती खोली तशी लहानच होती. दरवाजापासून सरळ लांब पसरलेली. दरवाजापासून समोरच एक फळा होता. फळ्यासमोरच दोन ओळींत काही खुर्च्या फळ्याकडे तोंड करून मांडलेल्या होत्या. बरेचसे पोलीस त्या खुर्च्यांवर बसलेले होते. किरचिन आणि मंडळी खोलीत शिरली, तसे ते एकसाथ उभे राहिले. किरचिन, डायर आणि मंडळी सरळ चालत फळ्यापाशी आले. सर्वांकडे बघत ते उभे राहिले. पुढे येत किरचिनने सर्वांना बसायची खूण केली, तसे सारे जागेवर बसले. सर्वांच्या पुढे इर्विंग व प्लोमर बसले होते.

"हे डेप्युटी कमिशनर, माईल्स इर्विंग. तो डेप्युटी पोलीस सुपरिंटेन्डट प्लोमर." किरचिनने आपल्या वरिष्ठ अधिकाऱ्यांकडे बोट दाखवत डायरला ओळख करून दिली. समोरच बसलेल्या इर्विंग आणि प्लोमरने स्मित केले; पण डायरचा चेहरा मात्र तसाच निर्विकार होता.

"ऑफिसर्स, हे जनरल डायर आहेत. शहरात जे काही घडतंय त्यामुळे शहरात लष्करी कायदा लागू करण्याचे ठरले आहे." किरचिन बोलला तशी अधिकाऱ्यांत चुळबुळ सुरू झाली.

"शांत व्हा. डायर या मार्शल लॉचे ॲडमिनिस्ट्रेटर असतील," डायरकडे

निर्देश करत किरचिन म्हणाला.

"शहरात जे काही चालले आहे, त्याबद्दलच ही आजची मीटिंग भरवली आहे. डायरना तुमच्याशी काही बोलायचे आहे." म्हणत किरचिनने डायरला बोलायची खूण केली. डायर पुढे येऊन उभा राहिला.

"मला सर्वप्रथम सांगा, दंग्याला सुरुवात कशी झाली?"

"नेटिव्हांचा मोर्चा आला होता ॲटकिन्सन पार्कमध्ये. त्याला थोपवण्यासाठी आम्ही गोळीबार केला आणि जमाव बिथरला. त्यांनी उलट हल्ला केला आणि दंगे झाले," इर्विंग म्हणाला.

"दंगे झाले म्हणजे काय घडलं? सविस्तर सांग." डायरने करड्या आवाजात विचारले.

"माणसे क्रुद्ध झाली. त्यांनी नॅशनल बँकेला आग लावली. तिथल्या कर्मचाऱ्यांना जिवंत जाळले. मग चार्टर्ड बँक, अलायन्स बँक, रेल्वे मालगोदाम सर्व ठिकाणी आगी लावल्या. रेल्वे यार्डात रॉबिन्सन नावाच्या अधिकाऱ्याला अगदी मरेपर्यंत मारले. रेगो ब्रिजवर सार्जंट रोनाल्डच्या डोक्याचा तर अगदी चक्काचूर केला. टाउन हॉल, पोस्ट ऑफिस, मिशन हॉल सारे काही जाळले. जनाना हॉस्पिटलमध्ये डॉ. इसडसनला मारण्याचा प्रयत्न केला. मिशन स्कूलची कार्यकर्ती मार्शला शेरवूडवरही हल्ला केला. नशीब चांगले होते तिचे की मरता मरता वाचली ती."

इर्विंग बोलला तसे डायरने जोरजोरात टाळ्या पिटायला सुरुवात केली.

"छान! छान! आणि पोलीस काय करत होते तेव्हा?" उपहासाने डायरने विचारले.

"अं.... आम्ही परिस्थिती नियंत्रणाखाली आणण्याचा प्रयत्न करत होतो. शहरात अचानक हे सारे घडले की..... पण आता सर्व ठीक आहे. आम्ही कालच दंगे दडपले," प्लोमर सारवासारव करत म्हणाला.

"प्लोमर? प्लोमर ना तुमचे नाव?" डायरने उजवा डोळा बारीक करीत विचारले.

प्लोमरने होकारार्थी मान हलवली.

"तर मिस्टर प्लोमर, मी जालंधरला असतो याचा अर्थ असा नाही की इथे अमृतसरला जे काही होते ते मला कळत नाही. माझ्याकडचे तीनशे आणि लाहोरकडचे चारशे सैनिक मागवले गेले तेव्हा कुठे हे दंगे शांत झाले. आणि तुम्ही म्हणता, सर्व काही ठीक आहे. मी तर ऐकले आहे की काल जे मेले त्यांच्या सन्मानार्थ आज मिरवणूक पण काढली या लोकांनी. काय ठीक आहे?" प्लोमरच्या नजरेला नजर भिडवत डायरने विचारले.

"नाही, म्हणजे जी मिरवणूक निघाली ती शांतीपूर्वक निघाली. तिच्यात काहीच

गडबड नाही झाली. आणि काल जो गोंधळ झाला त्यात पण आपल्याकडूनच पहिले गोळीबार झाला. जर आपण गोळ्या चालवल्या नसत्या तर....''

"चूप!'' डायर जोरात ओरडला.

"काय केले असते तर काय झाले असते हे नाही ऐकायचंय मला. आपल्याला काय करायचंय ते सांगतो. त्यांच्या मनात भीती निर्माण करायची. एवढी की पुन्हा कधी आपल्या विरोधात जाण्याची हिंमत होणार नाही. अरे, आमच्या बायकांवर हात उचलतात; एवढी हिंमत? मिस शेरवूडच्या मारेकऱ्यांना अटक झाली?'' प्लोमरकडे बघत डायरने विचारले.

"नाही, कालच्या दंग्याचा फायदा घेऊन जमावाने ते केलं. कोणाकोणाला पकडणार? आणि कोणाला पकडले तर परत दंगे होतील कदाचित,'' प्लोमर म्हणाला.

"हो, नाहीतरी हे सर्व गांधीभक्त आहेत. शांतीपूर्ण मार्गाने निदर्शने करतात. काल जे दंगे झाले ते भावनेच्या भरात. उगाच पुन्हा त्यांच्या भावना भडकावणे योग्य ठरणार नाही असे मला वाटते,'' प्लोमरच्या मुद्द्याचे समर्थन करत इर्विंग म्हणाला.

"गांधीभक्त? शांतीपूर्ण?'' डायरने दातओठ खात विचारले.

"मग आमच्या माणसांना मारताना कुठे गेली होती यांची शांती? आणि तो गांधी, मनात एक ठेवतो नि चेहऱ्यावर एक दाखवतो. त्याचा भरवसा ठेवता तुम्ही? एक पक्की खबर सांगू?'' सर्वांवर नजर फिरवत डायरने विचारले.

सर्व जण शांतपणे डायरकडे बघू लागले.

"शहरातल्या टेलिग्राफच्या तारा कापलेल्या आहेत. रेल्वे रूळही उखडले गेलेले आहेत. हो ना हो; पण बहुतेक हा एका मोठ्या योजनेचा भाग आहे.''

डायर बोलला तसे सर्व जण आपापसात कुजबुजू लागले.

"यापुढे शहरात मार्शल लॉ लागू होईल. सर्वांनी मी सांगतो तसे वागा. ठीक आहे. मीटिंग बरखास्त.''

डायरने ब्रिग्ज आणि मेसीला खूण केली तसे ते दोघे त्याच्यामागून निघाले.

आपल्या स्वदेशबांधवांचे वाहते रक्त बघून चीड येणे स्वाभाविकच आहे. ॲटकिन्सन पार्कमध्ये आपल्या बांधवांना रक्ताच्या थारोळ्यात पडलेले बघून अमृतसरच्या लोकांची जशी मनःस्थिती झाली होती, तशाच परिस्थितीतून डायर जात होता. लहानपणी डायर तोतरा होता. त्याच्या या तोतरेपणामुळे त्याच्या सोबतची मुले त्याची टर उडवत असत. सर्वांसाठी तो एक चेष्टेचा विषय बनला होता. त्यामुळेच त्याचा स्वभाव काहीसा चिडचिडा झाला होता. साध्या साध्या गोष्टींवरही तो लगेच

भडकायचा. पुढे जंगलात जाऊन एकटाच तो मोठ्यामोठ्याने भाषणे देऊ लागला. याने त्याच्या तोतरेपणावर तर त्याला विजय मिळवता आला; पण आपल्या रागावर नियंत्रण ठेवणे त्याला अद्यापि जमले नव्हते. शहरात ठिकठिकाणी दंग्यांमध्ये बळी पडलेल्या आपल्या देशवासीयांच्या करुण मृत्यूची कहाणी ऐकून तर त्याच्या असंतोषात अजूनच भर पडली होती. काल रात्री मीटिंग घेऊन तो झोपण्यास गेला खरा, पण झोप म्हणून त्याला काही लागली नाही. त्याच्या कानात घुमत होत्या करुण किंकाळ्या. अहं! गल्लत करू नका. या किंकाळ्या दंग्यात सापडलेल्या इंग्लिश लोकांच्या नसून, त्याच्या हातात सापडणाऱ्या भारतीयांच्या होत्या. सर्व भारतीय स्त्री-पुरुष, अगदी निर्वस्त्र त्याच्या पायाशी लोळण घेत होते. आपल्या हातातला चामडी चाबूक त्याने हवेत फटकारला. सर्व जण त्याच्यापाशी दयेची भीक मागत होते, पाया पडत होते.

"साल्यांनो, तुमची लायकी हीच आहे." मनातल्या मनात म्हणत डायरने त्यांच्यावर चाबूक फटकारला. फटकारत गेला, फटकारत गेला. रक्ताच्या चिळकांड्या उडत होत्या. बायका-पोरे जोरजोराने आक्रोश करत होते; पण पुरुष-स्त्री असा कुठलाच भेद न ठेवता तो आसूड ओढत होता. ते जोरजोराने ओरडत होते, किंचाळत होते. पण त्यांचे रडणे, ओरडणे बघून डायरला अजूनच मजा वाटू लागली. तो जोरजोराने हसू लागला, जोरजोराने.

सकाळी डायरला जेव्हा जाग आली तेव्हा सूर्य बराच वर आला होता. तो आपल्या पलंगावर उठून बसला. आपल्या डोक्यात दिवसभराची योजना ठरवून तो उठला. आपल्या हरकाम्याला हाक मारत तो समोर बसवलेल्या आरशासमोर जाऊन उभा राहिला. तो आरशात स्वतःचा चेहरा न्याहाळत होता की तोच त्याचा हरकाम्या एका हातात चहाचा ट्रे आणि दुसऱ्या हातात वर्तमानपत्र घेऊन आला. डायरचा हा नेहमीचा शिरस्ता हरकाम्याला ठाऊक होता. म्हणूनच त्याची हाक ऐकून तो लगेचच चहा आणि वर्तमानपत्र घेऊन आला होता. आत येत त्याने चहाचा ट्रे आणि वर्तमानपत्र टेबलवर ठेवले. ट्रेमध्ये असलेल्या चहाच्या किटलीतून कपात चहा ओतून तो तसाच उभा राहिला. डायरने आरशात बघत आपले केस फिरवले. तो वळला तसा त्याला समोर हरकाम्या दिसला. त्याने डोळ्यानेच हरकाम्याला काय म्हणून विचारले.

"सर, हिज एक्सलन्सी ओडवायर साहेबांकडून निरोप आला आहे," हरकाम्या मानेने खाली बघत म्हणाला.

डायरने समोर ठेवलेला चहाचा कप उचलला.

"काय?" चहाचा एक घोट घेत डायरने विचारले.

"सर, तुमच्यासाठी विमानाची व्यवस्था करण्यात आली आहे. रॉजर नावाचा

पायलट तुमच्या दिमतीला दिला आहे. शिवाय डेप्युटी कमिशनर इर्विंगही असतील तुमच्या सोबतीला.''

''गुड!'' चहाचा घोट घेत डायर म्हणाला.

''सर, एक दुसराही निरोप होता.'' त्याची मान अजूनही खालीच होती.

''काय?''

''हिज एक्सलन्सीनी तुम्हाला रात्रीच्या खान्यासाठी बोलावले आहे.''

''हूं.'' डायरने हुंकार भरला. एव्हाना त्याचा चहा पिऊन झाला होता. रिकामा कप ट्रेमध्ये ठेवत तो वर्तमानपत्र घेऊन पलंगावर वाचत पडला. हरकाम्या चहाचा ट्रे घेऊन निघून गेला.

डायरने वर्तमानपत्रातील बातम्या वाचण्यास सुरुवात केली. पहिले पान वाचून झाले तसे ते पलटून त्याने दुसरे पान उघडले आणि समोरील मथळ्याकडे त्याचे ध्यान आकर्षिले गेले. दुसऱ्या पानावर वरच्या बाजूला ठळक व गडद अक्षरात लिहिले होते,

'ब्रिटिश ऑफिसर्स ऑफ पंजाब आर लाइक टुथलेस टायगर'

पंजाबच्या इंग्रजांची तुलना दातपडक्या वाघाबरोबर केली गेली होती. बातमीत दहा तारखेचे दंगे व अकरा तारखेला निघालेली नेटिव्हांची मिरवणूक यांचे सविस्तर वृत्त देऊन इंग्रजांच्या अगतिकतेवर व नाकर्तेपणावर ताशेरे ओढले होते. ती बातमी वाचली आणि डायरने वर्तमानपत्राची घडी करत ते बाजूला ठेवले. आता त्याला धीर निघत नव्हता. वर्तमानपत्रातील या टोमण्याला उत्तर देण्यासाठी तो उतावळा झाला होता. ताबडतोब आपली कामे उरकून तो तयार झाला. हरकाम्याला सांगून त्याने अगोदरच इर्विंगला बोलावून घेतले होते. इर्विंग आला त्यासरशी ते दोघे गाडीने शहराबाहेर उभारण्यात आलेल्या तात्पुरत्या विमानतळावर आले. विमान तयारच होते. छोटे, दोन उतारूंचे विमान होते ते. वाहकाच्या जागेवर पायलट रॉजर बसला होता. इर्विंग आणि डायर मागे बसले. डायरने आपल्यासोबत एक टाचणवही आणि पेनही घेतले होते. रॉजरने इंजिन सुरू केले तसे घरघर करत विमानाचा पुढचा पंखा फिरू लागला. विमान मंद गतीने धावपट्टीवर धावू लागले. हळूहळू त्याचा वेग वाढत होता. थोड्याच वेळात रॉजरने विमान हवेत उडवले. विमान धावपट्टीवरून धावत असताना डायर आणि इर्विंगला जरासे धक्के जाणवत होते; पण आकाशात उडाल्यावर बसणारे धक्के थांबले होते. विमान आता अमृतसर शहरावरून उडत होते. डायर वरून दिसणारा अमृतसरचा नकाशा जसाच्या तसा नजरेत उतरवत होता. मध्येच तो वहीत काही टिपणेही काढत होता. या एवढ्या कालावधीत डायर अगदी शांत होता. संपूर्ण अमृतसर शहराची चक्कर मारल्यावर रॉजरने विमान खाली उतरवण्यास सुरुवात केली. विमान धावपट्टीला लागले तसे विमानाने पुन्हा हादरे

खाण्यास सुरुवात केली. धावपट्टीवरचा विमानाचा वेग मंदावू लागला. काही वेळातच विमान थांबले. डायर झट्कन विमानातून उतरून मोटारीत जाऊन बसला. इर्विंगही त्याच्या मागोमाग मोटारीत येऊन बसला. डायरने चालकाला मोटार पोलीस मुख्यालयाला नेण्यास सांगितली. मोटार निघाली.

"सो इर्विंग, काय बघितलेस वरून?" इर्विंगकडे पाहात डायरने विचारले.

"अमृतसर शहर." इर्विंगने उत्तर दिले.

गाल फुगवत डायरने मान हलवली. इर्विंगचे हे असे छोटे उत्तर त्याला रुचले नव्हते बहुतेक. पोलीस मुख्यालय येईपर्यंत दोघे चकार शब्दही बोलले नाहीत नंतर.

थोड्याच वेळात पोलीस मुख्यालय आले. मोटार थांबली तसे दोघे तिथून बाहेर उतरले. दोघे चालतच आत निघाले होते की तोच जनरल ब्रिग्ज त्यांच्यासमोर हजर झाला.

"सर, आपण सांगितल्याप्रमाणे जालंधरवरून पाच हजार बंदुका आल्या आहेत," ब्रिग्ज म्हणाला.

"पाऽऽऽऽच हजार?" आश्चर्याने इर्विंगने डायरकडे बघितले.

"ब्रिग्ज, आपल्या हत्यारबंद सैनिकांची एक तुकडी तयार कर. शहरात जायचं आहे आपल्याला," इर्विंगकडे दुर्लक्ष करत डायर ब्रिग्जला म्हणाला.

"हत्यारबंद सैनिकांची तुकडी? पाच हजार बंदुका? काय प्रकार आहे हा?" डायरकडे रोखून बघत इर्विंगने विचारले.

"सध्या लष्करी राजवट चालू आहे आणि तिचा सर्वेसर्वा मी आहे. मला कुणी प्रश्न विचारलेले आवडत नाही आणि तसंही मी तुला उत्तर देण्यास बांधील नाही," आपल्या करड्या नजरेने इर्विंगकडे पाहत डायर म्हणाला.

इर्विंगने एकदा डायरकडे बघितले आणि तो तडक पोलीस मुख्यालयाच्या दिशेने चालू लागला.

"मिस्टर इर्विंग," डायरने समोर चाललेल्या इर्विंगला हाक मारली.

इर्विंगने वळून डायरकडे बघितले.

"मला दवंडी पिटणाऱ्यांची गरज आहे. पाठवून द्या त्यांना लगेच."

इर्विंगने होकारार्थी मान डोलावली. डायरच्या अशा रुक्षपणे वागण्याचा त्याला मनस्वी भरपूर राग आला होता. पण तो काहीही करू शकत नव्हता. स्वतःच्या कार्यालयाजवळ येताच त्याने त्याच्या चपराश्याला दवंडी पिटणाऱ्यांना घेऊन डायरकडे जाण्यास सांगितले.

काही क्षणांतच डायरचा लवाजमा तयार झाला. सर्वांत पुढे ढोल घेऊन एक आणि बिगूल घेऊन एक अशी दोन माणसे उभी होती. त्यापाठोपाठ दवंडी पिटणारी दोन माणसे. युनियन जॅक घेऊन एक जण त्यांच्यामागे उभा होता. त्याच्यामागे खुद्द

डायर आणि ब्रिग्ज आपल्या फौजेचे नेतृत्व करत होते. जवळपास दोनशे हत्यारबंद सैनिक दोन रांगेत उभे होते.

बिगूल वाजले तसे सैनिकांनी परेड करत शहराच्या दिशेने कूच केली. शहरात ठिकठिकाणी सैनिकी राजवटीची दवंडी पिटत ते पुढे जात होते. पाच-सहा ठिकाणी दवंडी पिटून ते हरमंदिर साहेब गुरुद्वारापाशी आले. परेड थांबली. बिगूल वाजवण्यात आले. ढोल पिटण्यास सुरुवात झाली. थोड्याच वेळात ढोल पिटणे बंद झाले तसे दवंडी पिटणाऱ्यांनी जोरात दवंडी देण्यास सुरुवात केली.

"हर खास-ओ-आम को मतला किया जाता है कि कोई भी शख्स बिना इजाजत शहर के बाहर नहीं जा सकता। शाम आठ बजे के बाद कोई भी अपने घर के बाहर नहीं निकलेगा। निकलने वाले को गोली का निशाना बना दिया जायेगा। कोई जुलूस नहीं निकाला जा सकता। कोई जलसा नहीं किया जा सकता। जहाँ कहीं भी चार से ज्यादा लोग इकठ्ठा होंगे, उसे गैरकानूनी करार दिया जायेगा और जरूरत पडी तो उसे फौजी ताकत से तितरबितर किया जायेगा। "

दवंडी पिटून झाली तसे पुढे जाण्यास तुकडी परेड करू लागली की तोच सात-आठ लहान पोरं गलका करत तिथे आली.

"टिन टिन टिन टिन टिन टिन टिन," सर्व मुले ओरडत होती. पुढे होत किशनाने जोरात दवंडी देण्यास सुरुवात केली.

"हर खास-ओ-आम को मतला किया जाता है कि कल शाम साढेचार बजे, जालियाँवाले बाग में एक पब्लिक जलसा होगा, जिसकी सदारत हंसराजजी करेंगे। इसमें हमारे हरदिलअजीज लीडरान डॉ. कीचलू और डॉ. सत्यपाल की रिहाई की माँग की जायेगी और काले कानून रौलेट ॲक्ट की पुरजोर मजमत की जाएगी।"

किशना थांबला तशी ती मुलं पुन्हा ओरडू लागली.

"टिन टिन टिन टिन टिन टिन टिन,"

डायर रागाने त्या मुलांकडे बघू लागला. मुलांचा गलका चालूच होता. त्या मुलांना खाऊ का गिळू असे त्यास होऊन गेले होते. तो मुलांच्या दिशेने चालू लागला तोच आसपासच्या घरांतून मुलांच्या आया धावत आल्या. मारत मारत त्या मुलांना घेऊन गेल्या. मुले आयांसोबत निघून जाताच डायर परत फिरला.

"आम्हाला घाबरवण्यासाठी बंदूकधारी सैनिक घेऊन आलेले. आमच्या लहान मुलांनीच यांना नागडा केला," शेजारीच उभे असलेले लाला रतनचंद्र जोरात म्हणाले, तसा एकच हशा पिकला. सर्व जण जोरजोरात हसू लागले.

ते शब्द डायरच्या अगदी जिव्हारी लागले. सर्वांसमोर त्याचा तमाशा बनला होता. आत्ताच्या आत्ता सर्व सैनिकांना गोळीबाराचा आदेश देऊन त्यांची हसणारी तोंडे बंद करावीत, असेच वाटत होते त्याला.

“ब्रिग्ज, तुकडीला परत फिरायचे आदेश दे,” डायर संतापाने थरथरत ब्रिग्जला म्हणाला.

“पण अजून सर्व ठिकाणी दवंडी नाही पिटली गेली.”

“मी जे सांगतोय तेवढं कर! ” डायर संतापाने जवळपास ओरडलाच. ब्रिग्जने तुकडीला परत फिरायचे आदेश दिले. सर्व जण पोलीस मुख्यालयाच्या दिशेने परत निघाले.

खरंतर डायरची इच्छा नव्हतीच; पण उगाच मायकेलला वाईट वाटू नये म्हणून त्याने मायकेलकडे रात्रीच्या खान्यासाठी हजेरी लावली होती. खान्यासाठी टेबलवर मायकेलसोबत लेडी ओडवायरही बसली होती. मायकेलने डायरची तिच्याशी ओळख करून दिली. जेवताना ते तिघे वेगवेगळ्या विषयांवर गप्पा मारत होते. अगदी जेवणाच्या चवीपासून ते लंडनच्या आपल्या घरापर्यंत. पण अमृतसरचा विषय मुद्दामच काढला गेला नव्हता. प्रत्येकाची आपापली कारणे होती. लेडी ओडवायरला ठाऊक होते की तो विषय निघाला की हसरा, खेळकर मायकेल लगेच गंभीर होतो. तर मायकेलने डायर जेव्हा संध्याकाळी घरी आला तेव्हाच ताडले होते की काहीतरी चुकीचे घडले आहे. आणि डायर, त्याची तर मुळीच इच्छा नव्हती या विषयावर बोलण्याची. एकंदरीत कारणे वेगवेगळी असली तरी तिघेही तो विषय काढत नव्हते.

जेवण आटोपले तसे मायकेल आणि डायर मोकळ्या हवेत फिरण्यास बाहेर पडले. बाहेर येताच मायकेलने खिशातून सिगारेटचे पाकीट काढत ते डायरसमोर धरले. डायरने पाकिटातून एक सिगारेट उचलत ओठात धरली. मायकेलनेही एक सिगारेट काढत ती ओठात धरली. पाकीट खिशात ठेवत त्याच खिशातून लाइटर काढून त्याने डायरची सिगारेट शिलगावली. लाइटरमधून निघालेली तीच ज्वाला त्याने स्वतःच्या ओठातील सिगारेटसमोर धरत ती शिलगावून लाइटर खिशात ठेवला. बंगल्यासमोर असलेल्या मोकळ्या मैदानावर ते फिरत होते. मैदानावर तुरळक गवत होते. रात्रीची वेळ असल्याने रातकिडे कीरऽऽ कीरऽऽ करत होते. चालत चालत ते बंगल्यापासून जरा दूर आले होते.

“मायकेल, मी कधीचा विचार करतोय, पण एक गोष्ट अजूनही मला कळत नाही.” चालता चालताच मायकेलकडे बघत डायर बोलला.

“कोणती गोष्ट?” विचारत मायकेलने हातातील सिगारेटचा एक झुरका मारला.

“हीच की तुम्ही म्हणताय पंजाब म्हणजे एक पेटता ज्वालामुखी आहे आणि

हे तुम्हाला आधीपासून माहीत होते. मग असं असताही तुम्ही इर्विंगला गोळीबाराचा सल्ला कसा दिला? गोळीबाराची परिणती दंग्यात होईल याची पूर्वकल्पना तुमच्यासारख्या मुत्सद्याला नसावी, हे मला पटत नाही. आणि जरी नव्हती असे मानले तरी या अशा स्फोटक परिस्थितीत तुम्ही शहरात चोख सुरक्षाव्यवस्था ठेवायला कसे विसरलात? तुमच्यासारखा सुज्ञ आणि अनुभवी माणूस या गोष्टींना नजरअंदाज करू शकतो यावर माझा विश्वास नाही,'' मायकेलकडे निरखून बघत डायर म्हणाला.

डायरचे बोलणे ऐकून मायकेल थांबला. डायरकडे बघत तो मंद स्मित करू लागला. मायकेल थांबला तसा डायरही थांबला.

''हूं.'' मायकेलने हुंकार भरला.

''बरोबर आहेस तू. मला सर्व पूर्वकल्पना होती,'' डायरकडे बघत मायकेल म्हणाला.

''मग तरीही?'' डायरने उजवी भुवई उंचावत विचारले.

''हो कारण मला मार्शल लॉ लागू करायचा होता. फार पूर्वीपासून इथे पंजाबमध्ये टेररिस्ट लपून बसले आहेत. प्रत्येक घडी त्यांच्या काही ना काही अतिरेकी कारवाया चालूच असायच्या. अगदी या क्षणीही चालू असतील. मला संपवण्याचाही चार-पाच वेळा प्रयत्न झाला. कित्येक ठिकाणी बॉम्बस्फोट करण्यात आले आहेत. आणि त्याला आमचे पोलीस अटकाव करू शकत नव्हते. एकाही आतंक्याविरुद्ध सबळ पुरावा मिळाला नाही त्यांना, ना शहरातले छुपे आतंकवादी पकडण्यात यश आले. म्हणून, म्हणून मला सैनिकी राज हवे होते,'' मायकेल ठामपणे म्हणाला.

''म्हणून आपल्या लोकांना तुम्ही असं मरू दिलंत?'' डायरने घृणेने विचारले.

''नाही, मला नव्हतं ठाऊक की हे आतंकी आपल्या माणसांचा खून पाडतील. चार-पाच सरकारी इमारती जाळतील, एवढंच वाटलं मला. जर ठाऊक असतं तर मी आधीच सुरक्षेचा बंदोबस्त केला असता. मला वाटलं लोकं चिडतील, भडकतील, कायदा हातात घेतील, सरकारी मालमत्तेचं नुकसान करतील. पण मला नव्हतं ठाऊक की ते.... खरंच, मला नव्हतं माहीत,'' मायकेल दुःखी स्वरात म्हणाला.

डायरने त्याच्या खांद्यावर हात ठेवत त्याचे सांत्वन करायचा प्रयत्न केला.

''हॅरी, झाल्या गोष्टीचा मला पश्चात्ताप आहे. पण ही वेळ पश्चात्ताप करण्याची नाही. सूड घेण्याची आहे. आपल्या माणसांना मारून ते अजूनही निधड्या छातीने फिरत आहेत. याचा सूड आपण घेतलाच पाहिजे. नाहीतर आपल्या बांधवांच्या आत्म्यास शांती मिळणार नाही.'' म्हणत मायकेल डायरकडे आशेने बघू लागला.

''हो, त्यांची मस्ती जिरवलीच पाहिजे,'' डायर त्वेषाने म्हणाला.

''हॅरी, दाखवून दे या कुत्र्यांना की एकदा जर ब्रिटिश सैनिक आपल्या

देशबांधवांच्या हत्येचा बदला घेण्यास उतरले, तर त्यांची कशी दुर्गती होऊ शकते ते,'' मायकेल म्हणाला.

''डोण्ट वरी. गैरकानूनी हरकत करताना कोणी सापडले की त्यावर गोळी चालवली जाईल,'' करड्या स्वरात डायर म्हणाला.

''हॅरी, पण एक लक्षात ठेव. व्हेनेवर यू शूट, जस्ट शूट टू किल.''

डायरने मान डोलावली.

रात्र बरीच झाली होती. मायकेलचा निरोप घेऊन डायर निघाला. दिवसभराच्या धावपळीने तो बराच थकला होता. त्यामुळे निवासस्थानावर पोहोचताच तो सरळ पलंगावर आडवा झाला. पण डोळे बंद केले की त्याला समोर ती लहान मुले दिसायची. तीच लहान मुले ज्यांनी त्याचा उपमर्द करायची हिंमत केली होती. फार क्षण त्या मुलांना बघणे त्याला असह्य झाले, तसे तो डोळे उघडून बसला. तोच त्याच्या कानावर काहीतरी पडले.

''आमच्या मुलांनीच याला नागडा केला. या जनरल डायरला.''

कोण म्हणतंय हे? अरे, हा तर तोच शहरातला माणूस. आणि ही सारी माणसे कोणावर हसत आहेत? माझ्यावर? अरे, तुम्ही ओळखून नाहीत मला अजून. तुमच्यासकट तुमच्या साऱ्या शहराला जाळून टाकीन. पण कोण जाळणार? मी? लहान लहान मुले पण माझा उपहास करतात. मी काय शहर जाळणार? कशी ती लहान मुले दवंडी पिटत होती आपल्यासमोर.

टिन टिन टिन टिन टिन टिन टिन

हर खास-ओ-आम को मतला किया जाता है कि कल शाम साढेचार बजे, जालियाँवाले बाग में एक पब्लिक जलसा होगा।

आपण इथे सांगत सुटलोय मार्शल लॉ लागू करण्यात आला आहे. जलसा, सभा भरण्यास बंदी आहे आणि ही पोरं सभेचीच दवंडी पिटतात.

काय? आपण मना करूनही उद्या जलसा होणार? उद्या जर जलसा झाला तर काय किंमत राहील आपली? बघतोच आता, कसे जलसा करतात ते!

पण काय, काय करणार तू? त्यांना जलसा करण्यापासून थांबवणार? अरे, तुझ्या तोंडावर हसले आज ते. त्यांना तू काय थांबवणार!

कसं थांबवणार म्हणजे? बंदुकीच्या धाकाने. आणखी कशाने?

पण तरी ऐकतील ते? नाही ऐकले तर चालवू या गोळ्या दहा-बारा जणांवर. नाहीतरी मायकेल म्हणालाच आहे, शूट टू किल.

पण ॲटकिन्सन पार्कमध्ये जसे दंगे उसळले तसेच इथेही उसळले तर? नाही, गोळी चालवणे शक्य नाही.

पण माझ्या देशबांधवांना मारणाऱ्यांना, माझा उपमर्द करणाऱ्यांना असाच

सोडून देऊ मी? मग काय करू मी?

एक मिनिट...कुठे जलसा आहे म्हणाला तो पोरगा? जालियनवाला बाग. आपण बघितला आहे तो बाग. हो, बघितला आहे. त्या दिवशीच नाही का बघितला विमानामधून इर्विंगसोबत. सर्व बाजूंनी भिंतींनी बंद झालेला. हूं, या बागेलाच आता सापळा लावतो. बागेत आलेल्या एकेका आतंक्याला जाळून भस्मसात करतो. सापळा....मृत्यूचा सापळा.

डायरचे डोळे लुकलुकत होते. रात्र वाढत गेली तसे ते लुकलुके डोळे बंद झाले.

सकाळी उठून नेहमीप्रमाणे सर्व काही आवरून तो लगेचच कार्यालयात गेला. कार्यालयात पोहोचताच त्याने ब्रिग्जला बोलावून घेतले. पोलीस कार्यालयाची मीटिंग रूम हे त्याचे तात्पुरते कार्यालय बनले होते. मीटिंग रूमच्या दारासमोरच असलेल्या फळ्यासमोर खुर्चीवर बसून तो समोर दाराकडे बघत होता. त्याच्या खुर्चीसमोरच एक टेबल मांडले होते. काही क्षणातच जनरल ब्रिग्ज डायरसमोर उभा राहिला.

"ब्रिग्ज, शहरामध्ये चौक्या लावल्यास का?" डायरने विचारले.

"हो, शहरात थोड्या थोड्या अंतरावर अशा एकूण सत्तर चौक्या लावल्या आहेत. काही सेन्सेटिव्ह ठिकाणी अधिकच्या तुकड्या ठेवल्या आहेत."

"गुड! मग आता चौक्या लावल्यानंतर आपल्याकडे किती सैनिक उरलेत?"

"तीनशे आहेत आत्ता."

ब्रिग्जच्या उत्तरावर डायर समाधानादाखल हसला. आपल्या खिशातून सिगारेटचे पाकीट काढत त्यातून त्याने एक सिगारेट काढली. पाकीट खिशात ठेवले. दुसऱ्या खिशातून लाइटर काढला.

"ब्रिग्ज, आपला एक हेर शहरात पाठव. शहरातल्या हालहवालाची खबरबात आणायला सांग त्याला. खासकरून जालियनवाला बागेची खबर, तीही दुपारच्या सुमाराची. चार वाजेपर्यंत मला सारी इन्फर्मेशन हवी आहे," हातातील सिगारेट बोटांमध्ये फिरवत तो म्हणाला.

"येस सर." ब्रिग्ज उत्तरला.

"आणि ब्रिग्ज, दुपारी आपली एक शिपायांची तुकडी तयार ठेव." म्हणत डायरने सिगारेट ओठात धरून शिलगावली.

ब्रिग्ज मान डोलावून मीटिंग रूममधून बाहेर पडला. आता डायर एकटाच त्या रूममध्ये बसला होता. समोरील टेबलवर अमृतसर शहराचा मोठा नकाशा उघडला होता. त्यावरील एका मोठ्या भागावर डायरने लाल रंगाने वर्तुळ काढले. त्या वर्तुळापासून ते पोलीस मुख्यालयापर्यंतचा रस्ता त्याने निळ्या रंगाने आखला. काहीसा विचार करत त्याने त्या नकाशाची गुंडाळी केली. थोडा वेळ त्याने एक

दुसरी फाइल उघडून ती चाळण्यास सुरुवात केली. काही वेळाने ती फाइलही त्याने ठेवून दिली. क्षण सरता सरत नव्हते. तो दुपार होण्याची अगदी अधीर होऊन वाट बघत होता. अर्ध्या-अर्ध्या तासाला सिगारेट फुंकत होता. दुपारचे जेवण होईपर्यंत त्याने कसाबसा वेळ काढला. पण आता जेवणानंतर तो वारंवार त्याच्या उजवीकडील भिंतीवरील घड्याळाकडे बघत होता. वेळही अगदी घड्याळाच्या काट्यांप्रमाणे मंद गतीने चालला होता. एव्हाना त्याचे अख्खे सिगारेटचे पाकीट संपले होते. मध्येच तो खुर्चीवरून उठून येरझाऱ्या घाली. थोड्या वेळाने पुन्हा खुर्चीवर बसे. त्याचा हा क्रम चालूच होता. आताही तो येरझाऱ्या घालून पुन्हा खुर्चीवर बसलाच होता की तेवढ्यात ब्रिग्ज दारात येऊन उभा राहिला. ब्रिग्जला पाहताच डायरने त्याला आत बोलावले. ब्रिग्ज आत येऊन त्याच्यासमोर उभा राहिला.

"सर, तो हेर आला आहे," ब्रिग्ज म्हणाला.

डायरने घड्याळाकडे पाहिले. चार वाजण्यास अजून पाच मिनिटे होती.

"हूं, घेऊन ये त्याला आत."

डायर म्हणाला तसा ब्रिग्ज पुन्हा माघारी निघून गेला. थोड्याच वेळात तो एका मध्यमवयीन सरदाराला घेऊन मीटिंग रूममध्ये आला. सरळ येत ते दोघे मायकेलसमोर उभे राहिले.

"सर, हाच तो हेर. शहराची खबर घेऊन आला आहे," ब्रिग्ज त्या सरदाराकडे निर्देश करत डायरला म्हणाला. सरदाराने डायरला शिश झुकवून नमस्कार केला.

"हूं, शहरात कसे वातावरण आहे?" सरदाराकडे बघत डायरने विचारले.

"साहबजी, आज बैसाखी आहे. त्यामुळे शहरात मोठ्या प्रमाणावर हा सण साजरा केला जातो आहे. जत्रा भरली आहे शहरात."

"जत्रा? आणि जालियनवाला बाग, तिकडे काय अवस्था आहे?" डायरने विचारले.

"साहबजी, आजच्या दिवशीच शीख पंथाची स्थापना झाली होती. त्यामुळे शीखधर्मीयांसाठी पुण्य दिवस हा. हजारो लोक आले होते, स्वर्णमंदिरात पाया पडायला. तिथून जवळच आहे ही बाग. पाया पडून लोक तडक तिकडेच गेले."

"आज तिथे कुठली सभा आहे का?" खुर्चीवर रेलत डायरने विचारले.

"हो, आहे ना. त्यासाठीच तर लोक जमले आहेत तिथे."

डायरने हुंकार भरला.

"ठीक आहे." म्हणत डायरने सरदाराला जाण्याचा इशारा केला. सरदाराने पुन्हा एकदा डायरला नमस्कार केला आणि तो निघून गेला. ब्रिग्ज अजूनही डायरसमोर उभा होता.

"बघितलंस. मनाई करूनदेखील सभा आयोजित केली या लोकांनी." संतापाने

चरफडत डायर बोलला.

"पण सर, आपण सर्वत्र दवंडी पिटलेलीच नाही."

"बागेजवळ तर पिटलेली ना. तरी तिथे सभा भरलेली आहे. आपल्याला गेले पाहिजे. मी सांगितल्याप्रमाणे तुकडी तयार आहे ना?" डायरने विचारले.

ब्रिग्जने होकारार्थी मान हलवली.

"चल तर मग." म्हणत डायर निघाला. ब्रिग्जही त्याच्या मागोमाग निघाला.

थोड्याच वेळात डायरचे सैन्य तयार झाले. सर्वांत पुढे दोन हत्यारबंद गाड्या होत्या. दोन्ही गाड्यांवर मशिनगन्स बसवलेल्या होत्या. त्या गाड्यांमागोमाग एक मोटार गाडी. ज्यामध्ये डायर आणि ब्रिग्ज बसले होते. साठ शिपाई जे त्यांनी सोबत घेतले होते, ते गाड्यांच्या मागून दोन रांगांत परेड करत चालत होते. त्यांच्या खांद्याला बंदुका लटकलेल्या होत्या. अशा प्रकारे शिस्तबद्ध पद्धतीने संचलन करत ते शहरातून निघाले. डायरने हातात घेतलेल्या नकाशाची गुंडाळी उघडली. त्याने आखलेल्या निळ्या रंगाच्या मार्गाप्रमाणेच त्यांचे क्रमण चालले होते. त्याने परत नकाशाची गुंडाळी करत ती बाजूला ठेवली. एव्हाना त्याची तुकडी शहरात येऊन ठेपली होती. बैसाखीचा सण असल्यामुळे रस्त्यावर गर्दी होती. पण एवढ्या मोठाल्या गाड्या, एवढे बंदूकधारी सैनिक बघून सर्व जण घाबरून लगेच वाट करून देते झाले. शहराच्या रस्त्यावरून मार्गक्रमण करत ती तुकडी बागेच्या गल्लीपाशी येऊन थांबली. गाड्या थांबल्या तसे सोबतचे सारे सैनिक सावधान अवस्थेत उभे राहिले. अचानक गाड्या थांबलेल्या पाहून, डायरने गाडीतून भोवताली नजर फिरवली. बागेचे प्रवेशद्वार कुठेच दिसत नव्हते. त्याने बाजूलाच ठेवलेली नकाशाची गुंडाळी उघडून तिथं लक्ष घातले.

"सर, आत जाणारी जी गल्ली आहे, ती जरा अरुंद आहे. आपण गाड्या घेऊन पुढे नाही जाऊ शकत," पुढील हत्यारबंद गाडीचा कॅप्टन मेसी डायरपाशी येत म्हणाला.

नकाशानुसार बाग गल्लीच्या आतल्या बाजूस थोड्या अंतरावर होती. डायरने समारील गल्लीकडे पाहिले. अगदी निमुळत्या अशा त्या गल्लीच्या अरुंदतेचा अंदाज डायरला विमानातून केलेल्या पाहणीत आला नव्हता. नाइलाजाने गाड्या तिथेच ठेवून सैनिकांना आत कूच करण्याचा त्याने आदेश दिला. सर्वांत पुढे डायर आणि ब्रिग्ज व त्यांच्यामागून दोन रांगांत ते शिपाई त्या गल्लीतून शिस्तबद्ध लष्करी चालीत चालले होते. तीन हात रुंद अशा त्या गल्लीला दोन्ही बाजूंनी लाल विटांच्या दोन पुरुष उंचीच्या भिंतींनी वेढले होते. प्रत्यक्ष कराल मृत्यूलाही धडकी भरावी असा त्या शिपायांच्या बुटांचा आवाज गल्लीत घुमत होता. खांद्यावर बंदुका अडकवलेल्या त्या पन्नास-साठ मृत्युदूतांना बागेच्या दिशेने सरसावताना त्या विटा मूकपणे पाहत

होत्या. गल्लीच्या शेवटी उजव्या हाताला बागेचे प्रवेशद्वार होते. अतिशय संथपणे डायर आणि ब्रिग्ज बागेत शिरले व दरवाजापासून समोर काही अंतरावर उभे राहिले. मागून येताच सैनिकांची एक रांग डायरच्या उजव्या हाताला मागील भिंतीस समांतर उभी राहिली. त्याच वेळी दुसरी रांग त्याच्या डाव्या हाताला मागील भिंतीस समांतर उभी राहिली. आता बागेच्या प्रवेशद्वाराच्या भिंतीपासून समोर सात-आठ पावलांवर तिला समांतर अशी सैनिकांची नवीन भिंत उभी राहिली होती.

डायरने समोर बघितले. बागेत प्रचंड प्रमाणावर माणसे जमली होती. जवळपास पाच-सहा हजार. समोर दगड-सिमेंटच्या पारावर उभा राहून एक माणूस माइकवरून काही बोलत होता. त्याच्या समोर बसून माणसे, बायका, लहान मुले, वृद्ध सारे त्याला ऐकत होते. गर्दीतच एकीकडे बायकांचे काही घोळके आपल्याच गप्पांत दंग होते. काही सुस्तावलेली माणसे पाय पसरून मोकळ्या आभाळाखाली विश्रांतीसाठी पडली होती. त्या दगडी पारापासून बराच दूर बागेच्या एका भिंतीजवळ काही मुले शिवाशिवीचा खेळ खेळत होते. गर्दीत कुठेतरी एक आई आपल्या रडणाऱ्या तान्हुलीला थोपटून शांत करत होती.

"सोल्जर्स, टेक युवर पोजिशन्स." मोठ्या आवाजात डायरने आदेश दिले. त्यासरशी साऱ्या सैनिकांनी बंदुकीचा दस्ता खांद्याला टेकवत एक हात बंदुकीच्या दस्त्यावर ठेवत पवित्रा घेतला. बंदुकीच्या दस्त्यावर मान लववत एक डोळा बंद करत त्यांनी निशाणा धरला. त्यांच्यापासून एक पंचवीस-तीस पावलांवरच ती बिचारी माणसे बसली होती. बिचारी आपल्या भविष्यापासून अनभिज्ञ. आपल्याच विश्वात रमलेली. मागे शिकारी येऊन घात लावून बसलाय याची पुसटशीही कल्पना नसलेले.

"फायर." डायर मोठ्याने ओरडला.

"मी पन येनाल वीलजी," गाल फुगवत चिककुकडी म्हणाली.

"सोने, तू काय करशील तिकडे जाऊन? तुझा वीरजी तर लागेल त्याच्या कामाला. तू काय करशील?" सतनाम तिच्यापाशी येत गुडघ्यावर बसत म्हणाली.

"मग मी पन मदद कलीन वीलजीला. मी पन पानी पाजीन लोकांना." चिककुकडी हेक्याने बोलली.

"ए चिककुकडे, ते काय सोपं काम आहे का? दुपारच्या उन्हात अशी पखाली घेऊन फिरशील तर चक्कर नाही का येणार? बघ, बेबे म्हणते तशी घरी थांब. मी की नाही तुला मग गुरूंचा प्रसाद आणि खाऊ घेऊन येईन. शहाणी ना तू," दाराला टेकत उदय म्हणाला.

"वीलजी, मग तुला पन चकर येल ना. तली तू जातोच आहेस, मग. आनि मला जतरा पन फिलायची आहे. चल ना," चिककुकडी अजिजीने म्हणाली.

"ठीक आहे. चल." हसतच उदयने तिला संमती दिली.

"अरे पण उदय..."

"तायीजी, ठीक आहे. किती वेळ चालेल सभा? एक तास. फार फार दीड तास. बसवीन हिला तिथेच. येताना जत्रा पण फिरवून आणीन तिला." सतनामचे बोलणे मध्येच तोडत उदय बोलला.

"येऽऽऽ" खुशीने ओरडत चिककुकडी उठली. धावत जाऊन तिने आपली चप्पल आपल्या चिमुकल्या पायात चढवली. चप्पल घालून ती धावतच उदयपाशी जाऊन थांबली. उदयने लगेचच तिला कडेवर उचलून घेतले.

"उदय, सांभाळून घेऊन जा हं तिला. सावलीत बसव तिथे," सतनाम काळजीने म्हणाली. नाही तरी तिच्याशिवाय सतनामला होतं तरी कोण आता.

"वीलजी, चल लवकल," चिककुकडी म्हणाली. तिला अजूनही भीती वाटत होती, न जाणो तिची बेबे तिला पुन्हा थांबवेल.

उदय हसला. सतनामचा निरोप घेत तो चिककुकडीला घेऊन बागेच्या दिशेने निघाला.

अमृतसरच्या गल्लोगल्ली आज भरपूर गर्दी होती. सकाळपासूनच गुरुद्वारासमोर माणसांची रीघ लागली होती. गुरुद्वाराबाहेर हातपाय धुऊन उदय चिककुकडीला घेऊन आत आला. माणसांचा प्रचंड जनसागर पार करून त्याने गुरू ग्रंथसाहेबांचे दर्शन घेतले. छोटी चिककुकडीही त्याचे अनुकरण करत गुरूंसमोर डोके टेकती झाली. प्रसाद घेऊन तो चिककुकडीला सोबत घेत बाहेर आला. गुरुद्वाराच्या आसपासच्या परिसरात मोठी जत्रा भरली होती. मोठमोठे आकाशपाळणे; काही उभे फिरणारे तर काही तिरपे. छोट्या-छोट्या गल्ल्यांमध्ये निरनिराळ्या वस्तूंची दुकाने उभारली होती. मिठाई, मेवा, सरबत, खेळणी, बांगड्या, भांडीकुंडी, कपडे, आरसे, घरात उपयोगी पडणाऱ्या विविध वस्तूंचा बाजार भरला होता. उदयच्या कडेवरून विस्फारलेल्या नजरेने चिककुकडी फिरत्या आकाशपाळण्याकडे बघत होती.

"वीलजी, चल ना आपण जतलेत जाऊ," चिककुकडी समोर पाहतच म्हणाली.

"आपण सभेसाठी आलो की नाही? मग सभा आटोपली की जत्रेत जाऊ आपण," उदय तिची समजूत काढत म्हणाला.

"तोपलयंत ते फिलनाले चाक तिथून गेले तल?" आकाशपाळण्याकडे बोट दाखवत तिने विचारले.

"ते का? नाही जाणार हं ते. आपण की नाही सभा आटोपली की त्याच्यात

बसू आणि त्या गरगर फिरणाऱ्या घोड्यांवर पण. मग जिलेबी पण खाऊ. तुझ्यासाठी छानशी बिंदी आणि चूडी पण घेऊ.''

''आणि बेबेसाठी पण जिलेबी घेऊ,'' चिककुकडी बाळबोधपणे म्हणाली.

''हो, चल आता.''

तिला घेऊन तो जालियनवाला बागेकडे निघाला. बागेची अरुंद गल्ली पार करत तो आत आला. आयताकृती ती बाग. १०० यार्ड रुंद आणि २०० यार्ड लांब. बागेच्या प्रवेशद्वारापासून सरळ उजव्या कोपऱ्यात एका अर्धवट बांधकामाचा पाया होता. त्याच्याच पुढे दगड-विटा, तुटक्या अवशेषाचा ढिगारा होता. या ढिगाऱ्यापासून समोरच एक सिमेंटचा बनवलेला पार होता. त्यावर मंडप उभारलेला होता. माइक आणि ध्वनिक्षेपकाची व्यवस्थाही केली होती. सभा अजून सुरू व्हायची होती. तरीही पारासमोर अक्षरशः गर्दी करून माणसे जमली होती. स्त्री-पुरुष, आबालवृद्ध, हिंदू, मुस्लीम, शीख साऱ्यांनी हटकून हजेरी लावली होती. येणाऱ्या लोकांना रांगेत बसवण्याचे काम स्वयंसेवक करत होते. सभा सुरू झाल्यानंतर लहान दंगेखोर मुलांचा त्रास नको म्हणून त्यांना मुद्दाम पुढे बसवले जात होते. उदयनेही स्वयंसेवक म्हणून आपले नाव नोंदवले होते. सभेसाठी उपस्थित लोकांना पाणी पाजण्याचे पुण्य काम करणार होता तो.

''अरे उधम, किती उशीर. पाण्याच्या कावडी आणून आणून खांदे दुखू लागले. चल आता, मदत कर मला,'' आपल्या डाव्या हाताने उजव्या खांद्याला स्पर्श करीत चेहऱ्यावर वेदनेचे भाव आणून करीम म्हणाला. उदयला आलेले बघून तो त्याच्यापाशी येऊन पोहोचला होता.

''अरे, आलोच.'' म्हणत त्याने चिककुकडीला कडेवरून खाली उतरवले.

''हूं, मी चाललो आपल्या कामाला. तू आता सांगितल्याप्रमाणे शहाण्या बाळीसारखी वाग. जा, त्या तिथे जाऊन बस आणि मी आल्याशिवाय कुठेच जायचं नाही हं,'' पारासमोर बसलेल्या मुलांकडे बोट दाखवत उदय म्हणाला. एखाद्या आज्ञाधारक बालकाप्रमाणे चिककुकडीही लगेच त्या दिशेने चालू लागली. उदय जाणाऱ्या चिककुकडीकडे पाहत काही क्षण उभा राहिला आणि लगेच करीमसोबत कावड वाहण्यासाठी निघाला. बागेतच पाण्याची एक विहीर होती. तिथून कावडीने पाणी भरून बागेच्या उजव्या हाताला असलेल्या पिंपामध्ये ते भरण्यास दोघांनी सुरुवात केली. कावड वाहता वाहता मधूनच तो मुलांच्या रांगेकडे नजर फिरवत होता. चिककुकडी तिथेच पुढे बसली होती. जवळपास साडेचारच्या सुमारास सभेस आरंभ झाला. डॉ. सत्यपालांचा कार्यवाहक हंसराज पारावर उभा होता. लोकांवरून एक शांत नजर फिरवत त्याने बोलायला सुरुवात केली.

''दोस्तहो, आज बैसाखी आहे. शीख धर्माचा संस्थापन दिन. आजच्याच

दिवशी गुरू गोविंदसिंगांनी शीख धर्माची स्थापना केली. या शीख धर्माचे एक मूलभूत तत्त्व आहे...'' म्हणत हंसराज जरासा थांबला.

''माफ करा, मघाशी मी म्हणालो की शीख धर्माचे एक मूलभूत तत्त्व आहे. पण हे बहुतेक सर्वच धर्मांचे मूलभूत तत्त्व आहे. आणि ते म्हणजे स्वातंत्र्य. जगामध्ये जेवढेही धर्म अस्तित्वात आहेत त्या सर्वांमध्ये जर कुठल्याही तत्त्वाचा दृगोच्चार केला गेला आहे तर ते तत्त्व म्हणजे स्वातंत्र्य. आपल्या दुर्दैवाने म्हणा किंवा आपल्या करंटेपणाने म्हणा, पण आपण सर्व धर्मांनी पुरस्कारलेले हे स्वातंत्र्य उपभोगू शकत नाही. आपल्याला इंग्रज सरकारने पारतंत्र्याच्या टाचेखाली ठेवले आहे. पण ते कमी म्हणून की काय, आपल्याला पूर्णतः चिरडण्यासाठी त्यांनी रौलट कायदा संमत केला. आता हा कायदा काय आहे ते सर्वांना माहीत आहे. याविरुद्ध निषेध नोंदवण्यासाठी गांधीजींनी आंदोलन करायचे ठरवले. तारीख ठरली सहा एप्रिल. पण पाच एप्रिलच्याच रात्री पंजाबमधल्या मोठ्या मोठ्या पुढाऱ्यांना पकडून पोलीस त्यांना गव्हर्नरच्या घरी घेऊन गेली. तिथे त्यांना सांगण्यात आले की उद्या चालू होणाऱ्या आंदोलनात भाग घेऊ नका. सर्वांनी ते म्हणणे मान्यही केले. पण या फिरंगी सरकारच्या नाकावर टिच्चून आमच्या दोन नेत्यांनी त्याला विरोध केला. कोण होते हे नेते?'' जमलेल्या लोकांकडे बघत हंसराजने विचारले.

सोप्या प्रश्नाचे उत्तर येत असले की जसा पूर्ण वर्गच मोठ्या आवाजात त्याचे उत्तर देतो तसेच काहीसे इथे झाले. संपूर्ण गर्दीतून जोरजोरात किश्लू आणि सत्यपालांच्या नावांचा जयघोष सुरू झाला.

''बरोबर. डॉ. सत्यपाल नि डॉ. किश्लू. त्यांच्यावर भाषणबंदी असतानाही त्यांनी भाषणे केली. लोकांना संघटित केले आणि.....''

हंसराज बोलत होता. लोकं तन्मयतेने ऐकत होती. उदय, करीम आणि इतर सात-आठ जण पाण्याच्या पखाली आणि ग्लास घेऊन लोकांच्या रांगेतून हिंडत होते. कोणी पाणी मागितले की पखालीतून ग्लासमध्ये पाणी ओतून ते त्याला दिले जात होते. चिककुकडीला समोर बसून ते कळत नसलेले भाषण ऐकण्याचा कंटाळा आला होता. तसा तो इतर मुलांनाही आला होता. त्यामुळे पारापासून डावीकडे मोकळ्या जागेत त्यांनी आपला खेळ मांडला होता.

हंसराजचे भाषण आटोपले तसे मोहम्मद इस्माइल पुढे आला. गदर उत्थानाचे क्रांतिकारक कर्तारसिंग सराबांची क्रांतिरसाने रसरसलेली अशी कविता तो सर्वांसमोर बोलून दाखवू लागला.

''जो कोई पूछे कौन हो तुम तो कह देना बागी ये नाम अपना
जुल्म मिटाना हमारा पेशा गदर करना यह तो काम अपना ।

नमाज, संध्या यही हमारी श्रीपाठ पूजा भी सब यही है
धरम, करम सब यही है प्यारा यही खुदा और राम अपना ।''

इस्माइल कविता म्हणत असतानाच बागेच्या प्रवेशद्वारासमोर सरकारी सैन्य गोळा होऊ लागले. सर्व सैनिक बागेच्या प्रवेशद्वाराच्या भिंतीला समांतर रांगेत उभे राहिले. पण कोणाचेही तिथे लक्ष नव्हते.

''फायर.'' त्यांचा अधिकारी जोराने ओरडला.

ताबडतोब सैनिकांनी गोळीबार सुरू केला. बैसाखीच्या शुभ मुहूर्तावर सभेसाठी जमलेल्या त्या शेकडो निःशस्त्र लोकांवर गोळ्या चालवताना सैनिकांना काय धन्यता वाटली कुणास ठाऊक! गोळ्यांचे आवाज ऐकले तशी लोकांमध्ये गडबड उडाली. गोळ्यांपासून बचाव करण्यासाठी ते इथेतिथे पळू लागले. पण रानच पेटलेले असता पळणार तरी कुणीकडे? संपूर्ण बागेत गोळ्यांचा पाऊस पडत होता. बागेतून बाहेर जाण्याचा एकच मार्ग, तोही त्या यमदूतांनी रोखलेला. जाणार तरी कुठे? लोकांना काहीच सुचत नव्हते. पण विचार करण्याचा वेळ होताच कुठे. वाट सापडेल तिथे लोकं पळत सुटली. जो आडोसा मिळेल तिथे लपत होती. सैनिकांपासून जवळच उभ्या असलेल्या लोकांचे तर तेवढेही नशीब नव्हते. काही कळायच्या आतच गोळ्या त्यांच्या शरीराची चाळण करून आरपार निघून गेल्या. माणसे पटापटा मरत होती; पण गोळीबार चालूच होता.

काही वेळानंतर जेव्हा काय घडतंय याचा अंदाज आला तशा बायका ओरडतच आपल्या मुलांना गर्दीत शोधू लागल्या. गर्दीत कोण कुठे आहे काहीच कळत नव्हते. वर गोळीबाराचा धूर, माणसांच्या धावपळीत उडणारी धूळ यामुळे समोरचे काहीच दिसत नव्हते. स्त्रियांच्या किंकाळ्या, लहान मुलांचे रडणे, 'पळा पळा', 'वाचवा वाचवा' म्हणून पिटलेल्या हाकाट्या, जखमींचे कण्हणे, गोळ्यांचा आवाज यांनी सारा आसमंत भरून गेला होता.

बागेतून निसटण्याचा एकुलता एक रस्ताही सैनिकांनी अडवून ठेवल्यामुळे काही अभाग्यांनी बागेची दोन पुरुष उंचीची भिंत चढून जाण्याची चेष्टा केली. पण चढणे कठीणच नव्हे तर दुरापास्त होते. तरी भिंतीवरील खाचांचा फायदा घेत काही जण ती चढण्यात यशस्वी झाले. डायरची नजर गरुडासारखी सर्वत्र फिरत होती. भिंतीवर चढून पळून जाणारी माणसे त्याच्या नजरेतून सुटली नाहीत. त्याने शिपायांना तिथे गोळ्या झाडण्यास फर्मावले. लगेचच भिंतीवर चढलेल्या माणसांसकट भिंतीवर चढायचा प्रयत्न करणारेही जमिनीवर कोसळले. संपूर्ण भिंत रक्ताच्या डागांनी माखून गेली. कित्येक गोळ्या भिंतीतही घुसल्या.

बागेतील पाण्याची विहीर, जिथून मघाशी उदयने पाणी भरले होते तिच्यात आता जीव वाचवण्यासाठी बायका पटापटा उड्या घेत होत्या. पण तिथेच बुडून

त्यांना जीव गमवावा लागला. गोळी लागून कित्येक जण मरत होते तर मेलेल्यांना अडकून पडूनही कित्येक मरत होते. जिथे बघावा तिथे मृत्यू आ वासून उभा होता.

गोळीबार चालू झाल्यापासून उदय सुन्न झाला होता. काय घडतंय त्याला कळतच नव्हते. समोर जिथे बघावं तिथे माणसे मरताना दिसत होती. अरे पण चिककुकडी? तिची आठवण आली तसा उदय स्वतःला वाचवत चिककुकडीला शोधत फिरू लागला. सभोवार माणसांच्या सावळ्या गोंधळात त्याला ती कुठेच दिसत नव्हती. कावराबावरा होऊन तो तिला शोधत होता. तोच सूंऽऽऽ सूंऽऽऽ करत आलेली एक गोळी त्याच्या दंडाला स्पर्शून गेली. गोळीच्या धक्क्याने तो खाली पडला. पण कोणाला त्याची पर्वा नव्हती. जो तो स्वतःचा जीव वाचवण्यात गुंग होता. त्यात खाली पडलेल्या उदयची दखल कोण घेणार. असे शेकडो उदय जखमी होऊन धुळीत पडले होते. त्यांना जसे तुडवून माणसे पळत होती, तसेच उदयलाही तुडवत माणसे त्यावरून पळत होती. एवढ्यात त्याला अडकून अजून एक मनुष्य त्याच्यावर पडला. तो पडलेला माणूस उठायचा प्रयत्न करत होता; पण तो जो उठायचा तोच कोणीतरी त्यांच्यावर पाय देऊन जायचा. तोच अजून एक माणूस अडखळून त्यांच्यावर कोसळला. उदयने आता जगण्याची आशा अजिबात सोडून दिली होती. त्याचा श्वास गुदमरत होता. डोळे बंद होत होते. तरीही ते चिककुकडीचा शोध घेत होते. पण त्यांना समोर दिसत होते ते गोळीबार करणारे सैन्य आणि त्यांना आदेश देणारा जनरल डायर.

नाच-गाण्याशिवाय साजरा होईल असा कुठलाही सण पंजाबमध्ये नाही. नेहमीच्या रटाळ जीवनाला कंटाळलेले, शिणलेले जीव अशा सणासमारंभाच्या वेळी नाचून गाऊन स्वतःचा शीण हलका करत असतात. त्या नाच-गाण्यातच जीवनाचा आनंद घेत असतात. खरंतर जगात असा एकही मनुष्य नाही, ज्याला सुखाची लालसा नाही. प्रत्येक जण येणाऱ्या छोट्या-छोट्या क्षणात आनंद धुंडाळत असतो. मग पंजाबी जनता त्याला अपवाद का असावी? भलेही रौलट कायद्याच्या नावाखाली एक धारदार तलवार त्यांच्या डोक्यावर टांगली होती, डायरसारख्या राक्षसाच्या हाताखाली अमृतसरचे नियंत्रण होते आणि माणूस म्हणून त्यांचा जगण्याचा अधिकार हिरावून घेण्यात आला होता; तरी १३ एप्रिल १९१९च्या या बैसाखीच्या सणात लोक आनंदाचा क्षण शोधत होते, नाचत होते, गात होते. रतनाच्या घरीही अशा प्रकारे नाच-गाणे चालू होते. शेजारची ईशरत आणि इतर महिला घरी एकत्र जमल्या होत्या. बैसाखीच्या दिवशी अशा नाच-गाण्याची रीतच होती. घरातीलच एका कोपऱ्यात या महिला बसल्या होत्या. त्यातील एकीने आपल्या गुडघ्याखाली

ढोलके धरले होते. तिच्यासोबत बसलेल्या बाकीच्या महिला एकसुरात गाणं म्हणत होत्या, तर त्यांच्या गाण्याच्या ठेक्यावर ती महिला ढोलके वाजवत होती. समोरच ईशरत, रतना आणि तिच्या समवयस्क मुली त्या गाण्यावर फेर धरून नाचत होत्या. बैसाखीच्या सणासाठी खास रचलेली नि पूर्वीपासून चालत आलेली अशी काही गाणी होती. त्यांतलेच एक गाणे आता म्हटले जात होते.

जिंद माही बाजरे दिया, अहा
जिंद माही बाजरे दिया, कलियाँ
की मेला वेंखन अैया, अहा
की मेला वेंखन अैया, जटीयाँ
हाथ विच शिशा सवरन पत्तीयाँ
इक पल बेही जाना, अहा
वे इक पल बेही जाना, मेरे कोल
वे तेरे मितरदे नी, होए
वे तेरे मितरदे नी लगदे बोल
ओहो ओहो ओहो हाय।

नाचगाणे चालू असतानाच रतना आत स्वयंपाकघरात गेली. बाहेर नाचगाणे चालूच होते. थोड्याच वेळात रतना एका ताटात सरबताचे ग्लास घेऊन आली. आलेल्या प्रत्येक मैत्रिणीच्या समोर ती ते ताट धरत होती. प्रत्येक जण त्यातून सरबताचे ग्लास उचलत होते. सर्वांनी ग्लास उचलले तसा त्यातून शेवटचा ग्लास उचलत तिने ते ताट कोपऱ्यात ठेवले. गाणेबजावणे बंद होऊन आता गप्पांना ऊत आला होता. आपला नवरा आंदोलनाच्या वेडाने किती पछाडला आहे हे सांगण्याची जणू त्यांच्यात चढाओढच लागली होती.

"अगं, सांगते तुला, माझा घरवाला तर या आंदोलनात इतका मश्गूल झालाय की दिवसरात्र बाहेरच फिरत असतो आंदोलनात," एक जण म्हणाली.

"माझ्या घरवाल्याने पण सात दिवस झाले दुकान उघडलेले नाही."

रतना आपल्या हातातील ग्लास सांभाळत गर्दीतून वाट काढत ईशरतपाशी आली.

"काय गं, कुठे होतीस सकाळपासून? आम्ही गुरुद्वाराला जाऊन आलो. जत्रेत पण फिरून आलो. तू कुठे होतीस?" ईशरतच्या कानाशी लागत रतनाने हळूच विचारले.

"अगं, घरवाला आहे जखमी. त्याला बघावे लागते. वर या किशनाच्या खोड्या. चैनच मिळत नाही. काल तर त्या गोऱ्यांच्या पलटणीसमोर दवंडी देत

होता. मी ओढून आणलं म्हणून.''

"अगं बाई! काय सांगतेस काय, खरंच?'' उजव्या हाताच्या मुठीवर हनुवटी ठेवून हाताची तर्जनी गालावर ठेवत रतनाने विचारले. तिच्या स्वरात काळजी होती.

"मग काय,'' मान हलवत ईशरत म्हणाली.

"आता कुठे आहेत मग किशना सरकार?''

"काय माहीत! पुरता बापावर गेला आहे. मिरवणुकी, सभा, मोर्चा सगळी सगळीकडे हजेरी लावून येतो.'' बोलता बोलता तिने डाव्या हाताची बोटे एकत्र करून कपाळाला लावून मग पंजा उघडतच हवेत फिरवली.

"हूं, ऐक ना. किशनासाठी मस्त नवे कपडे घेतलेत जत्रेतून. आपली बन्नो आहे ना गुरुद्वारापलीकडची, तिच्या निहालला लावून घेतलेत. आपल्या किशनाएवढाच तर आहे ना तो. होतील किशनाला ते कपडे. तो आला ना की इकडे पाठवून दे त्याला.''

"आला की तुला कळेलच. येईल वाजवत टिन टिन टिन.''

दोघीही खदखदून हसल्या.

एव्हाना सर्वांचे सरबत पिऊन झाले होते. ग्लास गोळा करून रतनाने मघाच्या ताटात ठेवले. ताट घेऊन ती आत निघालीच होती की फटाक्यांचे मोठमोठाले आवाज ऐकू येऊ लागले.

"हाये, पटाखे फोड़े जा रहे है।'' ईशरतच्या शेजारची नवविवाहित फातिमा ओरडली.

"चलो, चलो देखके आते है।'' म्हणत पटापटा सर्व बायका घराबाहेर पडल्या. रतनाही लगबगीने ताट ठेवून बाहेर आली. सर्व बायका घराबाहेर येऊन आवाजाचा वेध घेऊ लागल्या. आवाज गुरुद्वाराकडून येत होता. त्या दिशेला काही दिसतंय का म्हणून टाचा उंचावून बघण्याचा त्या प्रयत्न करू लागल्या. पण काहीच दिसत नव्हते. दिसत होता फक्त धूर आणि ऐकू येत होता फटाक्यांचा आवाज. पण हे काय? आवाजात किंकाळ्या लपल्यासारख्या का वाटत आहेत? नीट ऐका ओ धीरोदत्त स्त्रियांनो, कदाचित त्या किंकाळ्यांमध्ये एखाददुसरी तुमच्या आप्ताचीही असेल.

बागेत फटाके फुटत नसून गोळ्या चालत आहेत, हे आता सर्वांच्याच लक्षात आले होते. काही दिवसांपूर्वी ॲटकिन्सन पार्कमध्ये घडलेल्या गोळीबाराची त्यांना आठवण झाली.

"ईशरो, गोळीबार होतो आहे बहुतेक बागेत,'' ईशरतच्या खांद्यावर हात ठेवत रतना घाबऱ्या स्वरात म्हणाली.

"हो बहुतेक.'' तिची नजर अजूनही बागेकडेच लागली होती.

"अरे, मेरा घरवाला गया है बाग में।" अचानक पिसाळल्यागत ओरडत फातिमा बागेच्या दिशेने धावू लागली. तोच इतर स्त्रियांनी तिला पकडले. त्यांच्या हातातून सुटून बागेकडे धावण्यासाठी ती तडफडत होती. जोरजोराने ओरडत, रडत होती. अखेर तिचे सौभाग्य गेले होते बागेत. पण तिचे सांत्वन करणार कोण? तिला धीर देणार कोण? बाकीच्यांची पण तर तीच गत होती. कुणाचा बाप, कुणाचा भाऊ, कुणाचा नवरा, कुणाची मुले. त्यांचेही कोणीतरी बागेत होतेच. सर्व जणींचा आपल्या घरच्यांच्या काळजीने जीव अर्धा झाला होता. तरी स्वतःला आवरत त्या फातिमाला समजावत होत्या. काहीही वाईट घडलेले नाही म्हणून तिला सांगत होत्या. पण खरेतर त्याचे काही वाईट घडलेले नसू दे म्हणून देवाची प्रार्थना करत होत्या. त्या फातिमाला समजावत होत्या खऱ्या, पण आपल्या चेहऱ्यावरची काळजी त्याही लपवू शकत नव्हत्या.

"ईशरो, मला खूप भीती वाटतेय गं. यांना, वीरजींना काही झालं तर नसेल ना? चल ना, आपण जाऊन बघून येऊ तिथे," रडक्या आवाजात रतना म्हणाली.

"रतना, थांब ना गं. नको घाबरूस. माझा पण तर किशना..." म्हणतच ईशरतने तोंडाला ओढणी लावली. आता सर्वांचाच धीर सुटला होता.

सर्वांचे रडके चेहरे बघून तर रतना अजूनच घाबरली. मागे दंग्याच्या वेळी राजिंदर होता. त्याने हेमराजला शोधून आणले होते. आता तर तो पण हेमराजसोबत बागेत सभेसाठी गेला होता. कसे होईल? कुठे शोधू आता हेमराजला? आणि वीरजी? गोळ्यांचे आवाज तर थांबल्यासारखे वाटत आहेत. इंग्रज शिपाई गेलेही असतील. जाऊन बघू या का आपण बागेत? बस्स. मनाशी काही ठरवत रतना तडक चालू लागली. तिच्या डोक्यात चाललेल्या विचारचक्रांनी तिला इतके झपाटले होते की ईशरत आणि इतर बायकांनी मारलेली हाकही तिला ऐकू आली नाही. तिच्या डोक्यातील ते विचारच तिच्या पायांना गती देत होते. आता तर ती बागेच्या दिशेने धावत निघाली. विचारधारेतच चालत ती बागेपाशी येऊन पोहोचली. बाहेर अगदी भयाण शांतता होती. काही वेळापूर्वी घुमणारे भाषणाचे आवाज आणि त्यानंतर गुंजलेले गोळीबाराचे आवाज यांचा तिथे मागमूसही नव्हता. बागेच्या गल्लीतून बागेकडे जाताना ती एक एक पाऊल थरथरत्या अंतःकरणाने उचलत होती. अचानक कोणीतरी तिच्या शरीरातील शक्ती खेचून घेत असल्यासारखे तिला जाणवू लागले. तिचे पाय लटपटत होते. तिने आधारासाठी म्हणून बागेच्या भिंतीवर हात टेकला. पण अंगातून वीज चमकून जावी तसा तिने तो हात खेचून मागे घेतला. कदाचित तिला कसला तरी भास झाला असावा. कदाचित काही क्षणांपूर्वी घडलेल्या त्या दुर्दैवी घटनेमुळे संतापून त्या बागेची भिंतही क्रोधाग्नीने जळत असावी आणि तिचाच जाळ तिला जाणवला असावा. एक एक पाऊल उचलणे तिला कठीण जात

होते. पण तरीही ती चालत होती. पुढे जात होती. अन् अखेर ती बागेत पोहोचली. बागेत? त्याला बाग कसे म्हणता येईल? स्मशानभूमी. अहं, तो शब्दही कमी पडेल.

"हाय देवा!" म्हणत रतनाने तोंडावर मूठ दाबली. समोर जे दृश्य उभे ठाकले होते ते पाहून ती पुरती हादरली होती. एखाद्या कच्च्या दिलाचा तर कधीच मेला असता. पण ती लेचीपेची नव्हती. एका वीराची वीरांगना होती ती. पण तो तिचा वीर आहे कुठे?

रतनाने बागेतून चौफेर नजर फिरवली. बागेत हजारोंच्या संख्येने माणसे जमिनीवर निपचित पडली होती. जमिनीवर रक्तामांसाचा सडा पडला होता. यात हेमराजला कुठे शोधायचे? हिंमत करून एक एक पाऊल पुढे येत ती त्या मृतदेहांमध्ये स्वतःच्या नवऱ्याला शोधू लागली. समोर दिसणाऱ्या त्या निष्पाप देहांमधून वाट काढत ती पुढे निघाली. पण वाट काढणार कशी? वाट काढायला किंचितशीही जागा नव्हती. मृतदेहांनी खचाखच भरलेल्या त्या बागेत पुढे पाय टाकावा तर कधी कोणाच्या हातावर, कधी कोणाच्या पायावर. एकदा तर अखेरचे क्षण मोजत असलेल्या एका जिवावर तिचा पाय पडला आणि तो जोरात ओरडून उठला. त्याची ती किंकाळी आकाशाला भेदून गेली. पण परत तो शांत झाला. कदाचित कायमचाच. समोर प्रेतेच प्रेते दिसत होती. कित्येक ठिकाणी तर एकावर एक अशी भरपूर माणसे पडली होती. एकेका धडाला बाजूला करत ती हेमराजला शोधू लागली. पण हेमराज दिसेना. तो कोण आहे तो तिथे निळ्या पगडीत? वीरजी???

"वीरजी, वीरजी," ओरडतच रतना राजिंदरपाशी आली. त्याचे डोळे सताड उघडे होते. डोळ्यांतून प्राण केव्हाच निघून गेला होता. रतना त्याच्या छातीवर पडून रडू लागली.

"वीरजी, वीरजी, हे काय झालं वीरजी! बोला ना. कुणी केलं हे? तुम्हीच तर माझा आधार होता. मागे हेमराज दंग्यात हरवलेले तेव्हा तुम्हीच नाही का शोधून आणलेलं त्याला, आणि आता?" त्याच्या छातीवरच डोकं आपटत ती शोक करू लागली.

"तुम्ही तर म्हणालेलात ना की एक वर्ष. एका वर्षात घरी जाऊन बेबेला भेटणार, पापाजींना भेटणार. मग त्यांना असे न भेटताच कुठे निघालात? सांगा ना? आणि माझा हेमराज कुठे आहे? त्याला घेऊनच आलेलात ना? बोला ना."

हेमराज, कुठे आहेत ते? वीरजींसोबतच तर होते ना? कुठे गेले?

"हेमराज, हेमराज," मोठ्यामोठ्याने आवाज देत रतना उठली. पण कुठूनही 'ओ' आली नाही. आवाज देतच हेमराजला शोधण्यासाठी रतना हिंडू लागली. अरे,

ते पिटुकले ध्यान कोण? रतनाने धावत जाऊन त्या लहानग्याच्या देहाला छातीशी कवटाळले.

"किती वेळा सांगितलेलं, नको जाऊस सभेस, मिरवणुकीस. पण नाही ऐकायचं ना आईचं. किशना, ए किशना, अरे मी तर विसरलेच. तुझ्यासाठी नवीन कपडे घेतलेत मी. छान पांढऱ्या रंगाची सलवार आणि पिवळ्या रंगाचा सदरा. तुला आवडतो ना पिवळा रंग, म्हणून मुद्दाम घेतला. हवाय ना तुला? पण जोपर्यंत तू बोलणार नाहीस, मी नाही देणार तुला कपडे. बोल ना रे. बोल ना." भावनावेगात रतनाने किशनाला अजूनच जोरात कवटाळले. पण तो काही बोलत नाही बघून तिने त्याला छातीपासून अलग केले. त्याचा सदरा पूर्ण माखला होता. समोर छातीजवळच घुसली होती गोळी. बस, त्या एका गोळीनेच आपले काम चोख बजावले होते.

"वाह रे किशना! भरपूर बहादूर निघालास तू. गोळी आली तरी पाठ दाखवली नाहीस तू. शाब्बाश रे शाब्बाश!" रतनाच्या डोळ्यांतून अश्रू वाहत होते.

"पाणी, पाणी..." त्या क्षीण आवाजाने रतनाचे लक्ष वेधले. हेमराजचा आवाज? हो, हो, त्याचाच. पण कुठे आहे तो? तिने आजूबाजूला बघितले. पण सगळीकडे मुडदेच दिसत होते. मला भास तर नाही ना झाला? क्षणभर रतनाच्या मनात विचार दौडून गेला.

"पाणी, पाणी..."

रतनाने आवाजाच्या दिशेने पाहिले. समोरच्याच प्रेतांच्या गर्दीत रक्ताच्या थारोळ्यात हेमराज पडला होता. रतना दौडत त्याच्यापाशी आली. त्याच्याजवळ बसत तिने त्याचा हात हातात घेतला.

"पाणी, पाणी..." मरणासन्न अवस्थेतला हेमराज बेशुद्धावस्थेत बोलत होता. तिने इथेतिथे वळून बघितले. जवळपास कुठेच पाण्याचा थेंबही दिसत नव्हता. पण ते काय? ती कसली हालचाल? ती प्रेतं कशी हालचाल करत आहेत? आणि हा कोण?

आपल्यावरील मृतदेह कसेबसे बाजूला करत भेलकांडत उदय उठला. एका मद्यपीप्रमाणे तो डोलत होता. उभे राहताच त्याने मोकळा श्वास घेतला. जोरजोरात श्वास घेतल्याने त्याच्या छातीचा ताफा सतत वर-खाली होत होता. कपडे धुळीने, रक्ताने माखलेले होते. अंधारातून अचानक उजेडात आल्यावर डोळ्यांची जशी उघडझाप होते, तशाच पद्धतीने त्याच्या डोळ्यांची उघडझाप होत होती. थकवा त्याच्या चेहऱ्यावर साफ दिसत होता. सभोवार नजर फिरवताच त्याचा त्याच्या डोळ्यांवर विश्वास न बसून त्याने आपले डोळे चोळले. आपण जे पाहातो आहो ते खरे की खोटे हेच त्याला समजत नव्हते. एक भयंकर दुःस्वप्न असावे, असेच ते दृश्य होते. आजूबाजूला ढिगाने माणसे मरून पडली होती. काही जे जखमी झाले

होते त्यांच्या कण्हण्याच्या स्वरांनी वातावरण भरून गेले होते. यातूनही जे वाचले होते ते आपल्या प्रियजनांसाठी आक्रोश करत बसले होते. नरक ही जी संकल्पना त्याने धर्मग्रंथातून वाचली होती, तो नरक याहून दुसरा कोणता असणार होता.

"वीरजी, माझी मदत करा ना जरा. माझ्या घरवाल्याला तहान लागली आहे. पाणी मिळेल का इथे?"

उदयने दचकून वळून पाहिले. समोरच रडवेल्या चेहऱ्याने रतना उभी होती. उदयने मान डोलावली. पाणी आणण्यासाठी त्याने विहिरीच्या दिशेने पाऊल उचलले. पण हा चिखल कसला? रक्तामांसाचा पूर्ण चिखल साचला होता जमिनीवर. ते पाहून उदयला ओकारीच आली.

कसाबसा सावरत तो त्या चिखलातून रस्ता काढत विहिरीपाशी आला. विहिरीतून पाणी काढण्यासाठी तो आत डोकावला मात्र, आणि घाबरून मागे वळला. विहीर मृतदेहांनी पूर्ण भरली होती. गोळ्यांपासून बचाव करण्यासाठी बायकांनी विहिरीत उड्या मारून जीव दिला होता.

पाणी? पाणी कुठून आणावे आता? हां, आपल्या पखालीत तर पाणी असेल. पण पखाल, ती तरी कुठे होती? गोळीबाराच्या गडबडीत कुठे सोडली पखाल कोणास ठाऊक.

निराश होत तो रतनाकडे परत आला.

"बहन, माफ कर. पाणी नाही मिळाले."

"वीरजी, यांना घेऊन जायला मदत करा ना," रतना काकुळतीला येऊन म्हणाली.

"बहन, मी पण कोणाला तरी शोधतो आहे. मला माफ कर." रडणाऱ्या रतनाला तिथेच सोडत उदय चिककुकडीला शोधू लागला.

माणुसकीचे रक्षक म्हणवणाऱ्या इंग्रजांनी केलेला हा अमानुष अत्याचार सूर्यदेवालाही बघवत नव्हता. शरमेने तोंड झाकून तो पश्चिम दिशेला पळून गेला होता. आता अंधारात चिककुकडीला शोधणार तरी कसे? तिची खबरबात सांगू शकणारा सूर्यदेखील पळून गेला. आता तिचा पत्ता विचारायचा तरी कोणाला? इथे तर सर्व जण गाढ निद्रेत झोपलेले आहेत. आपल्या आयुष्याच्या अंतिम प्रवासाला लागलेले आहेत. आणि जे जागे आहेत ते स्वतःच्याच दुःखात हरवलेले आहेत. विचारायचं तरी कोणाला?

अरे, तिथे कोण ती स्त्री आरडाओरडा करते आहे? उदयने अंधारात नीट निरखून पाहिले. अरे, ही तर मेवासिंग मिठाईवाल्याची बायको. आताच तर सात-आठ महिन्यांपूर्वी एका गोड मुलीला जन्म दिलेला हिने. ती मुलगी कुठे आहे? उदयने जरा जवळ जाऊन पाहिले. समोर जे होते ते पाहून काळ्या कातळानेही अश्रू

ढाळले असते. उदय तर माणूसच होता. त्याच्या डोळ्यांतूनही त्याची परवानगी न घेता अश्रू वाहू लागले. सात महिन्यांची ती गोंडस मुलगी गोळीबाराने झालेल्या धावपळीत, चेंगराचेंगरीत चिरडली गेली होती. लहान पाखरू ते. जग बघायच्या आधीच डोळे मिटले होते तिचे. आणि मेवासिंग, तो कुठे गेला? या अशा प्रसंगात पत्नीला धीर द्यायचा सोडून कुठे आहे तो?

तो?

तो काय तिथे शांतपणे झोपला आहे.

कायमचा.

पण चिककुकडी? ती कुठे आहे? का तायीजी नको म्हणत असतानाही आणले तिला इकडे आपण?

अचानक उदयची नजर एका ठिकाणी खिळली. ते काय माझं पिलू. उदय धावतच चिककुकडीपाशी गेला. गोळ्यांनी तिच्या शरीराची पूर्ण चाळण केली होती. एक गोळी तर सरळ कपाळातून आरपार. डोक्याची शकले केली होती त्या गोळीने.

बिंदी.

बिंदी घेणार होतो ना तुला? अशी बिंदी लावशील असे स्वप्नातही वाटले नव्हते. खाली बसत त्याने तिचे डोके मांडीवर घेतले. चेहरा संपूर्णतः रक्ताळलेला. तिच्या त्या कोमल रक्ताळलेल्या चेहऱ्यावरून उदय प्रेमाने हात फिरवत होता.

"माफ कर मला, माफ कर. नाही वाचवू शकलो तुला. माफ कर." हुंदके देऊन उदय रडू लागला.

"ऊँ, माँ, मर गया।"

हा कोण ओरडला आता? उदयने चिककुकडीचे शव उचलून घेतले. आवाजाच्या दिशेने तो आला.

"करीम, मेरे भाई, काय झाले तुला?" जखमेने विव्हळणाऱ्या करीमपाशी येऊन बसत उदयने विचारले.

"उधम, पायात गोळी घुसली आहे रे. भरपूर वेदना होत आहेत. आ....." करीम पुन्हा वेदनेने कळवळला.

"थांब, मी काहीतरी करतो." म्हणत उदयने चिककुकडीचे शव खाली त्याच्या शेजारी निजवले. उठून उभा राहत त्याने मदतीसाठी इकडेतिकडे पाहिले. जवळपास मदत करण्याजोगे कुणीच नव्हते. कदाचित गुरुद्वारातून काही मदत मिळेल असा विचार करून तो बागेतून बाहेर पडत गल्लीतून मुख्य रस्त्यावर आला. रात्र भरपूर झाली होती. रस्ता अगदी निर्मनुष्य दिसत होता. काय करावे, कुठे जावे काहीच कळत नव्हते. गुरुद्वारासमोरच एक झोपडीवजा घर होते. सभोवतालच्या त्या गडद काळोखाचा निर्भयतेने सामना एक बारीकसा प्रकाशझोत तिथे करत होता. बहुतेक

रॉकेलचा छोटा दिवा असावा. उदय मोठ्या आशेने तिकडे वळला. जवळ येऊन त्याने दार ठोठावले. पण काहीच प्रतिसाद नाही आला. एक एक क्षण त्याला काळाप्रमाणे वाटत होता. काही वेळ वाट बघून त्याने पुन्हा दार ठोठावले.

"कोणी आहे का घरी? मला मदत हवी आहे. दार उघडा ना."

पण काहीच उत्तर आले नाही. कदाचित घरी कोणीच नसावे किंवा त्याचा आवाजच जात नसावा आत. काही वेळानंतर त्याने पुन्हा आवाज दिला. पण परिणाम तोच. दार ठोठावण्याचा आवाज आणि त्याचा आवाज. बस्स. बाकी नीरव शांतता.

अखेर काहीच उपयोग नाही हे लक्षात येऊन तो वळला. तोच त्या शांततेचा भंग करत ते दार करकरले. उदयने वळून बघितले. थरथरत्या हाताने ते दार किलकिले करत त्याच्या आडून एक म्हातारा भेदरल्या नजरेने त्याच्याकडे बघत होता.

"बाबाजी, थोडी मदत हवी होती. माझा मित्र जखमी आहे आत. त्याला डॉक्टरकडे नाही नेले तर मरून जाईल हो तो." आर्जव करत उदय म्हणाला.

तो म्हातारा काही क्षण उदयकडे बघत राहिला. त्याच्या डोळ्यांत अगतिकता स्पष्टपणे दिसत होती.

"बाळा, कोणाकोणाला मदत करणार? सारं शहरच्या शहर आत मरून पडलं आहे. काय करणार? माझं ऐकशील तर तूही आता घरी जा. रात्र पडली आहे. पोलिसांची गस्तीपथकं फिरत आहेत गावातून. उगाच मरशील तू पण."

"बाबा पण...."

उदयचे म्हणणे पूर्ण न ऐकताच त्याने दार लावले. निराश होत उदयने आजूबाजूला इतर घरांमधूनही मदतीची याचना केली. पण सगळंच व्यर्थ. बहुतेकांनी तर दारही उघडले नाही. आधीच संचारबंदी. त्यात संध्याकाळच्या या घटनेने लोकांमध्ये दहशत माजवली होती.

अखेर हताश होऊन तो पुन्हा बागेत प्रवेशला. बागेच्या परिस्थितीत फारसा फरक पडला नव्हता. अंधार तेवढा वाढला होता.

"वीरजी, माझ्या घरवाल्याला बघा ना जरा. मघाशी तर बोलत होता. आता बोलतच नाही आहे. बघा ना," उदयला आवाज देत रतना म्हणाली. ती अजूनही हेमराजपाशी बसून होती; त्याचा हात हातात घेऊन. उदय रतनापाशी आला. त्याने हेमराजकडे पाहिले. हेमराजचे डोळे बंद होते. तोंड उघडे होते. खाली बसत त्याने हेमराजचा हात हातात घेतला. तो थंड पडला होता.

"बहन," हेमराजचा हात खाली ठेवत त्याने रतनाच्या खांद्यावर हात ठेवला. त्याला पुढचे काही बोलवत नव्हते. पण रतनाला कळाले होते. तिचा लाडका

हेमराज तिला सोडून गेला होता. ती हेमराजच्या छातीवर पडून शोक करू लागली.

उदयच्या हृदयात कालवाकालव झाली. पण त्याला काही करता येणे शक्यच नव्हते. तो तसाच उठून करीमपाशी आला. करीम डोळे मिटून पडला होता. मध्येच कळ बसून तो जोरात ओरडायचा. उदय करीमपाशी येऊन खाली बसला. करीमचा हात हाती घेऊन त्याने प्रेमभराने त्याच्या कपाळावरून हात फिरवला.

"उधम..... काऽऽऽय झाऽऽऽऽऽले रे?" अगदी क्षीण आवाजात करीमने विचारले.

"काही नाही. बस्स, मदत येतच आहे. तू आराम कर." रडू लपवत उदय बोलला.

"कितना झूऽऽऽठ बोलेगा रे? कोणी येऽऽऽऽणार नाही." त्याचा आवाज अजूनच क्षीण होत होता.

"नाही, येत आहेत माणसे." उदयने कसाबसा हुंदका दाबला.

करीम पुढे काही बोलला नाही. गप्पच होता. कदाचित त्याला काही बोलवतच नव्हते. त्याचा हात हातात घेऊन उदय बसला होता तर दुसऱ्या हाताने उदय मांडीवर झोपवलेल्या चिककुकडीला थोपटत होता.

रात्र चढत होती. अचानक दूरवर कुठेतरी कुत्रे रडू लागले. जोरजोराने दूरवरून येत असलेल्या त्या आवाजाने उदय मनातून घाबरला. त्याच्या अशा रडण्याने रात्रीच्या भयाणतेत अजूनच भर पडली. रात्रीचे कुत्र्यांचे रडणे अशुभ मानले जाते. म्हणतात की मृत्युदूताला बघून कुत्रे असे रडतात. हो, मृत्युदूतच असणार. संध्याकाळी इथे रक्ताने होळी खेळून झाल्यावर आता रात्रीची गस्त घालणारे, गोरे मृत्युदूत.

सात-आठ कुत्रे रक्तामांसाच्या वासाने बागेत आले होते. जमिनीवर सांडलेले रक्त आणि मांसाचे तुकडे जिभल्या चाटून खात होते. मध्येच एकमेंकावर गुरगुरत, भुंकत होते. रात्रीबरोबर कुत्र्यांचे आवाजही वाढत होते. जखमींचे विव्हळणे, कण्हणे, रडणे चालूच होते. मध्येच गस्तीच्या सैनिकांच्या पावलांचे आवाजही त्या आवाजात मिसळत होते. करीमचे अंग थंड पडत चालले होते. त्याचा आत्मा त्याचे शरीर सोडून निघून गेला होता.

## ४

## क्रौर्यपर्व

समोरच्या त्या विदारक दृश्याकडे हतबल होऊन उदय बघत होता. रात्रभर लोकांचे रडणे, कण्हणे ऐकून त्याला त्याची सवय झाली होती. मांडीवर चिककुकडी शांत पडून होती. वाऱ्याची झुळूक वगळता इतरांना हालचाल करावयास बंदीच होती बहुतेक. उदय अधूनमधून करीमचा हात हातात घेऊन त्याला साद देत असे; पण करीमकडून उत्तर नाही येत बघून पुन्हा निराश होई. त्याच्या थंड पडत चाललेल्या हाताला दोन्ही हातांनी चोळून तो त्याच्या शरीरात गरमी आणण्याचा प्रयत्न करे. मघापासून आक्रोश करणारी रतनाही आता मलूल होऊन पडली होती. अचानक उदयला वातावरणात एक भयाण शांतता पसरल्याचे जाणवले. त्याने सभोवार पाहिले. रात्र असूनही बराच उजेड पडला होता. पण सभोवतालचे ते मृतदेह कुठे होते? रतना? तीही दिसत नव्हती. आपल्या हातात अजूनही करीमचा हात आहे असे त्याला वाटत होते; पण का कुणास ठाऊक, त्याला त्याच्या हाताची मूठ पोकळ जाणवली. आपल्या हातातील तो थंड हात वाळू बनून हातातून उडून गेल्याचा भास त्याला झाला. त्याने बघितले तर खरंच त्याच्या हातात वाळू होती. चिककुकडीही आता त्याच्या मांडीवर नव्हती. आश्चर्याने बघत तो उभा राहिला. त्या सबंध बागेत त्याच्याशिवाय दुसरे कोणीच नव्हते. गोंधळून जाऊन त्याने आजूबाजूला बघितले. एखाद्या जुन्या पडक्या वाड्याप्रमाणे ती जागा वाटत होती. संपूर्णतः निर्मनुष्य. रात्र असूनही अगदी सकाळ असल्याप्रमाणे प्रकाश पडला होता. सूर्य आकाशात दिसत नसला तरी त्याचा दाह त्याला जाणवत होता. हळूहळू दाह वाढू लागल्यासारखा त्याला जाणवला. जणूकाही तो सूर्य हजारो प्रकाश अंतरावर नसून त्याच्या बाजूलाच प्रकाशित होत होता. उदयच्या अंगाची लाही लाही होत होती. त्याच्या कपाळावरून घामाच्या धारा वाहू लागल्या. मळलेल्या हाताच्या बाहीला त्याने तो घाम टिपला. मघापासून त्याच्या मनात असलेल्या दुःखाची जागा आता भीतीने घेतली होती. एका क्षणासाठी पळून जाण्याचा विचारही त्याने केला. पण जाणार कुठून? बाग चारही दिशांनी भिंतींनी बंदिस्त होती. दरवाजा असा कुठे दिसतच नव्हता. काय चालले आहे हे? दरवाजा कुठे आहे? आणि रात्रीच्या वेळी हा प्रकाश? सूर्य तर कुठेच दिसत नाही. म्हणजेच ही गरमी सूर्याच्या प्रखरतेचा परिणाम नव्हती. मग? अशा रात्रीच्या वेळी हा प्रकाश आणि उष्णता कसली? त्याने नजर वळवली. सभोवताली आगीचा डोंब उसळला होता. हजारोंच्या संख्येने चिता जळत होत्या आणि विशेष म्हणजे त्या चितांमधून रडण्या-ओरडण्याचे आवाज येत होते. भांबावून तो ते सारे

पाहत होता. तोच त्याला एक सोळा-सतरा वर्षांची तरुणी दिसली. तीही भेदरलेली. भययुक्त नजरेने ती सारा नजारा बघत होती. तिने एका ठिकाणी पाहिले मात्र, आणि घाबरून पळत सुटली. उदयने त्या दिशेने पाहिले. चितांच्या ज्वाळांमुळे सर्वत्र धूर पसरला होता. त्या धुरकट वातावरणातच त्याला तिथून कोणीतरी येताना दिसले. तपकिरी चामड्याचे शिकारी बूट, लाल रंगाची पँट व त्यावर लाल रंगाचा डगला. तो बहुतेक इंग्रजी सैन्यातील कोणी अधिकारी असावा. उदयने नीट पाहिले. तो मघाचाच गौरवर्णी अधिकारी होता. तो त्या तरुणीच्या दिशेने सावकाश पावले टाकत होता. त्याची करडी नजर तिच्याकडेच लागून राहिली होती.

उदय संतापाने थरथरू लागला. नकळतच त्याच्या हाताच्या मुठी वळल्या. दात-ओठ खातच तो डायरच्या दिशेने निघाला. पण....

पण हे काय? त्याचे पाय जमिनीत गाडले गेले होते. गुडघाभर वाळू त्याच्याभोवती जमली होती आणि त्यात तो बुडत चालला होता.

ती तरुणी धावत होती आणि तिच्या मागून तो डायर. पण ती आता एकटी नव्हती. दहा-पंधरा बायका होत्या त्या आता. बिच्चाऱ्या जिवाच्या भीतीने पळत होत्या. बागेतील विहिरीच्या दिशेने. आणि ती विहीरही आता केवळ साधीसुधी विहीर राहिली नव्हती. तिच्यातून ज्वाला निघत होत्या. जणूकाही एखादे होमकुंडच पेटले असावे. धावत येत त्या स्त्रियांनी एका पाठोपाठ आगीत उड्या घेतल्या आणि दहीघृताचा नैवेद्य अर्पण केल्यावर यज्ञाग्नी ज्याप्रमाणे प्रज्वलित होतो, तशाच त्या विहिरीच्या अग्निशलाका तेवू लागल्या. आता तर त्या ज्वालांमध्ये आकाशाला स्पर्श करण्याची स्पर्धा लागली होती. उदय असहायपणे सारे पाहत होता.

विहिरीच्या त्या यज्ञकुंडाला तसाच प्रज्वलित सोडून डायर आता त्या पेटत्या चितांकडे वळला. चितांची लाकडे पायांनी ठोकरून तो त्यातील अर्ध्या जळालेल्या देहांना बाहेर काढून पायदळी तुडवत होता. एक चिता उकरली की तो दुसरीकडे वळे. चितांमधील त्या जळत्या जिवांनीही याचा धसका घेत चितांमधून उठून पळ काढायला सुरुवात केली.

"उधम, मेरे दोस्त बचा मेरेको।" करीमच्या आवाजाने उदयचे लक्ष वेधले. करीम ज्या चितेवर होता त्याच्या लाकडांमध्ये अडकल्याने त्याला उठताच येत नव्हते आणि तो राक्षस डायर सरळ त्याच्याकडेच येत होता.

उदयने हलायचा प्रयत्न केला; पण तो अजूनच आत धसत होता. उदय बाहेर पडण्यासाठी जीवतोड मेहनत करत होता. पण व्यर्थ. आणि इथे तो राक्षस करीमपाशी पोहोचलाही. एक-एक लाकूड बाहेर काढत त्याने करीमला बाहेर खेचले. अर्ध्याहून अधिक जळालेला करीम जमिनीवर धापा टाकत पडला. डायर त्याच्यापाशी येऊन उभा राहिला. बस्स! एकच मिनिट. डायरने आपल्या चामडी

बुटांनी करीमच्या डोक्याचा चुराडा केला होता.

उदय जोराने ओरडला. वाळूच्या त्या दलदलीतून बाहेर पडायचा नाहक प्रयत्न केला. खरंच, जर तो या वेळी बाहेर पडला असता तर त्याने डायरचे काय केले असते ते त्यालाच माहीत नव्हते. पण संतापाने चरफडण्याशिवाय त्याच्या हातात काहीच नव्हते.

"वीलजी, मला वाचवा ना."

चिककुकडीच्या त्या आवाजाने डायर आणि उदय दोघांचेही लक्ष एकाच वेळी तिच्याकडे गेले. आजूबाजूच्या चितांना वळसा घेत ती उदयकडे धावत येत होती आणि त्याच वेळी डायरची पावले तिच्याकडे वळली.

उदय ओरडून तिला पळायला सांगत होता. पण तिला काहीच ऐकू येत नव्हते. ती तशीच उदयकडे येत होती आणि तिच्यामागून डायरही. काही क्षणांतच डायरने तिला गाठले. तिच्या दोन्ही चिमुकल्या हातांना आपल्या हातात घेत प्रेमभराने डायरने तिच्याकडे पाहिले. चिककुकडी गप्पपणे डायरकडे पाहत होती. उदयचे ओरडणे चालूच होते.

अचानक डायरची नजर बदलली. त्याच्या प्रेमभरल्या डोळ्यांमध्ये आता क्रूरता उतरून आली होती. तिच्या हातांना धरून त्याने तिला गरागरा फिरवत हवेत भिरकावून दिले.

उदयच्या हाता-पायांना आता गती आली होती. आजूबाजूची वाळू उपसत तो कसाबसा बाहेर आला. त्याच्यापासून प्रेरित होऊन आता वाऱ्यानेही वेग घेतला होता. त्याच्या आसपासची वाळू वाऱ्यासोबत उडत होती. आपल्यासोबत उडत असलेल्या त्या वाळूच्या कणांसोबत वारा फेर धरून नाचू लागला. बघता बघता तिथे वाळूचा भोवरा तयार झाला. चिककुकडी आकाशात वरवर जात होती आणि उदय धावतच तिच्याकडे जात होता. वाळूचा तो भोवरा गरगरत आजूबाजूच्या चिता उधळत सर्व वस्तूंना हवेत उडवत उदयकडे येत होता.

एव्हाना डायर दिसेनासा झाला होता. आकाशात उंच जाणारी चिककुकडीही अचानक गायब झाली होती. काहीही न कळून उदय थांबला आणि मागे गरगरणाऱ्या भोवऱ्याने त्यालाही आकाशात उडवले. चितेच्या जळत्या लाकडांसोबत तोही आता आकाशात गरागरा फिरत होता. त्याच्या चहूबाजूंनी फक्त भिरभिरणारी वाळू आणि जळती लाकडे.

तो फिरत होता. गरागरा...गरागरा...

चर्चच्या त्या जीवघेण्या घंटानादाने सारे गुजरानवाला गाव निनादू लागले होते.

चहूबाजूंनी माणसांनी घेरलेली ती लहानशी एकमजली इमारत घाबरून जोरजोरात ओरडत होती. मूळचा सफेद असलेला पण आता काहीसा काळवंडलेला तिचा रंग आता भयाण वाटत होता. आपल्या सर्व बाजूने हत्यारे, मशाली घेऊन येणाऱ्या त्या शिकाऱ्यांना बघून वर कौलांवर असलेली ती घंटा जिवाच्या आकांताने अजूनच ओरडत होती. तिच्यापासून काही अंतरावरच असलेल्या तहसील कार्यालयाची त्या जमावाने काय दुर्दशा केली होती, हे तिने तिच्या डोळ्यांनीच पाहिले होते. त्यामुळे आपलीही तशीच दुःस्थिती होणार आहे, हे ती जाणून होती. बरं, मदतीची आशा असती तरी ठीक. पण मदत गावापर्यंत पोहोचण्याचे सारेच रस्ते बंद करण्यात आले होते. सुरुवात झाली ती काची ब्रिजपासून. गावात येण्यासाठीचा तो पूलच उडवून लावण्यात आला होता. मग चुहारखाना, शेखपुराकडून येणारे रस्तेही बंद करण्यात आले होते. त्यामुळे बलशाली साम्राज्याच्या त्या प्रार्थनास्थळाला आता कोणीच वाचवू शकत नव्हते. खरंतर ही कल्पना त्या चर्चच्या पाद्रीलाही होती. पण तरीही एक शेवटचा प्रयत्न म्हणून परोपरीने तो त्या लोकांना पटवून देत होता की जे ते करत आहेत ते चुकीचे आहे, कुकर्म आहे, हिंसा आहे. तुमच्या गांधीबाबांची शिकवण पण तर अहिंसाच आहे ना, मग?

कुकर्म? पाप?

खरंच, एखाद्या प्रार्थनास्थळाची मोडतोड करणे पाप आहे की शेकडो निरपराध लोकांचा जीव घेणे पाप आहे? एखादा लहान मुलगाही या प्रश्नाचे उत्तर सहज देईल. आणि जरी हे पाप असले तरी ते करण्यास त्यांना प्रेरित कोणी केले? कोण होता याचा सूत्रधार? त्यांचा म्होरक्या ज्वालासिंग की जालियनवाला बागेतील हत्याकांडाचा खलनायक जनरल डायर?

पाद्रीच्या विनवण्यांकडे दुर्लक्ष करत ज्वालासिंगने आगेकूच करायचा आदेश दिला. त्यासरशी त्या दुर्बळ चर्चच्या दारं-खिडक्यांवर हातोडे, दगडांचे वार होऊ लागले. इमारत जरी जुनी असली तरी बांधकाम पक्के होते. लोकांच्या प्रयत्नांना लवकर यश येत नव्हते. अजून बऱ्याच इमारतींना जमीनदोस्त करायचे होते. वेळ दवडून चालणार नव्हते. ज्वालासिंगने चर्चच्या इमारतीवर रॉकेल ओतायचा इशारा केला. तसे हिरिरीने रॉकेलचे डब्बे इमारतीवर ओतले गेले. बस्स! काही क्षण आणि ती इमारत आगीत होरपळू लागली. मघापासून ओरडणारी तिची घंटा केव्हाच शांत झाली होती.

समोरच्या त्या जळत्या चर्चकडे ज्वालासिंग थंड नजरेने बघत होता. समोरची पेटती आग साऱ्यांना दिसत होती. पण ज्वालासिंगच्या मनातला वणवा कोणालाच दिसत नव्हता. सकाळीच आलेल्या खबरीनुसार त्याची मुलगी, त्याचा एक-दीड वर्षाचा नातू जालियनवाला बागेच्या हत्याकांडात मारले गेल्याचे त्याला समजले.

एकाच वेळी दुःख आणि सुडाच्या भावनेने त्याचे मन भरून गेले. त्याच्यासारखीच अवस्था बहुतेकांची झाली होती. यल्गार करत सारी मंडळी उठली. दंड थोपटून त्यांनी ब्रिटिशांविरुद्ध बंड उभारले. तहसील कार्यालय आणि चर्च जाळूनही त्यांच्या मनातील आग विझली नव्हती. चर्चपासून समोरच डाकबंगला होता. आसपास सिव्हिल स्टेशन, सरकारी गोदाम होते. लालामुसा रेल्वे स्टेशन होते.

जळत्या चर्चला वळसा घेत जमाव आपल्या पुढच्या लक्ष्याकडे वळला. एक-एक करत साऱ्या सरकारी इमारती आगीच्या भक्ष्यस्थानी पडत होत्या. गावात बंदोबस्तासाठी असलेल्या पोलीस शिपायांना केव्हाच चोप देऊन पळवून लावले होते. त्यामुळे त्यांना मज्जाव करणारा आता कोणीच उरला नव्हता. बस्स, अशाच धडका देत अमृतसरला जाण्याचा इरादा होता त्यांचा.

गावातील उरल्यासुरल्या गोऱ्यांना झोडपून सरकारी इमारतींना जमीनदोस्त करण्याच्या या कामाला दुपार उलटली. तीन-साडेतीनचा सुमार. सभोवताली असलेल्या अग्निदेवतेच्या उपस्थितीमुळे वातावरणातील उष्मा अजूनच जाणवत होता. कपाळावर डबडबलेला घाम हाताने निथळून ज्वालासिंगने जळत्या गोदामाच्या समोरच बसकण मारली. तो बऱ्यापैकी थकल्यासारखा वाटत होता. सकाळपासून झालेली दगदग त्याला सोसवत नव्हती बहुतेक. वयोमानानुसार त्याची गात्रे त्याला साथ देत नव्हती. थकल्या डोळ्यांनी तो समोर बघत होता. शून्यात हरवल्यासारखा. मधूनच त्याला आपल्या नातवाचा चिमणा आवाज ऐकू येई. पंधरा-वीस दिवसांपूर्वीच तर बघितला होता त्याला. नुकताच कुठे धडसं उभं राहायला शिकला होता. बैसाखीनंतर त्याला घरी घेऊन येण्यासाठी त्याने मुलीला बजावलेही होते. तेव्हा त्याला साधी कल्पनाही नव्हती की असेही काही होईल.

अचानक झालेल्या गलक्याने त्याची तंद्री भंगली. त्याने बघितले तर साऱ्या लोकांची पळापळ चालू होती. पळता पळता ते मध्येच वर बघत आणि अजूनच जोरात पळू लागत. ज्वालासिंगने वर आकाशाकडे बघितले. क्षणभर त्याचा विश्वासच बसला नाही. इंग्रजांसारख्या बलाढ्य शत्रूला कमी लेखून आपण चूक केली असेही त्याला वाटून गेले. गावाकडे येणारे रस्ते आपण अडवून धरले; पण आकाश तर मोकळेच आहे. ते कसे अडवता येईल. आकाशात ब्रिटिशांची तीन-चार बॉम्बर विमाने घिरट्या घालत होती, आपले सावज शोधत. आकाशात घिरट्या घालणाऱ्या घारीला पाहून कोंबडीची पिले जशी पळत आपल्या आईच्या पंखाखाली लपतात, तशीच सारी माणसे सैरावैरा पळत घरात घुसत होती.

धूम धडाऽऽऽम!

विमानांनी आपले पहिले सावज शोधले होते. 'खून का बदला खून' या न्यायाने त्या विमानांनी गावातल्या विद्यार्थी वसतिगृहावर पहिला बॉम्ब फेकला होता. एका

क्षणात ती इमारत होत्याची नव्हती झाली होती. धडाक्याने इमारतीच्या भिंती पूर्णपणे कोसळल्या होत्या. आत असणाऱ्या विद्यार्थ्यांना तर काही कळालेदेखील नव्हते. वसतिगृहासोबतच तिच्या आसपासच्या घराच्या भिंतीही कोसळल्या होत्या आणि त्यातून अर्धवट जळालेले जीव कसेबसे धडपडत, सरपटत बाहेर पडत होते.

आत्तापर्यंत इंग्रज विमानाने आपले सैन्य गावात उतरवून दंग्यास जबाबदार व्यक्तींना कैद करतील, असा समज ठेवून सारे घराकडे पळत होते. घराची दारे-खिडक्या लावून घेत होते. पण बॉम्बच्या या पहिल्या धडाक्याने मात्र गावकरी पुरते हादरले. जावे तरी कुठे, हेच समजत नव्हते. घराबाहेर पडावे नि अवकाळी बॉम्बच अंगावर पडावा आणि घरात बसावे तर पुरे घरच बॉम्बस्फोटाने उडून जावे. अजूनही बरीच माणसे बाहेर उघड्यावर होती आणि पहिला बॉम्बहल्ला पाहून त्यांनी आजूबाजूच्या झाडांचा आसरा घेतला होता.

पुन्हा एकदा एक कर्कश कानठळ्या बसवणारा आवाज झाला. पहिला बॉम्ब फेकल्यानंतर केवळ तीनच मिनिटांत दुसरा बॉम्ब पडला होता. या वेळी भर वस्तीत. चार-पाच बैठ्या घरांचे पुरे नामोनिशाण संपले होते.

ज्वालासिंग एका घराच्या भिंतीच्या आडोशाला थांबून हा सारा खेळ बघत होता. कालच्या हत्याकांडाचा बदला म्हणून त्याने बऱ्याचशा सरकारी इमारती पेटवून दिल्या होत्या. गोऱ्या सोजिरांना चोपून पळवून लावले होते; पण जीवहत्या केली नव्हती. त्यामुळे आपल्या डोळ्यांसमक्ष आपल्याच बांधवांना असे विनाअपराध मरताना बघून त्याचे टाळके सणकले. आडोशापासून बाहेर निघत त्याने रस्त्यावरील एक दगड उचलला आणि वर विमानांच्या दिशेने फेकत शिव्या देऊ लागला. त्याच्या त्या हरकतीचा काहीच परिणाम होत नव्हता आणि होणारही नव्हता. ना तर त्याचे दगड विमानापर्यंत पोहोचत होते ना आवाज. पण तो मात्र विमानांना दिसत होता. त्याला पाहताच विमाने जरा खाली आली. क्षणभर ज्वालासिंगही थबकला. काय होतंय याची वाट पाहू लागला. अचानक विमानांतून गोळ्यांचा वर्षाव होऊ लागला. शेकडो गोळ्या. कितीतरी ज्वालासिंगच्या शरीरात घुसल्या तर कितीतरी त्याच्या जवळून गेल्या. आता तर चारी दिशांनी अंदाधुंद गोळीबार होत होत्या. त्या गोळ्या कोणाकोणाच्या शरीरातून भेदून पार निघत होत्या हे केवळ त्या गोळ्यांनाच माहीत होते.

वर निळ्याशार आकाशाकडे उदय डोळे लावून बसला होता. सूर्य माथ्यावर आला होता. त्याच्या लालबुंद किरणांचा वार सरळच त्याच्या डोळ्यांवर होत होता. पण तो डोळे मिटायला तयार नव्हता. त्याची उष्मा त्याचे अंग जाळत होती.

अंगातून घामाच्या धारा निघत होत्या. पण त्याला भान नव्हते. तो आपल्याच विश्वात हरवला होता.

आपले बालपण फार अंधूकसे आठवत होते त्याला. साधूसिंगसोबत घालवलेले ते मौजमस्तीचे दिवस. कधीकधी त्याला चकवण्यासाठी उदय वसतिगृहाच्या मोठ्या पिंपात दडून बसे आणि त्याला शोधत साधूसिंग संपूर्ण वसतिगृह हिंडत असे. साधूसिंग अगदी शांत, स्वतःच्या अभ्यासात गढलेला असे आणि त्याला डिवचण्यासाठी उदय त्याची पुस्तकेच घेऊन पळत सुटे. त्या आठवणींनी उदयच्या ओठावर हलकेसे हसू फुटले.

आपल्या बालपणीच्या आठवणींना उजाळा देत त्याच्या विचारांची गाडी चिककुकडीपाशी आली. त्याच्या जीवनाचा ती एक अविभाज्य भाग होती. अगदीच छोटीशी होती ती, त्याच्या हाताएवढी; जेव्हा पहिल्यांदा त्याने तिला पाहिले होते. तिच्याशी त्याची पहिली तोंडओळख झाली आणि त्याचे जीवन बदलले होते. उदरनिर्वाहासाठी त्याने सुतारकामाचा धंदा सुरू केला. तो तिच्यासाठी लाकडाची वेगवेगळी खेळणी बनवत असे. एकदा त्याने असाच एक लाकडी पोपट बनवून तिला दिला होता आणि ती 'तो पोपट उडत नाही, त्याला उडायला सांग' म्हणून हट्ट धरून बसली होती. तशी गोड मुलगी होती; पण फारच हट्टी. परवाही तिने यायचा हट्ट धरला आणि....

उदयच्या डोळ्यांना धार लागली. चिककुकडीच्या आठवणीत डोळ्यांसोबतच त्याचे मनही ओले झाले होते. अख्खी रात्र तो चिककुकडीचा पार्थिव देह मांडीवर घेऊन बसला होता. पहाट कधी झाली, सूर्य कधी उगवला त्याला काहीच लक्षात नव्हते. आजूबाजूस चाललेल्या रडारडीच्या गलक्याने तो भानावर आला होता. बागेत चहूकडे मृतांच्या आप्तांचा आक्रोश चालू होता. त्यांचे ते अश्रू पाहून दगडाचेही हृदय पिळवटून निघाले असते, मग उदयचे डोळे पाणावणे काय एवढे कठीण होते. पण त्याहूनही कठीण काम त्याला करायचे होते. त्या निरागस वासराच्या मृतदेहाचे दर्शन तिच्या जन्मदात्या गाईला करावयाचे होते. तिचे वासरू आता या जगात नाही, हे सांगायचे होते.

चिककुकडीचा तो मृतदेह बघून सतनामची जी अवस्था झाली होती ती उदय विसरू शकत नव्हता. सतनामचा हंबरडा अजूनही त्याच्या कानात घुमत होता. या साऱ्या गोष्टींसाठी तो कुठेतरी स्वतःला जबाबदार ठरवत होता. दोषीपणाची भावना त्याचे अंग अंग जाळत होती. चिककुकडीच्या वाटणीला आलेल्या गोळ्या आपल्याला लागल्या असत्या तर किती बरे झाले असते, असे राहून राहून त्याला वाटत होते. अपराधित्वाचे हे ओझे इतके जड झाले होते की त्याला झोपही येईना आणि जरी आली तरी तसलीच अभद्र स्वप्ने पडत. आजचे स्वप्नही किती भयंकर होते. त्या

गोऱ्या अधिकाऱ्याने चिककुकडीला आकाशात भिरकावून दिले आणि आपण काहीच करू शकलो नाही. आपल्या नाकर्तेपणाचा त्याला मनस्वी राग आला. तो पूर्णतः हताश झाला होता. चिककुकडीच्या आठवणीने त्याचे हृदय उचंबळून येत होते.

दुःखाने, नैराश्याने त्रस्त झालेला माणूस नेहमी शांतीच्या शोधात भटकत असतो. उदयचेही काहीसे तसेच झाले होते. वसतिगृहातील माणसांची ती रेलचेल त्याला सहन होत नव्हती. त्याला हवी असणारी शांती आता फक्त एकाच जागी भेटली असती. त्याच जालियनवाला बागेत.

कपडे करून तो लगेचच बागेकडे निघाला. बागेमध्ये आता कोणीच जाण्याची हिंमत करत नसे. खरंतर मार्शल लॉच्या नावाखाली डायरने असे अमानुष जुलूम करायला सुरुवात केली होती की लोकं रस्त्यावर उतरायलाही कचरत होती. त्यामुळे एकांताची अपेक्षा करतच उदय बागेत आला.

बाग तशीच होती जशी दोन दिवसांपूर्वी होती. काहीच फरक पडला नव्हता. तिच्या भिंती जशाच्या तशा होत्या. फक्त रक्ताची रांगोळी काढलेली होती त्यावर. ती विहीरही तशीच होती. फक्त त्यातील बिचाऱ्या जिवांचे देह त्यातून काढण्यात आले होते. तिथली हवा, माती, सर्व काही जसेच्या तसेच होते. पण असे असूनही सर्व काही जसेच्या तसे वाटत नव्हते.

उदय आला तेव्हा बागेत मंद वारा वाहत होता. उदयने त्या दुर्दैवी जागेवरून नजर फिरवली. दोन दिवसांपूर्वीचा उत्साह आता त्या वास्तूत नव्हता. त्या वास्तूत भरून होती ती फक्त दुःख आणि सुडाची भावना. दुःख उदयच्या चेहऱ्यावर होते तर तिथेच उदयच्या डावीकडे एका तेरा-चौदा वर्षांच्या मुलाचा चेहरा सुडाने भरलेला होता. मुलगा लहान होता; पण त्याच्या चेहऱ्यावरचे तेज वेगळे होते. लाल पगडी घातलेला तो छोटा सरदार खाली वाकून त्या बागेतील माती आपल्याजवळील एका छोट्याशा बाटलीत भरत होता. त्याने खांद्यावर पगडीच्याच लाल रंगाशी मेळ खाणारा एक कापडी झोळा अटकवला होता. बहुधा त्याच्या अभ्यासाची पुस्तके असावी त्यात. बाटली मातीने पूर्ण भरून ती बंद करत तो उभा राहिला. उदय बराच वेळ दुरून त्याच्या हरकती निरखत होता.

"काय करतो आहेस हे?" त्याच्या जवळ येत उदयने विचारले.

"माझ्या देशवासीयांच्या रक्ताने पावन झालेली ही पवित्र माती आहे. लोकं देवाच्या नावाचा धागादोरा स्वतःसोबत बाळगतात. मी ही बाटली स्वतःजवळ बाळगीन. ही बाटली मला सतत आठवण देत राहील, गोऱ्यांच्या अन्यायाची." हातातल्या बाटलीकडे पाहत तो उद्गारला.

"त्याने काय होणार?"

"माझ्या मनातील प्रतिशोधाची भावना सतत जळत राहील त्यामुळे. या

गोऱ्यांना हाकलून दिल्याशिवाय स्वस्थ बसू देणार नाही मला ही भावना.''

"तुला हे जमेल?''

मुलाने तोंड वळवून क्षणभर उदयकडे पाहिले. त्याच्या चेहऱ्यावरून आत्मविश्वास ओसंडून वाहत होता.

"मला नाही जमणार तर कोणाला जमणार?''

उदयच्या पुढच्या प्रश्नाची वाट न बघताच त्याने परतीची वाट धरली. त्याचा आत्मविश्वासपूर्ण आवाज बागेत घुमत होता. एक वेगळेच चैतन्य बागेत सळसळत होते. आपल्या नेहमीच्या पिंडापेक्षा वेगळ्या अशा त्या चैतन्याची अनुभूती उदयलाही होत होती.

मावळतीला झुकलेल्या सूर्याच्या लालीमुळे आभाळ लालबुंद झाले होते. आपल्या दैनंदिन जीवनाचे सारे कामकाज आटोपून मुकी पाखरे घरी परतत होती. चरायला गेलेली गुरेदेखील दिमाखात आपल्या गळ्यातील घंटा वाजवीत, एक प्रकारे आपण आल्याची वर्दी देत गावात प्रवेश करती झाली. बायकांनी तर केव्हाच स्वतःला संध्याकाळच्या रहाटगाड्याला जुंपून घेतले होते. पण विद्यावतीजींचे मन घरच्या कामात लागतच नव्हते. घराच्या ओसरीवर उभे राहून दूर रस्त्यावर त्यांची नजर लागली होती.

"अगं, येईल इतक्यात. काय एवढी काळजी करतेस. बसला असेल पोरांबरोबर हिंडत इकडेतिकडे,'' ओसरीत खाटेवर पडल्या पडल्या किशनसिंग म्हणाले.

"काय तुम्हाला तर काही काळजीच नाही. गावातली सगळी मुले आली शाळेतून. हाच कसा नाही आला?''

"अगं, पुस्तकवेडा आहे तो. वाचत बसला असेल कुठेतरी. एकदा बसला की बसला. शुद्ध राहत नाही मग त्याला. तुला सांगतो, परवा तर..''

"नाही. मला खूप भीती वाटतेय. अहो, हरनाम सांगत होती; परदेशी कापडाच्या होळीत म्हणे सर्वांत पुढे होता. त्या विंग्रजी सायबाला पण घाबरत नव्हता,'' काळजीने विद्यावतीजी म्हणाल्या.

"मग त्यात काय घाबरण्यासारखे आहे?''

"तुम्हाला नाही कळणार. पण हे वेगळं नाही का? एवढ्या कमी वयात हे असे वागणं? अजितचं बघितलं ना...''

दारामागून कुणाच्या तरी हुंदक्याचा आवाज आला तशा विद्यावतीजी बोलायच्या थांबल्या.

"हरनाम....''

"जी दीदी," दारामागूनच रडवेल्या आवाजात उत्तर आले.

"काय करते आहेस?"

"काही नाही."

"ये, बाहेर ये."

चेहऱ्यावरचे अश्रू पुसत हरनाम बाहेर आली.

"काय झालं गं? का रडतेस?" तिच्या डोक्यावरून हात फिरवत विद्यावतीजींनी विचारले.

हरनामने उत्तरादाखल नकारार्थी मान हलवली.

"काय हा भगत पण ना! जिवाला घोर लागतो नुसता बाहेर असला की. कुठे जातो काही कळवत पण नाही. तुला सांगितलेलं का कुठं जातोय म्हणून?" विषय बदलत विद्यावतीजींनी विचारले.

"नाही, काहीच नाही. दोन दिवस झाले, कोणाशी बोललाय कुठे तो. शांतच बसून असतो. तुम्हाला नाही जाणवलं का?"

"तुम्ही दोघी उगीच काळजी करता. तो बघा, आला पण भगत," समोर रस्त्यावर बोट दाखवत किशनसिंग म्हणाले.

खरंच आपल्याच विचारात मग्न भगत घराकडे चालत येत होता. ओसरीशी येताच त्याने खांद्यावरील झोळा आणि हातातली बाटली खाटेवर ठेवली. हौदापाशी जात थंड पाण्याने हात-पाय धुऊन तो आला. तोवर विद्यावतीजी आणि हरनाम तशाच ओसरीवर उभ्या होत्या.

"काय रे, कुठे गेला होतास? एवढा उशीर का झाला?" विद्यावतीजींचा गंभीर स्वर घुमला.

भगत खाली मान घालून शांत उभा होता. दोन्ही हातांची बोटे एकमेकांना गुंफून त्याचे चाळे चालले होते.

"भगत काय चालवलं आहेस? कुठे होतास?"

भगतच्या डोळ्यांत जमा झालेले पाणी टपटप गळू लागले. मघापासून त्याने भावनांना घातलेला बांध आता तुटला होता.

"अरे भगत, काय झाले रडायला?" हरनामने पुढे होत त्याला कवटाळले. पण त्याचे रडणे चालूच होते. हरनामच्या कुशीत तर तो अजूनच स्फुंदून स्फुंदून रडू लागला. किशनसिंगजी आणि विद्यावतीजी बुचकळ्यात पडल्यागत एकमेकांकडे पाहात होते. जन्मल्यापासून भगतचे रडणे असे त्यांनी कमीच पाहिले होते. त्यामुळे आज त्याला असे ओक्साबोक्शी रडताना पाहून ते अजूनच चिंतेत पडले होते.

"बाळ, उगी उगी. शांत हो. नीट सांग पाहू, काय झाले ते." भगतच्या पाठीवरून हात फिरवत हरनामने विचारले.

खाटेवर असलेली बाटली उचलून त्याने सर्वांसमोर धरली. सर्व जण कुतूहलाने तिकडे पाहत होते; पण काहीच बोध होत नव्हता.

"काय रे भगत हे?" विद्यावतीजींनी विचारले.

"जालियनवाला बाग." भगतकडून तुटकसे उत्तर आले. पण तेवढेच स्पष्टीकरण पुरेसे होते.

"अरे देवा, तू अमृतसरला गेलेलास?" काळजीने तोंडाजवळ हाताची मूठ धरत विद्यावतीजींनी विचारले.

"हूं." भगतनी होकारार्थी मान हालवली.

"कोणासोबत?"

"एकटाच." शांत स्वरात भगतने उत्तर दिले.

"तुला भीती नाही वाटली? अजूनही पोलीस पहारे चालू आहेत तिथे. काही झालं तर नाही ना तुला?" पुढे होत विद्यावतीजींनी झटकन त्याचा हात हातात घेऊन प्रेमाने गोंजारला.

"असा वेडेपणा करत जाऊ नकोस पुन्हा. किती काळजी वाटत होती माहीत आहे तुझी. तुला काही झालं असतं म्हणजे?"

"माझी फिकीर करू नकोस. मला काही होणार नाही. पण या गोऱ्यांचं आता काही खरं नाही. एक वर्षात चालता करतो की नाही बघच तू," ठाम स्वरात भगत म्हणाला.

"भगत, असं काही बोलू नको रे. तुझे तायाजी पण असेच बोलायचे आणि....." हरनाम कसेबसे बोलली. तिचा आवाज कातर झाला होता.

"तायीजी, तू का रडतेस? आता तुझे नाही त्यांचे रडायचे दिवस आहेत. बघ तू. बापू म्हणालेत, एका वर्षात आझादी मिळेल म्हणून. आता तो दिवस दूर नाही, जेव्हा तायाजी इथे आपल्यासोबत असतील."

आकाशाला गवसणी घालण्यासारख्या अशक्यप्राय गोष्टी जरी भगत बोलत असला तरी त्या ऐकायला गोड वाटत होत्या. त्यावर विश्वास ठेवायला मन करत होते. ते ऐकून हरनाम न भुलती तर गोष्टच वेगळी.

"तू बोलतोस तसंच होऊ दे रे भगत, तसंच होऊ दे." त्याला जवळ ओढत हरनाम हळूच पुटपुटली.

झरझर पावले टाकत डायर समोरील खोलीत शिरला. इस्पितळाची ती खोली बाहेरच्या व्हरांड्यापेक्षा निश्चितच वेगळी होती. बाहेर भरून राहिलेला कुबटसा वास या खोलीत शिरण्यास मात्र घाबरत असावा. केवळ याच खोलीत असे नाही पण

तिला लागूनच असलेल्या त्या इंग्रजांसाठी राखीव खोल्यांची बडदास्त तशी चांगलीच ठेवली गेली होती. इतर खोल्यांप्रमाणे या खोलीतही एक प्रशस्त खिडकी होती. तिचा छानसा किरमिजी लाल पडदा बाजूला केलेला असल्याने खोलीत उन्हाचे कवडसे पडून राहिले होते. वाऱ्याच्या हलक्या झुळकीने पडदा पुढेमागे डोलत होता. त्या कवडशात पडद्याची ती हालचाल जाणवत होती. खोलीत मध्यभागी एक लोखंडी खाट होती. त्यावरील मऊशार गादीवर एक स्त्री डोळे बंद करून पडलेली होती. तिच्या अंगावरील सफेद रंगाचा शर्ट गादीवरील श्वेत चादरीशी मिळताजुळता होता. त्या स्त्रीचा चेहरा काहीसा थकलेला त्रासलेला वाटत होता. चेहरा हनुवटीच्या उजव्या बाजूला काहीसा सुजल्यागत होता. उघड्या हातावर ठिकठिकाणी पट्ट्या बांधलेल्या होत्या.

डायरच्या पावलांची चाहूल लागताच तिने डोळे उघडले. समोर डायर उभा होता. त्याच्यासोबत आलेले चार सैनिक खोलीबाहेरच थांबले होते. काहीशा प्रश्नार्थक नजरेने ती डायरकडे पाहत होती. डोक्याला ताण देऊन ती त्याला ओळखण्याचा प्रयत्न करत होती.

"हॅलो मिस, हाउ आर यू?" डायरनेच पुढे होत तिची विचारपूस करायला सुरुवात केली.

"मी ठीक आहे. माफ करा, मी तुम्हाला ओळखले नाही."

"मी रेजिनाल्ड डायर. जालंधर ब्रिगेडचा ब्रिगेडियर जनरल." स्वतःची ओळख करून देऊन डायर काही क्षण थांबला.

"अमृतसरची बिघडलेली परिस्थिती सुधारण्याची जबाबदारी माझी आहे आता आणि तसे आम्ही प्रयत्न सुरू केलेही आहेत. बऱ्यापैकी दंगे नियंत्रणात आले आहेत. या दंग्यांची चौकशी करत असतानाच मि. ओडवायरनी तुमच्याबद्दल सांगितले. म्हणून खास तुमच्या प्रकृतीची विचारपूस करावयास आलो."

"ओह! तुम्ही खरंच खूप चांगले गृहस्थ आहात. प्लीज, बसा ना," बाजूच्या खुर्चीकडे इशारा करत ती म्हणाली.

"सो मिस शेरवूड, तुमच्यासोबत काय घडले ते तुम्ही मला सांगाल काय?" म्हणत तो खुर्चीवर बसला. उजव्या हाताचे कोपर मांडीवर रेलत हाताच्या तळव्यावर गाल टेकत कमरेत काहीसा वाकतच तो बसला.

"काय घडले, कसे घडले काही व्यवस्थित आठवत नाही. अगदीच भयंकर होते जे घडले ते. मी फक्त पळत होते, माझा जीव मुठीत धरून."

"कोणापासून? म्हणजे आय मीन टू से कोण होती ती माणसे? तुम्ही ओळखू शकाल?"

"अहं," म्हणत मिस शेरवूडने मान हलवली.

"मी खरंच खूप घाबरलेली. शिवाय सगळीकडे धूर, गोंगाट. मला काहीच कळत नव्हते. मला समजत नव्हते, काही माणसे माझ्या मागे लागली आहेत. मला तर जगायची पण आशा नव्हती."

मिस शेरवूड गतस्मृतीत हरवून गेली आणि त्या केवळ आठवणीनेच तिच्या अंगावर भीतीने काटा उभा राहिला. जर त्या वेळी ती माणसे देवदूताप्रमाणे आली नसती तर आपले काय झाले असते, या विचाराने घाबरूनच तिला रडू फुटले.

डायर खुर्चीवरून लगेच उठला. तिच्या खांद्यावर हात ठेवून त्याने तिला धीर देण्याचा प्रयत्न केला.

"डोण्ट वरी मिस शेरवूड. तुम्ही आता सेफ आहात. परिस्थिती पण अंडर कंट्रोल आहे. तुम्ही काळजी करू नका. तुमच्यावर हल्ला करणाऱ्या एकेकाला याची शिक्षा भोगावी लागेल. तुम्ही काळजी करू नका."

तिच्या खांद्यावर हलकेसे थोपटत तो तिथून निघाला. आताही त्याची पावले मघासारखी झरझर पडत होती. इस्पितळातून बाहेर पडत तो तडक त्याच्या मोटारीपाशी आला. काही क्षण तो तसाच थांबला. त्याच्या मागोमाग चार-पाच सैनिक ताटकळत उभे होते.

डायरने आपली सिगारेट शिलगावली आणि तो गाडीत बसला. लगोलग त्याचे सैनिकही मागच्या गाडीत बसले. दोन्ही गाड्यांची अमृतसर सैनिकी मुख्यालयाकडे वाटचाल सुरू झाली. गाड्यांची गती वाढत होती आणि त्यासोबत डायरचे विचारचक्रही वेग धरत होते.

खरंतर ब्रिटिश स्त्रीच्या अशा लाजिरवाण्या अपमानाने त्याचे मन पेटून उठले होते. खुनाचा बदला खून या न्यायानेच त्याने जालियनवाला बाग हत्याकांड घडवून आणले होते. पण त्याने पोट भरले नाही की काय म्हणून गुजरानवाला, शेखपुरा, चुहारखाना, महनिअनवाला या अमृतसरच्या आसपासच्या परिसरातही त्याने रक्ताची होळी खेळली होती. गुजरानवाला गावावर तर दोनदा विमानाने बॉम्बहल्ले केले होते. उलट ब्रिटिशांच्या सांडलेल्या रक्ताचा त्याने दामदुपटीने बदला घेतला होता. अमृतसर शहराचा पाणीपुरवठा, वीजपुरवठा खंडित करून त्याने जनतेचे जिणे हराम केले होते. पण आता बदला घ्यायचा होता इंग्लिश स्त्रीच्या अपमानाचा. तो कसा घ्यायचा यावरच त्याचा विचारकलह चालू होता.

माणसाची न्याय-अन्याय विवेकबुद्धी खरेच विचित्र असते. जेव्हा तो कोणावर अन्याय करत असतो तेव्हा आपण कुणालातरी त्रास देतोय, जाचतोय हे त्याच्या ध्यानीमनीही नसते. पण जेव्हा तोच अन्याय स्वतःवर उलटतो, तेव्हा मात्र त्याला तत्त्वज्ञान आठवते. अन्याय करते वेळी झोपी गेलेली त्याची विवेकबुद्धी झट्कन जागी होते व आपल्यावर झालेला अन्याय हा खरंच किती मोठा आहे आणि

आपल्यावर अन्याय करणारा कसा शिक्षापात्र आहे, हे जगास पटवून देऊ लागते. डायरचेही या वेळी काहीसे तसेच झाले होते. जालियनवाला बागेत असंख्य निष्पाप जिवांना कुत्र्याच्या मौतीने मारताना त्याने कर्तव्याची ढाल पुढे केली होती आणि त्याच ढालीचा वापर करून त्याने राजरोसपणे अमृतसरच्या इतर भागांत कत्तली चालवल्या होत्या. पण मी कुठे कोणावर अत्याचार करतोय? मी तर नागरी राज्यास हानिकारक अशा हिंसक घटकांना अद्दल घडवतोय. मी तर हे होऊ घातलेले दंगे शमवतोय, अशीच तो स्वतःची समजूत घालत होता.

ब्रिटिश सैन्यांनी दंगे रोखण्याच्या नावाखाली स्थानिक आयाबहिणींच्या केलेल्या कत्तली, बेअब्रू त्याला न्याय्य वाटत होती. पण त्याच वेळी मिस शेरवूडला झालेली मारहाण मात्र त्याला मोठा अन्याय वाटत होता.

आपल्या पायाजवळ उभे राहण्याचीही ज्यांची लायकी नाही, अशा आपल्या नोकरांनीच आपल्या जातभगिनीवर हात उचलावा; आणि तरी आम्ही गप बसावे. कुठली बरे ती गल्ली? ब्रिग्जने सांगितली होती. कुच करचिन का असंच काही नाव होते. जगाच्या नकाशात जिचं नाव नाही अशा त्या गल्लीत आमच्या स्त्रियांवर तुम्ही हात उचलला? अरे, इथल्या भूमीची धूळदेखील आम्ही अंगावर बसू देत नाही आणि त्याच धुळीत, त्याच जमिनीवर लोळवून तुम्ही आमच्या स्त्रियांची, आमच्या देशाची बेअब्रू केलीत. तुम्हाला जरादेखील भय वाटले नाही की नंतर त्याचा बदला आम्ही घेऊ म्हणून. एवढे का माजलात? बरे, बदला तर घेऊच पण साधासुधा नाही; भयंकर! अगदी इतिहासात त्याची नोंद घेतली जाईल असा.

बदला अगदी भयंकर पद्धतीने घ्यायचा याची पक्की नोंद तर डायरने आपल्या डोक्यात केली होती. पण तरी नक्की काय करायचे यावर अजून शिक्कोमोर्तब होत नव्हते. पण तोच एक कल्पना सुचून त्याला हसू आले. बसल्या बसल्याच आपल्या कल्पनेचे कौतुक करत तो हसू लागला.

हेमराज गेल्यापासून रतना अगदीच एकटी पडली होती. एखादे उमलत असलेले फूल अचानक कुणी खुडून न्यावे, सर्वत्र प्रकाश पडला असता अचानक ढग दाटून यावे आणि सगळीकडे अंधारून जावे, तसेच तिच्या जीवनात नुकतेच कुठे येऊ घातलेले सुख अचानक हिरावून जाऊन त्या जागी दुःखच दुःख तिच्या वाटेला आले होते. हेमराज, वीरजी, तिचा लाडका किशना सर्वांचे मृत्यू तिने डोळ्यांनी पाहिले होते. जीवनात आता जगण्यासारखे काहीच उरले नव्हते. केवळ श्वास घेते म्हणून जिवंत म्हणायचे, तर तिला जिवंत म्हणता येऊ शकत होते. त्या दिवसापासून तीन-चार दिवस तर ती कोणाशी बोललीही नव्हती. क्वचित कधी

ईशरत तिच्याकडे येऊन बसे. तेव्हा तर दोघींच्याही डोळ्यांतून संततधार चालू असे. ईशरत तरी तिला समजवायचा प्रयत्न करी. पण पोटचा गोळा गमावलेल्या त्या आईला, ईशरतला कोण समजवणार? येऊनजाऊन दोघींची दुःखे सारखीच. दोघीच एकमेकींचे अश्रू पुसत आणि दोघीच एकमेकींसोबत गळा काढत.

चार-पाच दिवसांत ईशरत दुःखातून सावरलीही. पण रतना मात्र दुःखसागरात अडकून पडली होती. मायेचा पाश तिला तोडता तुटत नव्हता. हेमराज गेला हे मानायलाच तिचे मन तयार नव्हते. त्याला हुडकत ती त्याच्या नेहमीच्या जागा शोधत फिरायची. कधी गुरुद्वारात, कधी जालियनवाला बागेत, कधी रामगल्ली, कधी गोवर्धनदासाच्या घरी. त्याला शोधताना भेटणारे कित्येक जण तिला सत्य परिस्थितीची जाणीव करून द्यायचा प्रयत्न करायचे; पण ती त्यांचे म्हणणे ऐकून न ऐकल्यासारखे करत पुन्हा त्याला शोधत फिरायची. अखेर, त्याला भरपूर शोधूनही तो सापडत नाही हे पाहून ती निराश व्हायची खरी, पण जिद्द मात्र सोडत नव्हती. ॲटकिन्सन पार्कमध्ये गोळीबार झाला तेव्हाही तो तिथेच होता; पण आला की नाही सुखरूप. शहरात नंतर एवढे दंगे झाले; पण त्यातूनसुद्धा तो वाचला ना. वर त्याने एका गोऱ्या मेमला पण वाचवले म्हणे. माझा वाहेगुरूच त्याच्यासोबत आहे म्हटल्यावर काय होणार त्याला. आताही या जालियनवाला बागेच्या हत्याकांडातून तो व्यवस्थित निसटला असेल. कोणाकडे तरी गेला असेल. येईलच तो परत.

त्या दिवसापुरती आपल्या मनाची अशी वेडी समजूत घालत ती घरी परतायची.

'पण मग आपण बागेत मृतदेह बघितला तो?' मध्येच तिचे मन तिला विचारू लागे.

'नाही, नाही. काही पण तुझे. तो काय हेमराजचा मृतदेह थोडीच ना होता. चेहरा तर पूर्ण रक्ताळलेला. ओळखता तरी येत होता का? फक्त हेमराजसारखी शरीरयष्टी असली म्हणजे तो हेमराज थोडीना झाला. आणि हेमराज कसा हसरा, प्रसन्न. त्या मृतदेहाचा चेहरा तर अगदीच निस्तेज. असा कसा हेमराज असेल माझा. काही पण अभद्र विचार करतेस तू.'

एखाद्या लहान मुलाने हट्ट केल्यावर आई जशी त्याची समजूत काढते, तसेच ती स्वतःच्या मनाची समजूत काढत होती.

आजही सकाळीच जेव्हा ती हेमराजचा विचार करत बसली होती, तेव्हाच अचानक तिला तो प्रसंग आठवला. शहरात दंगे उलथले असता हेमराजचा कुठेच पत्ता लागत नव्हता. किशनाच तेव्हा म्हणाला होता की हेमराज मागच्या गल्लीत कुठेतरी गोऱ्या मेमला पाणी पाजत होता. हेमराजनेही तिला आल्यावर सत्यघटना सांगितली होती आणि हेही सांगितले होते की त्यांनी त्या गोऱ्या स्त्रीला भवानदासकडे आसरा दिला होता म्हणून. भवानदास, हेमराजचा जुना मित्र. कुछ करिछन गल्लीतच

कुठेतरी त्याचे घर होते.

रतनाच्या मनात आशेची पुन्हा एक लहर उठली. हेमराजला शोधण्यासाठी आवरून ती कुछ करिछन गल्लीकडे निघाली. हो ना हो, तिचा हेमराज तिला इथेच कुठेतरी सापडणार याची तिला मनोमन खात्री झाली. हेमराजच्या भेटीच्या व्याकुळतेने तिची पावले झपझप पडत होती.

वाटेत कित्येक ओळखीचे चेहरे दिसत होते, भेटत होते. काही जण तिला समजवण्याचा प्रयत्न करत, तर काही जण बिच्चारी म्हणून हळहळत पुढे जात. फारसे कोणाकडे लक्ष न देता ती मात्र आपली वाट चालत होती.

भेटीच्या आतुरतेने ती गल्लीपाशी आली खरी; पण गल्लीकडे पाहताच समोरच्या त्या क्रूर दृश्याने तिची पावले जागच्या जागीच खिळली. काळीज फाटून जावे असेच काहीसे दृश्य होते ते. समोरच्या त्या गल्लीतून माणसे पोटावर झोपून सरपटत जात होती आणि त्यावर देखरेख करायला शिपाई हातात वेत घेऊन हिंडत होता. सरपटण्यामध्ये त्या माणसांकडून जरादेखील कुचराई झाली की उठलाच त्यांच्या पाठीवर वेत. त्यातील जवळपास सर्वांच्याच पाठी रक्ताने लडबडलेल्या. क्रूरतेची सीमा केवळ इथेच संपत नव्हती. त्या माणसांमध्ये एक गर्भवती स्त्रीही होती. स्त्रीदाक्षिण्याचा बुरखा ओढणाऱ्या इंग्रजांनी त्या जडावलेल्या स्त्रीलाही माफ केले नव्हते. तिलाही त्या गल्लीतून सरपटायला लावले होते. ती बिच्चारी तसेच पोट घेऊन सरपटायचा केविलवाणा प्रयत्न करत होती. जरासे अंतर कापले की पोटच्या कळांनी बेजार होऊन जरा कुठे उठायचा प्रयत्न करी, की लगेच पाठीवर वेत बरसे. राक्षसालाही लाजवेल असा तो भयंकर अत्याचार बघून रतनाला शिसारीच आली.

कुठे एका गर्भवतीला अशी अमानुष वागणूक देणारे हे गोरे आणि कुठे एका परस्त्रीला वाचवणारा माझा हेमराज. क्षणातच तिच्या मनात हेमराजबद्दलचा अभिमान झळकून गेला.

"आई गं!" नुकत्याच पडलेल्या वेताच्या फटक्याने ती स्त्री कळवळली. रतनाने तिचे विव्हळणे ऐकले मात्र, आणि कसलाच विचार न करता ती तडक त्या स्त्रीकडे निघाली. हेमराजची स्मृती तिला स्फुरण देऊन गेली.

"ए, किधर जा रही है? चल, रेंगते हुए चल।" रतनाला अडवत एक पोलीस शिपाई म्हणाला.

पंधरा-सोळा फूट रुंदीच्या त्या गल्लीच्या सुरुवातीलाच सैनिकांची एक छोटी तुकडी बंदोबस्ताला होती. गल्लीची लांबीही केवळ दोनशे यार्ड असल्याने तिच्या शेवटीही अशीच एक तुकडी बंदोबस्ताला असलेली रतनाला दिसली. इतका वेळ केवळ त्या असहाय जिवाच्या पीडेकडे पाहाणाऱ्या रतनाचे या पोलीस पहाऱ्याकडे

लक्षच गेले नव्हते. गल्लीच्या सुरुवातीस लाकडाची एक तिकडी मांडलेली तिला दिसली. तीन भक्कम लाकडांचा उंच त्रिकोण होता ती तिकडी म्हणजे. त्याचा वापर कशासाठी करत असावे ते मात्र तिला कळले नाही.

"ए, ऐकायला येत नाही का? चल, सरपटत चाल. गल्ली पार करायची असेल तर असे सरपटूनच जावे लागेल. बड़ी बेइज्जती की ना साब के औरत की इस गली में तुम लोगों ने। तब बड़ा मजा आया ना। आता भोगा. चल, सरपटायला सुरू कर." पहाऱ्यावरचा जो मुख्य असा शिपाई जमादार वाटत होता त्याने काहीसे गुर्मीतच म्हटले.

"अरे भाई, मी जाते सरपटत. मला काही हरकत नाही. पण तिकडे बघ, त्या गर्भार बाईला तर जाऊ दे. तिने काय बेइज्जती केली तुझ्या साबची?" सरपटून थकलेल्या नि आता धापा टाकणाऱ्या त्या जडावलेल्या स्त्रीकडे बोट दाखवत रतना आर्जव करती झाली.

"इथून जाणाऱ्या प्रत्येकाला, सरसकट प्रत्येकाला रांगत सरपटत जावे लागेल. मग तो पुरुष असो, स्त्री असो वा बाल. कळलं? सरसकट सगळे. साबची ऑर्डर आहे तशी. आणि तिचा घरवाला इथे असून तो काही बोलत नाही. तोसुद्धा सरपटत चालला आहे गुपचूप. मग तू कोण तिच्या बाजूने बोलणारी? जास्त जीभ चालवू नकोस."

बारीक नजर लावून रतनाने त्या शिपाई जमादारास निरखण्यास सुरुवात केली.

"अशी काय बघतेस?"

"नाही, बघतेय तुझा रंग काळा आहे की गोरा. एवढा गोऱ्यांच्या बाजूने बोलतोयस. एखादा गोरा तुझा अनौरस बाप तर नाही ना?" त्याच्या नजरेला नजर भिडवत रतना म्हणाली.

"माझा... माझा बाप काढतेस? कोण गं तू? तुझी लायकी काय माझ्यासमोर? थांब, तुला दाखवतोच तुझी लायकी. चल, सरपटायला चालू कर. चार फेऱ्या मारशील या गल्लीच्या तेव्हाच तुझी सुटका आता." दात-ओठ खात तो जमादार ओरडला. सर्वांसमोर आपला असा पाणउतारा झाल्याचे त्याला खूप झोंबले होते.

"देशभक्तांचे घराणे आहे आमचे. माझा भाऊ, नवरा दोघे मोठे देशभक्त होते. मी असं कुत्र्यासारखे तुमच्यासमोर सरपटून त्यांना लाज नाही आणणार." तितक्याच बाणेदारपणे रतनाने उत्तर दिले.

आज हेमराजला शोधायला निघतानाच तिला वाटत होते की आज तिला तो नक्की भेटणार आणि तिला तो भेटलाही. तिचा हेमराज जालियनवाला बागेत मेला. पण तरी तो जिवंत होता, तिच्या मनात. तोच आता पुन्हा एकदा त्याच्या मातृभूमीच्या वैऱ्यांना आव्हान देत होता.

"साली हलकट! मिजास दाखवतेस? बांधा रे हिला आणि वेताने साफ फोडून काढा. बघू कोण येतेय वाचवायला तुला? तुझा भाऊ की नवरा?"

जमादाराचा आदेश सुटल्याबरोबर पुढे येत दोघा शिपायांनी रतनाला धरून तिकडीजवळ आणले. तिकडीच्या पायरीवर चढवून तिला पाठमोरे बांधले गेले. तिला फटके मारण्यासाठी एक शिपाई तिच्या पाठी येऊन उभा राहिला. त्याच्या हातात एक लांब जाडा वेत होता. तो फटके मारण्यासाठी हात उगारणार तेवढ्यात पुढे होत जमादाराने त्याच्या हातातून वेत हिसकून घेतला. मघापासून तिने चालवलेल्या वाग्बाणामुळे तो भयंकर संतापला होता.

"माझा बाप काढतेस कुत्रे? आहे ना तुझा नवरा, तुझा भाऊ; बोलाव आता त्यांना."

रतनाची पाठ त्याच्या दिशेने असल्याने तिला तो दिसला नाही. तरी त्याच्या चेहऱ्यावरची कुत्सित नजर तिला जाणवली.

"तू काळजी करू नकोस. माझ्यावर फटकारल्या जाणाऱ्या एकेका फटक्याचा हिशोब माझे शेकडो भाऊ तुझ्याकडून आणि तुझ्या साबकडून वसूल केल्याशिवाय राहणार नाहीत. तू तुझी काळजी कर." झणकाऱ्यातच रतना उत्तरली.

"साली..." एक अर्वाच्य शिवी उद्गारत त्याने डोक्याभोवती फिरवून पहिला वेत मारला.

"एक," जमादार ओरडला.

पहिलाच वेत रतनाच्या पाठीवरून सटकून तिच्या मांसात घुसला. वेदनेची कळ मस्तकात उठली. निघत आलेली किंकाळी दातांमध्ये ओठ दाबून धरत तिने थांबवली.

"दोन,"

"तीन,"

"चार,"

जोराने मोजत तो जमादार फटक्यांवर फटके मारत होता. प्रत्येक फटक्यासरशी रक्ताचे थेंब आणि मांसाचे भूस हवेत उडत होते. ते दृश्य पाहणाऱ्या शिपायांसकट साऱ्यांनाच रतनाची दया येत होती. दया येत नव्हती ती त्या जमादाराला. त्याच्या चेहऱ्यावर आसुरी आनंद होता.

आणि रतना? घामाने थबथबलेली, बेशुद्ध होऊन तशीच निपचित पडून होती. प्रत्येक वेतासरशी ती वळवळे. पण तेवढ्यापुरतीच. नंतर पुन्हा बेशुद्ध होऊन पडे. तरीही जमादार थांबायचे नाव काढत नव्हता.

"सतरा,"

"अठरा,"

"एकोणीस,"

"वीस."

"बस्स झालं आता! ऐकूनही लाज वाटत नाही का? आपल्याच एका बहिणीचा तिच्या पोटच्या गोळ्यासकट या गोऱ्यांनी खून पाडला आणि तरीही आपण गप्प. आपल्या दुसऱ्या बहिणीची चामडी उधळली तरीही आपले रक्त खवळत नाही. वर्तमानपत्र वाचून फक्त हळहळ व्यक्त केली म्हणजे झाले का सारे? अहिंसेच्या ढालीखाली लपून, इंग्रजांचे भले होणार नाही म्हणालो की लाभली आपल्या मनास शांती, नाही? अरे, गोऱ्यांचं राहू द्या; हा गोपालसिंग तर आपलाच ना? त्यानेही असा आपल्या आई-बहिणींचा खून पाडावा आणि आपण शांतपणे तो बघावा. एवढं होऊनही तो ताठ मानेने हिंडतोय आणि आपण भीतीने घरात लपून बसतोय. खरंच, वाहेगुरूची शपथ घेऊन सांगा, आपण जिवंत आहोत का, की मेलोत? का मेल्यात माझ्या साऱ्या भावना? लाज वाटते त्याला असे फिरताना बघून. माझ्या देशात असा कोणीच शेर नाही का, जो त्या गोपालसिंगला धडा शिकवेल? बोला, आता गप्प का?" संतापाने थरथरत उधम बोलत होता. बोलताना अनेकदा त्याच्या हाताच्या मुठी वळत होत्या.

गोष्टच तशी होती. मागे उसळलेल्या दंग्यात मिशनरी स्कूलची शिक्षिका मिस मार्शला शेरवूड मरता मरता वाचली. तिला मारहाण झाली कुछ करिछन गल्लीत. गोऱ्या स्त्रीच्या अपमानाचा बदला घेण्यासाठी आणि पंजाबमधील हिंदी जनतेत दहशत बसवण्यासाठी डायरने एक अघोरी खेळी खेळली होती. गल्लीच्या दोन्ही टोकांना चौक्या बसवून गल्लीतून जाण्यायेण्यासाठी सरपटून जायचा आदेश सोडला होता. त्या गल्लीला आता 'सरपटणारी गल्ली' म्हणूनच ओळखले जायचे. त्या गल्लीमध्ये एका गर्भवती स्त्रीचा मृत्यू झाला होता आणि दुसऱ्या एकीला मारहाण केल्याची खबर वृत्तपत्रात छापून आली होती.

उधम हल्ली वर्तमानपत्रे, पुस्तके वाचण्यासाठी हालबाजारात येत असे. तिथेच त्याने मित्रमंडळ जमवले होते. त्या दिवशी बाजारातील मिश्रीलालच्या ठेल्यावर सारे पकोडे खात बसलेले असताना हरिलालने ती बातमी मोठ्याने वाचली नि हळहळही व्यक्त केली आणि उधमचे टाळके सणकले.

उधम बोलल्यानंतर बराच वेळ शांतता होती. कोणीच काही बोलत नव्हते. कदाचित उधमच्या आक्रमक बोलण्यामुळे त्याचे ते मवाळ मित्र काहीसे हादरले असावेत.

"उधम, यार तू बरोबर बोलतोस. पण एक सांगू, जीत नेहमीच न्यायाची होते.

अरे, गांधीजींनी सांगितले आहे, एका वर्षात स्वातंत्र्य नक्की येईल. मग कुठली राहिली इंग्रजी सत्ता आणि कुठला राहिला गोपालसिंग. त्यालासुद्धा गोऱ्यांसोबत देश सोडावा लागेल. बघच तू,'' उधमहून दोन-तीन वर्षं लहान असलेला रणजित म्हणाला.

''काय बोलतोस तू! हे गोरे आपले कपडे फाडून आपल्याला नागवं करून हिंडवत आहेत आणि तू म्हणतोस, एक वर्ष कळ काढ. वर्षानंतर कापडे घालू. वर्षभराने कापडे जरी घातली तरी गेलेली अब्रू परत येईल काय? त्यापेक्षा शहाणपणा याच्यातच आहे की त्यांनी आपले कपडे फाडण्याअगोदरच त्यांना नागवा करावा. आपल्यावर हात उगारायच्या अगोदरच त्यांचा हात कापून टाकावा. आपल्या आया-बहिणींवर चाबूक उगारण्याअगोदरच त्यांची चामडी सोलून काढावी. आपल्यावर जरब बसवण्यापरीस त्यांनाच इथे राहायची दहशत वाटावी. तरच आपला देश सोडून जातील ते गोरतोंडे. अशा भिका मागून थोडी ना स्वातंत्र्य देणार ते आपल्याला.''

''हाँ, बराबर बोला उधम। हमें गोरों से अपनी आझादी छीन के ही लेनी पड़ेगी।'' उधमला साथ देत कय्युम म्हणाला.

''क्या बोल रहा है तू भी। आता आपण काय कट्यारी, तलवारी घेऊन गोऱ्यांशी लढायचे काय? आपला निभाव लागेल त्यांच्या नव्या बंदुकांपुढे?'' प्रेमजीतने मध्येच आपली शंका बोलून दाखवली.

''का नाही लागणार? अरे दहा-पंचवीस हजार हे गोरे, आपल्या लाखोंवर राज्य करतात. आपल्यातल्या प्रत्येकाने दगड फेकून जरी मारला ना तरी नावाला गोरा उरणार नाही,'' उधम हातातल्या पकोड्यावर ताव मारत म्हणाला.

''मग गांधीजी तरी दुसरे काय म्हणतात? त्यांचेही तेच म्हणणे आहे पण दुसऱ्या पद्धतीने. असहकार म्हणजे काय? हूं?'' एखाद्या तत्त्ववेत्त्याच्या मिजाशीत प्रश्न विचारत रणजितने सर्वांकडे पाहिले.

''आपण इंग्रजांना प्रत्येक गोष्टीत मदत करतो. मग ती राज्यकारभाराची असो की सैन्याची. इंग्रजांच्या साऱ्या सरकारी कार्यालयांत आपलीच माणसे असतात. मग गांधीजींचेही हेच म्हणणे आहे की आपण सहकार करायचाच नाही. मग त्यांना राज्य चालवणे मुश्कील होऊन होईल आणि ते आपणहून देश सोडतील. यालाच म्हणतात असहकार.'' शेवटच्या वाक्यासरशी त्याने अशा काही भुवया उडवल्या जणूकाही त्याने ब्रह्मज्ञान उलगडून सांगितले होते.

बसल्या जागी उधम जोरजोरात हसू लागला. सगळे जण भांबावून एकवार उधमकडे, एकदा रणजितकडे बघत होते.

''बाबा रणजित, एक सांग; समजा, तू एका सोन्याच्या खाणीचा मालक आहेस. खाणीतले सोने खाणकामगारांकडून काढून तू तुझ्या घरी पोहोचवतोस. मग

एखाददिवशी जर खाणकामगारांनी काम करण्याचे नाकारले, तर काय तू खाण सोडून जाशील?'' आपले हसणे आवरत उधम बोलला.

''आपला देश एक सोन्याची खाण आहे. ज्याला पोखरून त्यातील पैसा हे गोरे त्यांच्या देशाला पाठवत आहेत. आता म्हणून जर आपण त्यांच्याशी असहकार केला तर ते देश सोडून थोडी ना जाणार.''

''तुझे बोलणे पटते रे उधम. पण तरी तू जे म्हणतोस की साऱ्या देशाने गोऱ्यांवर चढून जायचे, ते तरी अशक्य आहे. अरे, बहुतेक लोक मिंधे आहेत त्यांचे. आता गोपालसिंगचेच बघ ना. आपलाच माणूस आणि आपल्याच माणसांची चामडी उधळतो.'' प्रेमजीत.

''गोपालसिंग? तुला एक सांगू, या देशातले लोक अहिंसेच्या मार्गाने स्वातंत्र्यप्राप्तीच्या गोड स्वप्नातून जागे झाले, अहिंसामय मार्गातून स्वातंत्र्य मिळेल या भ्रामक समजुतीवरचा त्यांचा विश्वास उठला, की मग या इंग्रजांवर मोठ्या ताकदीने तुटून पडतील स्वातंत्र्यासाठी आणि त्या वेळी त्यांचा पहिला हल्ला गोऱ्यांवर होणार नाही तर या गोपालसिंगसारख्या हरामखोरांवर होईल,'' समोर आलेल्या लस्सीचा घोट घेत उधम शांतपणे म्हणाला.

'तुम्हा लोकांना हे माहीतच आहे की मी माझ्या देशासाठी लढणारा एक शूर सैनिक आहे. मग तुम्हाला काय हवंय? युद्ध की शांती? जर तुम्हाला युद्ध हवे असेल तर ब्रिटिश सत्ता त्यासाठी तयारच आहे आणि जर शांती हवी असेल तर माझी आज्ञा पाळा आणि तुमची दुकाने उघडा. नाहीतर मला पुन्हा एकदा गोळ्यांचा पाऊस पाडावा लागेल. माझ्यासारख्या सैनिकासाठी फ्रान्सची रणभूमी आणि अमृतसर दोन्हीही सारखेच आहेत.

तुम्ही लोक सरकारी अधिकाऱ्यांची निंदा करता, सरकारी आदेशाची अवज्ञा करता. तुमच्या सर्व चुकांचा हिशोब मी करीनच. यातून वाचायचे असेल तर अजून काही करू नका; फक्त माझी आज्ञा पाळा. मी ब्रिटिश आर्मीच्या सेवेत तीस वर्षं काढली आहेत. भारतातही गेली बरीच वर्षं मी आहे. भारतीय लोकांना, विशेषतः शिखांना मी नीट ओळखून आहे. शांती हवी असेल तर माझे ऐका. नाहीतर बंदुकांच्या जोरावर बळजबरीनेही मला दुकाने उघडता येतील. अजून एक करा, दहशतवादी, बदमाशांची नावे मला कळवा. त्यांना मी यमसदनीच पाठवीन आणि तुम्हाला शांततेने जगता येईल.

सांगा, तुम्हाला युद्ध हवंय का? तसंही इंग्लिश माणसांचे पवित्र रक्त सांडून तुम्ही खूप मोठी चूक केली आहे. त्याचा प्रतिशोध तुमच्यावर आणि तुमच्या

कुटुंबावर घेतला जाईलच.'

मायकेलने पुन्हा एकदा नोटीसवरून नजर फिरवली. जालियनवाला बागेत प्रचंड नरसंहार घडवून आणल्यानंतर दुसऱ्याच दिवशी डायरने जरबयुक्त भाषेतील ही नोटीस अमृतसरच्या गल्लोगल्ली लावली होती. किश्चलू आणि सत्यपालांच्या अटकेपासून बंद करण्यात आलेली दुकाने उघडण्याची जबर धमकी त्याने दिली होती. तसेही जालियनवाला बागेतील हत्याकांडानंतर अमृतसरमधील लोकांच्या हिंमतीचा कणा मोडला होता. उरलीसुरली कसर कापूरतळा, गुजरानवाला अशा ठिकठिकाणी ब्रिटिश सैन्याने घडवून आणलेल्या हल्ल्याने भरून काढली. त्यामुळे नोटीस लावल्यापासून दोनच दिवसांत बहुतेक सारी दुकाने उघडली गेली आणि जी दुकाने तरीही बंदच होती ती शस्त्रांच्या जोरावर उघडण्यात आली. या सर्व गोष्टींचा आनंद कोणालाही झाला नसेल इतका मायकेलला झाला होता. त्याच्या हत्येचा प्रयत्न करणारे गुंड आता नाक धरून शरण आलेले बघून त्याच्या मनात आनंदाच्या उकळ्या फुटत होत्या. हत्याकांड घडल्याच्या दुसऱ्याच दिवशी त्याने डायरला फोन करून त्याच्या कृतीचे समर्थन केले होते, इतकेच नव्हे तर त्याचे अभिनंदनही केले होते. जणूकाही तो कुठली परीक्षाच उत्तीर्ण झाला असावा. त्याच संध्याकाळी त्याच्या हातात ही नोटीस पडली होती. नोटीस वाचून तो तुफान खूश झाला. भारतीयांना टाचेखाली ठेवायची त्याची जी इच्छा होती ती डायरने पूर्ण केली होती.

आज हत्याकांडानंतर तब्बल दहा-पंधरा दिवस झाले होते. अमृतसरची परिस्थिती पूर्णपणे काबूत आली होती. त्याचेच निमित्त करून मायकेलने डायरला खान्यासाठी बोलावले होते.

मायकेलच्या बंगल्याच्या दिवाणखान्यात मध्यभागी असलेल्या रक्तकांती, मखमली गादीच्या सोप्यावर मायकेल बसला होता. त्याच्या उजव्याच अंगाला कोचवर डायर होता. समोर मेजवर सोनेरी वर्ख लावलेल्या ग्लासांमध्ये उत्तम इंग्रजी मद्य भरलेले होते. शेजारीच त्या मद्याची सुरेख कमनीय बाटली होती. मायकेलने आत्तापर्यंत पुन्हा वाचून ती नोटीस मेजवर ठेवली होती. मेजवरील मद्याचा ग्लास उचलत मायकेलने त्याचा एक घोट घेतला.

"ब्राव्हो जनरल!" मायकेल हर्षोन्मादात चीत्कारला.

"कमाल केलीस हॅरी! तुला सांगतो, माझी एवढी हयात मी भारतात घालवली, अनेक हिंदी लोकांच्या संपर्कात आलो. यांच्यासारखी कडवी जात आख्या जगात नसेल. आताच्या महायुद्धात पण हिंदी सैनिकांची बहादुरी वाखाणण्यासारखी होती आणि नेमकी याचीच भीती मला वाटायची. या हिंदी लोकांची ही लढाऊ वृत्ती मला झोप लागू देत नव्हती. मागे गदर कटातल्या बदमाशांना फाशी देण्याची भूमिका जेव्हापासून मी घेतली, तिथपासून आजवर तब्बल सहा वेळा मला मारायचा प्रयत्न

केलाय या कुत्र्यांनी. मुंग्याच्या वारुळागत आहे हे. वारुळावरची एक मुंगी चिरडली की दुसऱ्या बाजूनी दहा चावणार. त्यांना मारले की अजून दहा. हे चालूच राहणार, जोपर्यंत साऱ्या मुंग्या चिरडल्या जात नाहीत. तू बागेत बऱ्याचशा मुंग्या चिरडल्यास. ब्राव्हो! भेकडासारखे शरण आले सगळे. गुड! असाच दबाव बनवून ठेव.''

एव्हाना मायकेलने हातातील ग्लास घशात रिचवला होता. त्याने डायरकडे पाहिले. डायर सचिंत मुद्रेत स्तब्ध बसून होता. त्याच्या हातातील ग्लासही अजून भरलेलाच होता. कसल्यातरी विचारात गढलेल्या त्याच्या चेहऱ्यावरची रेषाही हलत नव्हती.

"हॅरी, काय झालं? कसल्या टेन्शनमध्ये आहेस?''

"मायकेल, मी जे केले त्याचा मला अजिबात पश्चात्ताप नाही. मी जे केले ते माझ्या देशासाठीच केले ना?'' आवेशात पुढे येत डायरने विचारले. मायकेल उत्तरादाखल काही बोलणार तोच डायर बोलू लागला.

"लंडनमध्ये माझ्या कृत्यावर चर्चा होते आहे. मी जे केले ते चांगले की वाईट यावर ऊहापोह होतो आहे. एवढंच काय, आतली गोष्ट सांगतो. मी ऐकलंय, ब्रिटनचे मंत्रिमंडळ यावर चौकशीसाठी कमिशन नेमणार आहे. छे! पटतच नाही मला. एवढ्या लोकांना जीवे मारण्यात माझा कुठला स्वार्थ होता. कुठलाच नाही. मग?'' डायर भडाभडा बोलून गेला.

"कुल डाउन हॅरी. तू नको काळजी करूस. मी सांभाळून घेईन सारे आणि जसे तुझ्या विरोधात बोलणारी माणसे आहेत, तशीच तुझ्या बाजूने बोलणारीही आहेत. अरे, कवी किपलिंगनेदेखील तुझ्याबद्दल गौरवोद्गार काढले आहेत. उद्या-परवा तुझ्यावर एखादी कविताही लिहील तो.'' डायरचे मनोबल वाढवण्यासाठी मायकेल बोलत होता.

"तुला काय वाटतंय, मी तुझी वा इतर कोणाची सहानुभूती मिळवण्याकरिता हे बोलतोय. सवय आहे मला लोकांचे ऐकण्याची. लहानपणी माझ्या तोतरेपणावर मुले हसायची, चिडवायची. मला राग यायचा; पण मी कधी व्यक्त केला नाही. आता पण माझ्याबद्दल वाईट बोलले जात आहे याचा मला राग येतो आहे. पण वाईट यांचं वाटतंय की विंचवाची नांगी ठेचण्याअगोदरच त्याला सोडून द्यावे लागत आहे.''

"म्हणजे? मी समजलो नाही.'' मायकेल डायरच्या बोलण्याने पूर्णपणे गोंधळून गेला होता.

"त्या गोळीबाराच्या घटनेनंतर जिथे जिथे शक्य होते तिथे मी लष्करी बळ वापरले. जेणेकरून या कुत्र्यांच्या पाठीचा कणा मोडून त्यांनी आपल्यासमोर लोळण घ्यावी; पण मला नाइलाजाने म्हणावे लागेल की मी अजूनही त्यांचा कणा नाही मोडू

शकलो.''

डायरचे बोलणे मायकेलला अजूनच गोंधळात टाकत होते. पण गप्प बसून तो सारे ऐकत होता.

''ब्रिटिश आर्मीची बदनामी होऊ नये म्हणून मी ही गोष्ट बाहेर काढली नाही आहे. दोन दिवसांपूर्वीच माझ्या एका शिपायाला घरात घुसून चाबकानी फोडून काढलाय या लोकांनी.'' डायरने हातातील ग्लास गटागटा संपवला.

दोघांचेही ग्लास रिकामे झाले होते. पण ते परत भरण्याचीही आठवण मायकेलला नव्हती. तो जे ऐकतोय त्यावर त्याचा विश्वासच बसत नव्हता.

''पण का? काही कारण कळलं का?''

''फटक्यांच्या गल्लीचा तो जमादार होता. एवढ्या लोकांना त्याने वेताचे फटके लगावले. कोणीतरी रागात येऊन हे काम केले असावे.''

''मग आपण गप्प का? फोडून काढ एकेकाला साल्यांना.'' मायकेल आवेशात येऊन बोलला.

''तेच तर मी सांगतोय. एकेकाला फोडून काढणे आता शक्य नाही. इंग्लंडचं सरकार माझ्यावर बारीक लक्ष ठेवून आहे. जालियनवाला बाग एक आंतरराष्ट्रीय मुद्दा बनला आहे. सगळ्या जगात त्यावर पडसाद उमटत आहेत. माझ्या बदलीचीही तयारी झाली आहे बहुतेक. त्यामुळे सरसकट सगळ्यांना अटक वा फटके लगावले तर ते योग्य ठरणार नाही. वरून तो हल्लेखोर तोंड झाकून आलेला. जमादाराने त्याला पाहिलाच नाही. म्हणूनच तर म्हणतोय, नांगी न ठेचताच सोडून द्यावा लागणार आहे विंचवाला.'' डायर हताश होऊन गेला होता. पण त्याहून शतपटीने अधिक हताश झाला होता मायकेल.

कुणीतरी शरीरातील सर्व शक्ती शोषून घेतली आहे आणि आपण दुर्बलाहून दुर्बल झालो आहोत, असेच त्याला वाटू लागले होते.

जालियनवाला बागेतील त्या काळ्या दिवसाला आता जवळपास अडीच वर्षे उलटून गेली होती. अमृतसरच्या जखमा हळूहळू भरल्या जात होत्या. बाया-माणसे त्या वाईट आठवणींतून बाहेर पडत होती. पण प्रत्यक्ष अनुभव असलेल्या उधमला मात्र त्या आठवणींच्या जाळ्यातून बाहेर पडता येत नव्हते. त्याच्या दररोजच्या दिवसाची सुरुवात चिककुकडीने त्याला मारलेल्या हाकांनीच व्हायची. त्या स्वप्नांनी त्याचा पिच्छाच पुरवला होता. रोजची स्वप्ने वेगळी असायची, पण स्वप्नांचा खलनायक मात्र कायम असायचा. तोच तो जनरल डायर. कधी त्याच्या जनरलच्याच वेषात तो चिककुकडीला आकाशात भिरकावून द्यायचा, कधी औरंगजेबाच्या वेषात

तो करीमचा शिरच्छेद करायचा, तर कधी एखाद्या कसायाच्या वेषात तो मेवालालच्या चिमुकल्या अर्भकाच्या गळ्यावरून सुरी फिरवायचा. डायर, खलनायक डायर! या शब्दाचीच त्याला आता अतिशय चीड येऊ लागली होती. एवढी की कोणाला शिवी देण्यासाठीही तो सररास डायर शब्दाचा वापर करत होता.

१३ एप्रिल १९१९च्या त्या भयंकर दिवसानंतर उधमचे आयुष्यच पूर्णपणे बदलून गेले होते. आपल्या सुतारकामाच्या व्यवसायाकडे संपूर्णतः दुर्लक्ष करून तो हालबाजारात पुस्तक भांडारांना भेटी देत फिरायचा. तिथली पुस्तके चाळून राष्ट्रीय वाङ्मयाची पुस्तके विकत घ्यायचा आणि ती आपल्या दोस्तमंडळींसमोर वाचून दाखवायचा. असहकार आंदोलनानेही आता मोठा जोर पकडला होता. उधमही स्वातंत्र्याचे ध्येय उराशी बाळगून आंदोलनात सहभागी झाला होता. वक्तृत्वकलेतही तो कमालीचा पारंगत झाला होता. जहाल भाषण करून तो तरुणांना चळवळीत ओढत होता. ही भाषणे कोणी लिहून दिलेली नसायची तर ती त्याच्या मनातून निघायची. एकदा का तो राष्ट्रकार्यात गुंतला की त्याला तहानभूक कशाचेही भान उरायचे नाही. नेमक्या याच वागणुकीमुळे ग्यानीजी जरासे बेचैन होते. उधमच्या अशा वागण्यामुळे पोलिसांचा ससेमिरा तर अनाथाश्रमामागे लागणार होताच, शिवाय त्यांना उधमचीही काळजी वाटत होती. त्याचे रात्री अपरात्री दचकून जागे होणे, झोपेत काहीतरी असंगत बडबडणे, या गोष्टी इतर विद्यार्थ्यांकरवी त्यांच्या कानावर आल्या होत्या. त्यात त्याचे हे असे वागणे. कामधंदा बुडवून हालबाजारात यारीदोस्ती करत हिंडणे त्यांना पसंत नव्हते. एक-दोन वेळा त्यांनी उधमला समजावूनही पाहिले. पण तरीही उधम बधत नव्हता. कधीकधी तर ते एवढे चिडत की ''तू आणि तुझे नशीब,'' म्हणत उधमशी अबोलाही धरत. पण कितीही झालं तरी अबोला टिकवणे त्यांना जमायचे नाही. वसतिगृहातील एकूण एक मुलाबद्दल प्रेम वाटायचे त्यांना आणि उधम तर त्यांच्यासमोरच लहानाचा मोठा झालेला. देशभक्तीच्या मार्गावर त्याच्या आयुष्याची अशी होळी होताना त्यांना बघवत नव्हते. अखेर शेवटचा प्रयत्न म्हणून त्यांनी उधमचे लग्नच करायचे ठरवले. तसाही तो आता तरुण झाला होता.

ग्यानीजींनी वधूसंशोधन सुरू केले. उधमचे चुलते भाई होशियार सिंग सुनाम गावात राहत होते. त्यांच्याच सांगण्यावरून सुनाम गावात एक उपवर मुलगी असल्याचे समजले. ती मुलगी त्या स्नेह्यांच्या नात्यातीलच होती. तिचे वर्णन करताना त्यांनी कुठलीच कसर ठेवली नव्हती. त्यामुळे ग्यानीजींनी उधमला घेऊन तडक ती मुलगी बघायला जायचे योजले.

नेहमीप्रमाणे तयारी करून उधम हालबाजाराकडे निघायच्या बेतात होता. हातात कुठलेसे लहान पुस्तक घेऊन तो निघालाच होता की ग्यानीजींनी त्याला अडवले.

"काय, आज पण हालबाजाराला हजेरी आहे वाटते?"

"अं...." उधम काय सांगावे याचा विचार करू लागला.

"बरं. आज काही तिथे हजेरी लावायची गरज नाही. आज माझ्यासोबत चल जरा."

"पण कुठे?" कपाळावर आठ्या घालत उधमने विचारले.

"मी सांगेन तिथे."

टांगा आधीच तयार होता. वसतिगृहातील किशन आणि टांगेवाला आधीच त्यात बसले होते. ग्यानीजी उधमला घेऊन टांग्यात बसले. घोड्यांच्या टापांचा टापटाप आवाज सुरू झाला. त्याला घोड्यांच्या गळ्यातल्या घुंगरांनी सुरेख साथ दिली. रस्त्यावरला धुरळा उडवत टांगा सुनामच्या दिशेने निघाला.

मरणोन्मुख होऊन पडलेल्या भारतीय जनतेला गांधीजींनी असहकार आंदोलनाचे अमृत पाजून पुन्हा एक नवी स्फूर्ती दिली होती. सुरुवातीला केवळ एक हलका वाऱ्याचा झोत म्हणून इंग्रजांनी दुर्लक्ष केलेल्या या चळवळीने आता भयंकर वावटळीचे रूप घेतले होते. पाण्याचा एक लहानसा ओघळ आता महासागर बनला होता. दिवसेंदिवस ब्रिटन साम्राज्याला ही चळवळ पोखरत होती. चळवळीच्या यशाबद्दल, गांधीजींबद्दल वर्तमानपत्रात रकानेच्या रकाने भरून येत होते. आज अमक्या ठिकाणी चळवळकर्त्यांना अटक तर उद्या तमक्या ठिकाणी तुरुंगात जागाच नाहीत नवीन कैद्यांसाठी, अशा रोजच्याच बातम्या असायच्या. उधम आणि त्याचा कंपू तर गीतेचे पारायण केल्यासारखी रोजची वर्तमानपत्रे वाचायचे आणि आंदोलनकर्त्यांच्या बहादुरीच्या कहाण्या इतरांनाही सांगायचे. त्या वेळी त्यांच्या चेहऱ्यावर एक वेगळाच अभिमान असायचा. पण आज, आजचा दिवस वेगळेच काहीतरी घेऊन आला होता. आजचे वर्तमानपत्र वाचून त्यांच्यात नेहमीप्रमाणे उत्साह संचारला नाही. मिश्रीलालच्या ठेल्यावरील एका कोपऱ्यात ते बसून होते. आज कोणतेही बहादुरीचे किस्से नव्हते त्यांच्याकडे मिश्रीलालला ऐकवायला. कदाचित आज उधम नाही म्हणून असे शांत असतील असा भोळसट तर्क मिश्रीलालने लावला तरी त्याला दुःख आणि उद्वेग त्यांच्या चेहऱ्यावर स्पष्टच दिसत होता.

त्याला कारणही तसेच होते. लोकांचा उत्स्फूर्त सहभाग लाभलेली असहकार चळवळ गांधीजींनी एकाएकी मागे घेतली होती. त्यांच्या मते, देश अजून स्वातंत्र्यासाठी तयार झालेला नाही. जवाहरलाल नेहरूंसकट अनेक मोठ्या नेत्यांनाही या तडकाफडकी घेतलेल्या निर्णयाचे आश्चर्य वाटत होते. हातातोंडाशी आलेला घास हिरावून घेतला

की जसे वाटते, तसेच उधमच्या मित्रांना वाटत होते. अगदी महिनाभराचाच अवकाश अजून आणि स्वातंत्र्य पदरात पडणार होते. पण छे! आता काहीच अर्थ उरला नव्हता जर तर करण्यात.

"पण हे आत्ताच कसे खूळ काढले गांधीजींनी? किमान अजून काही दिवस थांबायला हवे होते." जोगराजने शांततेचा भंग करत म्हटले.

"खूळ गांधीजींनी नाही तर लोकांनी काढले. विसरलास तीन आठवड्यांपूर्वीची चौरीचौऱ्याची घटना? काय गरज होती लोकांना शस्त्र हातात घ्यायची? माहिती आहे ना, गांधीजींना स्वातंत्र्य अभिप्रेत आहे ते केवळ अहिंसामय मार्गाने. मग कशाला आततायीपणा केला त्यांनी?" असहकार चळवळ चालू झाल्यापासूनच रणजित गांधीजींचा कडवा भक्त बनला होता. त्यामुळेच जोगराज गांधीजींविरुद्ध बोलताच तो त्यांच्या समर्थनार्थ बोलला.

"रणजित, काही गोष्टी बोलायला सोप्या असतात. मला सांग, हत्यारे आधी कोणी उचलली? आपल्या लोकांनी की त्या गोऱ्यांनी? आपला मोर्चा शांततेनेच चालू होता. गोऱ्यांना कोणी सांगितले होते, आधी कळ काढायला. त्यांच्या गोळीबारात आपली तीन माणसे मेली. आकडा लहान वाटतो आहे ना फार? पण ज्यांच्या घरातली माणसे मेली ना, त्यांना जाऊन विचार; काय गमावलंय त्यांनी. कोणाच्या म्हातारपणीचा आधार, कोणाच्या सौभाग्याचे लेणे, कोणाचा कोण, कोणाचा कोण, कोणाचा कोण. जिवाची किंमत न कळण्याइतके आम्ही अडाणी नक्कीच नाही आहोत. कळते आम्हालाही जिवाची किंमत. आणि म्हणूनच, लक्षात घे म्हणूनच तिथल्या लोकांनी त्या पोलीस चौकीला आग लावली. मेले असतील त्यात पाच-पंचवीस पोलीस. पण मी या गोष्टीला हिंसा नाही म्हणणार. ती माझ्या लेखी आत्मरक्षा आहे. जर त्या पोलिसांना जाळून मारले नसते तर परवा त्याच पोलिसांनी आपली अजून दहा-बारा माणसे मारली असती. ही आत्मरक्षा होती. आणि जरी गांधीजींना हे पटले नव्हते तरी त्यांनी केवळ चौरीचौऱ्यापुरतीच चळवळ मागे घ्यायची होती. संपूर्ण देशाची चळवळ म्हणजे राष्ट्रीय चळवळ. ती मागे घेण्याचा अधिकार गांधीजींना दिलाच कोणी? आणि आता जर चळवळ मागे घेतलीच आहे तर सांग मला, कुठे शिकू मी आता? सरकारी कॉलेज तर सोडलंय मी. माझ्यासारखीच हजारो मुले घरी बसली आहेत. या आशेवर की शिक्षणाच्या या त्यागाच्या मोबदल्यात आम्हाला स्वातंत्र्य मिळेल. काय करायचे आता? सरकारी कॉलेजात तर पुन्हा प्रवेश मिळणार नाही. जर पाडायचंच होतं तर किमान उभे राहायला तरी शिकवायचे नव्हते." पोटतिडकीने भगत बोलत होता. त्याच्या प्रत्येक शब्दागणिक अंगार निघत होता. त्याच्या घरात आधीपासूनच देशभक्तीचे वारे वाहत होते. वडील आणि काकांप्रमाणेच तोही स्वातंत्र्यदेवीची आराधना करत होता.

जालियनवाला बागेत झालेला प्रचंड नरसंहार तर त्याला अतिशय दुःखी करून गेला होता. तेव्हाच स्वातंत्र्यासाठी प्राण पणाला लावून लढण्याचा निर्धार करून तो असहकार चळवळीमध्ये उतरला होता आणि आज अचानक यशाची पूर्ण खात्री असतानाही चळवळ मागे घेतल्याची ती खबर वाचली. डोके भणभणून गेले. त्याच्या भावना शब्दांची धार घेऊन बाहेर पडल्या.

भगतचे बोलणे झाले तरी सारे गप्प होते. त्याची मते सर्वांनाच थोड्याबहुत प्रमाणात मान्य होती आणि आता बोलणार तरी काय? काहीच तर उरले नव्हते बोलायला. बोलून तरी काय होणार होते? बराच वेळ ती शांतता होती. शांतता..... वादळापूर्वीची.

सुनामवरून परतायला संध्याकाळ उलटली होती. सूर्य पश्चिमेला कलू लागला होता, तेव्हा त्यांचा टांगा अमृतसरमध्ये प्रवेश करता झाला. संध्याकाळच्या याच वख्ताला त्यांची आंदोलनफेरी निघत असे. रस्त्यात कुठे तशी फेरी दिसली नव्हती पण उधमचे लक्ष होते कुठे तिथे. स्वप्नांचे बंगले बांधण्यात गुंग होता तो. मुलगी त्याला पसंत होती, हे त्याचा हसरा चेहराच सांगत होता. त्याच्याकडे पाहून ग्यानीसिंगांनाही बरे वाटत होते. मुलगी त्याला पसंत पडली याचे कौतुक तर होतेच; पण आता तरी लग्न झाल्यावर तो चळवळीपासून दूर राहील म्हणून समाधानही होते.

"काय उधम, एकटाच हसतो आहेस. आम्हाला तरी सांग का हसतो आहेस ते," उधमला चिडवत ग्यानीजी म्हणाले.

"कुठे काय? काहीच तर नाही." गंभीरतेचा आव आणत उधम बोलला. ग्यानीजी त्याची फिरकी घेत आहेत हे त्यालाही कळले होते; म्हणूनच डोळ्यांतले हसू लपवत तो गंभीर दिसायचा प्रयत्न करत होता. ग्यानीजींचे बोलणे कळलेच नाही असे दाखवत तो खाली बघत हातांच्या बोटांशी चाळा करू लागला. चाळा करता करता मधूनच तो तिरप्या नजरेने ग्यानीजींकडे बघे. पण त्यांची नजर तर उधमवरच होती. नजर चोरून उधमने आपल्या बोटांच्या चाळ्याकडे लक्ष वळवले. आपल्या लांबसडक बोटांकडे पाहताना मध्येच त्याला तिच्या हाताची बोटे आणि आपल्या हाताची बोटे एकत्र गुंफल्यासारखी वाटली. आपल्या कल्पनेवर हसत त्याने वर पाहिले. ग्यानीजी त्याच्याकडे बघून हसत होते. त्याच्या नकळत तो हसला होता आणि ग्यानीजींनी त्याची चोरी पकडली होती.

खाचखळग्यांमुळे आदळत टांगा पुढे सरकत होता. आदळत चालण्याने बसणाऱ्या हादऱ्यांनी उधम त्याच्या स्वप्नातून भानावर येत असे. त्याला काय माहीत

होते, अजून एक मोठा हादरा त्याची वाट बघत आहे ते.

टांग्याला बसणारे हादरे आणि घोड्यांच्या घुंगराचा आवाज एकदम थांबले.

"चला उदयसाहेब, घर आलंय आपलं. नाहीतर बसून राहाल टांग्यातच." उधमची फिरकी घेत ग्यानीसिंग टांग्यातून उतरले. त्यांच्या मागोमाग किशन आणि उधमही निघाले.

खोलीत बसल्या बसल्याही उधम तिचाच विचार करत होता. काय नाव सांगितले बरे तिने? मित्तो? हो, मित्तोच. खूप गोड आवाज होता तिचा. अगदी बारीक आवाजात तिने सांगितलेले तिचे नाव, मित्तो. बऱ्यापैकी उंच होती ती; उधमला शोभण्यासारखी. मोठे मोठे डोळे आणि गोबरे गोबरे गाल. हसली की गालाला खळी पडेल बहुतेक. आज घाबरलीच इतकी होती, कशी हसेल बिच्चारी. तरी जाताना तिने उधमकडे बघून स्मित केले होते. ग्यानीजींच्या सर्व प्रश्नांची हातातल्या ओढणीशी चाळा करत तिने उत्तरे दिली होती. शांत स्वभावाची मित्तो.

"उदय, काय करतो आहेस?"

ग्यानीजींच्या आवाजाने उधम भानावर आला. ग्यानीजी केव्हा त्याच्या खोलीत येऊन उभे राहिले त्याला कळलेच नव्हते.

"काही नाही. बसलो होतो जरा."

"मग काय ठरवले आहेस तू?" खाटेवर बसत ग्यानीजींनी विचारले.

"कशाबद्दल?" अजाणतेपणाचा भाव आणत उधमने विचारले.

"तुला मुलगी पसंत आहे हे तुझा चेहरा सांगतो आहे. पण पुढचा काही विचार केला आहेस का? लग्नानंतर कुठे राहणार? जरा धंद्याकडे लक्ष दे. उगाच आंदोलनाच्या नादात नको ती कटकट ओढवून घेऊ नकोस. काय? समजतंय ना, मी काय म्हणतो आहे ते?"

उधमने होकारार्थी मान हलवली. खरंतर त्याला म्हणायचे होते की बस्स! फक्त दोन-तीनच महिने आंदोलन. मग काय गोरे त्यांच्या देशात आणि मी माझ्या कामाधंद्यात. पण उगाच वादाला तोंड फुटायला नको म्हणून तो गप्प बसला.

"बरं, लाग तू तुझ्या कामधंद्याला. तुझ्यासाठीच सांगतोय रे. कशाला उगाच त्या पोरांच्यात हिंडतोस. बरं, चालू कर हो तुझं काम उद्यापासून." उधमच्या खांद्यावर थोपटत ग्यानीजी बाहेर पडले.

ग्यानीजी गेले खरे पण उधमच्या डोक्यात भुंगा सोडून गेले. जो त्याच्या डोक्यात आता गुणगुणू लागला होता. खरंच त्याचे जीवन सर्वसामान्य माणसासारखेच असते जर त्याने जालियनवाला बागेतला तो नरक बघितला नसता तर. पण तसे व्हायचे नव्हते. इंग्रजांबद्दलच्या त्याच्या क्रोधाची भावना तिथेच पेटली. रक्ताची होळी खेळणाऱ्या डायरला संपवायचे कितीतरी वेळा त्याच्या मनात येत होते. दररोज

चिककुकडी, करीम आणि बाकीचे बिच्चारे जीव त्याच्या स्वप्नात येऊन त्याला त्यांचा सूड घ्यायला सांगत होते. एकदा तर त्याने ठरवलेही, डायरला त्याच्या पापाची शिक्षा द्यायची म्हणून. पण तोवर डायरला दूर अफगाण युद्धावर धाडले होते. पण एक डायर गेला म्हणून काय झाले, इथे तर हजारो डायर आहेत आपल्यावर अत्याचार करण्यासाठी. त्यांना हाकलल्याशिवाय कसे गप्प बसायचे? म्हणूनच तर तो आंदोलनात उतरला होता.

पण आता? ग्यानीजी सांगत होते तेही बरोबरच होते. लग्नानंतर जबाबदाऱ्या वाढणार. मग कसे होणार तेव्हा? मित्तो आणि आझादी दोन्ही गोष्टींची आपण कशी सांगड घालणार? छे! लग्नानंतर आपल्याला जमणारच नाही हे. देशाच्या स्वातंत्र्याची घडी जवळ आली आहे आणि स्वातंत्र्याचे स्वप्न अर्ध्यावर सोडून आपण घोडीवर चढायचे?

विचारांचा गुंता वाढत होता; पण उत्तर सापडत नव्हते. विचार करता करता उलटसुलट अनेक विचार जमायचे. विचारांच्या या जाळ्यात तो अडकला होता. त्यातून निसटण्यासाठी जेवढी धडपड करावी, तेवढा तो अजूनच गुरफटत होता.

"अरे, जेवायला चल. वेळ झाली जेवणाची. येणार नाहीस का?" खोलीच्या दारातून डोकावून मोहनने विचारले.

"हं... काय?" विचारांच्या तंद्रीतून बाहेर येत उधमने विचारले.

"ओहो, कुडी वेख के आया तर स्वप्नातच हरवलास तू तर. चल जेवायला. वेळ झाली," आपल्या खाशा लहेजात मोहन म्हणाला.

"हो, हो, चल." म्हणत उधमही त्याच्या मागे निघाला.

मुदपाकखान्यात सारी मुले जमली होती. जेवणासाठी वेळेवरच यायचे, असा ग्यानीजींचा दंडक असायचा. उशिरा येणाऱ्याला जेवण मिळायचे नाही. त्यामुळे सर्वच जण येऊन हजर होते. चौकोनी आकाराच्या त्या मुदपाकखान्याचे लाकडाच्या फळीने दोन भाग केले होते. त्यांपैकी लहान असलेला भाग स्वयंपाकासाठी वापरला जायचा. वसतिगृहातीलच मुले पाळीपाळीने स्वयंपाक करायची. उर्वरित भागात तीन भिंतींना लागून तीन आणि मध्यभागी एक अशा चार रांगांत सतरंज्या अंथरलेल्या असायच्या. आपापल्या जागा धरून मुले सतरंजीवर उभी होती. स्वयंपाकासाठी असलेल्या मुलांसोबत ग्यानीजी जेवण वाढायला उभे होते. उधम आणि मोहनही मधल्या रांगेत येऊन उभे झाले. जेवणाची वेळ झाली तशी सर्वांनी हात जोडून प्रार्थना म्हणायला सुरुवात केली. छोटीशीच ती प्रार्थना. 'हे देवा, आम्हाला हे असे रुचकर अन्न दिल्याबद्दल धन्यवाद' अशा आशयाची. एखादाच मिनिट लागला असेल. प्रार्थना आटोपली तसे सारे सतरंजीवर बसले. जेवणे वाढली गेली. पण उधमचे समोरच्या पानाकडे लक्षच नव्हते.

"का रे, आता भूक पण लागत नाही की काय?" हळूच चिमटा घेत मोहनने विचारले.

"नाही, असं काही नाही. आणि तसेही मी आता लग्न करणारच नाही आहे."

"का?" मोहनचा घास घेण्यासाठी वासलेला आ तसाच उघडा राहिला.

"आता आंदोलनाच्या दगदगीत कुठे लग्न करू? धड इथे लक्ष नाही, ना धड तिथे. त्यापेक्षा एक-दोन महिने थांबतो. तोपर्यंत हे गोरेही इथून निघून जातील. म्हणजे सर्वसामान्यांप्रमाणे कुटुंबाचा भार वाहायला मी मोकळा." हसतच उधमने सांगितले. पण का कोणास ठाऊक उधमला मोहनचा चेहरा पडल्यासारखा वाटला.

"उदय, तुला कळलं नाही का अजून?" मोहनचा मघाचा मस्करीचा स्वर मावळून आता बऱ्यापैकी बारीक झाला होता.

"काय? कशाबद्दल बोलतो आहेस?" उधमने काळजीच्या स्वरात विचारले.

"यार.....म्हणजे जास्त मनावर नको घेऊस. मी काय सांगतोय.... अं... तुझी..."

"काय बोलतो आहेस? स्पष्ट सांग काय ते?" चाचरणाऱ्या मोहनच्या आवाजाने तो अजूनच हवालदिल झाला.

"आंदोलन मागे घेतलंय रे."

"काय?" उधम जवळ जवळ ओरडलाच. जेवणासमयी कोणी बोलू नये असा ग्यानीजींचा नियम होता. त्यामुळे तशा शांततेत उधमचा आवाज अजूनच लक्षवेधी ठरला. सारी मुले उधमकडे बघू लागली. सुदैवाने ग्यानीजी जेवण वाढण्यात व्यग्र असल्याने त्यांच्या लक्षात आले नाही. एव्हाना मोहनही गुपचूपपणे जेवू लागला. जणू आपण त्या गावचेच नाही असे भासवत होता.

"अरे पण का?" उधमने हळूच विचारले.

मोहनने तोंडावर बोट धरत त्याला गप्प राहायचा इशारा केला. सारे शांतपणे जेवत होते. उधमच्या मनात मात्र वेगळीच चलबिचल चालली होती. पानातले जेवण संपवून उधम मुदपाकखान्यातून बाहेर मोकळ्या जागेत येऊन थांबला. थोड्या वेळाने बाहेर आलेल्या मोहनला त्याने लागलीच पकडले.

"अरे काय झाले? सांगितले नाहीस तू?" उधमने अधीरतेने प्रश्न केला.

"तुला पाच फेब्रुवारीला झालेली चौरीचौऱ्याची घटना आठवते?"

"हो, पण त्याचे काय?"

"बस, त्यामुळेच गांधीजींनी चळवळ मागे घेतली आहे."

"मग स्वातंत्र्याचे काय?"

नकारार्थी मान हलवत खांदे उडवून मोहन तिथून निघून गेला. उधमला डोळ्यांसमोर अंधारी आल्यासारखे वाटले. पाय ओढतच तो त्याच्या खोलीत आला.

एखाद्या यंत्राप्रमाणे त्याने स्वतःला खाटेवर ढकलले. डोळे मिटून तो पडून राहिला. पण झोप काही त्याला येईना. मनाचे झालेले तुकडे जोडायचा विफल प्रयत्न करत तो पडून होता. या कुशीवरून त्या कुशीवर वळत होता. अखेर विचार करून थकलेल्या मेंदूने त्याच्या दुखऱ्या मनावर फुंकर घालत त्याला झोपी घातले.

असाच तो झोपून होता. किती वेळ कोणास ठाऊक!

"उदय, उदय, ऊठ रे जरा."

ओळखीचा आवाज कानी पडताच त्याची झोप चाळवली. कोणीतरी त्याच्या दंडाला हलवत त्याला उठवण्याचा प्रयत्न करत होते. डोळे किलकिले करत त्याने अंधारात नजर फिरवली. गडद अंधार होता. समोर कोणीच दिसत नव्हते. मध्यरात्रीची वेळ असावी बहुतेक. बाहेर जोरजोरात कुत्रे भुंकत होते. खाटेवर उठून बसत त्याने अंधारात बघायचा प्रयत्न केला. पण डोळ्यांनी फक्त अंधारच दिसत होता.

"कोण?" उधमने प्रश्न केला.

"उठलास का? बरं थांब."

ग्यानीजींचा आवाज उधमने लगेच ओळखला. एवढ्या रात्री ग्यानीजी का बरे आले असतील आणि आपल्याला उठवून लगेच गेले कुठे? उधम विचारात पडला.

थोड्याच वेळात हातात पेटती चिमणी घेऊन ग्यानीजी खोलीत आले.

"काय झालंय चाचाजी? एवढ्या रात्री.."

"उदय, एवढ्या रात्री मलाही तुला उठवावंसं वाटत नव्हतं; पण माझा नाइलाज झाला. बाहेर कोणीतरी आलं आहे तुला भेटायला. तू भेटल्याशिवाय जाणार नाही म्हणतेय."

ग्यानीजींचे बोलणे ऐकून उधम आश्चर्यात पडला. एवढ्या रात्रीचे कोण असणार?

काही न बोलता तो ग्यानीजींच्या मागून निघाला. मधली प्रार्थनेची मोकळी जागा पार करत ते बाहेरच्या दरवाजापाशी आले. दरवाजा उघडाच होता. ग्यानीजींनी दारातूनच बाहेर बोट दाखवले. बाहेर लोखंडी फाटकापाशी कोणीतरी उभे होते. अंधारात नीट दिसत नव्हते. उधम त्याच्या दिशेने निघाला. तो त्या व्यक्तीच्या जवळ आला तसे त्याला जाणवले, ती एक स्त्री होती. लाल रंगाचा लेहंगा, पिवळ्या रंगाचा कुर्ता, डोक्यावरून ओढणी घेतलेली. उधमकडे पाठ करून ती उभी होती.

"माझ्याकडे काही काम होते का?" उधमने विचारले तशी ती स्त्री वळली. चांदण्याच्या मंद उजेडात उजळलेला तिचा चेहरा उधमने पाहिला. मित्तो होती ती. एवढ्या रात्री ही इथे काय करते आहे? उधम गोंधळात पडला.

"एवढ्या रात्री तुम्ही इथे?"

उधमने प्रश्न केला तरी ती काही बोलत नव्हती. रातकिड्यांची किर्रकिर्र आणि अधूनमधून कुत्र्यांचे भुंकणे. बाकी कुठलाच आवाज नव्हता. शांततेचा भंग करत

अखेर ती म्हणाली.

"मला तुमच्याशी काही बोलायचे होते."

आता ही काय अजून सांगते? हिला मी पसंत नाही का? की जबरदस्तीने लग्न लावत आहेत हिच्या घरचे?

उधमच्या मनात असंख्य प्रश्न धावून गेले.

"बोला ना मग."

"तुम्ही म्हणाल की काय निर्लज्ज मुलगी आहे, तोंडावर बोलतेय. पण हे सांगणे अगदी आवश्यक आहे मला. तुम्ही आज मला पाहायला आलात ना तेव्हाच तुम्ही मला खूप आवडलात. तुमची काळी कुरळी दाढी, बलदंड शरीर, राजबिंडं रूप. अगदी पाहत राहावंसं वाटलं तुमच्याकडे. कधी तर वाटलं की माझीच दृष्ट लागते की काय तुम्हाला. पण खरंच, मी अगदी मनानं वरलं आहे तुम्हाला. लग्न करीन तर तुमच्याशीच. बस्स, हेच सांगायला आले होते." कोमल, हळुवार आवाजात तिने आपले मन मोकळे केले. पण उधमच्या मनातल्या तारा मात्र त्यामुळे छेडल्या गेल्या.

"बस, हेच सांगायचे होते? मग हे उद्याही सांगता आले असते. त्यासाठी एवढ्या रात्री यायची गरज नव्हती." आपल्या चेहऱ्यावरची खुशी शक्य तेवढी लपवायचा प्रयत्न करत उधम बोलला.

"मला भीती वाटत होती म्हणून मी आले."

"भीती? कसली भीती?"

"त्या बाईची. मला सारखे वाटतंय ती तुम्हाला माझ्यापासून हिरावून नेईल दूर कोठेतरी."

मित्तोने बोटाने दाखवलेल्या दिशेकडे उधमने बघितले. तिथे तर सतनामचे घर होते आणि सतनाम दारातच उभी होती.

"तायीजी, झोपला नाहीत अजून?" सतनामला उद्देशून उधमने विचारले. पण सतनाम काहीच बोलली नाही. किंबहुना तिने उधमकडे लक्षच दिले नाही. तिची नजर होती मित्तोवर.

तिची ती नजर उधमला काहीशी चमत्कारिक वाटली. त्याने मित्तोकडे पाहिले. तीसुद्धा बावरून तशीच उभी होती.

"तुम्हाला काय म्हणायचंय नक्की?"

काही न बोलता मित्तोने सतनामकडे इशारा केला. उधमने सतनामकडे पाहिले. ती रडत होती मुसमुसून.

"उदय, कुठे आहे रे माझी चिककुकडी? तू बोललेलास, जत्रा फिरवून तिला परत आणीन. तू तर आलास; ती कुठे आहे? सांग ना रे, जत्रेत कुठे हरवली का?

चल ना, आपण शोध घेऊ. घाबरली असेल रे लेक माझी. चल ना, थांबलायस का?''

शेवटच्या वाक्यापर्यंत सतनाम उधमच्या अगदी जवळ येऊन उभी होती. तो बावरला होता. काय बोलावे म्हणून त्याने मित्तोकडे पाहिले. पण मित्तो? ती कुठे होती? उधमने पुन्हा नजर फिरवली. सतनामही आता दिसेनाशी झाली होती. रात्रीचा काळोख अजूनच गडद होत होता. त्याच्या आजूबाजूचे जग फिरत असल्याचा भास त्याला होत होता. आणि हे काय? वसतिगृह, सतनाम तायीजींचे घर, गल्ली काहीच दिसत नव्हते. त्याऐवजी चारी दिशांना भिंती दिसत होत्या, रक्तानी माखलेल्या. अरे, ही तर तीच जागा. जालियनवाला बाग. हळूहळू अंधार मावळू लागला. त्याच उजेडात त्याने बघितले. लहानगी चिककुकडी त्याच्याकडे धावत येत होती. कपाळावरील तिच्या जखमेतून भळाभळा रक्त वाहत होते. पण ती एकटी नव्हती. तिच्या मागेच करीम धावत होता. त्याच्यामागे मेवालाल मिठाईवाला आपल्या लहानग्या बाळीला घेऊन आणि त्याच्यामागे शेकडो स्त्री-पुरुष. कोणाच्या हातातून रक्त साकळत होते तर कोणाचा पाय निखळला होता.

''वीलजी, तो लाकशस मला मालून गेला. तली तुमी त्याला शिकशा नाही केलीत? तुमचं प्लेम नाही का माझ्यावर?''

चिककुकडीच्या त्या निरागस प्रश्नाने उधमचे हृदय हेलावून गेले.

''आहे गं, खूप प्रेम आहे.'' रडतच तो बोलला.

''कशाला खोटे बोलतोस उधम? तू मुळी आम्हाला कधी प्रेम केलेच नाही, कधीच नाही. केले असतेस तर असा घोडी चढायला उतावळा झाला नसतास. आमचा मारेकरी अजून जिवंत आहे आणि तरी तुला संसार थाटायची घाई झाली आहे. वाह रे तुझी मैत्री.''

करीमचा धारदार आवाज त्याच्या कानात घुसला. चिककुकडीच्याच मागे तो उभा होता.

''करीम, मला पण खूप वाटत होते; त्याच्या पापाचे प्रायश्चित्त त्याला द्यावे म्हणून. पण तो फार दूर गेला रे!''

अचानक लहान मुलीच्या रडण्याचा आवाज आला. मेवासिंगच्या कडेवरची त्याची मुलगी रडत होती.

''अरे मेवासिंग, बघ छकुली रडते आहे. भूक लागली असेल तिला बहुतेक,'' तिच्याकडे बघत उधम म्हणाला.

''हो, खरंच तिला भूक लागली आहे आणि तिची भूक तूच मिटवू शकतोस,'' तिच्या रडण्याकडे पूर्णतः दुर्लक्ष करत मेवासिंग म्हणाला.

''मी?''

"हो, तूच. तिला भूक लागली आहे प्रतिशोधाची. तिलाच नाही तर मागे त्या बायकांचे आवाज येत आहेत बघ विहिरीतून, त्यांनाही भूक लागली आहे. ही माणसे जी इथे उभी आहेत, साऱ्यांचे एकच म्हणणे आहे. त्या दुष्ट डायरला कुत्र्याची मौत मारावी तू."

"पण मी हे कसे करू शकणार?"

"मग कोण करू शकेल रे दादा? माझ्या सोनुल्याला मागे सोडून मला या जगातून जावे लागले. काय चूक होती रे माझ्या सोनुल्याची? वणवण भटकतोय तो बिचारा पोटासाठी. कुणाकुणासमोर हात पसरतोय. अरे, तुम्ही लोक आमच्या शांततेसाठी प्रार्थना करताय; त्यापेक्षा डायरला ठेचून मारा. त्यानेच आमचा आत्मा शांत होईल." माणसांच्या गर्दीतून पुढे आलेली ती स्त्री बोलत होती.

उधम उभ्या जागी थरथरत होता. त्याचा श्वास गरम झाला होता. डोळे संतापाने लाल. मन एकाच वेळी अतीव दुःखाने भरून आले होते आणि त्याच वेळी सुडाचा सुरुंगही पेटला होता.

"उधम, वो देख, डायर पळतोय बघ."

करीमच्या वाक्याबरोबरच उधमला पळणारा डायर दिसला. जीव तोडून तो डायरच्या मागे धावला. पण बघता बघता डायर दूर निघून गेला. तरीही उधम धावत होता. दम लागल्याने भात्यासारखी त्याची छाती धपापत होती. अंगातून घामाच्या धारा निथळत होत्या. तरीही तो धावत होता. डोक्यात एकच विचार होता....सूड.

उधम खाटेवर उठून बसला होता. मघाचे स्वप्न त्याला अजूनही आठवत होते. छाती मघासारखीच धपापत होती. घामाच्या धारा निथळतच होत्या. मनातील विचारांचा निचरा होऊन तिढा सुटला होता. त्याच्या डोक्यात आता एकच विचार होता.

सूड.....सूड......सूड.

सकाळची प्रसन्न वेळ होती. रानपाखरे मधुर गुंजारव करत आकाशात थव्याने हिंडत होती. त्यांच्या किलबिलाटाला सुरेख साथ देत चिनाबचे पाणी खळखळ वाहत होते. तिच्या कालव्याच्या शेजारीच असलेल्या शेतजमिनीवर उगवलेली रोपटी वाऱ्यासंगे डोलत होती. दूरवर माळरानात शेळ्यांचा एक कळप चरत होता. कळपाबाहेर निघणाऱ्या शेळीला चुचकारणाऱ्या मेंढपाळाचा आवाज मध्येच वातावरणात घुमत होता. मनाला आनंद देणारे आल्हाददायक असे चित्र होते ते. पण तरीही भगतला त्या परिस्थितीचा कंटाळा आला होता. बराच वेळ होऊन गेला होता. तरीही उधमची काही बोलायची तयारीच नव्हती. खरंतर तोच भगतला इथे घेऊन आला

होता आणि आता स्वतःच्याच विश्वात मग्न झाला होता.

भगत तसा उधमपेक्षा तीन-चार वर्षांनी लहान होता. पण स्वातंत्र्याच्या लालसेने दोघांना मैत्रीच्या बंधनात बांधले होते. त्यांची भेट पहिल्यांदा झाली ती जालियनवाला बागेत. अगदी ओझरती भेट होती ती. त्यानंतर ते भेटले ते हालबाजारमध्ये. भगतला वाचनाची अतिशय आवड. पुस्तकांच्या ओढीने हालबाजारच्या पुस्तक भांडारांना तो पिंजून काढी. उधमही तिथेच राष्ट्रीय साहित्य वाचण्याच्या खटपटीत असे. उधमने हालबाजारात केलेले भाषण त्याने ऐकले होते. भाषणातून तो मांडत असलेले राष्ट्रवादी आणि आक्रमक विचार हे आपलेच आहेत, असेच त्याला वाटून गेले होते. विचार जुळले, मते जुळली आणि भगतही उधमच्या मित्रमंडळीत ओढला गेला. पण मित्रमंडळीतील इतरांपेक्षा उधमचा ओढाही भगतकडेच जास्त असे. भगतचा आत्मविश्वास आणि देशभक्ती दोघांनाही तो ओळखून होता. त्याला मनस्वी भगतचा सार्थ अभिमान असे. स्वतःचे सर्व प्रश्न, अडचणी, भावना तो भगतला सांगून मोकळा होत असे.

चिनाबच्या काठावरच दोघे बसले होते. उधम दूर आकाशात नजर लावून गप्प बसला होता. भगत उगाच नदीच्या पात्रात खडे मारून उमटणारे तरंग बघत बसला होता. उमटणाऱ्या प्रत्येक तरंगानुरूप त्याचे प्रतिबिंब दुभंगून पुन्हा स्थिरावण्याचा प्रयत्न करत होते.

"तू बोलणार आहेस का?" त्रासून भगतने विचारले.

पण उधमचे अजूनही लक्ष नव्हते.

"उधम काय झालंय? कुठे हरवला आहेस?" त्याला हलकेसे हलवत भगत म्हणाला. भगतच्या आवाजाने भानावर येत त्याने आजूबाजूस पाहिले. आपण कुठे आहोत याची एकवार खात्री करत त्याने भगतकडे पाहिले.

"अरे यार, मोठ्या तिढ्यात सापडलो आहे."

"काय?"

"तुला मी मला पडणाऱ्या स्वप्नांबद्दल बोललोच होतो."

"बरं, त्याचं इथे काय?"

"मी..मी कसं सांगू? काल मी मुलगी बघायला गेलो होतो."

"हो, कळलं मला ते. रणजित बोलला. पण त्याचा आणि तुझ्या स्वप्नांचा काय संबंध?"

"तेच तर ना. रोज पडणारी स्वप्नं मला स्वस्थ झोपू देत नाहीत. सारखे झाल्या गोष्टींचा बदला घेण्यास डिवचत राहतात. माझ्या नाकर्तेपणाची खिल्ली उडवतात. माझ्यासमोर त्या सैतानाने सर्वांचा बळी घेतला आणि मी काहीच करू शकलो नाही. आताही काहीच करत नाहीये, ही जाणीव सलते आहे मला. मी विचार करतोय या

साऱ्याचा प्रतिशोध घ्यायचा. पण लग्न करून मला नाही वाटत मी हे करू शकतो. म्हणून लग्नच करायचं नाही ठरवलंय मी. पण यामुळे ग्यानीजींना दुःख होईल. आणि एवढं करूनही मला प्रतिशोध नाही घेता आला तर? मला कळत नाहीये काय करावं ते.''

''प्रतिशोध म्हणजे? नक्की काय करायचे ठरवले आहेस तू?'' भगत आता गंभीर झाला होता.

''वध, डायरचा वध करायचाय मला. पण जमेल का मला?''

''तू कोण आहेस?''

''काय?'' भगतच्या प्रश्नाने उधम संभ्रमात पडला.

''तू कोण आहेस? तुला काय हवंय? तुझ्या जीवनाचे अंतिम ध्येय काय आहे? तुला माहिती आहेत का उत्तरे यांची? कधी हे प्रश्न विचारलेत का स्वतःला? नसशील तर एकदा एकांतात बसून विचार स्वतःला. तुझं ध्येय कळलं की मग दिवसरात्र एक करून ते पूर्ण करायचा प्रयत्न करशील. आणि जमेल की नाही म्हणशील तर जो माणूस गोपालसिंगच्या घरी जाऊन त्याला बदडू शकतो, तो हेही करू शकतो.''

''म्हणजे? तुला कोणी सांगितलं हे?'' अचानक गोपालसिंगचा विषय निघाल्यामुळे उधम गोंधळला होता.

''कोणी सांगायला कशाला हवं? मी ओळखतो तुला. एखादी गोष्ट तू ठरवलीस की ती करतोस. गरज आहे ती आधी मनाचा निर्धार करायची. बघ, तू ठरव तुला काय करायचंय ते. तू जे काही ठरवशील ते करू शकशील याची मला खात्री आहे.'' उधमच्या खांद्यावर हात ठेवत भगत म्हणाला.

उधमने भगतकडे पाहिले. जवळचा खडा उचलून तो त्याने चिनाबच्या पात्रात फेकला. पुन्हा एकदा पाण्यात तरंग उमटले. चिनाबच्या त्या वाहत्या पाण्यात दोन्ही मित्रांची छबी कैद झाली होती.

''दीदी, दार उघड ना. काय अशी लपून बसली आहेस.''

''अजिबात नाही, जा. तुम्ही मला भरपूर त्रास देता.''

''ए दीदी, काय गं अशी करतेस? ये ना बाहेर.''

खोलीच्या बंद दाराबाहेर चार-पाच पोरी गलका करत होत्या. आपल्या दीदीला, सखीला दार उघडायला विनवत होत्या. पण लटक्या रागाने दार बंद करून बसलेली त्यांची मैत्रीण काही दार उघडायला तयार नव्हती. अखेर वैतागून त्या तिथून निघून गेल्या. थोडा वेळ वाट पाहून त्या तरुणीने दार हलकेसे किलकिले करून बाहेर

डोकावले. बाहेर कोणीच नाही हे पाहून तिने दार उघडले. चार-पाच दिवसांपासून या तिच्या मैत्रिणींनी तिला असेच हैराण केले होते. सारख्या तिला तिच्या होणाऱ्या नवऱ्याबद्दल चिडवून त्रास देत होत्या. कधीकधी तर तो आला आहे असे खोटेच सांगून तिची फसवणूक करायच्या आणि मग त्याला बघण्यासाठी ती जी चोरून मारून प्रयत्न करायची, ते बघून खो खो हसायच्या. तसे तिने त्याला एकदाच पाहिले होते. तो आला होता तेव्हाच. करडी पगडी, फिक्कट पिवळसर सदरा, चेहऱ्यावर काळ्या दाढी-मिशा, काहीसे फुगीर नाक, अंगापिंडाने बलदंड वाटत होता. बसलेला असल्याने तिला त्याच्या उंचीचा अंदाज काही आला नाही. पण तरीही बराच उंच असावा. तो काहीच बोलला नव्हता त्यामुळे त्याचा आवाज तिने ऐकलाच नव्हता. तीही लगेच आतल्या खोलीत आल्याने नीटसे बघितलेही नव्हते. पण तरी तिला तो आवडला होता. त्यामुळेच लग्न जमल्यावर तिला भरपूर आनंद झाला होता.

दाराबाहेर कोणीच नाही हे बघून ती हळूच बाहेर आली. आपली ओढणी सारखी करत ती आरशासमोर येऊन उभी राहिली. चेहऱ्यावर आलेली केसाची बट सारखी मागे करत एकवार तिने आपला चेहरा नीट निरखला. गोरा रंग, चाफेकळी नाक, गुलाबागत लालचुटूक ओठ आणि त्यावर गालावर पडलेली खळी तिच्या सुंदरतेत अजूनच भर घालत होती. सौंदर्याच्या बाबतीत तरी ती त्याच्यापेक्षा उजवी होती. तिला आपल्या सुंदरतेचा अभिमान वाटला.

काय वाटले असेल त्याला आपल्याला बघून? काय विचार केला असेल त्याने आपल्याबद्दल? आपण त्याला आवडलो तर असू ना? आपण जशी त्याच्यासोबतची सुंदर स्वप्ने रंगवत आहोत तशीच तोही रंगवत असेल का?

इश्श! काय विचार करतोय आपण?

हे असे वागणे बरे नाही. जरा सबुरीने घ्यायला हवे. उगीच नाही मैत्रिणी चिडवत तुला. मनातला आनंद असा साफ चेहऱ्यावर दिसतो. चेहऱ्यावर अशा प्रकारे भावना जाहीर करणे बरे नाही.

तिने आपल्या मनाला बजावले.

"मित्तो, ओए मित्तो,"

तिची मैत्रीण तिच्या नावाचा हाकारा करत धावतच तिथे आली.

"काय झाले?" धपापणाऱ्या आपल्या मैत्रिणीकडे बघत तिने विचारले.

"मित्तो, तुला कळलं का?"

"काय?"

"तुझ्यासोबत लग्न ठरलेला तो मुलगा.."

"बस कर गं, कम्मो. किती छळशील! तो बाहेर आला आहे असंच ना. किती

मस्करी करता माझी.'' तिचे बोलणे मध्येच तोडत मित्तो म्हणाली.

''नाही गं, अगं तो आश्रम सोडून निघून गेला.'' कम्मो एका दमात सारे बोलून गेली.

''काय? ए अशी मस्करी नको करूस.''

''नाही गं, खरं सांगते आहे. तो आश्रम सोडून निघून गेला.''

''पण कुठे?''

''काहीच माहीत नाही. आत्ताच निरोप आला होता तिथून, तो निघून गेल्याचा. काहीच सांगितले नाही कोणाला.''

मित्तो तिचे बोलणे ऐकतच राहिली. तिला काहीच उमजत नव्हते. बराच वेळ ती आरशात बघत बसून होती.

# ५

# राम मोहम्मद सिंग आझाद

जिमी मोठ्यामोठ्याने रडत होता. त्याच्यासोबत काम करणारे सारे कामगार त्याच्या आजूबाजूला जमले होते. साधही त्यांच्यात उभा होता. त्याला न कळणाऱ्या वेगळ्याच भाषेत जिमी आकाशाकडे हातवारे करून काही बोले आणि पुन्हा रडू लागे. इरिक आणि जोसेफ जिमीच्या पाठीवर थोपटत त्याला समजावत होते. शांत करायचा प्रयत्न करत होते. जावंदसिंग, सुधसिंग, गुरबक्ष, उजागर सिंग, अर्जुनसिंग साधच्या बाजूलाच उभे होते. नक्की काय घडलंय ते कोणालाच सुधरत नव्हते. पण काहीतरी नक्कीच वाईट घडले आहे याचा अंदाज सगळ्यांनाच आला होता. साधला तर जिमीच्या जवळच्या नातलगांतील कोणाचा तरी मृत्यू झाल्याची शंकाही आली होती.

सहा महिने झाले होते साधला नैरोबीत येऊन. सुधसिंगच्या ओळखीतूनच त्याला इथे रेल्वेबांधणीसाठी वनछटाईच्या कामात नोकरी मिळाली होती. तो नैरोबीत आल्यापासून शांतच असे. भाषेच्या अडचणीमुळेही असेल कदाचित. त्याच्या चेहऱ्यावर नेहमी हलकीशी मुस्कान असे. आपल्या तल्लख बुद्धी आणि विचारशक्तीच्या जोरावर त्याने अनेकांना प्रभावित केले होते आणि म्हणूनच तीनच महिन्यांत त्याची कॅरगडिन सेक्शनला बदली झाली होती. आपले काम तो अगदीच मन लावून करत असे. आताही तो आपल्या कामात गुंतला असताना जिमीच्या रडण्याने त्याचे लक्ष कामातून विचलित झाले. तसे इथे रडणे नेहमीचेच. कधी वनछटाई करताना झाडाचा बुंधाच कोणावर तरी पडायचा, कधी सापसुरळी, मुंगळ्या, डास, विंचू डसायचे. त्या जखमांनी विव्हळत पुष्कळ जण रडायचे. पण जिमीचे रडणे वेगळेच होते.

"काय झालं जिमीला? असा का रडतोय?" जावंदच्या कानाशी लागत साधने विचारले.

"काही पक्के कळले नाही. पण ऐकायला आलं की त्याचा लहान भाऊ मारला गेला."

"मारला गेला? कोणाकडून?" आश्चर्याने साधने विचारले.

"अजून कोणाकडून? गोऱ्या इंग्रजांनी मारला त्याला. बिच्चारा!" सुस्कारा सोडत जावंद बोलला.

"पण का?"

माहीत नाहीच्या आविर्भावात मान हलवून जावंदने खांदे उडवले.

बराच वेळ चाललेला हा गोंधळ बघून त्यांचा कंत्राटदार तिथे आला. काय झाले

याची माहिती मिळवून त्याने इतर कामगारांना कामावर पिटाळले.

कामावर परतताना साधने वळून बघितले. तो गोरा कंत्राटदार जिमीसोबत बसून काहीतरी बोलत होता. त्याच्या चर्येवरून आणि बोलण्याच्या लकबीवरून तो त्याचे सांत्वन तरी नक्कीच करत नव्हता. केविलवाण्या डोळ्यांनी गुडघ्यात डोके खुपसून जिमी त्याच्याकडे बघत होता. अखेरीस डोळे वटारून त्याने जिमीस काही सांगितले. जिमीने होकारार्थी मान हलवली. डोळे पुसून तो पुन्हा कामास लागला. जणू काही झालेच नव्हते.

नैरोबीच्या त्या घनदाट जंगलात आता सारे काही शांत होते. अंत नसलेले विस्तीर्ण जंगल समोर पसरलेले. आफ्रिकेच्या काळ्या लोकांसोबतच साधसारखे भारतीय ओंडके कापायच्या, वहायच्या कामात अडकलेले. त्यावर तो गोरा कंत्राटदार देखरेख करायला होताच. पावसाचा हंगाम असल्याने पाणी साचून चिखल झाला होता. गुडघाभर गवत वाढले होते. पायाखाली विविध प्रकारचे जीव वळवळत होते; पण पोटासाठी साऱ्याकडे दुर्लक्ष करत सगळे आपले काम करत होते. सगळ्यांसोबत साधही कामाला लागला होता. पण तरी मघाचा प्रसंग त्याला समजला नव्हता. त्याने त्याच्या साऱ्या साथीदारांना विचारून पाहिले. पण प्रत्येकाचा तर्क वेगळा. कोणी म्हणे की खोट्या कारणाने सुट्टी मारण्याचा त्याचा प्रयत्न कंत्राटदाराने ओळखला. तर काहींच्या मते, कंत्राटदाराने त्याला कामाच्या प्रसंगी असा शोकालोप करण्यास मनाई केली. सगळ्याच शक्यता. कुणालाच खरे असे ठाऊक नव्हते. एखादा प्रश्न पडला की तो सोडवल्याशिवाय साधला चैन पडत नसे. करवत बदलण्याच्या नावाखाली हळूच तिथून सटकून तो इरिकपाशी आला. इरिक बऱ्याचशा ओंडक्यांना दोरखंडाने एकत्र बांधायच्या प्रयत्नांत होता. दोरखंडाचा एक शेवट पकडून इरिकला मदत करत आहोत असे दाखवत साध तिथे थांबला.

"इरिक, जिमीबरोबर काय झाले रे?"

केनियातील सहा महिन्यांच्या वास्तव्यात साध बऱ्यापैकी इंग्लिश बोलायला शिकला होता. जगातील इतर भूभागांप्रमाणेच आफ्रिका, केनियावरही इंग्रजांची वक्रदृष्टी पडली होती. इथेही त्यांनी त्यांच्या वसाहती वसवल्या होत्या. त्यामुळेच इंग्लिश इथल्या बोलीभाषांपैकीच एक बनली होती.

इरिकने कंत्राटदाराकडे नजर फिरवली. त्याचे लक्ष नसल्याचे बघून इरिकने बोलायला सुरुवात केली.

"जिमीचा भाऊ मिल्टन गोऱ्यांच्या गोळीबारात मारला गेला."

"पण का?"

"तुला हॅरी थुकू माहीत आहे? माहीत असेलच. अलीकडे हे नाव जास्तच चर्चेत आहे." इरिकने इंग्रजीतच विचारणा केली.

साधने होकारार्थी मान डोलावली. हॅरी थुकू ठाऊक नसेल असा माणूस त्या वेळी नैरोबीत विरळाच. केनियाच्या स्वातंत्र्यासाठी इंग्रजांविरुद्ध त्याने उघड उघड बंड पुकारले होते. 'यंग किकूया असोसिएशन' नावाची त्याची संघटनाही होती. स्वातंत्र्याचा प्रचार करत तो दिवसेंदिवस नवनवीन सदस्य संघटनेत सामील करत होता. लवकरच आपल्या सोबत्यांसह तो सत्ता उलथवण्याचा प्रयत्न करणार आहे याची कुणकुण इंग्रजांना लागली. धोक्याची घंटा वाजताच इंग्रजांनी मोठ्या शिताफीने राजद्रोहाचा आरोप लावून त्याला कैद केले होते आणि त्यामुळेच तो आता चर्चेचा विषय बनला होता.

"त्याला कैद झाली म्हणून त्याच्या सहकाऱ्यांनी संप पुकारला होता. हॅरी सुटल्याशिवाय संप मागे घेणार नाही असे म्हणणे पडले त्यांचे. त्यांच्यातच मिल्टन होता. पोलिसांनी गोळीबार केला त्याच्यात बाकींच्यासोबत तोही मेला."

इरिकचे बोलणे ऐकून का माहीत साधच्या चेहऱ्यावर हसू उमटले.

"काय झाले हसायला?" इरिकने आश्चर्याने विचारले.

"काही नाही. सारखेच प्रसंग, सारख्याच घटना फक्त देश वेगळे. जगाच्या कुठल्याही कोपऱ्यात गेलो तरी परिस्थिती सारखीच."

साधच्या बोलण्याचा इरिकला काहीच संदर्भ लागला नाही. असेच काहीसे पुटपुटत साध निघून गेला. पण आता कामात लक्ष लागत नव्हते. यंत्रवत त्याचे हात-पाय चालू होते; पण मन कामातून केव्हाच उडाले होते.

संध्याकाळ झाली. अंधार पडायला आला तशी जमादाराने काम संपल्याची शिटी वाजवली. दिवसभर कामाने त्रासलेल्या जिवांना तो शिटीचा आवाज कोकिळेच्या कुहुकुहूपेक्षाही गोड भासला असावा. आपापले सामान आवरत, अंगावर कपडे चढवत जो तो हजेरी बुकावर वेळ टाकून घराकडे निघाला. सर्वांसोबत साधही शांतपणे आपल्या खोलीकडे निघाला. जवळच्याच वस्तीत एका भाड्याच्या खोलीत तो, गुरबक्ष आणि उजागर एकत्र राहत होते. खोली फारशी मोठी नसली तरी तिघांना राहण्यासाठी पुरेशी होती.

आपल्याच विचारात गढलेला साध खोलीवर आला. रस्त्यात त्याने एक चकार शब्दही काढला नव्हता. कदाचित आपल्याला सोडून जाण्याच्या भावनेने मन खट्टू झाले असेल असे वाटून कोणी काही बोलले नाही. खोलीवर पोहोचेपर्यंत बऱ्यापैकी अंधार झाला होता. साधला निरोप देण्यासाठी म्हणून आज सारेच त्याच्या खोलीवर जमले होते. खोलीत घुसल्या घुसल्या त्यांनी लगेच बैठक जमवली. सुधसिंग इंग्लिश व्हिस्कीची बाटली घेऊनच आला होता. पटापट साऱ्यांचे ग्लास भरले गेले.

"साध, काय झालं? उदास का झाला आहेस एवढा?" साधच्या हातात ग्लास देत सुधने विचारले.

"काही नाही," सुधच्या हातून ग्लास घेत साध म्हणाला.

"काही नाही म्हणतोस. अरे, आम्हाला सोडून देशी परत चालला आहेस म्हणून वाईट वाटतंय का? डोण्ट वरी यारा, दोन महिन्यांत येतो आहेस ना परत. झालं तर मग. का उगाच दुःखी होतोस? हे घे, एक जाम यारी के नाम।" म्हणत सुधने हातातील ग्लास हवेत उंचावला, तसे साऱ्यांनीच त्यांचे ग्लास हवेत उंचावले.

रात्र चढत होती तशी मैफल रंग धरत होती. गाण्याबजावण्याला ऊत आला होता. अचानक ग्लास धाडकन जमिनीवर ठेवत जावंद गरजला.

"साले हरामखोर!"

त्याच्या गरजण्याने रंगात आलेले नाचगाणे ताबडतोब थांबले. सगळे जण मद्याच्या नशेत झुकू पाहणारे डोळे ताणून जावंदकडे पाहू लागले. शेजारील भिंतीचा आधार घेत कसाबसा लडखडत तो उभा राहिला.

"साले हरामखोर, नालायक जातीचे."

"काय झालं जावंद? कोणाला शिव्या घालतो आहेस?" गुरबक्ष.

"मला माहिती आहे कोणाला घालतोय ते! अजून कोणाला, त्यांनाच ज्यांनी हे कुत्र्याच्या गळ्यात अडकवल्यासारखे कार्ड आपल्या गळ्यात अडकवलंय." म्हणत सुधने आपल्या गळ्यातले ओळखपत्र काढून फेकून दिले.

"अरे, आपले तरी ठीक आहे; आपण इथे राहत नाही. पण इथल्या रहिवाशांना पण कार्डची सक्ती का? बिचारा जिमीचा भाऊ, उगाच मारला गेला." सुधसिंग.

"पण एवढं होऊनही तो हॅरी काही सुटला नाही." परत भिंतीचाच आसरा घेत जावंद बसला.

दारूचा अंमल सर्वांवरच चढला होता. जो तो आपल्या मनात साचलेल्या गाळाचा निचरा करत होता.

साध आता बऱ्यापैकी अस्वस्थ झाला होता. मन सारखे भूतकाळात धाव घेत होते. नैरोबीत घडलेला हा प्रसंग आणि ॲटकिन्सन पार्कमधील गोळीबार, दोघांचीही मन सांगड घालत होते. हॅरी थुकू नावाचा तो नैरोबीचा स्वातंत्र्यदूत त्याला किश्चलूजींची याद करून देत होता. किश्चलूजींची आठवण होताच साध उठला. खोलीच्या कोपऱ्यात ठेवलेल्या ट्रंकेपाशी जाऊन थांबला. सावधगिरीने त्याने खोलीत नजर फिरवली. एव्हाना सर्व जण दारूच्या आहारी गेले होते. त्यामुळे तो काय करतो आहे याकडे कोणाचेच लक्ष नव्हते. ट्रंक उघडून त्यातून काही कागदाचे चिटोरे त्याने काढले. त्या कागदांवरून एक एक करत नजर फिरवून काही कागद त्याने बाजूला काढले. बाकीचे कागद पुन्हा ट्रंकेत भरून त्या बाजूला ठेवलेल्या चिठ्ठ्या घेऊन तो खोलीबाहेर आला. बाहेर बराच गारवा होता. समोरच्या कॉलनीतील काही मंडळी

शेकोटी करून बसली होती. त्या चिठ्ठ्या घेऊन तो शेकोटीजवळ आला. खाली बसत त्या चिठ्ठ्या त्याने शेकोटीत टाकल्या. धगधगणाऱ्या ज्वालेसमोर हात धरून तो शेकू लागला.

प्रखर उन्हात चमकणारी पिवळी वाळू तापलेल्या सुवर्णरसासारखी भासत होती. सूर्य माथ्यावर आला होता. वाऱ्याने उडवत आणलेल्या वाळूचे भोवरे सारखे भोवती भिरभिरत होते. या वाळूपासून बचाव करण्यासाठी साधने चेहऱ्याभोवती जाड मफलर गुंडाळला होता. केवळ त्याचे डोळे तेवढे दिसत होते. शहराबाहेर असलेल्या त्या जुनाट पडक्या वास्तूजवळ उभे राहून त्याला आता तासभर झाला होता. एके काळच्या अरब रियासतीच्या इतिहासाचा साक्षीदार असणारा तो वाडा आता केवळ भग्न अवशेषांच्या रूपात उभा होता. बराच वेळ होऊन गेला होता तरी साध ज्याची वाट बघत उभा होता, तो काही येण्याची चिन्हे दिसत नव्हती. अधीरतेने तो येरझाऱ्या घालत होता. तोच शहरी भागाकडून काही लोकांचा जथ्था त्याच्या दिशेने येत असलेला त्याला दिसला. ती माणसे जवळ आली तसा साध सावध झाला. चार माणसे होती ती. पोशाखावरून जरी स्थानिक रहिवासी वाटत असले तरी ते काबुली जासूस वा पोलीस असण्याचीही शक्यता होती. ती माणसे साधच्या अगदी जवळ येऊन ठेपली.

"कौन है तुम? इधर क्या करती?" त्यातल्या एकाने विचारले. त्यांच्या चेहऱ्यावर संशयाचे भाव साफ दिसत होते.

"जी, दोस्त की राह देख रहा हूँ।" चेहऱ्यावरचा मफलर बाजूला करत तो म्हणाला.

"तुम अजनबी मालूम पडती?"

"जी।"

"किधरसे आया?"

"जी, केन्या से आया हूँ, दोस्त को मिलने।"

"कौन दोस्त?"

"जी, वो...."

"बखाना ग्वारोम, कुछ परेशानी है क्या?" त्या माणसांच्या मागून येत एका गल्लेगठ्ठ माणसाने त्यांना विचारले.

"तुम कौन है? और ये कौन है?"

प्रश्न ऐकताच त्या लठ्ठ माणसाने पुश्तू भाषेत बोलण्यास सुरुवात केली. बराच वेळ तो बोलत होता. बोलता बोलता शहराकडे बोट दाखवून हातवारेही करत होता.

उत्तरादाखल ती माणसेही पुश्तूत बोलू लागली. चार-पाच वाक्यांची देवाणघेवाण करून ती चारही माणसे शहराच्या दिशेने निघून गेली.

"क्यों, डर गये थे मिस्टर आझाद?" साधकडे वळत तो माणूस म्हणाला.

"नहीं तो।"

"तो इतना पसीना क्यों आ रहा है?"

"अब इतनी गर्मी में पसीना नहीं आयेगा तो क्या आयेगा? आपण मास्टर मोटा सिंगजी आहात ना?"

"गलत बात। एका तिऱ्हाईत माणसासमोर अशी आप्तजनांची नावे खुली करायची नसतात. अशी अपरिचितांना ओळख दिल्यानेच अर्ध्याहून अधिक कामे फसतात. पहिले अनोळखी माणसाची नीट ओळख करून घ्यायची; मगच स्वतःची ओळख खुली करायची. कळलं. आता मोटासिंग म्हणाल तर नावाने पण आणि शरीराने पण मीच आहे." आपल्या गरगरीत पोटावरून हात फिरवत तो मोठ्याने हसला.

"हो, चुकलंच माझं. पण तुम्ही मला कसे ओळखले?"

"किश्चलूजींनी सांगितले होते तुम्ही इथे भेटाल म्हणून. तुमच्याबद्दल थोडेफार सांगितलेही होते. अर्थात, त्यांनी तुम्हाला भरपूर आधी बघितले असावे. तुमच्या दिसण्यात आणि त्यांच्या सांगितलेल्या वर्णनात तफावत आहे. त्यांनी सांगितलेले की तुम्हाला काळीभोर दाढी आहे. पण मिशीशिवाय बाकीचे जंगल तुम्ही साफ केलेले दिसते आहे."

"हो, हे आहे खरं. मागे त्यांना भेटलेलो, तेव्हा होती दाढी. असो, यायला फारच उशीर केलात."

"कुठे? दीड तास झाला मला येऊन."

"काय? मग इतका वेळ कुठे होता?" साधने आश्चर्याने विचारले.

"इथेच होतो. तुमचा अंदाज घेत होतो. नक्की तुम्ही सरकारी गुप्तहेर नसल्याची खात्री करत होतो."

"मग आता तरी खात्री पटली का?"

"म्हणून तर त्या पोलिसांपासून तुमच्या सुटकेसाठी आलो."

"फारच उकडतंय इथे. आपण जरा सावलीत बसून बोलू या का?" चेहऱ्यावरचा घाम टिपत साध बोलला.

मोटासिंगचा दुजोरा मिळताच दोघेही त्या भग्नावशेषाच्या सावलीत जाऊन विसावले. एवढ्या वेळपर्यंत साधने मोटासिंगकडे नीट बघितले नव्हते. त्याने एखाद्या अरबाप्रमाणे पांढरा पायघोळ झगा घातला होता. काळी भरडी मिशी आणि केवळ हनुवटीवर दाढीचे जंजाळ.

"तर पोलीस होते ते? काय सांगितलेत तुम्ही त्यांना?" मोटासिंग नावाच्या त्या माणसाचा अभ्यास करता करता साधने विचारले.

"मी सांगितले की मी दिल्लीचा व्यापारी आहे. तू माझा नोकर आहेस. इथे काबूलमध्ये माझा भाऊ राहतो. तिकडे आम्ही निघालोय आणि तू वाळवंटात रस्ता भुललास म्हणून इथे थांबलास."

"आणि त्यांना पटले हे?"

मोटासिंग स्वत:शीच हसला.

"भाई न पटायला काय झालं? एवढी चांगली पुश्तू बोलतो मी. इथल्या लोकांना तरी येईल का बोलता?"

"पण अचानक हे पोलिसांचे झेंगट आलेच कसे? म्हणजे काबूलमध्ये एवढी कडक पोलीसनिगराणी आहे हे माहीत नव्हते मला."

"पोलीसनिगराणी आणि काबूलमध्ये? अरे, साऱ्या अफगाणिस्तानात कडक पोलिसबंदी आहे," आपल्या दाढीला कुरवाळत मोटासिंग म्हणाला.

"पण का?"

बोलण्यापूर्वी अंदाज घेत मोटासिंगने दबकत इकडेतिकडे पाहिले आणि कोणीच नसल्याची खात्री झाली तसा हलक्या आवाजात बोलू लागला.

"इंग्रजांचे आणि अरबांचे संबध पुन्हा बिघडलेत. आधीच महायुद्धात तुर्कस्तानावर हल्ला केल्याने त्यांच्यात विस्तव लागला होता. आता संबंध सुधारण्यासाठी इंग्रजांनी आपले एम्बसी ऑफिस काढलेले इथे. रस्ते, रेल्वे बनवण्यास मदत पण करत होते. पण कोहात आणि लंडीकोटालजवळ दोन इंग्रजांचा खून झाला. त्या आरोपाखाली दोघा जणांना पकडले पण होते; परंतु ते तुरुंगातून पळून गेले आणि गोष्ट बिघडली. म्हणूनच एवढी कडक सुरक्षा व्यवस्था आहे."

साध शांतपणे ऐकत होता.

"तुम्हाला कोण म्हटले की मी इथे भेटेन म्हणून? किश्चलूजी का?"

"हो, माझा पत्रव्यवहार चालू होता त्यांच्यासमवेत. तेच म्हणाले."

"आणि ती पत्रे...." काळजीने मोटासिंगचा आवाज कातर झाला होता.

"घाबरू नका. इथे येण्यापूर्वीच मी त्याची विल्हेवाट लावून आलो आहे," स्मित करत साध म्हणाला.

"हे फार बरं केलंत. ही अशी गुप्तपत्रे नंतर जाऊन फार मोठी डोकेदुखी बनतात. त्यांना वेळीच नष्ट केलेले बरे."

"हो." साधने मान डोलावली.

"बरं, अचानक पार्टी जॉइन करायचा विचार कसा झाला? काही खास कारण?"

"देशाच्या आझादीशिवाय कुठले कारण असेल? आझादीचा एवढा विचार करतोय की माझे नाव पण आझादच ठेवलंय मी. चातकाला पावसाच्या थेंबाची जितकी आतुरता नसेल तितकी मला आझादीची आहे." अगदी स्वप्नात हरवल्यागत साध बोलत होता.

"तरीही माझा प्रश्न आहे, गदरच का?"

"लखनौला एका तालुकादारकडे मी कामाला होतो. तिथे माझी किश्चलूजींशी ओळख झाली. त्यांच्याच सांगण्यावरून मी पंजाबला आलो. दरम्यानच्या काळात जे काही मिळाले, ते वाचत गेलो. असंच कधीतरी एक छोटी पुस्तिका हातात पडली. नाव होतं, 'गदर दी गुंज'. अधाशासारखी सारी वाचून काढली. त्यातल्या चार पंक्ती तर अजूनही आठवतात मला.

'जो कोई पूछे कौन हो तुम । तो कह दो बागी ये नाम अपना ।।
जुल्म मिटाना हमारा पेशा । गदर का करना ये काम अपना ।।
नमाज संध्या यही हमारी । श्रीपाठ पूजा भी सब यही है।।
धरम, करम सब यही है प्यारो। यही खुदा और राम अपना।। '

बस्स! तेव्हापासून गदर पार्टीत सामील होण्याची इच्छा लागून राहिली. मी किश्चलूजींना बोललोही तसं. त्यांनी मला जालंधरच्या पाटाराच्या तुमच्या घरी पाठवले. पण तेव्हा तुम्ही नव्हतात म्हणून...."

"होतो मी तेव्हा. भूमिगत होतो, म्हणून भेटलो नाही."

"बरं, आता तरी भेटलात. तुमची ओळख आहे ना गदर वर्तुळात? किश्चलूजी सांगत होते की तुम्ही १९१४च्या महाउत्थानातही सामील होतात."

"हो होतो; म्हणून सांगतोय हा नाद सोडून दे. पार्टीत सामील होणे एवढे सोपे नाही. पार्टी फंडासाठी पदरचे पैसे सोडावे लागतात. पार्टीची सांगितलेली सारी कामे विनातक्रार करावी लागतात. वर जिवाचा धोका वेगळा. मी बघ कसा पळत हिंडतोय. सोडून दे हा विचार. उगाच जिवाला मुकशील."

"तेरी सेवा में ए भारत, अगर तन जाए सिर जाए ।
तो मैं समझू की मैं मरना भक्ति पथ मेरा ।। "

सूर्य तळपत होता आणि त्याच्या प्रखर उन्हात साधचा चेहरा तेजस्वी भासत होता.

"हूंऽऽ पार्टीची बरीचशी पत्रके वाचलेली दिसतायत," हसतच मोटासिंग म्हणाला.

"हो, म्हणूनच तर पार्टीत यायची इच्छा आहे."

"ठीक आहे, मी व्यवस्था करतो. पार्टीचे मुख्य केंद्र आफ्रिकेत आहे. तुम्हाला तिथे जावे लागेल. मी इथून परत पंजाबला जाणार आहे. त्यामुळे मला येणे शक्य

होणार नाही. पण मी चिठ्ठी देईन. बरं, आता जास्त वेळ इथे बसणे योग्य नाही. उगाच कोणाला संशय यायचा. चला, शहरात कुठल्या तरी सराईत उतरू.'' म्हणत मोटासिंग उठला. पाठोपाठ साधही उठला. अंगावरचे कपडे झटकत दोघे समोर काबूल शहराकडे निघाले.

आकाशात लाली उधळत सूर्य अस्ताला लागला होता. जमिनीवरील प्रकाशाचे साम्राज्य नष्ट होऊन काळोखाचे राज्य पसरू लागले होते. रस्त्यात ठिकठिकाणी उभे करण्यात आलेले दिव्याचे खांब या अंधाराबरोबर दोन हात करण्याचा केविलवाणा प्रयत्न करत होते. हिवाळ्याचे दिवस असल्याने हवेत चांगलाच गारठा पसरला होता. हातांचे तळवे एकमेकांवर घासत, थंडीचा सामना करत भगत हालबाजाराच्या दिशेने निघाला होता. सोबतीला त्याचे मित्र सुखदेव आणि भगवतीचरणदेखील होते. हालबाजाराच्या आपल्या नेहमीच्या पुस्तकाच्या दुकानासमोर येऊन ते थांबले. 'राम मोहम्मद सिंग आझाद किताबखाना' नावाची बिरुदावली मिरवत ते छोटेखानी दुकान रांगेतील इतर दुकानांच्या गर्दीत कसेबसे आपले अस्तित्व दाखवण्यासाठी उभे होते. फारशी वेळ झाली नव्हती तरी दुकान बंद झाले होते. त्यांनी सभोवताली नजर फिरवली. आसपासची बरीचशी दुकाने चालू होती.

''भगत, आज इतक्या लवकर दुकान बंद झाले ते? पोलिसांनी छापा वगैरे तर नसेल ना मारला?'' भगतच्या कानाशी लागत सुखदेवने विचारले.

''आजूबाजूला विचारून बघू यात.'' म्हणत भगवतीचरण बाजूच्या दुकानाच्या दिशेने निघालाच होता, तोच भगतने त्याच्या दंडाला धरून त्याला थांबवले.

''नको भगवती, नको विचारूस. जर पोलिसांनी छापा घातलाच असेल तर मग इथे विचारपूस करण्यात फार मोठा धोका आहे. त्यापेक्षा आपण चार-पाच दिवसांनंतर पुन्हा फेरी मारू.''

भगतचे म्हणणे दोघांनाही पटले. तिघेही आल्या पावली परत निघाले. पण त्यांना जराही कल्पना नव्हती की ज्या मनुष्याला भेटावयास ते आले होते, तो त्या दुकानाचा मालक राम मोहम्मद सिंग आझाद दुकानासमोरच्याच लहानशा खोलीत अकाली दलाच्या सदस्यांबरोबर एक भयंकर योजना आखण्यात मग्न होता.

स्वतःप्रमाणेच स्वातंत्र्यलालसेने पेटून उठलेली मने जोडण्याकरता आझादने हे पुस्तकाचे दुकान भाड्याने घेतले होते. बहुतेक तरुणांचा तो अड्डाच बनला होता. त्या वेळी पंजाबमध्ये अकाली लहर पसरली होती. गुरुद्वारामध्ये प्रार्थना करण्यासाठी इंग्रज सरकारने निवडलेले धर्मगुरू ठेवले होते. जे इंग्रजांच्या इच्छेप्रमाणेच वागत असत. या धर्मगुरूंविरुद्ध शीखधर्मीयांनी सुरू केलेली चळवळ म्हणजे ही अकाली

लहर. आझाद त्याच्या आक्रमक स्वभावामुळे सुपरिचित होता. माळवा विभागाच्या बाबूसिंगांनी आझादला हेरले. त्यांनी आझादला चौधरी शेरजंगसोबत कार्यकर्ते जमवण्याचे काम दिले होते. दोघांनी जवळपास पंधरा-सोळा कार्यकर्ते जमवले होते. ते सारे कार्यकर्ते, आझाद आणि शेरजंग आता त्या खोलीत जमले होते. खोली लहानशीच असल्याने पुरेशी जागा नव्हती. तरीही गर्दी करून एकमेकांना खेटून सारे उभे होते.

"दोस्तो, आपण एक पवित्र कामाची योजना आखायला इथे जमलो आहोत. आपल्या 'गुरू का बाग' मोर्च्यावर पोलीस सुपरिटेंडंट मिस्टर बीटीने गोळीबार केला. त्यात आपली बरीचशी माणसे जखमी झाली. आधीच आपल्या प्रार्थनास्थळावर बाटग्या धर्मगुरूंची नेमणूक करून त्यांनी आपला धर्म बुडवण्याचा प्रयत्न केला आहे. आता आपल्याला दाखवून दिले पाहिजे की, बस्स आता आपण धर्मात हस्तक्षेप चालवून घेणार नाही. त्यासाठीच आपण एक हादरवणारे पाऊल उचलणार आहोत. त्यात खूप धोका आहे. प्रसंगी जीवही जाऊ शकतो. काय सगळे तयार आहेत? ज्याची इच्छा नसेल, तो आताच इथून जाऊ शकतो." शेरजंग आपल्या शांत पण तरी खड्या आवाजात बोलला.

खोलीत शांतता पसरली होती. कोणीही खोलीबाहेर गेले नव्हते. सर्व जण या योजनेत सहभागी होण्यास तयार आहेत असे समजून, शेरजंगने पुढे बोलण्यास सुरुवात केली.

"सर्व जण तयार आहेत तर. यापुढे संपूर्ण योजना अमलात येईपर्यंत कोणी जरी याचा बाहेर गौप्यस्फोट केला, तर त्याला मृत्युदंड देण्यात येईल. तर योजना अशी आहे की आपण त्या पोलीस सुपरिटेंडंटचा खून करणार आहोत."

क्षणभर खोलीतली शांतता भंगली. सर्व जण आपापसात चर्चा करू लागले. शेरजंगच्या शेजारीच उभा असलेला आझादही या प्रसंगी दचकल्यासारखा जाणवला.

"शांत व्हा! योजना मी बनवली आहे. कोणी कोणी काय काय करायचे आहे तेसुद्धा मी ठरवले आहे. कर्तारसिंग चिनीवाल, भोलासिंग आणि फझला घूमन योजनेची अंमलबजावणी करतील," तिघांकडे बघत शेरजंग म्हणाला.

"या तिघांना लागणारी सर्व मदत व मार्गदर्शन मोहम्मद आझाद करतील," तिघांकडे बघत शेरजंग म्हणाला.

आपल्या चेहऱ्यावरची बेचैनी लपवत आझादने हलकेसे स्मित केले.

ब्रॅडलाफ हॉल माणसांनी खचाखच भरला होता आणि जसाजसा वेळ जात होता तशीतशी गर्दी अजूनच वाढत चालली होती. बसण्यासाठी ठेवलेल्या खुर्च्यांवर

केव्हाच माणसे आसनस्थ झाली होती. बाकी ज्याला जिथे जागा मिळेल तिथे उभा होता. आझादने भिंतीजवळची एक जागा मिळवली होती. भिंतीला रेलूनच तो त्या अपरिचितांच्या गर्दीवरून नजर फिरवत ओळखीच्या माणसांना शोधत होता.

१९१४च्या गदर कटातील शहीद कर्तारसिंग सराबा आणि त्यांच्या सहकारी क्रांतिकारकांचा स्मृतिदिन साजरा करण्याचे काही मंडळींनी ठरवले होते. हॉलच्या समोरील व्यासपीठावर वक्त्यांसाठी टेबल-खुर्च्यांची व्यवस्था केली होती. टेबलावर कर्तारसिंग सराबा, विष्णू गणेश पिंगळे, सोहनसिंग भाकना इत्यादींच्या सोनेरी फ्रेम असलेल्या तसबिरी ठेवलेल्या होत्या. टेबलामागे चार खुर्च्या होत्या. पण त्यावर अजूनतरी कोणी स्थानापन्न झाले नव्हते. कार्यक्रमाला अपेक्षेपेक्षा जास्त माणसे जमली होती. त्यामुळे आयोजकांची खूपच तारांबळ उडाली. कार्यक्रमाला उशीर होत होता आणि जमलेल्या माणसांची कुजबुज वाढत होती. आझाद शांतपणे व्यासपीठाकडे नजर लावून पाहत होता. सभागृहाच्या मागच्या बाजूला माणसांना बसण्यासाठी अधिकच्या खुर्च्या मांडल्या जात होत्या. खुर्च्या मांडणारे सुखदेव आणि भगवतीचरण त्याला दिसले. कामाच्या गडबडीमुळे नीट बोलणे होणार नाही म्हणून आझाद तिथेच थांबला. अचानक आझादच्या पाठीवर थाप पडली.

"अरे बावा, होतास कुठे? मी किती वेळा दुकानावर येऊन गेलो." चिरपरिचित आवाज कानावर पडला. भगतचा आवाज होता तो. आझाद वळला. भगतला समोर बघून त्याला खूपच आनंद झाला. लाल पगडी, नारिंगी रंगाचा शर्ट, त्यावर करड्या रंगाचे जॅकेट आणि काळी पँट. एखाद्या संस्थानाच्या राजपुत्रासारखा भगत उठून दिसत होता. आझादने भगतला कडकडून मिठी मारली.

"इथेच होतो. सध्या दुकानाच्या समोरच्या खोलीत बस्तान हलवलंय. दुकानात रोज सारे जमत होतो तर पोलिसांना संशय आला म्हणून मग समोरच्या खोलीत अड्डा बसवला." आझाद बेफिकिरीने बोलत होता. भगतने डोळ्यांनीच त्याला दटावले. आझादपासून जरा पुढे जात त्याने आझादला पाठीमागून येण्यास खुणावले. पडत्या फळाची आज्ञा मानून आझाद गुपचूप त्याच्या मागून निघाला. भगत त्याला सभागृहातून बाहेर एका खोलीत घेऊन गेला.

"बावा, सावध राहा. हे पोलीस गुप्तवेशात फिरत असतात. आता इथे पण आले असतील. अहं, आलेच आहेत. कधीतरी असाच मोठ्याने बोलून जाशील आणि मग अडचणीत येशील." आझाद आत आल्यावर खोलीचा दरवाजा लावत भगत बोलला.

"काय होईल? पकडतील मला? पकडू दे. अरे, माझं नावच आझाद आहे. मला कोण कसं बरं कैद करेल?" खोलीतल्या एका जुनाट बाकड्यावर आझाद बसला.

"बरं, जाऊ दे. एवढे दिवस दिसला नाहीस. मला तर वाटलं, तू अकाली दलात सामील झालास काय? एक-दोन वेळा तुला बघितलं होतं शेरजंगबरोबर."

"नाही. अकाली दल? नाही, मी नाही सामील झालो. पण वाईट काय आहे त्यात?"

"वाईट बघणाऱ्याच्या नजरेत असतं. बघायला गेलो तर सगळेच चांगले, बघायला गेलो तर सगळेच वाईट. मी असं नाही म्हणत की त्यात काही वाईट आहे. पण ती एका धर्माला चिकटलेली संकुचित चळवळ आहे. याउलट देशस्वातंत्र्य ही एक उदात्त कल्पना आहे. तुझं नावच बघ, सर्व धर्मांना सामावून घेतं तुझं नाव. माझं एवढंच म्हणणं आहे की ही एवढी व्यापक चळवळ सोडून तू एका संकुचित चळवळीचा भाग होऊ नयेस."

"छान! तू अजूनही तत्त्वज्ञानावरची पुस्तकं वाचतोस तर. खरंच, तुला वादविवादात हरवणं मुश्कील आहे. ये दुकानावर, बरीच पुस्तकं आहेत तत्त्वज्ञानावरची."

"धन्यवाद बावा! पण आता मी दुसऱ्या देशातील क्रांत्यांबद्दल वाचतो आहे."

"ओह, मग तर अजूनच चांगलं. मी पण तेच वाचतो आहे."

"बरं बावा, काय ठरवलं आहेस?"

"कशाबद्दल?"

"आमच्या पार्टीबद्दल. आम्हाला, या देशाला तुझी गरज आहे."

"मी एका पार्टीचा सदस्य आहे."

"हो, पण आता तू परत आला आहेस."

"आणि मी परत जाणार आहे."

खोलीत काही वेळ शांतता पसरली. दोघांपैकी कोणीच काही बोलले नाही.

"पण कुठे?" भगतने प्रश्न केला.

"माहिती नाही."

"म्हणजे?"

"मी रावळपिंडीला बसंतसिंग आणि अजितसिंगना भेटलो. आमच्या गदरचेच सदस्य आहेत ते. त्यांना मी समजावलं, की ब्रिटिश राज संपवायचं असेल तर आपल्याला पैसे आणि माणसं दोन्ही आवश्यक आहे. माणसं गोळा करायची असतील तर लोकजागृतीसाठी क्रांतिकारी पुस्तकांची गरज पडेल, शस्त्रं लागतील. त्यांचं म्हणणे आहे की कोणीतरी परदेशात जाऊन ही कामं करावीत. तिथून शस्त्रे आणि पुस्तकं इथे पाठवावीत. त्यासाठी लवकरच पार्टीची एक मीटिंग होईल. बहुतेक मलाच....."

अचानक दारावर ठकठक झाली तसा आझाद बोलायचा थांबला. भगत दरवाजाजवळ गेला. दार किलकिले करून दाराच्या फटीतून त्याने बाहेर बघितले.

बाहेर सुखदेव होता. भगतने दार उघडले.

"अरे भगत, इथे काय करतो आहेस? चल, कार्यक्रमाला उशीर होतोय."

"हो, तू चल. मी आलोच."

भगत आझादकडे वळला.

"चलो भाई, बुलावा आ गया।" चालत येत तो आझादपाशी थांबला. आझाद बाकड्यावरून उठून उभा राहिला. भगतने प्रेमभराने त्याच्या खांद्यावर हात ठेवला.

"म्हणजे तू परदेशी जाणार तर. ठीक आहे. काळजी घे. चल कार्यक्रमाला जाऊ."

दोघे सभागृहाच्या दिशेने निघाले.

"हेल्प, समबडी हेल्प!"

खुर्चीत बसलेला गोरा माणूस जोरजोराने मदतीसाठी हाका मारत होता. त्याचे दोन्ही हात खुर्चीच्या पाठीमागे आणून करकचून बांधले होते. पायदेखील खुर्चीच्या पायाशी बांधलेले होते. तो सुटण्याचा जीव तोडून प्रयत्न करत होता; पण बांधणाऱ्याने तो सुटणार नाही याची पूर्ण काळजी घेतलेली होती. तो विफलपणे हात-पाय ओढून बघत होता. सुटकेचा प्रयत्न व्यर्थ आहे हे लक्षात आल्यावर त्याने जागेचा अंदाज घ्यायला सुरुवात केली. तो एका लहानशा खोलीत होता. खोलीच्या चारी बाजूंना भिंती होत्या. भिंतीमध्ये एकही खिडकी अथवा झरोका नव्हता. त्यामुळे त्याच्या डोक्यावर लोंबकळणाऱ्या विजेच्या दिव्याचाच थोडाफार प्रकाश खोलीत होता. पण तोही पुरेसा नव्हता. खोलीच्या मध्यभागी त्याला बांधले होते, तेवढाच भाग प्रकाशात होता. बाकी खोलीत त्या दिव्याचा प्रकाश पोहोचू शकत नव्हता. त्याच्या समोरच एक दरवाजा होता; पण तोही बाहेरून बंद असल्यासारखा वाटत होता.

खोलीच्या एका कोपऱ्यात त्याला हालचाल जाणवली. त्याने मान वळवून तिथे पाहिले. पण त्याला काही दिसले नाही. पन्नास-साठ वर्षांच्या आसपास असलेल्या त्या माणसाची नजर बहुतेक वयानुसार कमजोर झाली असावी. खोलीत शुद्ध हवा येण्याचा कुठलाच रस्ता नसल्याने त्याला गुदमरल्यासारखे होत होते. अधूनमधून जोरजोरात धापही लागत होती. घामाने त्याचा चेहरा निथळला होता. थकलेले त्याचे शरीर ढिले पडले होते. मान सारखी खालच्या दिशेला झुकत होती. जगण्याची आशा सोडून तो आता मरणाची वाट बघत होता. तोच समोरचा दरवाजा खाड्कन उघडला गेला.

आशेचा किरण दिसल्यागत त्याने मान वर करून पाहिले. समोर दरवाजात कोणीतरी उभे होते. अंधारामुळे नीट दिसत नव्हते.

"कोण आहेस तू? मला का असे पकडून ठेवले आहेस?" तो ओरडला. पण समोरची ती आकृती काहीच बोलली नाही.

"अरे बोल ना आता."

"गप्प बस. तोंड बंद कर तुझे. तुला मी आणलंय इथे. तू मला नाही. आता गुपचूप माझ्या प्रश्नांची उत्तरे दे."

डोळ्यांना ताण देऊन त्याने अंधारातल्या त्या रहस्यमयी आकृतीकडे बघितले. पण अंधारात काहीच दिसत नव्हते. त्याचा आवाजही ओळखीचा वाटला नव्हता.

"तर जन्टलमन, माझा पहिला प्रश्न, तुझं नाव काय आहे?

"एडवर्ड."

"पूर्ण नाव?"

"एडवर्ड हॅरी रेजिनाल्ड डायर."

"गुड! मिस्टर डायर, आता मला सांग की तू कुठले वाईट काम केले आहे का आयुष्यात?"

"नाही, मला नाही आठवत."

"आठवत नाही की आठवायचे नाहीये."

"म्हणजे?"

"१३ एप्रिल १९१९ चा दिवस आठवतोय का?"

"१३ एप्रिल..... १३ एप्रिल..... तू अमृतसरच्या त्या घटनेबद्दल बोलतोय का?"

"हो, मी जालियनवाला बाग हत्याकांडाबद्दलच बोलतोय."

"मी माझे कर्तव्य बजावले आहे. मला नाही वाटत मी कुठले चुकीचे काम केले आहे."

"मग तुला असे म्हणायचे आहे की बागेत त्या हजारो माणसांवर गोळी चालवून तू कुठलीच चूक केली नाही."

"नाही. संचारबंदी, जमावबंदी आहे हे माहीत असूनही ते एकत्र जमले होते. मग काय करणार मी?"

"मला वाटते संचारबंदीची ती दवंडी संपूर्ण शहरात पिटली नव्हती. होतीस का?"

"मला माहीत नाही."

"जमलेल्या त्या लोकांपैकी किती जणांकडे शस्त्रे होती?"

"माहिती नाही. मी गोळीबार झाल्यानंतर झडती घेतली नाही. पण त्यांतील बहुतेक जण आतंकवादीच होते. त्यातील बहुतेकांकडे शस्त्रे असावीत."

"असेही होऊ शकते की त्यांतील कोणाकडेच शस्त्रे नसावीत."

"असू शकते."

"गोळीबार करण्यापूर्वी तू कुठली पूर्वसूचना दिली होतीस?"

"नाही."

"का?"

"त्या आतंकवाद्यांना सूचना देण्याची मला गरज वाटली नाही."

"त्यांना सूचना देऊन जायला सांगितले असते तर ते गेले नसते का?"

"गेले असते. पण जमावामध्ये लपलेले ते भेकड आतंकवादीही निसटले असते."

"जाताना प्रत्येकाची झडती घेतली असती तर तुला हवे ते तुझ्या भाषेतील आतंकवादी सापडले असते."

"आपली शस्त्रे ते टाकून गेले नसते कशावरून? आणि मुळात त्यांना एवढ्या प्रचंड संख्येने बागेतील सभेला हजर राहण्याची गरजच नव्हती."

"गरज होती. बैसाखीचा सण होता त्या दिवशी. साजरा करण्यासाठी एकत्र जमले होते ते."

"मी सांगितले होते की एकत्र जमायचे नाही. दिसल्यास गोळी मारली जाईल"

"चूप! आमच्या देशात आम्ही काय करावे ते सांगणारे तुम्ही कोण? आमचा सण आम्ही आमच्या पद्धतीनेच साजरा करणार."

खोलीत क्षणभर शांतता पसरली. बाहेर मुसळधार पाऊस पडत असावा. घोंघावणारा वारा आणि बरसणाऱ्या वर्षालहरींचा अस्पष्ट आवाज खोलीत घुमत होता. मध्येच वीज कडकण्याचा आवाजही होत होता.

"एकूण किती गोळ्या झाडल्या गेल्या?" त्याने पुढचा प्रश्न विचारला.

"मला नाही माहीत."

त्याच्या हसण्याचा आवाज खोलीत घुमला.

"माहीत नाही. १६५० गोळ्या झाडल्या गेल्या."

"असतील."

"एवढ्या गोळ्या झाडल्यानंतर का गोळीबार थांबवला?"

"मला वाटले की त्यांना योग्य तो धडा मिळाला असेल म्हणून मी गोळीबार थांबवला."

"खोटं, साफ खोटं बोलतो आहेस तू. गोळीबार यासाठी थांबवला गेला कारण तुझ्याजवळचा दारूगोळा संपला होता. तू स्वतः हे कबूल केलं आहेस."

"हो, मी असं बोललो होतो."

"नंतर अमृतसर शहरातील वीज कापण्यात आली. पाणीपुरवठा बंद करण्यात आला. का? मला कारण कळू शकेल का?"

"मला त्यांना धडा शिकवायचा होता."

"आताच तर तू म्हणालास की त्यांना धडा मिळाला असेल म्हणून तू गोळीबार थांबवला."

"ती माझी चूक झाली."

"बरं, आणि सरपटणारी गल्ली, गुजरानवाला टाउनमधला गोळीबार, ॲटकिन्सन पार्कमधला गोळीबार याबद्दल तुला काय म्हणायचंय?"

"कोण आहेस तू? काय हवंय तुला?"

आझाद उजेडात आला. त्याच्या हातात रिव्हॉल्व्हर होते.

"माझे नाव राम मोहम्मद सिंग आझाद. माझ्या बांधवांवर झालेल्या अत्याचाराचा जाब विचारण्यासाठी मी तुला इथे आणले आहे. आता मला सांग, तुला काय वाटतं, त्यांना धडा मिळाला का?

"हो, बहुतेक मिळाला असेल," घाबरतच तो म्हणाला.

"चूक, त्यांना अजून धडा नाही मिळाला आणि तू तो त्यांना कधी शिकवूही शकणार नाहीस. गुड बाय मिस्टर डायर."

आझादने पुढे होत डायरच्या मस्तकावर रिव्हॉल्व्हर ताणले आणि चाप ओढला.

धायऽऽऽ एक जोराचा आवाज झाला आणि मग सर्वत्र शांतता पसरली.

सूर्याची किरणे बिछान्याला स्पर्श करू लागली तरी आझादला जाग येत नव्हती. झोपेत असंबद्धपणे तो काहीतरी बडबडत होता.

"गुड बाय मिस्टर डायर." तो बडबडला आणि दोनच मिनिटांत एकदम दचकून जागा झाला. त्याच्या चेहऱ्यावर भीती नव्हती; पण खुशीची एक लकेर जरूर होती. आपण स्वप्नात दाखवलेल्या बहादुरीबद्दल त्याने मनोमन स्वतःची पाठ थोपटली असावी. आळोखेपिळोखे देत तो बिछान्यातून उठला. सुट्टीचा दिवस असल्याने त्याला कामावर जायची घाई नव्हती. बिछान्यावरची उशी उचलून तिच्याखालचे पिस्तूल त्याने बाहेर काढले. स्वप्नात त्याने हातात धरलेले रिव्हॉल्व्हर आणि हे पिस्तूल जरी वेगळे असले तरी आता याच पिस्तुलाने आपल्या हातून डायरचा वध होणार आहे, याची त्याला खात्री वाटत होती. डायर आणि ओडवायरबद्दल हिंदुस्थानी जनतेच्या मनात इतक्या प्रमाणात असंतोष खदखदत होता, की त्या दोघांना भारताचा राष्ट्रीय वैरी घोषित करण्यात काहीच अडचण नव्हती. डायर आणि जालियनवाला बागेबद्दल त्याने अमृतसरमध्ये असताना लोकांकडून ऐकले होते. एकदा गप्पांच्या ओघात भगतनेही त्याला मारण्याची इच्छा बोलून दाखवली होती.

तेव्हाच आझादने ठरवले होते, की इतर कोणी त्यांना मारून हौतात्म्याचे पारितोषिक घेण्याअगोदरच आपण त्यांचा वध करायचा. त्याप्रमाणे तो तयारीलाही लागला होता. अमेरिकेतल्याच एका स्वदेशबांधवाकडून त्याने पिस्तूल चालवण्याचे प्रशिक्षण घेतले. तशी गोष्ट सोपी नव्हती. अमेरिकेत विनापरवाना शस्त्र बाळगणे, हा मोठा गुन्हा होता. त्यासाठी कडक शिक्षाही योजल्या होत्या. अशा परिस्थितीत विनापरवाना शस्त्र ठेवून त्याचा सराव करणे, हे मोठे धाडसाचे काम होते. त्यात काळ्या माणसावर पोलीस नजर ठेवूनच होते. आझादवर तर पोलिसांचे विशेष लक्ष होते. अमृतसरहून अमेरिकेला येण्यासाठी जेव्हा तो निघाला, तेव्हा तर सीआयडी पोलिसांनी त्याचा पिच्छाच पुरवला होता. त्यांना चकवण्यासाठी सरळ अमेरिकेला न येता लाहोर, रावळपिंडी करत तो काश्मीरला आला. नंतर बारामुल्लाच्या एका गिरणीमध्ये कामगार म्हणून तीन महिने काम केले. जेव्हा पोलिसांचा संशय निवळून त्यांनी त्याचा पाठलाग करणे सोडून दिले, तेव्हा एका लाकडाच्या व्यापाऱ्यासोबत तो अमेरिकेत येऊन पोहोचला. इथे आल्यावर सुरुवातीचे काही महिने त्याने त्या व्यापाऱ्यासोबतच काम केले. नंतर तिथली नोकरी सोडून तो रेल्वे वर्कशॉपमध्ये कामाला लागला. इथे त्याला दिवसाचे केवळ सहा तासच काम करावे लागत असल्याने पुष्कळ मोकळा वेळ मिळत असे. या मोकळ्या वेळेचा उपयोग त्याने मनुष्यसंचयासाठी करायला सुरुवात केली. अमेरिकेतल्या गदर पार्टीच्या कार्यकर्त्यांना तो भेटू लागला. याशिवाय इराण, अफगाणिस्तान, इटली, जर्मनी, पनामा, मेक्सिको, कॅनडा, जपान, हाँगकाँग, मलाया, बर्मा, सिंगापूर येथील भारतीय क्रांतिकारकांबरोबरही संपर्क साधायचा प्रयत्न केला. थेंबे थेंबे तळे साचे या न्यायाप्रमाणे त्याचे संपर्क वर्तुळ वाढत चालले होते.

अमेरिकेत आल्यापासून आझादचे विचारचक्र वेगवेगळ्या दिशेने धावू लागले होते. एकीकडे तो गदर पार्टीचा सदस्य तर बनला होता; पण आधीच्या गदर पार्टीत आणि आत्ताच्या गदरमध्ये त्याला बराच फरक वाटू लागला होता. कर्तारसिंग सराबा सहभागी असलेल्या गदर पार्टीने १९१४मध्ये भारतात जे महाउत्थान करायचे योजले होते, त्याचा त्याच्यावर भरपूर परिणाम झाला होता. तो उठाव जर यशस्वी झाला असता, तर भारत केव्हाच आझाद झाला असता, असेही त्याला वाटायचे बहुतेक वेळा. आझादने इतिहासाची पुनरावृत्ती करायचे ठरवले होते. अमेरिकेतून स्वातंत्र्ययुद्धाने भारावलेले सैन्य भारतात न्यायचे. संपूर्ण भारतभर युद्धाचा प्रचार करून एकाच दिवशी सर्व ठिकाणी धडाका उडवायचा. संपूर्ण उठावाची योजना परत परत त्याच्या मनात आकार घेत होती. उठावासाठी त्याने अमेरिकास्थित भारतीयांची टोळी तयार केली होती. 'आझाद पार्टी संघठन' असे त्याने आपल्या सैन्याच्या तुकडीचे नाव ठेवले होते. उठावासाठी लागणारे साहित्य, क्रांतिकारी

विचाराची पुस्तके, पिस्तुले चोरून चोरून भारतात पाठवली जात होती. अनेक अनिर्वासित भारतीयांना लपवून छपवून भारतात पाठवण्याची व्यवस्था आझादने केली होती. पिस्तुले पाठवताना ती पकडली जाऊ नयेत म्हणून ती पुस्तकांमध्ये कोरून पाठवली जात होती. उठावासाठी पैशांची गरज लागणार होती त्यासाठी अलीकडेच एक नोटा छापण्याचे मशिनही संघटनेने मिळवले होते. आझादने त्याच्या सहकाऱ्यांबरोबर त्यावर नोटा छापण्याचे तंत्रही शिकून घेतले होते. अशा प्रकारे नकली नोटा, हत्यारे, प्रक्षोभक क्रांतिकारी साहित्य, माणसे साऱ्यांची तस्करी भारतात करण्यात येऊ लागली होती.

आझादने देशातल्या अनेक क्रांतिकारकांबरोबर या उठावाबाबत चर्चा केली. भगतबरोबर तर त्याचा नेहमीच पत्रव्यवहार चालू असायचा. सगळी तयारी झाली की उठावाचा दिवस निश्चित केला जाणार होता. पण उठावाच्या या उपद्व्यापाबरोबरच त्याच्या मनात डायरच्या खुनाचा विचार घोळत होता. नक्की कोणते काम कधी करावे, याबद्दल तो द्विधा मनःस्थितीत होता.

आतासुद्धा हातात पिस्तूल घेऊन तो डायरच्या खुनाबद्दलच विचार करत होता. बराच वेळ झाला तसे मनातले विचार झटकून तो उठला. पिस्तूल कोपऱ्यात ठेवलेल्या वर्तमानपत्रांच्या रद्दीच्या गठ्ठ्याखाली ठेवून तो अंघोळीसाठी गेला.

स्नानादिक आन्हिक आवरून तो पुन्हा खोलीत आला. खोलीच्या दाराखालून लोटलेल्या क्रोनिक्लिंग अमेरिकेचा अंक त्याने उचलला आणि शांतपणे पुन्हा बिछान्यावर पडून तो वाचू लागला. वर्तमानपत्राच्या अगदी वरती ठळक काळ्या शाईत 'क्रोनिक्लिंग अमेरिका' लिहिले होते. उजव्या कोपऱ्यात तारीख होती २४-७-१९२६. त्याखाली अमेरिकेतल्या विविध बातम्या त्यांच्या महत्त्वानुसार छापल्या होत्या. पहिल्या पानावर नजर फिरवून त्याने पान पलटले. दुसऱ्या आणि तिसऱ्या पानांवरून त्याची नजर फिरत होती की तोच तिसऱ्या पानावरील एका कोपऱ्यात त्याची नजर खिळली. डोळे विस्फारले गेले. अगदी एकाग्र होऊन तो ती बातमी वाचू लागला.

त्याच्या अडकलेल्या मनःस्थितीतून देवाने त्याला मोकळे केले होते. तो वाचत असलेल्या बातमीचे शीर्षक होते, 'अमृतसर हत्याकांडामुळे सर्वज्ञात असलेला ब्रिटिश सैन्याचा माजी ब्रिगेडियर जनरल डायर याचा अर्धांगवायूने मृत्यू.'

आझादच्या बंद खोलीबाहेर थांबून कर्तारसिंग अप्पालीला आता जवळपास एक तास होत आला होता. त्याने मनगटावरील घड्याळात वेळ बघितली. संध्याकाळचे साडेसात व्हायला आले होते. रेल्वे वर्कशॉपमधून तर आझाद साडेचारलाच निघायचा.

दररोज पाचपर्यंत तो आपल्या खोलीवर येऊन पोहोचायचादेखील. पण आझाद अजून आलेला नाही बघून अप्पालीच्या काळजीत भर पडली. महत्त्वाचे बोलायचे आहे म्हणून आझादनेच त्याला बोलावले होते आणि आता तोच गायब होता. गैरकानूनी शस्त्रनिर्मिती, शस्त्र आणि नकली नोटांची तस्करी अशा, अमेरिकन सरकारच्या नजरेत गुन्हे म्हणून नोंदवता येतील अशा कित्येक कामांत आझाद पार्टी गुंतली होती. दोन दिवसांपूर्वीच अमेरिकन पोलिसांची पार्टीच्या एका अड्ड्यावर धाड पडली होती. पण या धाडीची आधीच पूर्वकल्पना आल्याने आझादने सारा माल दुसरीकडे हलवला होता आणि पोलिसांना हात हलवत परत जावे लागले होते. कदाचित पोलिसांना संशय आला असेल म्हणून त्यांनी आझादला पकडले असेल. विचार मनात आला तसा अप्पाली घाबरला. थंड वातावरण असूनही घामाचा एक ओघळ त्याच्या कानामागून घरंगळत मानेवर आला. आता काय करावे या विचारात असतानाच घरघर आवाज करत आझादची मोटारसायकल त्याच्यासमोर येऊन थांबली. मोटारसायकल जरी आझादची असली तरी त्यावर एक इंग्लिश जोडपे बसले होते. मोटारसायकल चालवणारा एक रुबाबदार तरुण होता. काळा कोट, काळी पँट, चेहऱ्यावर तपकिरी रंगाची मिशी, बारीक कापलेले केस. मोटारसायकल थांबली तशी मागे बसलेली युवती उठून उभी राहिली. गोरापान रंग, कळीसारखे लांबसडक नाक, टोकाशी निमुळती होत गेलेली हनुवटी, घारे डोळे. तिने तांबूस रंगाचा पायापाशी फुलत जाणारा पायघोळ फ्रॉक घातला होता. हातात पांढऱ्या रंगाचे हातमोजे होते.

मोटारसायकल स्टँडवर लावून तो तरुण अप्पालीपाशी आला.

"ओ सरदारजी, ये आझाद किधर रहता है?"

"जी आप कौन?" त्याच्याकडे बघत अप्पालीने विचारले.

"पहचाना नही सरदारजी?" म्हणत त्याने अप्पालीकडे बघत उजवा डोळा लवला.

"अरे! आझाद तू, हा काय अवतार? एकदम फिरंगी दिसतो आहेस."

"अहं, आझाद नाही. फ्रँक ब्राझील म्हण फ्रँक ब्राझील."

"हे काय आता नवीन?" बुचकळ्यात पडत अप्पालीने विचारले.

"चल, आत चल. सांगतो मग. इथे नको." म्हणत आझादने आपल्या बंद खोलीच्या दाराकडे मोर्चा वळवला. ती युवती आणि अप्पाली दोघे त्याच्या मागोमाग आले. आझादने कुलूप उघडताच तिघे आत गेले.

खोलीत घुसताच अप्पालीने आझादच्या अंथरुणावर बसकण मारली. ती तरुणी मात्र दारापाशीच अवघडून उभी राहिली. आझादने आतल्या खोलीत जाऊन एक मोडकळीस आलेली लाकडी खुर्ची आणली.

"प्लीज सीट," अंथरुणासमोर ती खुर्ची ठेवून तिच्याकडे अंगुलीनिर्देश करत आझाद त्या तरुणीला म्हणाला. ती तरुणी त्या खुर्चीवर बसली. आझादने दरवाजा बंद केला आणि तो जमिनीवरच फतकल मारून बसला.

"आझाद, काय चालू आहे सांगशील? आणि ही कोण?" त्या तरुणीकडे बोट दाखवत अप्पालीने विचारले.

"सांगतो. ही माझी मैत्रीण, मिस मर्लिन. जर्मनीची आहे."

"मैत्रीण? की दुसरंच काही लफडं आहे?" मिश्कील हसत अप्पालीने विचारले.

"तुला का त्रास होतोय त्याचा? असेना का माझं लफडं."

"चिडतो आहेस का एवढा?"

"मग पार्टीच्या सदस्यांनी वैयक्तिक आयुष्यात लुडबुड करावीच का?" उजव्या हाताच्या तळव्यावर आपली हनुवटी टेकवत आझादने विचारले.

"बरं बाबा, राहिलं. बोल कशाला बोलावलंस?"

"रागावतोस काय असा? अरे ही मर्लिन, पार्टी मेम्बर आहे."

"ही? हिला काय स्वारस्य आपल्या पार्टीत?"

"मिस्टर, इंग्रज इंडियाच्याच नाही तर सर्व जगाच्या स्वातंत्र्याचे दुश्मन आहेत. अगदी जर्मनीच्यासुद्धा. आणि मी स्वातंत्र्याची भक्त. म्हणूनच आझादने मदतीसाठी विचारले तेव्हा मी लगेच तयार झाले." मघापासून शांत बसून श्रोत्याची भूमिका घेणारी मर्लिन पहिल्यांदाच बोलत होती.

मर्लिन बोलली तसा अप्पाली आ वासून तिच्याकडे बघू लागला.

"तुम्ही एवढ्या चांगल्या प्रकारे हिंदुस्थानी भाषा कशा बोलता?"

"आझादनेच शिकवलंय."

अप्पाली आझादकडे बघू लागला. आझाद गालातल्या गालात हसत होता.

"बरं, आता हसणं बंद कर आणि का बोलवलं आहेस ते सांग."

"हूंऽऽ अप्पाली, वेळ आली आहे. आपल्याला निघावे लागेल."

"कुठे?"

"थांब सांगतो." म्हणत आझाद उठला. अंथरुणाच्या शेजारीच दोन पुस्तके ठेवली होती. त्यातील एक उघडून आझादने एक चिठ्ठी बाहेर काढली.

"हे धर, वाच." अप्पालीकडे चिठ्ठी देत आझाद बोलला.

अप्पालीने चिठ्ठी उघडून वाचली आणि पुन्हा घडी केली.

"यात काय लिहिलंय? भगतने तुझी चौकशी केली आहे आणि त्याची खुशाली कळवली आहे. अजून काय?" वैतागून अप्पालीने विचारले.

"अजून काय? नीट बघ." हसतच आझाद बोलला.

अप्पालीने पुन्हा चिठ्ठी उघडून नजरेखाली घातली. पण त्याला त्यात विशेष

काही सापडले नाही.

"आझाद, उगाच उत्सुकता ताणून धरू नकोस. बोल ना, काय विशेष आहे यात?" अप्पाली चिडून बोलला.

"अस्सं का? बरं ऐक. चिठ्ठीमध्ये काही शब्दांवर पेन्सिलीने हलकेसे टिंब आखले आहेत. नीट बघ."

अप्पालीने चिठ्ठीत नीट निरखून बघितले. काही शब्दांवर टिंब होते.

"आता चिठ्ठीच्या डाव्या हाताला बघ. प्रत्येक ओळीला नंबर टाकले आहेत. आहेत ना?"

चिठ्ठीच्या डाव्या समासात प्रत्येक ओळीला नंबर होता.

"हो, आहेत नंबर." अप्पाली बोलला.

"आता नीट बघ, नंबर आहेत खरे पण सुरुवातीच्या काही ओळी सोडल्यानंतर ते नंबर योग्य क्रमात नाहीत. पुढे-मागे आहेत. काही काही नंबर तर पुन्हा लिहिले आहेत."

"अरे हो! हे तर माझ्या लक्षातच आले नाही." कपाळावर हात मारत अप्पाली बोलला.

"आता टिंब असलेले शब्द त्याच्या ओळींच्या क्रमांकानुसार रचत जा. म्हणजे ज्या ओळीला पहिला नंबर आहे त्या ओळीतला टिंब असलेला शब्द पहिला लिही. बघ काय बनते."

अप्पालीने शब्द रचायला सुरुवात केली. बाजूलाच पडलेले पेन घेऊन तो ते लिहू लागला.

'द टाइम हॅज कम. कम अलोंग विथ मटेरियल.'

वाक्य पूर्ण झाले तसा अप्पाली थक्क झाला.

"तुला कसे एवढे समजले रे?"

आझादने हसत मान डोलावली.

"बरं, नको सांगूस. पुढे काय मग? काय ठरवले आहेस?" अप्पालीने मुख्य मुद्द्याला हात घालत विचारले.

"ठरवले आहे. एस. एस. जलपा नावाचे एक मालवाहू जहाज इथून काही दिवसांनी भारताला जाणार आहे. त्या जहाजावर मी कारपेंटर म्हणून काम मिळवले आहे. पण मी माझी ओळख लपवली आहे. मी सांगितलंय की मी पुअर्टो रिकोचा रहिवाशी आहे आणि माझे नाव आहे फ्रँक ब्राझील. आणि ही माझी बायको ज्यूड." बोलता बोलता आझादने मर्लिनकडे बोट दाखवले. तिनेही आझादकडे बघत हसत आपला डावा डोळा लवला.

"आम्ही दोघे जहाजावर एक जोडपं म्हणूनच वावरणार. त्यामुळे आमच्यावर

कोणालाच संशय येणार नाही आणि माल व्यवस्थित भारतात घेऊन जाता येईल. माझ्याप्रमाणेच तुम्ही सर्वांनी जहाजावर काम धरायचं आहे. उद्या पार्टी मीटिंगमध्ये मी हे बोलीनच. तर कराची, कलकत्ता ज्याला जिथे जमेल तिथे उतरायचे. तिथून अमृतसरला भगतला भेटू यात. मग प्लॅन ठरला की सर्व जण भारतभर विखरून क्रांतिकार्याचा प्रसार करायचा. ठरलेला दिवस उजाडला की संपूर्ण देशातून एकाच वेळी इंग्रजांवर हल्ला करायचा.'' शांतपणे आझादने आपली योजना मांडली.

''तुझा प्लॅन तरी ऐकायला बरा वाटतो आहे. पण तुला काय वाटते, तू ठरवल्याप्रमाणे सगळं घडेल का? भरपूर धोका आहे यात. बंदुका, रिव्हॉल्व्हर, क्रांतिकारी कागदपत्रे घेऊन इथून भारत आणि भारतभर फिरताना एकाला जरी पकडले तरी सगळा प्लॅन फिस्कटेल. सगळी साखळी पोलिसांच्या हातात लागेल.'' अप्पालीने खडा टाकला.

''धोका तर आहे. धोका आहेच, मी नाही म्हणत नाही. पण म्हणून का आपण थांबून राहायचे आणि तसंही भगतचं बोलावणं आलं आहे. उद्या पार्टी मीटिंगमध्ये बोलू यावर. पण एक सांगू, संथ पाण्यामध्ये पोहण्यात ती मजा नाही, जी खळाळत्या लाटांमध्ये पोहण्यात आहे.'' म्हणत आझादने भुवया उंचावून मर्लिनला खुणावले. तिने हसूनच मान डोलावून त्याला अनुमोदन दिले.

दिवस सरला आणि रात्रीचा काळोख भूतलाला ग्रासू लागला. रात्रीच्या शांत वेळी अजगरागत सुस्तावून पडलेल्या अमृतसर शहराला मागे टाकत दोन सावल्या सायकलीवरून मानावाला गावाच्या दिशेने निघाल्या होत्या. रस्ता अगदी सुनसान असल्याने सायकली वेगाने पळत होत्या. हवेत चांगलाच गारवा होता. त्या दोघांनी अंगाभोवती जाड चादरी गुंडाळल्या होत्या. रस्त्याने सायकल चालवताना दोघेही अगदीच गप्प होते. रातकिड्यांची किर्रकिर्र, सायकलचा खडखडाट, वाऱ्यामुळे झाडांच्या पानांची होणारी सळसळ आणि मधूनच भुंकणारी कुत्री, एवढ्याच गोष्टी काय त्या शांततेचा भंग करत होत्या.

''तू बोसबाबूंना ओळखत असशील ना भगत?'' सायकलचे पॅडल मारतच आझादने विचारले.

''बोस? सुभाष बोस? हो त्यांना कोण ओळखत नाही.''

''एक काम करशील?''

''काय?''

''एक चिठ्ठी आहे, ती बोसबाबूंना द्यायची आहे.''

''चिठ्ठी?''

"आमच्या गदर वर्तुळात त्यांची खूप चर्चा आहे. हरदयाळ म्हणून आमचे एक पार्टी सदस्य आहेत. त्यांनी चिठ्ठी दिली आहे. बोसबाबूंची भेट हवी आहे त्यांना."

"कशासाठी?"

"त्यांना असे वाटते की बोसबाबूंनी अमेरिकेला यावे. देशाच्या स्वातंत्र्यासाठी त्यांनी तिथे सैन्य उभारावे. त्यासाठी पैसा, माणसे साऱ्यांची मदत ते करतील."

"बरं, मी चिठ्ठी पोहोचवण्याची व्यवस्था करतो. पण मला नाही वाटत ते जातील अमेरिकेला."

"का?"

"आपल्या देशाच्या स्वातंत्र्यासाठी तिथून प्रयत्न करणे पटणार नाही त्यांना."

"पुढचं बघू. तू चिठ्ठी तर दे."

बोलता बोलता ते मानावालाला पोहोचले. मानावाला रेल्वे स्थानकाच्या बाहेर सायकली लावून त्यांनी रेल्वे स्थानकात प्रवेश केला. शेवटची गाडी येऊन गेल्याने स्थानकात कोणी नव्हते. लांबच्या लांब पसरलेला तो रेल्वे फलाट. कामगारांसाठी पत्र्यांनी बांधलेली एक छोटीशी खोली फलाटाच्या एका टोकाला होती. पण तीदेखील बंद होती. एक छोटासा दिवा रेल्वे स्थानकात मिणमिणत होता. सभोवार नजर फिरवून कोणीच नसल्याची खात्री करून ते रेल्वेरूळावर उतरले. दोघांनीही अंगावरची चादर आता चेहऱ्याभोवती लपेटून घेतली होती. तसेच रेल्वेरूळावरून चालत ते पुढे निघाले. रूळावर अंधार असल्याने पायाखालचे काहीच दिसत नव्हते. तरीही दगडांना ठेचकाळत ते कसेबसे चालत होते.

"तुझे पत्र मिळाले आणि पूर्ण तयारी करूनच निघालो."

"गुरू, तू आता कुठे थांबला आहेस?"

"इथेच आहे. थोड्याच दिवसात सुनामला निघेन."

"तुझ्याबरोबर किती जण आले आहेत?"

"पंचवीस जण आहेत सध्या माझ्याबरोबर. दिवस ठरला की पूर्ण भारतभर पसरतील सगळे जण."

"कोणी गोरी मेम पण तुझ्याबरोबर आली आहे असं ऐकलं मी."

"मर्लिन, गोरी नाही जर्मन आहे."

"तिला आता परत पाठवावंस. नाहीतर उगाच पोलिसांच्या नजरेत भरशील."

"बघू." हवेत हात फिरवत त्याने भगतचे बोलणे उडवून लावले.

वीस-पंचवीस मिनिटे झाली होती त्यांना. रेल्वे स्थानक आता बऱ्यापैकी मागे पडले होते. आझादने मागे वळून बघत कोणीही आपला पाठलाग करत नाही आहे याची खात्री करून घेतली.

"काय झालं गुरू?"

"आपण पोहोचलो आहे."

"तुला या अंधारात कशी रे जागा समजली?"

आझाद हसला.

"काही नाही. पावलं मोजत आलो आणि तसंही इथे खुणेला दगड ठेवला होताच." रेल्वेरूळाच्या बाजूलाच पडलेल्या एका मोठ्या दगडाकडे बोट दाखवत आझाद म्हणाला.

"तुला दिसला तो दगड या अंधारात? कमाल आहे तुझी." आश्चर्य दाखवत भगत बोलला.

"तेवढं लक्ष तर ठेवावंच लागतं. चल." म्हणत आझाद रेल्वेरूळ पार करून पलीकडच्या उतारावरून खाली उतरू लागला. पाठोपाठ भगतही होताच.

"गुरू, पण अमेरिकेत जाऊन तू खूप बदललास. केस कापलेस, दाढीदेखील केलीस, पगडी वापरत नाहीस. हे असे सूटबूट घालून हिंडतोस. मी तर ऐकलंय की तू तिथे अमेरिकेत गोऱ्यांबरोबर सिगारेट, दारूही पितोस. आपली संस्कृती पूर्ण विसरला आहेस तू."

"नाही रे, असं काही नाही. जैसा देस वैसा भेस. अमेरिकेत राहून पोलिसांची नजर चुकवून हे असे उपद्व्याप करायचे म्हणजे कठीण काम. किमान त्यांच्यासारखी वेषभूषा केली तर पोलिसांच्या नजरेत न येता काम करता येते. गोऱ्यांबरोबर सिगारेट, दारू पितो हेही खरं. पण सिगारेट, दारू पिणं वाईट आहे असं नाही वाटत मला. आणि सारेच गोरे वाईट असतातच असंही नाही."

"जाऊ दे. तुला कोण जिंकणार विवादात." म्हणत भगत हसला.

दोघे उतार उतरून सपाट मोकळ्या जागेवर आले होते. अंधारातून मार्ग काढत आझाद त्या मैदानात असलेल्या एका दगडापाशी आला. दगड उचलून त्याने बाजूला ठेवला. बाजूलाच पडलेला एक छोटा दगड घेऊन तो त्या मोठ्या दगडाच्या जागची माती उकरू लागला. दुसरा एक दगड घेऊन भगतही त्याला माती उकरण्यात मदत करू लागला. थोडा वेळ खोदल्यावर त्यांना एक स्टीलचा चौकोनी डबा लागला. आझादने खेचून डबा बाहेर काढला. हात झटकत त्याने तो डबा भगतकडे दिला. भगतने डब्याचे झाकण उघडले. आत नोटांच्या बंडलांची काही पुडकी होती. मंद चांदण्याच्या प्रकाशात त्याला ती व्यवस्थित दिसली. पुडक्यांना बाजूला सारत त्याने हात डब्यामध्ये चाचपडला. जे हवे होते ते त्याच्या हातांना जाणवले. हाताला लागलेली पिस्तुले परत ठेवत त्याने हात बाहेर काढला. डब्याचे झाकण लावून तो आझादकडे बघू लागला. आझाद त्याच्याकडे पाठ करून दूर रेल्वेरूळाकडे नजर लावून बसला होता.

"मान गए गुरू!" त्याच्या पाठीवर थाप मारत भगत उद्गारला.

"भगत, चल निघू या. समोर रूळावर कोणाची तरी हालचाल दिसते आहे." तसेच समोर बघत आझाद बोलला आणि लगेच रूळाच्या उलट्या दिशेने चालू लागला.

भगतने रेल्वेरूळाकडे नजर फिरवली. त्याला कोणीच दिसले नाही. पण तरी काही न बोलता तो गुपचूप डबा घेऊन आझादच्या मागून निघाला.

संध्याकाळचे सहा वाजले होते. कत्रा बाझार गिऱ्हाइकांच्या रेलचेलीने गजबजून गेला होता. जसाजसा अंधार गडद होत जाणार होता तशीतशी गिऱ्हाइकांची गर्दी वाढणार होती. सलवार कमीजमधल्या वेगवेगळ्या वयाच्या बायका रस्त्यावर उभ्या राहून शरीराच्या मादक हालचाली करत गिऱ्हाइकांना खुणावत होत्या.

बाझारच्या कोपऱ्यावरील चौकात पोलिसांची गाडी येऊन थांबली तेव्हा कोणाला फारसे आश्चर्य वाटले नाही. कत्रा बाझारच्या या वस्तीत पोलिसांच्या वरच्यावर भेटी होतच असत. त्यामुळे त्यांच्याकडे दुर्लक्ष करत जो तो आपल्या व्यवहारात मग्न होता.

जीपमधून बाहेर डोकावत मिहेरसिंगने आजूबाजूस पाहिले आणि मागच्या बाजूस बसलेल्या दिन महंमद आणि चौधरी बिशनदासकडे बघून मान डोलावून इशारा केला. इशारा समजताच दोघेही जीपमधून उतरले आणि बाजारातील वस्तीच्या दिशेने निघाले. रस्त्याच्या दुतर्फा छोट्या-मोठ्या एकमजली इमारती होत्या. सुरवातीच्या चार-पाच इमारती सोडून डावीकडच्या एका इमारतीत दोघे घुसले. तळमजल्यावरून दोघेही जिन्याने वर आले. कुठलीही खिडकी वा झरोका नसल्याने जिन्यावर काळाकुट्ट अंधार होता. भिंतींना चाचपडत दोघे वर आले.

एका बऱ्यापैकी प्रशस्त हॉलमध्ये ते आले होते. जिन्याच्या समोर आणि डावीकडच्या बाजूला भिंत होती. उजव्या बाजूला दोन छोट्या खोल्या होत्या. हॉलमध्ये जमिनीवर बसण्यासाठी रंगीबेरंगी सतरंज्या अंथरल्या होत्या. तिथेच मध्ये सतरंजीवर एक तबलजी तबल्याचा ठेका धरत बसला होता. बुटांचा आवाज येताच त्याने वळून बघितले. पोलिसी पेहरावातील दोघांना बघून तो अदबीने उभा राहिला.

"नूरजहाँचा कोठा हाच काय?" दिन महंमदने पुढे होत विचारले.

"जी हुजूर, आपल्याला भेटायचं आहे का तिला?"

"तू कोण?"

"जी, फजल उल्ला रावल. उनका मुनासिब," तो म्हणाला.

"हूं, जा बोलव तिला." आदेश दिल्यागत दिन महंमद गुरगुरला.

"जी हुजूर." म्हणत फजल खाली मान घालून बाजूच्या एका खोलीत गेला.

थोड्याच वेळात फजलच्या मागोमाग नूरजहाँ बाहेर आली. नारंगी रंगाची सलवार कमीज तिने घातली होती. तिशी-पस्तिशीच्या आसपासच वय असावे. डोळ्यांत भरलेला सुरमा तिच्या गोऱ्यापान रंगावर खुलून दिसत होता. तिच्या काळ्याभोर केशसंभारावर तिने पांढऱ्या रंगाच्या मोगऱ्याचा गजरा माळला होता. पान चघळत, हातातल्या ओढणीशी खेळत, कमरेत जराशी लचकत ती येत होती. पान चघळल्याने तिचे लालबुंद ओठ अजूनच लालेलाल झाले होते. चालताना तिच्या कानातले झुमके पुढे-मागे डोलत होते. पायातल्या घुंगरांचा छमछम आवाज येत होता. फजलच्या मागून येत ती दिन महंमदसमोर नखऱ्यात उभी राहिली.

"मोहतरमा नूरजहाँ, तुला काही विचारायला आलो आहे. खरीखुरी उत्तरे दिलीस तर बरं होईल," तिच्या गालावरून हात फिरवत दिन महंमद म्हणाला.

एव्हाना बिशनदासही नूरजहाँच्या जवळ येऊन उभा राहिला होता.

"पूछिए ना जनाब, आप ही के लिए तो हम यहाँ है।" मानेला झटका देत ती म्हणाली.

"तुझ्याकडे कोणी फॉरेनर राहायला आला आहे असं ऐकलंय. कुठे आहे तो?" बिशनदास तिच्या नजरेत नजर रोवत म्हणाला.

"फॉरेनर? इकडे? चक्, काहीतरी गलती होते आहे साब." म्हणत तिने दुसऱ्या खोलीकडे एक चोरटा कटाक्ष टाकला. पण दिन महंमदच्या हेर नजरेने ते बरोबर टिपले.

"फॉरेनर नाही इथे, बरंय." म्हणत तिच्या गालावरचा आपला हात महंमदने मागे नेत तिच्या कानापाशी आणला. तिच्या कानाबरोबर खेळत त्याने बोट हळूहळू खाली झुमक्याकडे आणले. झुमका हाताच्या मुठीत आवळत त्याने तो ओढायला सुरुवात केली.

कळ लागली तशी ती ओरडू लागली, किंचाळू लागली. फजलने मध्ये पडायचा प्रयत्न केला; पण त्याला बिशनदासने आधीच अडवले.

"बोल आता, उतरलाय का कोणी फॉरेनर तुझ्याकडे?" दातओठ खात महंमदने विचारले. आतापर्यंत तिच्या कानातून रक्तही येऊ लागले होते. विव्हळतच तिने दुसऱ्या खोलीकडे बोट दाखवले. खोलीच्या दारातून एक दाढीवाला सरदार बाहेर डोकावून बघत होता. नूरजहाँला सोडत महंमदने आपला मोर्चा त्याच्याकडे वळवला. त्याने सोडताच ती बिचारी कान पकडून खाली बसली.

महंमदला आपल्याकडे येताना बघून त्या सरदारने दार बंद करायचा प्रयत्न केला. पण महंमदच्या एका लाथेसरशी दार खाड्कन उघडले. सरदार घाबरून मागे सरकला. महंमदची पुढची लाथ त्यालाच बसली. तो एकदम खाली पडला. महंमदने मग एकामागून एक आपला लत्तिकाप्रहार चालू ठेवला. बिशनदासही आता

त्याच्या सोबतीला आला होता. मनसोक्त मारून झाल्यावर मग महंमदने त्या अर्धमेल्या सरदाराला उचलून उभे केले.

"फ्रँक ब्राझील? फ्रँक ब्राझील नाव सांगतोस लोकांना काय? चल आता जेलमध्ये."

"नाही, मी फ्रँक ब्राझील नाही. मी तर त्याचा मित्र आहे, तारासिंग. जवळच्याच कारखान्यात कामाला आहे. मला मारू नका," हात जोडत तो सरदार म्हणाला.

"तारासिंग? मग आझाद कुठे आहे? म्हणजे फ्रँक ब्राझील." डोक्यावर आठ्या पाडत बिशनसिंगने विचारले.

"तो तर आताच गेला इथून."

"कुठे?"

"हालबाजारला बहुतेक."

बिशनसिंगने महंमदकडे बघितले. हातातले सावज निसटल्यामुळे तो जाम चिडल्यासारखा वाटत होता.

"त्याने कोणता पोशाख केला आहे आता?" बिशनसिंगने पुढे विचारले.

"अं...., गडद लाल रंगाचा कोट आहे, पांढरी पँट आणि तपकिरी रंगाची पगडी आहे."

"कोणते शस्त्र आहे का सोबत?"

"हो, एक पिस्तूल आहे."

एव्हाना हरदयाल आणि हवालदार सोहने खान चौधरी तिथे आले होते. बिशनसिंगने तारासिंगकडून जेवढी माहिती मिळवता येईल तेवढी मिळवण्याचा प्रयत्न केला. तोपर्यंत इतर तिघांनी खोलीची झडती घेतली. पण काही कपडे, भांडी सोडून त्यांना काहीच मिळाले नाही. शेजारच्या नूरजहाँच्या खोलीचीही त्यांनी झडती घेतली. पण इथेही त्यांची निराशाच झाली. तारासिंगला घेऊन चौघे पुन्हा जीपपाशी आले. मिहेरसिंग जीपमध्येच बसला होता.

"पळाला यार, साला," मिहेरपाशी जात बिशन म्हणाला.

"कसा? मग आता?"

"हालबाजारात भेटेल बहुतेक. चल निघू लगेच." म्हणत बिशन जीपमध्ये बसला. तारासिंगला मागे बसवून इतर पोलीस त्याच्या आजूबाजूस बसले.

खडबडत निघालेली जीप हालबाजाराच्या रस्त्याला आली. तारासिंगला रस्त्यावर नजर ठेवायला सांगितले होते. त्यानुसार तारासिंग चालत्या जीपमधून आझादचा शोध घेत होता. आझाद हालबाजारात कोणालातरी भेटायला जाणार होता एवढेच त्याला माहीत होते. पण नक्की कुठे जाणार हे त्याला माहीत नसल्याने जीपमधून सरकणाऱ्या रस्त्यावर बारीक नजर होती आणि त्याला तो दिसला.

जीप बीजीवाला चौकात आली तेव्हा आझाद चौकाजवळच उभा होता. तारासिंगने लगेच जीप थांबवायला सांगितली. सारे पोलीस त्याने दाखवलेल्या माणसाकडे धावत सुटले.

आझादने पोलीस शिपाई आपल्या दिशेने धावत येत असल्याचे बघितले. त्याने लागलीच आपल्या कोटाच्या खिशातल्या पिस्तुलाला हात घातला. पण त्याने काही करायच्या आतच सोहने खान चौधरीने आझादवर उडी मारून त्याला जमिनीवर पाडले. आझाद पाठीवर कोसळला. सोहने खानने त्याच्या छाताडावर बसून दोन्ही हात दाबून धरले. आझाद निसटण्यासाठी त्याला ढकलण्याचा प्रयत्न करत होता. सोहने खानच्या भारीभक्कम वजनामुळे त्याला ते शक्य होत नव्हते. बाकीचे पोलीसही तोपर्यंत येऊन पोहोचले.

आता विरोध करण्यात काहीच अर्थ नाही हे लक्षात येताच आझादने निसटण्याची धडपड बंद केली. तो स्वस्थपणे आकाशात बघत जमिनीवर पडून राहिला. इतर जण येताच सोहने खान उठला. सर्वांनी मिळून आझादला उभे केले. हरदयालने त्याच्या हातात बेड्या चढवल्या. त्याच्या कोटाच्या खिशात हात घालून सोहने खानने त्याचे पिस्तूल बाहेर काढून घेतले. पांढऱ्या रंगाच्या त्या पिस्तुलाची मूठ काळी होती. सोहने खानने पिस्तूल उलटसुलट करून नीट निरखून घेतले. पिस्तूल पाचबारी असून गोळ्यांनी भरलेले होते. मुठीच्या खाली ८५८६९ हा नंबर कोरलेला होता. पुरावा म्हणून त्याची नोंद केली जाणार होती.

पिस्तूल काढून घेतल्यावर आझादची झडती घेतली गेली; पण दुसरे काहीच सापडले नाही.

"तर मिस्टर, सापडलास की नाही? खूप चलाख समजतोस का स्वतःला?" दिन महंमदने कुत्सित स्वरात विचारले.

त्याचे बोलणे ऐकून न ऐकल्यासारखे करत आझाद तसाच उभा राहिला.

"भारतात दंगे घडवायचा तुझा प्लॅन समजलाय आम्हाला. तुझी काही पत्रेही आमच्याकडे आहेत. तुझा एक माणूस बंगालमध्ये पकडला गेलाय तर एक इथे जीपमध्येच आहे. आता तू तुझ्या तोंडाने गुन्हा कबूल करशील तर बरं आहे, नाहीतर आम्हाला जोर जबरदस्ती करावी लागेल." मिहेरसिंगने पुढे होत आझादच्या कोटाची कॉलर धरून विचारले.

आझादने जीपच्या दिशेने पाहिले. जीपमध्ये मागच्या बाजूस बसलेला तारासिंग त्याला दिसला.

"तुझं नाव काय?" मिहेर सिंग.

"फ्रँक ब्राझील."

"हे तुझे नाव आहे? ठीक आहे, कुठून आलास?"

"अमेरिका."

"बरं, कोणत्या उद्देशाने इथे आलास?"

"माझ्या देशातून इंग्रजांना हाकलून द्यायला."

"तुझे साथीदार कुठे आहेत सध्या?"

"संपूर्ण देशभर पसरलेत."

"त्यांचा पत्ता सांग."

"तो तर मलाही ठाऊक नाही." म्हणत आझाद मंद स्मित करू लागला. त्यासरशी महंमदची एक जोरदार चपराक त्याला बसली.

"खरं सांग, कुठे आहेत तुझे साथीदार?"

"मला माहीत नाही. कदाचित परत गेले असतील अमेरिकेला," खांद्यावर आपला गाल चोळत आझाद म्हणाला.

"तुझ्यासोबत आणलेला माल कुठे आहे?"

"माहीत नाही."

महंमदने त्याच्या पोटात एक जोराचा गुद्दा लगावला. वेदनेने आझाद कळवळला.

"सांग कुठे आहे माल?" आझादचे केस ताणत मिहेरसिंगने विचारले.

"माऽऽऽऽहीत नाही."विव्हळत आझादने उत्तर दिले.

आझादला तसेच खेचत जीपमध्ये बसवले आणि गाडी पोलीस स्टेशनला आली.

रात्रभर आझादकडून माहिती मिळवण्यासाठी त्यांनी आझादला मारहाण केली. अखेर पोलिसांच्या माराला त्रासून आझादने पोलिसांना हवी असलेली माहिती दिली.

दुसऱ्या दिवशी आझादच्या सांगण्यानुसार कत्रा बाझारच्या अलीकडेच असलेल्या कहलासिंगच्या कारखान्यावर पोलिसांनी धाड टाकली. तिथे त्यांना आझादची सूटकेस मिळाली. सूटकेसची चावी अगोदरच पोलिसांनी आझादकडून मिळवली होती. सूटकेस उघडली तेव्हा त्यात पोलिसांना एक सहाबारी पिस्तूल, एक कोल्ट पिस्तूल, पांढऱ्या कागदात गुंडाळलेली १३९ काडतुसे, आझादचे आणि त्याच्या मित्रांचे फोटोग्राफ्स आणि गदरची प्रक्षोभक पत्रके सापडली. एवढा पुरावा आझादला शिक्षा देण्यासाठी पुरेसा होता. भारतात होऊ घातलेले फार मोठे स्वातंत्र्ययुद्ध रोखण्यात यश मिळाल्याने झालेला आनंद त्यांच्या चेहऱ्यावर स्पष्ट दिसत होता.

## ६

## रंग दे बसंती चोला

सकाळपासून खडी फोडायला गेलेले कैदी दिवेलागण झाली तसे परत फिरले. तुरुंगात अंघोळीसाठी बांधलेल्या नहरीवर प्रत्येकाने हात-पाय धुतले. दिवसभर उन्हातान्हात काम करून शिणलेल्या शरीरावर थंड पाण्याचे सपकारे पडताच थकवटा दूर पळून गेल्यासारखा वाटत असे. एरवी सक्तमजुरीच्या शिक्षेवर आलेल्या या कैद्यांना काम करताना एकमेकांशी गप्पा मारणे तर दूरच; पण खाणाखुणा करणेही जमत नव्हते. त्यांच्यावर नेमलेले दंडुकेधारी हवालदार त्यांच्याकडून जनावरासारखे काम करवून घेत. एकमेकांशी बोलायचीही फुरसत देत नसत. पण नहरीवर आल्यावर पंधरा-वीस मिनटांचा जो काही वेळ मिळे, त्यात ते कैदी स्वस्थपणे एकमेकांशी बोलू शकत होते. या वेळी त्यांच्यावर पहारा देणारे हवालदार दूर चुनातंबाखू चघळण्यात मश्गूल असत.

''यार, आझाद दिसला नाही दोन दिवसांपासून. पुन्हा दुसऱ्या कुठल्या जेलला हलवला काय त्याला,'' नहरीच्या बाजूला असलेल्या कठड्यावर बसत पंडित किशोरीलाल म्हणाला.

''अरे, हा आझाद पण ना कुठल्या मातीचा बनला आहे काय माहीत! मागे एकदा फटके खाऊन झालेत, तरी पुन्हा वॉर्डनच्या वाटेला गेला. मग काय आता फटक्यांबरोबर अंधारकोठडी पण दिली त्याला,'' त्याच्या बाजूच्या कठड्यावर पाय टेकून उभा राहत बाबा करमसिंग धूत म्हणाला.

''हा आझाद साधासुधा नाही आहे. पक्का बेडर आहे. अकाली दलात असल्यापासून ओळखतोय मी त्याला. कशालाच घाबरत नाही. एखादे काम करायचे ठरवले की मागे पुढे बघत नाही. पण आता का वॉर्डनबरोबर भांडला?'' आपली दाढीची आयाळ खाजवत शेरजंग त्यांच्या वर्तुळात येऊन बसला. पोलीस सुपरिंटेंडंट बीटीच्या खुनाची योजना आखल्याच्या गुन्ह्यासाठी त्याला सक्तमजुरीची सजा झाली होती. त्या वेळी आझादने वेळीच अंग काढून घेतल्याने तो निसटला होता.

''अरे, त्याच्या जेवणाच्या थाळीत पाल मरून पडली होती. पठ्ठा भडकला. तीच थाळी शिपायाच्या तोंडावर फेकून मारली. मग वॉर्डन आला तर त्याला बघून अजूनच चवताळला. खरंतर त्याला मारायलाच धावला होता तो; पण शिपायांनी पकडलं म्हणून. बदड बदड बदडला त्याला तिथेच. वेताची शिक्षा आणि अंधारकोठडी वेगळी.'' करमसिंगने अधिकची माहिती पुरवली.

''खरंच, मानलं त्याला. झुकायचं नाही म्हणजे नाही. मग किती पण शिक्षा होवो,'' किशोरीलाल म्हणाला.

"काय रे शेरजंग, हा पठ्ठ्या एवढाच जिगरबाज आहे तर त्यानं कबुलीजबाब कसा काय दिला पोलिसांसमोर?" हाताच्या मुठीवर हनुवटी टेकवत करमसिंगने विचारले.

"काय माहीत."

"मला नाही वाटत हा आझाद एवढ्या सहजासहजी कबुलीजबाब देईल म्हणून. नक्कीच काहीतरी गौडबंगाल आहे."

"काही गौडबंगाल नाही धूतजी. वेताचे दहा-वीस फटके वेगळे आणि पोलिसांची माहिती काढायची पद्धत वेगळी. बर्फाच्या लादीवर झोपवून जेव्हा प्रश्न विचारतात ना पोलीस तेव्हा मोठे मोठे गपगुमाने बोलू लागतात." किशोरीलाल.

अंधार गडद झाला होता. त्यांची पंधरा-वीस मिनिटेही संपली होती. हवालदारांच्या शिट्ट्या वाजल्या तसे सर्व जण तिथून समोरच असलेल्या मुदपाकखान्याकडे निघाले. जगातील अतिशय वाईट म्हणवता येईल असेच अन्न शिजले होते तिथे. अर्ध्याकच्च्या रोट्या, अर्धवट शिजलेला भात, अळ्या, किडे पडलेली बेचव डाळ. दिवसभर हाताने खडी फोडून झाल्यावर इथे दाताने डाळीतले खडे फोडावे लागत. जेवण अगदीच निकृष्ट असले तरी कोणीही तक्रार करण्याच्या भानगडीत पडत नसे. कारागृहही त्यांचेच आणि सरकारही त्यांचेच. तक्रार करणार कोणाकडे. उलट तक्रार करणाऱ्यालाच उपाशीपोटी झोपावे लागे. लाहोर, पेशावर तुरुंगाच्या वारी करून आझाद मुलतानच्या या तुरुंगात जेव्हा आला, तेव्हाच त्याने इथल्या जेवणाबद्दल नाराजी दर्शवली होती. एक-दोनदा त्याने सांगूनही बघितले होते. पण काहीच उपयोग होत नाही बघून त्याने एके दिवशी तिथल्या स्वयंपाकी कैद्यांवरील जमादारालाच बदडायला सुरुवात केली. हवालदारांनी मध्ये पडत आझादला पकडले. वॉर्डनला आझादचा आधीचा सारा इतिवृत्तांत माहीत होता. लाहोर आणि पेशावरच्या तुरुंगातही त्याने असेच तमाशे केले होते. पेशावरमध्ये तर त्याने स्वतःचे एक राजकीय मंडळच बनवले होते. त्यामुळे त्याला सोडून चालणार नव्हते. मोठे मोठे गुन्हेगारसुद्धा जी शिक्षा ऐकून हादरतात, अशी वेताच्या फटक्यांची शिक्षा त्याला सुनावली गेली आणि आझादने ती भोगलीही. पण आझाद घाबरला नाही. दुसऱ्या दिवशी आझादने जेवायलाच नकार दिला. हवालदार जोरजबरदस्ती करू लागले. आझादला तर कारणच हवे होते. हवालदारांबरोबरच दोन हात करायला लागला तो. अर्थातच संख्येने जास्त असल्याने हवालदार त्याच्यावर भारी पडले. हवालदारांचा प्रसाद खाऊन झाल्यावर परत वेताचे फटके वेगळे खावे लागले. त्यानंतर आझाद थोडे दिवस शांत होता. करमसिंग, किशोरीलाल, शेरजंगसोबत त्याची चांगली गट्टी जमली होती. खडी फोडून झाल्यावर दररोज नहरीवर त्यांची बैठक जमायची. राजकारण, समाजकारण, इतिहास, झाडून साऱ्या विषयांवर त्यांच्या गप्पा चालायच्या.

देशातल्या कामगारांच्या वाईट परिस्थितीबाबत तर आझाद नेहमीच बोलत असे. असेच दहा-पंधरा दिवस गेले असतील आणि हे पालीचे प्रकरण उगवले. या वेळी वॉर्डनने वेताच्या फटक्यांबरोबरच त्याला अंधारकोठडीचीही शिक्षा सुनावली. सदान्‌कदा माणसांत अडकून गप्पागोष्टींत रमणाऱ्या आझादला दोन दिवस अंधारात एकटेपणात काढणे जड गेले. दोन दिवस त्याच्या सोबतीला केवळ अंधारच होता. पाच बाय आठच्या त्या अंधारकोठडीत काहीच दिसत नव्हते. दिसत होता तो केवळ अंधार. रात्र अंधारी आणि दिवसही अंधारमयच. त्यामुळेच दोन दिवसांनी जेव्हा कोठडीचे दार किलकिले झाल्यावर प्रकाशाची किरणे दौडत कोठडीत आली, तेव्हा ती त्याला नकोशी वाटली. डोळ्यांवर तिरपा हात धरत मिचमिच्या डोळ्यांनी त्याने प्रकाशाकडे बघितले. सूर्याची किरणे आज नेहमीपेक्षा अधिक प्रखर भासत होती. लटपटत्या पावलांनी तो कोठडीबाहेर आला. दोन दिवस शांततेची सवय झालेल्या त्याच्या कानांना सकाळचा कलकलाट जरा जास्तच जाणवला. हवालदाराने त्याच्या दंडाला धरत जवळपास खेचतच त्याला त्याच्या तुरुंगाकडे न्यायला सुरुवात केली. डोळ्यांची उघडझाप करत आझाद गुपचूपपणे तो नेईल तिथे खेचून जात होता.

"काय? काय बोलतो आहेस तू, कळतंय का तुला? उगाच काही पण बडबडू नकोस." तुरुंगाचे गज मुठीत घट्ट आवळून तेजासिंगकडे बघत आझाद ओरडलाच.

"शूऽऽऽ" तोंडावर बोट धरत तेजासिंगने आझादला गप्प राहायची खूण केली. उगाच कोणी त्याला आझादशी बोलताना बघितले असते तर तो अडचणीत आला असता. बऱ्याच वर्षांपूर्वी एक कैदी म्हणून तो या तुरुंगात आला होता. पोटापाण्यासाठी वाटमारी करताना पकडला होता त्याला. त्यानंतर बाकीची वर्षं तुरुंगातच काढली त्याने. चांगल्या वागणुकीमुळे नंतर सक्तमजुरीच्या शिक्षेतून सूट देत त्याला बंदीजमादार बनवले होते. कैद्यावर देखरेख ठेवण्याचे काम तो करे. कधी अफूची गोळी, पैशांसाठी तो तुरुंगातील कैद्यांना बाहेरच्या वस्तू आणून देत असे. आझादनेही स्वतःच्या कनवटीचे पैसे त्याच्यावर खर्च करून त्याला खबरी आणायचे काम सोपवले होते. रोज रात्री तो देशभरातल्या बातम्या घेऊन आझादकडे यायचा. पण आज त्याने आणलेली बातमीच अशी भयंकर होती की आझादचा विश्वासच बसला नाही.

"तू खरे सांगतो आहेस का रे?" अडखळत आझादने पुन्हा विचारले.

"अगदी खरं सांगतो आहे." तुरुंगाच्या दाराशी वाकत शक्य तितक्या हळू आवाजात तेजासिंग उत्तरला. रात्रीची जेवणे होऊन कैद्यांना आपापल्या तुरुंगात बंद केले होते. सगळीकडे सामसूम झाली असल्याने हळू आवाजातली खुसफुसही

लक्षात येत होती.

"कधी झालं हे सगळं?"

"काल रात्रीचीच गोष्ट आहे. मोठा गहजब उडू नये म्हणून आजच्याऐवजी कालच फाशी दिली त्यांना. रात्रीच्या रात्रीच त्यांची प्रेतं जाळून टाकली. त्यांच्या रक्षेचीसुद्धा लोक मिरवणूक काढतील, या भीतीने त्यांची रक्षा पण सतलज नदीत वाहून टाकली."

"भगत, माझ्या मित्राऽऽऽ" आझादने टाहो फोडला. सॉंडर्स हत्येप्रकरणी भगतसिंग, सुखदेव आणि राजगरू यांना फाशीची शिक्षा झाली होती. पण तरी वस्तुस्थितीला सामोरे जाण्याची ताकद आझादमध्ये नव्हती. भगत आझादला जरी गुरू म्हणून हाक मारत असला तरी आझादसाठी तो एक चांगला मित्र होता.

"भगतसिंगने फाशी जाताना एक गाणे म्हटले होते. लाहोर जेलच्या माझ्या एका मित्राने ते लिहून ठेवलेले." म्हणत तेजासिंगने आजूबाजूस बघितले. आझादच्या हातावर चिठ्ठीचा एक तुकडा ठेवून तो तिथून निघाला.

आझादने प्रेमभराने त्या चिठ्ठीवरून हात फिरवला. त्याच्या डोळ्यांतील कोमट अश्रूचे थेंब चिठ्ठीवर पडत होते. हातात चिठ्ठी घट्ट धरून तो वळकटीवर जाऊन पडला.

रात्रभर तो या कुशीवरून त्या कुशीवर फिरत होता. झोप अशी लागत नव्हती. वाऱ्याची मंद झुळूक भगतचा चेहरा बनून त्याच्या समोर यायची. हालबाजारातील पुस्तकभांडारात चाललेले त्यांचे वादविवाद कानात घुमत होते. नंदलालकडे लाडू खाण्याच्या शर्यतीत आझाद नेहमी भगतला हरवत असे; पण आज आझादला हरवून भगत पुढे निघून गेला होता. स्वातंत्र्याची आस धरून हातात हात घालून दोघे दौडले होते; पण त्याचा साथी त्याचा हात सोडून अर्ध्या वाटेतूनच निघून गेला होता.

अश्रू ओघळत होते. रात्रभर तो ती चिठ्ठी तशीच मुठीत धरून पडला होता. पहाट झाली तशी ती उघडून त्याने वाचून काढली. सरळ सोप्या भाषेतील भगतचं ते गाणे आझादला स्पर्श करून गेलं. त्याने ती चिठ्ठी पुन्हा वाचली. पुन्हापुन्हा वाचली.

पहाटेची घंटा वाजली. सारे कैदी स्नानादी आन्हिके उरकण्याकरिता धावू लागले. आझादने चिठ्ठीची नीट घडी करून तुरुंगाच्या खिडकीच्या गजांच्या फटीत दडवून ठेवली. चिठ्ठी दडवून तोदेखील इतर कैद्यांबरोबर स्नानाला पळाला.

स्नान उरकून तुरुंगाच्या पटांगणात सारे कैदी जमा झाले. एकवार कैदीमोजणी करून साऱ्यांना काम वाटून देण्यात आले. आझादला दोर वळण्याचे काम आले होते. काथ्यापासून दोर वळणे फारच कठीण काम. दोर वळताना काथ्यांमुळे हाताची चामडी सोलवटली जायची. कधीकधी तर काथ्या बोटात रुतून बसायचा. आझादसोबत

करमसिंगलाही दोर वळायचे काम आले होते. दोराचे काम मिळालेले सारे कैदी दोर वळायच्या खोलीत येऊन खाली जमिनीवर बसले. खोलीच्या एका अंगाला बनलेले दोर होते. त्याच्या बाजूच्याच कोपऱ्यात भरपूर काथ्या होता. जमादाराने बंदिवानांकडून तो उचलून प्रत्येकासमोर काथ्याचा भला मोठा ढीग लावला. कैद्यांनी लागलीच समोर आलेल्या काथ्याचा दोर वळायला सुरुवात केली. ठरलेल्या दोरापेक्षा कमी दोर भरला तर रात्री जेवायला मिळणार नाही, हे ते जाणून होते.

"यार आझाद, बरं झालं तुलाही हेच काम मिळाले," करमसिंग दोर वळता वळता म्हणाला.

"का?"

"अरे, तू असलास की मस्त एखादी शायरी ऐकवतोस, भाषण करतोस, देशभरातल्या बातम्या सांगतोस. वेळ कसा लगेच निघून जातो बघ तुझ्यासोबत. आता पण ऐकव ना काहीतरी."

"मेरा रंग दे बसंती चोला, मेरा रंग दे
ओ मेरा रंग दे बसंती चोला.."

दोर वळता वळता आझादने गायला सुरुवात केली होती.

जालंधर जिल्ह्यातील बांगा गावाला आज वेगळेच रूप आले होते. तसे हे रूप प्रत्येक आठवड्यालाच येत असे. आज बांगाचा आठवडी बाजार भरला होता. रस्त्यावर दुकानदार निरनिराळ्या वस्तूंचे ठेले लावून बसले होते. मसाले, भांडी, खेळणी, बांगड्या साऱ्यांच्या ठेल्यावर ग्राहकांची दाटी झाली होती. ठेल्यासमोरील माणसांच्या गर्दीतून वाट काढत वस्तू घेण्याची झटपट जो तो करत होता. याउलट वाऱ्याने डोलणारे ठेल्याच्या पलित्याचे कापड सांभाळत प्रत्येक गिऱ्हाइकाला तोंड देताना बिच्चाऱ्या ठेलेवाल्यांच्या मात्र नाकी नऊ येत होते.

रस्त्याच्या कडेला असलेल्या एका चहाच्या टपरीवर बसून आझाद ही सारी गंमत बघत होता. त्याच्या सोबत त्याचा मित्र मनजितसिंग होता. समोर आलेल्या गरम चहाचा एक एक घोट घेत शांतपणे दोघे बसून होते.

"हुसेनवाल्याला गेला होतास असे ऐकले!" मनजीतने विचारले.

"हो, भगतला मानवंदना द्यायला. पार्टी मेम्बर्सनी त्याच्यासाठी कार्यक्रम ठेवला होता." आझादचे शांतपणे उत्तर आले.

"तू त्यांना विचारले नाहीस का, की उठाव का केला नाही?"

"काय विचारणार? मला अटक झाली. तारासिंग, मोहनलाल एक-एक करत नऊ पार्टी मेम्बर्स पकडले गेले. उठाव होणार हे गोऱ्यांना पक्के माहीत झाले होते.

त्यात वरून भगतची पूर्ण पार्टी पकडली गेली. मग तर अटकसत्र, धाडसत्र सुरूच झालं. उठाव करायला पोषक वातावरण मिळालंच नाही,'' आझाद निराशेच्या स्वरात म्हणाला.

''आता काय ठरवलं आहेस?''

''किश्वलूजींना भेटायचं आहे. पण पोलीस पाळत ठेवून आहेत ना माझ्यावर. भेटणं मुश्कील झालंय.''

''पण तुझी शिक्षा तर पूर्ण झाली ना?''

''हो रे, पण त्यांना माहीत आहे; मी काही रिकामा बसणार नाही.'' म्हणत आझाद हलकेसा हसला.

''बाकी हे काय सगळं? मी घरी सांगितलं की माझा मित्र येतो आहे लाहोरहून. पण तू तर एकदम फॉरेनरच वाटतो आहेस. कोट, पँट, टाय, इंग्लिश हॅट, हातात छडी. एकदम धक्काच बसला तुला बघून.''

''खरा मोठा धक्का तर मी नंतरच देईन.''

''काय?''

''काही नाही.''

''होतास कुठे तू? आठवड्याअगोदर येणार होतास?''

''अरे, सिमल्याहून कारने निघालोच होतो यायला. पण वाटेत अपघात झाला.''

''काय बोलतोस? काही लागलं नाही ना?''

''किरकोळ जखमा आणि जरासं खरचटलं.''

एवढ्यात झालेल्या गलक्याने दोघांचे लक्ष रस्त्याकडे गेले. रस्त्यावर एका भाजीवाल्याने ठेला लावला होता. त्याने विकायला मांडलेल्या भाजीमध्ये एका म्हशीने तोंड घातले होते. भाजी चघळताना तिच्या तोंडातली लाळ भाजीवर गळत होती. तिच्या तोंडातून थोडेफार रक्तही गळत होते. तो भाजीवाला तिला हाकण्यासाठी हात उगारून हूर्ऽऽऽ हूर्ऽऽऽ करत होता. पण ती म्हैस काही हटायला तयार नव्हती. भाजीवाल्याने तिला पाठीवर मारायला सुरवात केली. त्यासरशी तिने झटक्यात मान वळवून मागे आणली. घाबरून भाजीवाला मागे झाला. म्हैस आता पुन्हा भाजी चरण्यात मग्न झाली. तिला हाकायचे भाजीवाल्याचे प्रयत्न चालूच होते. आता तर त्याचा पोऱ्याही सोबतीला आला होता. त्यांना वैतागून पाल्याची एक जुडी तोंडात धरून ती आझादच्या दिशेने निघाली.

''आझाद, चल निघ इथून,'' म्हशीला येताना बघत मनजीत म्हणाला.

''का रे?''

''ती म्हैस बघ, आपल्याकडेच येते आहे.''

“तर?”

“अरे, तिच्या नाकाला बघ जखम झाली आहे. माशा घोंघावत आहेत त्यावर. उगाच मारेलबिरेल.”

एव्हाना ती त्या दोघांजवळ येऊन थांबली.

“काय रे तू! गरीब बिचारं जनावर ते. बिचारीची जीभ पण कापली आहे वाटतं.” म्हणत आझाद उठला. म्हशीजवळ जात प्रेमाने त्याने तिच्या पाठीवरून हात फिरवला. पण तेवढ्यानेच ती बिथरली. तिने झटक्याने मान फिरवली. आझाद दचकून मागे पडला. नाकाने फुत्कार टाकत ती रागाने आझादकडे रोखून बघू लागली.

पोंऽऽऽऽपोंऽऽऽऽपोंऽऽऽऽऽ

जोरजोराने वाजणाऱ्या हॉर्नच्या आवाजाने म्हशीचे लक्ष तिथे गेले. रस्त्याच्या कडेला एक विलायती मोटारकार थांबली होती. त्यात बसलेली एक लहान मुलगी हॉर्न वाजवत होती. रागाने धावत जात म्हशीने त्या कारला धडक दिली. मुलगी घाबरून रडू लागली. म्हैस मात्र गाडीला ठोकरीमागून ठोकर देत होती.

आझाद आतापर्यंत सावरला होता. त्याने आजूबाजूला बघितले. बाजूलाच पडलेली आपली छडी त्याने उचलली आणि तो म्हशीच्या दिशेने निघाला.

तोपर्यंत इथे त्या मुलीचे ओरडणे ऐकून दोन युरोपियन स्त्रिया गाडीपाशी आल्या होत्या. एक मध्यम वयाची होती तर एक साठीच्या दरम्यान. हातातल्या छत्रीचा हत्यारासारखा वापर करत त्या म्हशीला हाकलायचा प्रयत्न करत होत्या. पण म्हशीने पहिल्याच धडकेत त्यांची छत्री उडवून त्यांना खाली पाडले. म्हैस फुत्कारत त्यांच्या रोखाने निघाली. म्हशीचा तांडव चालू झाल्यापासून लपून बसलेली माणसे श्वास रोखून काय होणार ते पाहू लागली.

म्हैस त्या स्त्रियांपाशी आली मात्र, आणि सपकन् तिच्या पाठीवर काठीचा फटका पडला. म्हैस वळायच्या आधीच दुसरा फटका पडला. शिंग रोखून तिने मारलेली मुसंडी आझादने मोठ्या शिताफीने चुकवली आणि तिच्या मागे उडी मारली. संपूर्ण जोर काढून आझाद काठीचे फटके मारत होता. चार-पाच फटक्यांचा मार खाताच ती म्हैस पळत सुटली. आझाद हातात काठी धरून म्हैस गेली त्या दिशेला बघत थांबला. म्हैस काही आता परत येत नाही पाहिल्यावर त्याने सुटकेचा निःश्वास सोडला. एव्हाना त्या गोऱ्या स्त्रिया उठून उभ्या राहिल्या होत्या. त्यातील तरुणीला पायाला जखम झाल्यासारखी वाटत होती. लंगडत लंगडतच ती आझादपाशी आली.

“थँक्यू ओ ब्रेव्ह मॅन! यू सेव्हड माय लाइफ. थँक्यू!”

आझाद उत्तरादाखल केवळ हसला. वळून तो चहाच्या ठेल्यापाशी लपलेल्या

मनजितपाशी आला.

"ओय, निघ आता बाहेर. गेली ती म्हैस."

"तू वेडा आहेस का? एकदा जीव वाचला तरी कशाला परत त्या म्हशीच्या वाटेला गेलास? फुकटचा मेला असतास. मूर्ख आहेस तू."

"या मूर्खाला मूर्खपणाच्या अजून बऱ्याच गोष्टी करायच्या आहेत. त्यामुळे तो एवढ्या लवकर तरी मरणार नाही."

"म्हणजे?"

"काही नाही. चल निघू." म्हणत आझाद हसला आणि हातातली छडी हातात गोल फिरवत रमत गमत रस्त्याने चालू लागला.

अमावस्येची रात्र असल्याने अंधार नेहमीपेक्षा जास्तच होता. त्यातच आभाळ खुलल्याने मुसळधार वर्षाव चालू होता. मध्येच चमकणाऱ्या विजेने थोडेफार अंधारात उजळून निघायचे आणि मग पुन्हा काळाकुट्ट अंधार पडायचा. पावसाच्या रिपरिपीने सगळीकडे चिखल भरून राहिला होता. रात्र बरीच झाल्याने रस्त्यावर कोणीच नव्हते. भटकी कुत्रीसुद्धा बंद घराच्या, दुकानाच्या आडोशाला थांबलेली. रस्त्यावरच्या खांबांवर दिवे मिणमिणत होते. पण तेदेखील दूर दूर अंतरावर. त्यामुळे अंधारात डबक्यांचा अंदाज येत नव्हता. तशाच चिखलामधून पाय ओढत आझाद झपझप चालत होता. चालताना दोन-तीन वेळा मागे वळून बघत कोणीही आपला पाठलाग करत नसल्याची खात्री त्याने करून घेतली. साचलेल्या पाण्यातून वाट काढत तो मुख्य रस्ता सोडून एका गल्लीत घुसला. दोन-तीन घरे सोडून एका घरापाशी आला. इकडेतिकडे बघत अंदाज घेत त्याने हलकेच दारावर टकटक केले. घरात जणूकाही कोणी त्याची वाटच बघत होते. लगेचच दार उघडले गेले. समोरचा माणूस अंधारात नीट दिसत नव्हता. आझाद लागलीच घरात घुसला. त्या माणसाने दार लावून घेतले. अंगण पार करून आझाद घराच्या ओट्यावर आला. दिवाणखान्याचा दरवाजा उघडून तो माणूस आत गेला. खोलीतला दिवा लावून त्याने आझादला आत येण्याची खूण केली. आझादने आत येताच दिवाणखान्याचे दार लावले.

दिवाणखाना बऱ्यापैकी मोठा होता. वरच्या छताला काचेचे गोल झुंबर लटकले होते. खोलीच्या एका कोपऱ्यात एक छोटेखानी सागाचे कपाट होते. त्याच्या शेजारीच सागवानाचा नक्षीदार कोच होता. त्यावर रक्तवर्णी मखमली चादर होती. क्षणभर त्या मऊशार कोचावर बसण्याचा मोह आझादला झाला. पण अंगावरील कपड्यांतून ठिबकणाऱ्या पाण्याच्या थेंबांनी त्याला अडवले. त्याने घातलेला बदामी पायजमा पूर्णपणे चिखलाने भरून गेला होता. पावसाच्या पाण्याने गारठून त्याचे

अंग थरथरत होते. अशा अवस्थेत घरात आत बसणे त्याला बरोबर वाटले नाही. त्यामुळे तो बंद केलेल्या दरवाजालाच टेकून बसला. त्याच्या उजव्या हाताच्या भिंतीच्या मध्यभागी मक्का मशिदीची एक तसबीर टांगलेली होती. तिच्या खाली उर्दूमध्ये कुराणातील एक वचन लिहिले होते. आझाद त्या तसबिरीकडे बघत असतानाच त्याच्या समोर मघाचा माणूस उभा होता. त्याने पुढे केलेला चहाचा कप आझादने लगेच घेतला.

"एवढ्या पावसात आलास? मला तर वाटले होते, आज येणारच नाहीस."

"पाऊस होता म्हणूनच आलो किश्वलूजी. पाऊस नसता तर या सीआयडी कुत्र्यांनी पाठलाग सोडलाच नसता माझा. बरं झालं, पाऊस पडतोय ते."

"अरे, पण किती भिजला आहेस तू? आणि इथे का बसला आहेस? एक काम कर, पाणी गरम करतो. अंघोळ करून कपडे बदल. नाहीतर सर्दी पकडेल."

"आजवर मला पोलीस नाही पकडू शकले सर्दी काय पकडणार." म्हणत आझाद हसला.

"अस्सं का, मग मागे पकडलेले पोलिसांनी त्याचे काय?"

"असतात काही काही गोष्टी अपवाद."

आझादच्या या कोटीवर दोघेही खळखळून हसले.

"बरं चल, आत तरी बस."

"नको इथेच ठीक आहे मी. बोलून लगेच निघता येईल." रिकामा झालेला चहाचा कप आझादने दाराच्या एका कोपऱ्यात ठेवला.

"बरं, ठीक आहे." म्हणत किश्वलूजी कोचावर जाऊन बसले. चहा पिऊन झाल्यामुळे आझादला तरतरी आली होती. त्याचे थरथरणे थांबले होते.

"बोलो आझाद, कसे येणे केलेस?"

"तुम्हाला तर सगळं माहीतच आहे. भगतला फाशी झाल्यापासून पंजाबमध्ये क्रांतीची धार कमी झाली आहे. त्याच्या पूर्ण पार्टीची पाळेमुळे खणून काढली आहेत गोऱ्यांनी. माझ्यामागे पण सीआयडी एजंट लागले आहेत."

"हो, माहीत आहे ना. मग?"

"मला इथे थांबणे आता योग्य वाटत नाही."

"बरोबर आहे. माझ्या मते, तू परत बाहेर जावेस. परदेशातली राजकीय परिस्थिती बदलत आहे. तिचा आपल्या स्वातंत्र्यासाठी उपयोग करता येईल. शिवाय, देशोदेशीच्या क्रांतिकारकांना भेटून तुला फायदाही होईल."

"हो, माझी पण तशीच कल्पना होती. पण इथून निसटण्यातच तर खरी अडचण आहे."

"कसली?"

“पहिली तर आहे सीआयडी पोलीस आणि दुसरी पैसा. जाणार कसे?”

“मागच्या वेळेसारखंच कर. काश्मीरमार्गे अफगाणिस्तान करत नीघ. बाकी मी राजा महेंद्रप्रताप आणि साध्वी माता गंगादेवींना पत्र पाठवतो. ते व्यवस्था करतील पैशाची.”

“साध्वी माता गंगादेवी? लाहोरच्या? त्या आध्यात्मिक गुरू आहेत ना?”

“हो, त्यांच्या शिष्यांनी, भक्तगणांनी जमा केलेला पैसा त्या देशकार्यासाठी देतात. स्वतःसाठी ठेवत नाहीत.”

“ठीक आहे. निघतो मी आता मग. पैशांचा बंदोबस्त झाला की कळवा मला. तोपर्यंत मी पासपोर्ट वगैरे जुजबी गोष्टी बघून घेतो.”

“पण कळवणार कसे तुला?”

“जसा मी आजचा निरोप पाठवला. नंदसिंग हलवायाकडे निरोप ठेवा. मी तिथे रोज चहा प्यायला जातो. तो सांगेल मला.”

“ठीक आहे.”

किश्चलूजींनी आझादला तसेच ओलत्या अंगाने आलिंगन दिले.

“खुदा हाफिझ.” म्हणत आझाद दरवाजा उघडून बाहेर पाऊसवर्षावात चालू लागला. नुकत्याच चमकलेल्या विजेपाठोपाठ ढगांचा गडगडाट आसमंतात घुमला.

# ७

# यज्ञसिद्धी

सूर्याच्या पिवळ्याशार उन्हाने जिनिवा शहर उजळून निघाले. शहर तसे बरेच मोठे होते; पण तरीही टापटीप. मोठेमोठे काटकोनात वळणारे पांढुरकीने नटलेले रस्ते आणि रस्त्यांच्या कड्याला चिटकून उभ्या असलेल्या इमारती. बदामी रंगाच्या चिऱ्याच्या दगडांनी बांधलेली मेन्शनची इमारतही त्या इमारतींमध्ये दिमाखात ऊन अंगावर घेत उभी होती. मेन्शनच्या दुसऱ्या मजल्यावरील खिडकीमधून एक म्हातारा खाली रस्त्यावर बघत उभा होता. बराच वेळ तो रस्त्यावरून येणाऱ्या जाणाऱ्या माणसांना न्याहाळत थांबला. मग खिडकीजवळून हटून तो आत खुर्चीवर येऊन बसला. दोन्ही हातांची बोटे एकमेकांना जोडत तो शांतपणे त्यांच्याकडे पाहत होता. वयानुसार त्याची बोटे, पंजा, मनगट, सारे हात म्हातारे झाले होते. त्यावर सुरकुत्या पडल्या होत्या. तसेच बसल्या बसल्या त्याला आपल्या दाढीच्या सफेदाईची आठवण झाली. आपले घर, आपली माणसे सोडताना काळीकुट्ट असलेली त्याची दाढीही आता म्हातारी झाली होती. पण अजूनही त्याला त्याच्या कामात यश मिळाले नव्हते. घर सोडताना केवळ चार-पाच वर्षांत परतेन म्हणून पत्नीला वचन तर दिले होते; पण वीस-पंचवीस वर्षं उलटूनदेखील त्याला घरी परतता आले नव्हते. दिवस उजाडल्यावर दाण्यापाण्यासाठी निघालेली पाखरेही संध्याकाळी आपल्या घरट्यात परततात. दिवसा साऱ्या जगाला उजेड देत हिंडणारा भानूही रात्री सागरतळी बुडून विश्रांती घेतो; मग आपल्यालाच का आपल्या घराकडे फिरकता येऊ नये? आपल्याच देशात जायला आपल्यालाच बंदी का असावी? आपण घर सोडले ते कोणते साल होते, एकोणीसशे दहा की अकरा? लक्षातच येत नाही. आता कसा दिसत असेल माझा गाव? पावसाळ्यात मोठ्या वृक्षराजीने, गवतकाडीने नटलेल्या डोंगरासारखा हिरवागार की ग्रीष्माने रया काढून घेतलेला उघडाबोडका?

अजितसिंगांचे मन धावत होते. गावाच्या वेशीला मागे टाकून ते कधीच गावात पोहोचले होते. चिनाबच्या खळाळत्या पाण्यात पाय सोडून पलीकडच्या जमिनीवर वाऱ्याने डोलणारी हिरवीगच्च शेतं, शेतात राबणारे रांगडे गडी आणि त्यांच्यासाठी डोईवर भाकरीची परडी घेऊन येणाऱ्या त्यांच्या बायका, सारे पाहत होते. चिनाबच्या काठावरून वाहणारा गार वारा अजितसिंगांना हलकासा स्पर्श करत पुढे धावला. त्या वाऱ्याच्या झुळकेचा पाठलाग करत त्यांचे मन त्यांच्या शेतात येऊन पोहोचले. शेत गव्हाच्या लोंब्यांनी भरून डोलत होते. गव्हाच्या त्या शेतातच दोन-तीन विचित्र झाडे उगवलेली त्यांनी पाहिली. झाडावर बंदुका, पिस्तुले, काडतुसांचा घड लागलेला.

बऱ्याच वर्षांपूर्वी लहानग्या भगतने त्यांच्या शेतात बंदुकीची काडतुसे पेरल्याचे त्यांनी सुफी अंबाप्रसादकडून ऐकले होते. कारण विचारल्यावर त्याने जे उत्तर दिले ते ऐकून त्यांना त्याचा खूप अभिमान वाटला होता. तो म्हणाला होता की काडतुसे पेरल्यावर त्याचे झाड उगवेल. कालांतराने त्याला छोट्या-मोठ्या बंदुका लगडतील, ज्या नंतर गोऱ्यांना देशातून हाकलून देण्यासाठी तो वापरणार होता. बाळाचे पाय पाळण्यात दिसतात म्हणतात त्याप्रमाणे भगतचे भविष्य झर्रकन तेव्हा त्यांच्या नजरेसमोरून सरकून गेले होते. आज एवढ्या दिवसांनंतर भगतने त्याचे म्हणणे खरे करून दाखवले होते. त्यांना आज केवळ त्यांच्या शेतातच नव्हे, तर साऱ्या देशात भगतने लावलेली बंदुकांची झाडे दिसत होती. स्वातंत्र्याच्या लालसेने सॉंडर्सचा वध करून भगत मोठ्या आनंदाने फाशी चढला होता. स्वातंत्र्याचा यज्ञ पेटला होता. भगतने समिधा बनून त्यात आत्माहुती दिली होती आणि त्याचा आदर्श घेऊन अनेक तरुण यज्ञात उडी घेण्यास सिद्ध झाले होते.

भगतची आठवण झाली तसे त्यांच्या डोळ्यांत पाणी दाटून आले. लहानपणी त्याला बघितले तेवढेच. त्यानंतर त्याच्या फाशीची खबर वर्तमानपत्रात वाचली तेव्हा त्याचे छायाचित्र बघितले तेच. त्याच्या पार्थिव देहाचेही दर्शन त्यांना घेता आले नव्हते. स्वतःच्या अगतिकतेची कीव करत ते हळहळले.

डोळ्यांतले पाणी पुसत ते पुन्हा खिडकीत आले. दूर पूर्वेकडे धुक्याची चादर बाजूला सारून आल्प्स पर्वत समोर आला होता. साचलेल्या बर्फामुळे लांबून पांढुरका दिसत होता. अगदी भव्य आणि प्रचंड. अजितसिंगांच्या ध्येयासारखा. त्याच्यावरची आपली नजर हटवत अजितसिंग पुन्हा रस्त्याकडे बघू लागले. गारठलेल्या रस्त्यावर माणसांची रेलचेल तर होती; पण अजितसिंगांना हवा असणारा माणूस मात्र त्यात नव्हता.

आपली मायभूमी मुक्त झालेली बघायची एकच इच्छा होती त्यांची. त्यासाठीच तर सारा अट्टाहास चालू होता. भरला सुखाचा संसार मोडून सतनामला एकटं सोडून जाताना त्यांना खूप वेदना झाल्या होत्या. पण आझादीच्या भक्तीपोटी ते निघाले. घर सोडले तेव्हा नुकतेच कुठे महायुद्धाला तोंड लागले होते. या युद्धाच्या धामधुमीत जर्मनीची मदत घेऊन गोऱ्यांचे भारतावरचे राज्य खिळखिळे करायची योजना आखली गेली होती. पण जर्मनीचा पाडाव झाला आणि सारीच स्वप्ने धुळीस मिळाली. इतर अनिवासी भारतीयांसारखे तेही मग गदरकडे आकर्षित झाले. सॅनफ्रान्सिस्कोला गदरच्या वर्तुळात काही साल गुदरले. मग गदरचा प्रसार आणि प्रचारकार्यासाठी इराण, रोम, इटली, पॅरिस, रिओ दि जेनेरो, जर्मनी करत ते जिनिवाला येऊन ठेपले होते. वाढते वय, अखंड धावपळ आणि घर, गावाच्या स्मृतीने सारखे पोखरले जाणारे मन यामुळे त्यांचे शरीर थकले होते. गात्रे गलित

झाली होता; पण मनाची जिद्द मात्र कायम होती. अजूनही काही योजना त्यांच्या मनात फेर धरत होत्या आणि त्या पुऱ्या करण्यासाठी त्यांना उमद्या तरुणांची गरज होती. अशाच एका तरुणाची शिफारस त्यांच्यापर्यंत गदरच्या काही पार्टी मेम्बर्सकडून आली होती. पंजाबच्या या तरुणाने अल्पावधीतच गदर पार्टीमध्ये खूप नाव कमावले होते. १९१४मध्ये कर्तारसिंग सराबाने जो संपूर्ण भारतभर एक साथ विद्रोह करण्याचा कट रचला होता, काहीसा तसाच कट त्याने एकोणीसशे पंचवीस-सव्वीसमध्ये रचलेला. त्यासाठी तो पाच वर्षं तुरुंगात असल्याचेही अजितसिंगांना कळलेले. साऱ्या अनुकूल ऐकिवातामुळे त्यांचे त्याच्याबद्दल चांगलेच मत झाले होते. पण अजून एक गोष्ट अशी होती की ज्यामुळे त्यांना त्याला भेटावेसे वाटत होते; तो त्यांच्या पुतण्याचा, भगतचा जवळचा मित्र असल्याचे ते ऐकून होते. नकळत त्यांना त्याच्याबद्दल आपुलकी वाटू लागली होती. त्याला भेटण्याची एक अनामिक ओढ त्यांना खेचत होती.

टक...टक...

दारावर टकटक झाली. खिडकीतून हटत अजितसिंग दारापाशी आले. बाहेर आझादच असणार याची त्यांना खात्री होती. तरी त्यांनी आपला सांकेतिक संदेश उच्चारला.

"बनी सिर शेरा दें की जाना पजके,"

"जब मौत सर पर मंडरा रही हो तब भाग के फायदाही क्या।" पलीकडून उत्तर आले.

आपलाच माणूस असल्याची खात्री पटली, तसे त्यांनी दार उघडले. समोर उंचपुरा, धिप्पाड आझाद उभा होता. त्याचा संपूर्ण अवतार फिरंगीच होता. डोक्यावर फेल्ट हॅट, अंगात जॅकेट, त्यावर कोट. दोन्ही हातांचे पंजे कोटाच्या खिशात, टेरिलिनची निळी पँट आणि पायात काळे बूट, गळ्यामध्ये एक रंगीबेरंगी मफलर गोल गुंडाळलेला. चेहऱ्यावरच्या दाढी-मिशांचा पत्ता साफ करण्यात आला होता.

"पैरी पौना चाचाजी।" म्हणत आझाद त्यांच्या पाया पडला.

आझादमध्ये त्यांना त्यांचा भगतच दिसला. त्याला उठवून त्यांनी हृदयाशी घट्ट कवटाळला.

आझाद अजूनही दारातच उभा असल्याचे भान येऊन त्यांनी त्याला आत येण्यास सांगितले. आत जमिनीवर अंथरलेल्या वळकटीवरच आझादने बैठक मारली. दार बंद करून अजितसिंग आत आले. प्रेमभराने आझादकडे बघत ते त्याच्यासमोरच बसले.

"चाचाजी, कसे आहात?"

"ओय चंगा एकदम।"

"नाजूक वाटते आहे तब्येत. आजारी होतात का?"

"म्हातारपणी आता हे सगळं चालायचंच. मी तर म्हणतो, हे असं म्हातारे होऊन मरण्यापेक्षा माझ्या भगतसारखे खुशीने फाशीवर झुलावं. ते खरं मरण." अभिमानाने अजितसिंगांची मान उंचावली.

"हो, खरंय. भगतसारखा बहादूर बंदा मी अजून बघितला नाही."

"असे असेल तर ही फार वाईट गोष्ट आहे. मला तर वाटते सारेच माझ्या भगतसारखे बहादूर निपजावे. तरच माझ्या देशाच्या गुलामीच्या बेड्या तुटतील, तरच मला माझ्या देशात पाऊल ठेवता येईल. तुझा मित्र होता ना रे तो?"

"हो, अगदी खास. कधी मित्र, कधी गुरू, कधी भाऊ. माझ्या बहुतेक कामात त्याची साथ असायची पण आता.... मला मागे सोडून गेला. चिरनिद्रा घेत बसला असेल. मला नेहमी म्हणायचा, या गोऱ्यांना पळवून मी काकांना परत घेऊन येणार म्हणून." म्हणता म्हणता आझाद भावुक झाला. त्याचा कंठ दाटून आला.

अजितसिंगांच्याही डोळ्यांना धार लागली होती. थोडा वेळ तसाच शांततेत गेला. कोणीच काही बोलले नाही.

"आझाद, तुझ्याबद्दल खूप काही ऐकले आहे मी. हरदयाळजी बरंच काही सांगत होते तुझ्याबद्दल. आधी मला वाटले, तुझं फुकाच इतकं कौतुक चाललंय. किंबहुना अजूनही मला शंका आहेच. मला नाही माहीत; मला जे वाटतंय, मी जे ठरवलंय ते तू करू शकशील की नाही." डोळ्यांच्या धारा पुसून अजितसिंगांनी विषयाला हात घातला.

"मलाही माहीत नाही. मी स्वतःही सांगू शकत नाही की तुम्ही जे सांगाल ते मी करू शकेन की नाही. मनमौजी कारभार आहे. मनात आलं तर लगेच सुरुवात करीन; नाहीतर हातही लावणार नाही. खरंतर मी इथे आलो ते केवळ तुम्हाला भेटायला. बस्स, माझा हेतू संपला. तुम्ही तुमची योजना सांगा. मी नक्की विचार करीन."

"विचार? विचार नाही आता कृती करायची वेळ आहे. आझाद, मी जेव्हा घर सोडून निघालो तेव्हा महायुद्धाची सुरुवात होती. इंग्लंड आणि जर्मनीच्या तिढ्याचा फायदा घ्यायचा माझा विचार होता. पण तो क्षण काही आला नाही. पुन्हा एकदा तशीच संधी परतून आली आहे. युरोपात पुन्हा एकदा युद्धाचे वारे वाहू लागले आहेत. या परिस्थितीचा फायदा आपण उचलला पाहिजे."

"म्हणजे कसे?"

"जर्मनी, इटली विरुद्ध इंग्लंड असे हे युद्ध रंगायची शक्यता दिसत आहे. आपण आपल्या अनिवासी भारतीयांची एक सैन्याची तुकडी बनवून भारतातील इंग्रजी साम्राज्यावर हल्ला चढवू यात. जर्मनी आणि इटलीची मदत अर्थातच

मिळेल.''

"आणि त्यांच्या मदतीने मिळालेले हे स्वातंत्र्य टिकेल असे वाटते तुम्हाला? कशावरून ते स्वतःच नंतर आपणावर हुकमत गाजवणार नाहीत. तसंही हिटलर आणि मुसोलिनीची साम्राज्यविस्ताराची महत्त्वाकांक्षा जगपरिचित आहे.''

"चुकीचा समज आहे तुझा.''

"समज? सारी दुनिया....''

"ऐकते, फक्त ऐकते. हे गोरे काय म्हणतात ते ऐकते. आणि तेच खरं मानते. साऱ्या जगामध्ये वसाहती यांच्या पसरल्यात आणि हुकूमशहा मात्र हिटलर. कसं शक्य आहे रे आझाद? तूच सांग. होऊ घातलेल्या युद्धात स्वतःची प्रतिमा गोरी ठेवण्याचा डाव आहे त्यांचा,'' आझादचे म्हणणे मध्येच तोडत अजितसिंग म्हणाले.

"बरं, नसेना का ते हुकूमशहा. पण ते आपल्याला उगाच मदत का करतील?''

"गुलामीची फळं त्यांनी पण चाखली आहेत आझाद. आणि आता सद्यःस्थितीत त्यांना पण आपल्या मदतीची गरज आहेच.''

अजितसिंगांचे म्हणणे आझादला फारसे पटले नव्हते. त्याने पुन्हा आपली नकारघंटा वाजवली. आपल्या योजनेवर ठाम राहत अजितसिंगांनीही आपले वारू पुढे दामटले. दिवस चढत होता. त्यांची चर्चा रंगली होती. दूर कुठेतरी नोट्रेडेम चर्चची घंटा घणघणत होती.

घणऽऽघणऽऽघणऽऽ

बर्लिन वेस्टएंडला एका कोपऱ्यात असलेल्या जर्मन नभोवाणी केंद्राच्या इमारतीपासून काही अंतरावर उभा राहून आझाद त्या वास्तूच्या भव्यतेकडे पाहत उभा होता. एकोणीसशे एकोणतीसला बनवण्यात आलेली ही इमारत स्थापत्यशास्त्राचा एक उत्तम नमुना होती. अर्धवर्तुळाकार असलेली ही इमारत तिच्या परिघाच्या मध्यभागी बाहेरच्या अंगाला निघत काहीशी निमुळती होत जाते. दोन मजली ही इमारत विविध प्रसारण केंद्र, मोठे कॉन्सर्ट हॉल अशा सुविधांनी युक्त होती. आझाद सध्या जिथे उभा होता, तिथून त्याला केवळ इमारतीचा सरळ असणारा भाग दिसत होता. इमारतीचे प्रवेशद्वार तिथूनच होते. पण त्यावर सोनेरी नाझी गरुडांची टोळी पहारा देत होती. भिरभिरत्या नजरेने साऱ्या आवक-जावकवर त्यांची नजर होती. पहिल्या महायुद्धात पंख छाटले गेल्याने जर्मनी अगतिक होऊन पडला होता. निपचित पडून व्हर्सायच्या तहान्वये लादलेल्या अपमानास्पद अटी पाळत होता. हिटलरच्या सामर्थ्यशाली पंखांच्या जोरावर नाझी गरुडाने झेप घेतली नसती, तर कदाचित तो तसाच पडून राहता. एकोणीसशे चौतीस साल उगवले होते. पंधरा वर्षे लोटली होती त्या

मानहानीकारक पराभवाला. पंख सरसावून होऊ घातलेल्या दुसऱ्या महायुद्धात अपमानाचा कलंक पुसण्यासाठी तो गरुड तयार होत होता.

हिटलरने यासाठी विशेष भर दिला होता तो राष्ट्रीय शिक्षणावर. युद्ध जिंकायचे म्हटले की त्यासाठी तरुण हवेत आणि तेसुद्धा राष्ट्रप्रीतीने भारलेले. यासाठी राष्ट्रीय शिक्षणावर जोर देणे गरजेचे होते. त्यासाठीच तर हिटलरने 'रिच ब्रॉडकास्टिंग कॉर्पोरेशन' नावाची ही रेडिओ कंपनी राष्ट्रीय शिक्षणासाठी वापरण्यासाठी सुरुवात केली. राष्ट्रभक्तिपर विविध कार्यक्रम रेडिओवरून प्रसारित केले जात होते. त्यावर पूर्णतः आपला अंमल असावा म्हणून नाझी सैनिकांचे संरक्षण कडे या इमारतीभोवती वावरत होते.

हिटलरची राष्ट्रभक्ती आणि दूरदर्शीपणाने आझाद भारावून गेला होता. असाच एखादा हिटलर भारतात होऊन गेला असता, तर कदाचित आपल्या देशातही इंग्रज नावालाच उरले असते. ज्याप्रमाणे हिटलरने ज्यूंचा नायनाट केला, त्या प्रकारेच आपल्या देशातील गद्दारांची जातही त्याने समूळ नष्ट केली असती. राष्ट्रीय शिक्षण देऊन एका तरुण भारताची निर्मिती केली असती. यंग इंडिया!

उभ्याउभ्याच आझाद तेजस्वी भारताची स्वप्ने बघत होता. तोच दोन नाझी सैनिक तिथे येऊन पोहोचले. बराच वेळ आझाद तिथे उभा होता आणि वारंवार इमारतीकडे बघत असल्याने त्यांना संशय आला होता. त्याचा फिरंगी वेष आणि गोरा वर्ण यामुळे आधी त्यांना काही वाटले नव्हते; पण जवळ आल्यावर मात्र तो जर्मन नसल्याचे समजून आल्याने त्यांचा संशय अजूनच दाट झाला होता. त्यांनी विचारपूस करायला सुरुवात केली. आझादला या गोष्टी आता नेहमीच्याच झाल्या होत्या. देशोदेशी फिरणे, निरनिराळ्या माणसांना भेटणे, या त्याच्या नेहमीच्या उपक्रमात बहुतेक वेळा त्याचा पोलिसांबरोबर सामना होत असे. त्यामुळे अशा गोष्टीतून कसे पार पडावे, हे त्याला चांगलेच ठाऊक होते. जर्मन भाषेत त्यांनी विचारलेले प्रश्न आझादला कळले नव्हते तरी त्याने इंग्रजीत उत्तर द्यायला सुरुवात केली. खिशातून पासपोर्ट काढून त्यांना दाखवत त्याने एक चिठ्ठीही त्यांना दिली. त्यात अजितसिंगांनी नभोवाणी केंद्रातील एका अधिकाऱ्याचा नाव-पत्ता दिला होता. जर्मन सैनिकांनी आझादची झडती घेतली; पण सोबतीला एक डायरी सोडून जास्ती काही सापडले नाही. तरीही आझादला धरून ते त्यांच्या बेस कॅम्पवर घेऊन गेले. तीन-चार तास आझादची कसून चौकशी चालली.

अखेर आझादची सुटका झाली. बराच वेळ खुर्चीवर बसून असल्याने पाठीला व कमरेला रग लागली होती. बेस कॅम्पच्या बाहेर येताच नाझी सैनिक त्याला घेऊन पुन्हा नभोवाणी केंद्राच्या गेटवर आले. पांढरा शर्ट आणि निळी पँट घालून एक चाळिशीचा माणूस तिथे गेटवरच उभा होता. चेहऱ्याची ठेवण, रंग यावरून तरी

आझादला तो भारतीय वाटला. त्या माणसाशी जर्मन भाषेमध्ये काही बोलून, आझादला त्या माणसाच्या हवाली करून सैनिक निघून गेले. तो आझादकडे बराच वेळ निरखून पाहत होता. नंतर काहीच न बोलता त्याने आझादला सोबत चलण्याची खूण केली. केंद्रापासून समोर शहराच्या दिशेने चालत दोघे निघाले. रस्त्याने मुकाट्याने चालताना आझादने तो कोण असेल आणि आपल्याला कुठे न्यायला लावले असावे, याची अटकळ बांधायला सुरुवात केली.

शहरातील एका ठीकशा रेस्टॉरन्टमध्ये तो माणूस घुसला आणि त्यामागोमाग आझादही. कोपऱ्यातील एका टेबलवर बसून इकडेतिकडे बघत त्या माणसाने खिशातून ती मघाचीच चिठ्ठी काढून आझादसमोर धरली.

"कौन हो आप? और मुझसे मिलने के लिये ये चिठ्ठी किसने दी आपको?"

"जी, आपही अब्दुल रहिमानजी है?"

"हाँ पण तुम्ही कोण आहात?"

"मी सिद्धू. करणसिंग सिद्धू. मला आझादने पाठवले होते तुम्हाला भेटायला." आझादने सांगितले.

"आझाद? कौन आझाद?"

"मोहम्मद आझाद. जिनिवा शहरातला. तुम्ही ओळखता ना त्याला? तो म्हणाला की तुम्ही ओळखता एकमेकांना. इथेच बर्लिनला भेटला होतात तुम्ही. एकदा जिनिवाला पण येऊन गेलात."

"हो, जिनिवाला येऊन गेलो होतो मागे. पण मी नाही ओळखत आझादला."

"आझाद, अजितसिंगांचा पुतण्या. आझाद."

"सॉरी फ्रेंड, तुझा काही तरी गैरसमज होतोय. मी कोण्या आझादला ओळखत नाही. अजितसिंगांना ओळखतो; पण आझादला नाही. आणि माझे ऐकशील तर इथून निघून जा ताबडतोब. आधीच पोलिसांचा संशय आहे तुझ्यावर. माझ्याबरोबर दिसशील तर मला पण त्रास होईल."

"तर तुम्ही आझादला ओळखत नाही. बरं, ठीक आहे. मी आझादची ओळख करून देतो. या बंद्याला आझाद म्हणतात. राम मोहम्मद सिंग आझाद."

"पण तुम्ही तर तुमचे नाव..."

"खात्री करून घेत होतो तुम्ही गुप्तहेर नसल्याची. मागे कधीतरी ही गोष्ट मी शिकलो होतो. स्वतःची ओळख आधी कधीच उघड करायची नाही. बरं, मला अजितसिंगांनी पाठवलंय तुम्हाला भेटायला. त्यांनीच चिठ्ठी दिली होती." अब्दुलचे बोलणे मध्येच तोडत आझाद बोलला.

"मग इथे कामावर येण्यापेक्षा सरळ घराकडे यायचं ना. एवढा त्रास झाला नसता. घराचा पत्ता होताच ना चिठ्ठीवर."

"हूं, मला संकटांना अंगावर खेळवायला आवडते. सरधोपट जगणे कंटाळवाणे वाटते. मस्तवाल बैलाला ढुश्या देण्यात जी मजा आहे ती झुरळाला चिरडण्यात निश्चितच नाही. काय म्हणता?"

"हे धाडस जिवावर बेतले असते. कायमचे तुरुंगात गेला असतात. इथे नाझी कानून चालतो. विचारपूस न करता तुरुंगात टाकतील आणि मग तिथेच जन्म काढावा लागेल."

"उत्सुकता होती तुमचे रेडिओ सेंटर बघायची. तुम्ही इथले मोठे अधिकारी, म्हटले काही अडचण येणार नाही. आणि सेंटरही बघून झाले असते."

आझादच्या बोलण्यावर अब्दुल हसले. कितीही मोठे अधिकारी, साहेब झाले तरी हिटलरच्या मर्जीशिवाय झाडाचे पानदेखील हलणार नाही, हे त्यांना माहीत होते. एकोणीसशे तेहतीसमध्ये हिटलरने जेव्हा या रेडिओ केंद्राचा ताबा घेतला होता, तिथपासून अब्दुल बघत होते. आकाशवाणीचे सारे कार्यक्रम हिटलर आणि त्याचे नाझी गरुडच ठरवत होता. अधिकारी, कार्यकर्ते सारे बाहुल्यांगत त्याच्या आदेशावर नाचत होते. त्यामुळे आझादचे बोलणे ऐकून त्याला गंमत वाटली.

अब्दुलच्या हसण्यामागचे कारण आझादला समजून आले होते. पण त्याबद्दल बोलण्याचे टाळून आझादने विषय बदलला.

"एका कामानिमित्त आलो होतो. अजितसिंगांबरोबर तुमचे त्या बाबतीत बोलणे झाले असेलच."

"सेनाप्रधानांच्या भेटीबाबत ना?"

"हो, मला त्यांना भेटायचे होते. काही प्रस्ताव होते. मदत हवी होती. तशी भेट झाली की त्यांना विषय लागलीच समजवता येईल."

"फ्युरर सहजासहजी भेटणार नाहीत. मी माझ्याकडून जेवढे प्रयत्न करता येईल तेवढे करतो."

इतक्यात त्यांच्या टेबलपाशी येऊन ठेपलेल्या वेटरने त्यांना ऑर्डरबाबत विचारणा केली. कॉफीची ऑर्डर देऊन अब्दुलने त्याला रवाना केला. टेबलाजवळच्या खिडकीतून उन्हाचा कवडसा आझादच्या चेहऱ्यावर पडला होता आणि खिडकीबाहेर कडक शिस्तीच्या निळ्या गणवेशातील नाझी सैनिकांचे लटांबर घेऊन चाललेल्या ट्रकमुळे उडणाऱ्या धुरळ्याने पुढचे सारे धूसर होऊन गेले होते.

जोरजोराच्या वाऱ्यामुळे बांबूची वने डोलत होती. बांबूच्या त्या वनात मधल्या मोकळ्या बाजूस एक चिता रचली होती. तिच्या सभोवताली बरीच माणसे उभी होती. माणसांच्या गर्दीत एका कोपऱ्यात आझाद उभा होता. इतर लोकांप्रमाणे

त्यानेही डोईवर पगडी, अंगात सदरा व लुंगी परिधान केली होती. हात जोडून शांतपणे चितेकडे पाहत तो उभा होता. चितेच्या जवळच उघड्या अंगाने हात जोडून एक अकरा-बारा वर्षांचा चुणचुणीत मुलगा होता. त्याने केवळ पगडी आणि लंगोट बांधले होते. त्याच्या शेजारी उभ्या असलेल्या सरदारजीने अंतिम संस्काराचे मंत्र पुटपुटायला सुरुवात केली.

परलोक सिधार गये ए स्वामी जन्नावेच नमः
सदा विचन विच्चे सो बरतोनी
जो बोले सो निहाल

त्याच्या हाकाऱ्यानंतर लागलीच 'सत् श्री अकाल'ची गुंज आसमंतात विरली. मंत्रपठण झाले, तसा तो मुलगा पुढे झाला. मलूल पडलेला चेहरा सांभाळत जड पावले ओढत जमिनीत गाडून ठेवलेली मशाल उचलून चितेपाशी आला. चितेला आग देऊन त्याने ती मशाल चितेवर ठेवली आणि पुन्हा शांतपणे मागे येऊन थांबला. त्याच्या खांद्यावर हात ठेवून बाजूच्या सरदारजीने त्याला धीर दिला. जमलेली सारी माणसे आता जमिनीवरील वाळक्या काटक्या उचलून चितेत टाकून निघाली. आझादनेही त्यांचे अनुकरण केले. काटक्या टाकून निघताना त्याने मुलाकडे एकदा नजर टाकली. काहीसे खिन्न होत तो पुढे निघाला.

"कट." दिग्दर्शक रॉबर्ट फ्लेहर्टींचा आवाज आला.

"एक्सलन्ट शॉट!"

अखेरकार रॉबर्ट फ्लेहर्टींच्या मनासारखा सीन शूट झाला म्हणून कॅमेरामन, सहायक दिग्दर्शक झोर्टन कोरडा, एडिटर, साऱ्यांना आनंद झाला; पण त्याच वेळी आता आपले काम संपले, पुढचा सीन मिळेपर्यंत पैशांचा रस्ता बंद झाला म्हणून एक्स्ट्रात काम करणाऱ्या लोकांची काळजी वाढली. अशाच काहीशा काळजीत आझादही होता. लंडनमध्ये आल्यापासून त्याने बरीच कामे केली. रस्त्यावर कपडे विकण्यापासून ते फळे, भाज्या विकण्याचीही कामे झाली. बऱ्याच ठिकाणी नोकरी केली आणि सोडलीही. पायांना फिरते चाक लावलेले असल्याने एकाच ठिकाणी तो फार काळ टिकतच नव्हता. गदर पार्टीची कामे करत ठिकठिकाणी हिंडताना पैसा कसा संपायचा, ते त्यालाही कळत नसायचे. पण तरी तो स्वतःपुरते कसेबसे पैसे जमवायचा. वर्षापूर्वीच तो जिनिवाला अजितसिंगांना भेटावयास गेला होता. नाझी आणि फॅसिस्टांच्या मदतीने इंग्रजांना भारतातून हाकलून देण्याची त्यांची कल्पना आझादला फारशी रुचली नव्हती. पण म्हातारपणातलीही त्यांची तरुणांना लाजवणारी जिद्द आणि धडपड पाहून त्याला त्यांच्याबद्दल खूप अभिमान वाटला. त्यांच्याच सल्ल्यानुसार त्याने रोम आणि इतर युरोपियन देशांतील निर्वासित क्रांतिकारकांची भेट घेतली. योजना आकार घेत होती. मध्येच कुठेतरी फिस्कटत होती. आझादचे

जोमाने प्रयत्न चालू होते,  तोच लंडन गदर पार्टीकडून आझादला संदेश आला. पार्टीसाठी फंड जमा करायचा होता. एकोणीसशे छत्तीस साल चालू होते, आझाद लंडनला परतला तेव्हा. हातात पैसा नव्हता, राहायला घर, नोकरी काहीच नव्हते. अखेर मोठ्या प्रयत्नांनी ईस्ट लंडनमध्ये गरीब लोकांच्या वस्तीत त्याला घर मिळाले. आर्टिलरी पॅसेजमधील पंधरा क्रमांकाचे हे घर अजितसिंग माल नावाच्या एका ऐंशी वर्षांच्या म्हाताऱ्याचे होते. 'आपण मोटार मेकॅनिक असून काम शोधत आहोत; काम मिळाले की भाड्याचे पैसे देईन, म्हणून त्याने घरात प्रवेश मिळवला.

घर तर मिळाले; पण नोकरीचा मोठा प्रश्न अजूनही त्याच्यासमोर होता. काही केल्या त्याला नोकरी मिळत नव्हती. नोकरीच्या शोधात तो एकदा डेनहॅमच्या लंडन फिल्म स्टुडिओत आला. तेव्हा तिथे अलेक्झांडर कोरडाच्या 'अ एलिफंट बॉय' या चित्रपटाचे चित्रीकरण चालू होते. चित्रपटाचा बहुतेक भाग भारतातील म्हैसूरमध्ये चित्रित झाला होता आणि उरलेला थोडा भाग इथे चित्रित होणार होता. चित्रपटाची कथा भारतीय मुलावर बेतलेली असल्याने एक्स्ट्रा म्हणून आझादला लागलीच नोकरी मिळाली. प्रत्येक दिवसागणिक पैसे मिळत होते. मिळालेल्या रकमेतून पार्टीफंडासाठी काही रक्कम आझाद लागलीच पाठवून देई. अजून अजितसिंगांना घरभाडे द्यायचे होते. पण चिंतेची बाब नव्हती. काही दिवसांत त्यांचे घरभाडेही देता येणार होते. पण जसाजसा एक एक सीन चित्रित होत होता, तसा आझाद अस्वस्थ होत होता. आज ना उद्या चित्रपट पूर्ण होणार होता. फंड जमा करण्यासाठी दुसरीकडे नोकरी बघणे आवश्यक होते.

एकीकडे नोकरीची चिंता सतावत होती, तर दुसरीकडे एक वेगळीच गोष्ट आझादचे डोकं खात होती. उठावासाठी काही रिव्हॉल्व्हर, काडतुसे, बंदुका पार्टीने आझादकडे दिली होती. आधीच लहान असलेल्या खोलीत राहायची अडचण; त्यात शस्त्र लपवून ठेवणे आणखीन मुश्कील.

अजितसिंग मालचे पंधरा नंबरचे ते घर फारच लहान होते. दोनच खोल्या होत्या. आतली खोली अजितसिंग स्वतःसाठी वापरत असे. बाहेरच्या खोलीचे दोन भाग केले होते. अर्ध्यामध्ये स्वयंपाकघर वसवले होते. उरलेल्या अर्ध्या जागेत आझादने आपले बस्तान मांडले होते. लहानशा त्या खुराड्यात कसेबसे सामान बसवून आझाद राहत होता. त्यात वरतून हत्यारांचे विकतचे दुखणे त्याच्या गळ्यात पडले होते. पार्टीकडून आलेली सारी शस्त्रे त्याने आपल्या सामानातच दडवून ठेवली. तरी धोका होताच. अजितसिंगचे जरी वय झाले असले तरी त्याची नजर मात्र बेरकी होती. न जाणो चुकून त्याच्या नजरेस ही शस्त्रे पडली तर म्हातारा पोलिसांना सांगायला कमी करणार नव्हता. त्यामुळे लवकरात लवकर ही शस्त्रे दुसऱ्या सुरक्षित जागी हलवणे आवश्यक होते. पण अशी सुरक्षित जागा अजून तरी

त्याच्या लक्षात आली नव्हती.

दिवसाचे शूटिंग संपले असल्याने कपडे बदलून त्याने त्या दिवसाचे पैसे घेतले. विचार करतच तो डेनहॅम स्टुडिओतून बाहेर आला आणि घराची वाट चालू लागला.

घरी पोहोचेपर्यंत संध्याकाळ उलटून अंधार पडला होता. लंडनच्या पूर्व भागात ही गरीब लोकांची वसाहत होती. गरिबीला साजेशीच छोट्या-छोट्या घरांनी भरलेली ही वसाहत. घराचे भाडे कमी असल्याने भारत, अफगाणिस्तानकडील बरीचशी लंडनस्थित माणसे इथे राहत होती. अजितसिंग माल पंजाबी शीख होता. त्याला मूलबाळ कोणीच नसल्याने एकटाच राहायचा. आझाद घरी पोहोचला तेव्हा तो स्वयंपाकघरात रात्रीच्या जेवणाची तयारी करत होता.

"और पापाजी, कसा गेला दिवस?" घरात घुसतच आझादने त्याला विचारले.

"चूप बदमाश! एक शब्द बोलू नकोस. गपचूप आपले सामान उचलून चालू पड इथून." गुश्श्यात वळून अजितसिंग कडाडला. रागाने त्याचे शरीर थरथरत होते.

"काय झाले पापाजी?"

"काही नाही. तू इथून निघून जा," खुल्या दाराकडे बोट दाखवत अजितसिंग निग्रहाने म्हणाला.

"ओ पापाजी, भाडं नाही दिलं म्हणून रागावलात काय? काळजी करू नका. मी देतो भाडं दोन दिवसात. आतापुरते हे एवढे पैसे घ्या," खिशातला दिवसाचा रोजाना काढून अजितसिंगपुढे धरत आझाद म्हणाला.

"ठेव ते पैसे तुलाच. मला नको तुझ्या पापाचा पैसा. आहे तुझं ते सामान आवर आणि नीघ इथून."

"पापाचा पैसा? काय बोलताय तुम्ही? कोणी माझ्याबद्दल काही बोलले का?"

"बोलायला कशाला पाहिजे? बघितलंय मी माझ्या डोळ्यांनी. त्या बंदुका, गोळ्या... कशाला हव्यात रे मेकॅनिकला बंदुका? मला फसवतोस काय? नोकरी नाही सांगून हे असले धंदे करतोस? तरी बरं, मला आधीच कळलं. नाहीतर पोलिसांनी मला पण तुझ्याबरोबर तुरुंगात टाकलं असतं. आता अजून काही घडायच्या आत नीघ इथून."

ज्याची भीती होती तेच घडले होते. लपवून ठेवलेली शस्त्रे अजितसिंगांच्या नजरेस पडली आहेत, हे आझादला उमगले. त्यावर तो काही बोलूही शकत नव्हता. तरी बरे म्हाताऱ्याने पोलिसात खबर दिली नव्हती.

आता काय करायचे, हा प्रश्न दत्त म्हणून त्याच्या समोर उभा राहिला. रात्र झाली

होती. तातडीने सामान आवरून जायचे कुठे? त्यात शस्त्र सोबतीला. घेऊन कुठे लपवायची शस्त्रे एवढ्या रात्री? आणि ती घेऊन रस्त्यावर राहणे धोक्याचेच. आयतेच पोलिसांच्या ताब्यात अडकण्याची भीती होती.

"पापाजी, माफ करा मला. तुम्हाला सांगितले नाही मी शस्त्रांबद्दल. खरंतर ती माझ्या मित्राची आहेत. तो काही दिवसांसाठी बाहेर गेला आहे ना, म्हणून माझ्याकडे ठेवायला दिली होती. माफ करा. मी उद्याच नेऊन देतो ती परत. पण असे घराबाहेर काढू नका."

"नको काही सांगूस मला. मी काहीही ऐकणार नाही." म्हणत अजितसिंग आझादजवळ आला. त्याच्या सामनाकडे बोट दाखवत पुढे म्हणाला,

"भर तुझे सामान आणि नीघ लगेच."

"पापाजी, पाया पडतो. किमान आजची रात्र तर राहू द्या. एवढ्या रात्रीचा कुठे जाऊ?" म्हणत आझादने त्याचे पाय धरले.

"कुठेही जा, मला त्याच्याशी काही घेणेदेणे नाही. मला उगाच गोत्यात यायचं नाही आहे. कळलं? सामान आवर आणि जा निघून."

अजितसिंग ऐकत नाही बघून आझादने सामान आवरायला सुरुवात केली. देशोदेशी हिंडावे लागत असल्याने त्याने सामान असे फारसे जवळ बाळगलेच नव्हते. होते तेवढे सामान आवरून तो बंदुका बघू लागला. बंदुका, काडतुसे, पिस्तुले एवढ्या शस्त्रांपैकी एकही नजरेस पडत नव्हती.

"पापाजी, बंदुका कुठे आहेत?" आझादने हळू आवाजात विचारले.

"दिल्या फेकून टेम्स नदीत. पाहिजेत तर घे तिथून."

शस्त्रे कुठे ठेवायची हा प्रश्न अजितसिंगाने नकळतच सोडवला होता. आपले उरलेले सामान पाठीवर लादून अस्पष्ट भविष्याचा वेध घेत आझादने घर सोडले. अंधारात वाट फुटेल तिथे सामान ओढत तो निघाला.

अजितसिंगने हाकलून दिल्यानंतर आझाद रस्ता कापत निघाला खरा; पण जायचे कुठे... राहायचे कुठे... सारेच प्रश्न अनुत्तरित होते. विचार न करता पाय चालत होते. मध्येच पाठीवरचे ओझे उतरून जमिनीवर ठेवून तो दम घेई. थोड्या वेळाने पुन्हा त्याची पदयात्रा चालू होई. चालता चालता तो शहराच्या मध्यात आला होता. तिथून उत्तरेस काही अंतरावर टेम्स नदी होती. सामान बाजूला ठेवत आझादने रस्त्याच्या कडेला बसकण मारली. मघापासून सुन्नपणे वागणाऱ्या आपल्या मेंदूला चावी देऊन विचार करावयास त्याने सुरुवात केली.

शहराच्या मध्यभागापासून सर्व दिशांना जाणारे रस्ते होते. पण जायचे कोणत्या

दिशेने? परतीचा रस्ता त्याला आधीच बंद होता. टेम्सच्या दिशेने जाऊनही शस्त्रे मिळायची सुतराम शक्यता नव्हती. उरलेले रस्ते अनोळखी शहराकडे घेऊन जात होते. नाही म्हणायला कामाच्या निमित्ताने त्याच्या थोड्याफार ओळखी झाल्या होत्या. पण काहींचे पत्ते नव्हते तर काहींचा नकार आधीच ठरलेला होता. रस्त्यावर राहणेदेखील धोक्याचे होते. चोर, मवाली यांची भीती तर होतीच; पण पोलिसांचीही भीती आझादला होती. बनावट पासपोर्टवर तो लंडनला आला होता. त्यामुळे रस्त्यावर राहिला तर लंडनच्या पोलिसांची बिलामत त्याच्यावर कोसळू शकत होती. कोणाकडे तरी आसरा घेणे आवश्यक होते. पण कोणाकडे?

रुकिमुद्दीन?

हो, रुकिमुद्दीनकडे जाण्यास हरकत नव्हती. रुकिमुद्दीन त्याच्यासोबत चित्रपटांमध्ये एक्स्ट्राचे काम करत होता. मागे एकदा आझादने त्याला पैशांची मदतही केली होती. त्यामुळे त्याच्याकडे मदत मागायला हरकत नव्हती. आशेच्या एका किरणाने आझादचे मन प्रफुल्लित झाले. सामान पुन्हा पाठीवर लादत लंडनच्या गारठ्याचा सामना करत आझाद रुकिमुद्दीनकडे निघाला.

रुकिमुद्दीन शहराच्या पूर्व भागात राहत होता. त्याच्यासोबत त्याच्या खोलीत अजूनही दोघे-तिघे जण राहत होते. आझाद कधी त्याच्या खोलीवर गेला नव्हता. रुकिमुद्दीननेच एकदा लांबून त्याची खोली दाखवली होती. त्याचा अंदाज घेतच आझाद त्याची खोली शोधत निघाला.

त्याने दाखवलेल्या खोलीचे दार ठोठावले. सुदैवाने रुकिमुद्दीननेच दार उघडले.

"आझाद, तू इथे? एवढ्या रात्री?" आझादला अशा अवेळी आलेले पाहून रुकिमुद्दीन हैराण झाला होता.

"यार रुक्मी, मदत हवी होती रे."

"काय? काय झाले?"

"मला राहायला जागा हवी होती. तुझ्याकडे काही सोय झाली असती तर चांगले झाले असते."

"माझ्याकडे? कुठे इथे? वेडा झालास का रे! मी स्वतःच इथे भाड्याने राहतो आहे. माझ्यासोबत अजून चार जण आहेत. आधीच जागा कमी. त्यात आम्ही पाच जण कसेबसे राहतो आहे. तुला कशी जागा देऊ इथे?"

"बघ ना रे प्रयत्न करून. खूप अडचण आहे रे," आझाद आर्जव करत म्हणाला.

"नाही रे आझाद, नाही जमणार. समजत का नाही तुला?"

"आजच्या रात्रीचीच गोष्ट आहे. उद्या सकाळीच दुसरीकडे व्यवस्था बघतो मी."

रुकिमुद्दीनने काही वेळ विचार केला.

"थांब, मी बाकीच्यांना विचारतो काही होऊ शकते का म्हणून." म्हणत दार ढकलून तो आत गेला.

बंद दाराबाहेर वाट बघत आझाद बसून राहिला. थोड्या वेळाने दार उघडून रुकिमुद्दीन बाहेर आला.

"आजच्याच रात्रीची गोष्ट असल्याने तुला ठेवायला ते तयार झालेत; पण तुला रात्रीसाठी भाडे द्यावे लागेल."

काही दिवसांपूर्वी खर्चासाठी आपणाकडून पैसे घेऊन गेलेल्या रुकिमुद्दीनने निर्लज्जपणे आपणाकडून भाड्याची मागणी करावी याची आझादला चीड आली. पण भल्यामोठ्या पर्वताखाली अडकून पडल्यासारखा तो अगतिक होता.

"ठीक आहे, देईन मी." थंड स्वरात आझादने उत्तर दिले.

रुकिमुद्दीनने आत येण्यास सांगताच सामान घेऊन आझाद आत आला. सिमेंट-विटांनी बांधलेली ती खोली असली तरी सात-आठ माणसे आरामात राहतील इतकी प्रशस्त होती. त्यामुळे रुकिमुद्दीनवरचा आझादचा राग वाढतच होता. रुकिमुद्दीनचा खोटेपणा त्याच्या लक्षात येत होता.

रुकिमुद्दीनने दाखवलेल्या कोपऱ्यात आझादने सामान ठेवले. बाकीचे चौघेदेखील खोलीतच होते. त्यांच्याकडे पाहत आझादने स्मित केले. पण त्याकडे लक्ष न देता ते आपल्या कामात मग्न राहिले. रात्रीच्या जेवणाची तयारी चालू होती.

आझाद शांतपणे कोपऱ्यात बसून राहिला. रुकिमुद्दीन रोट्या बनवत विस्तवाजवळ बसून होता. घामाने त्याचा चेहरा डबडबलेला होता. आझाद त्याच्याकडे बघत होता. त्याच्या त्या घामेजलेल्या चेहऱ्यामागचे काळे रूप आज त्याने बघितले होते.

थोड्याच वेळात ते पाचही जण थाळी घेऊन जेवायला बसले. पण रुकिमुद्दीनने आझादला बोलावलेही नाही. थोडा वेळ वाट बघून आझाद स्वतःच उठला. बाजूची एक थाळी उचलून त्यांच्यासोबत बसला.

"आझाद, तू जेवला नाहीस काय? मला वाटलं तू जेवला असशील. आधी सांगायचंस ना. तुझ्या वाटणीच्या रोट्या नाही बनवल्यात." आझादकडे त्रासिकपणे बघत रुकिमुद्दीन बोलला.

"नसतील बनवल्या तर आता बनव. भाडं तर देतच आहे."

"ते राहण्याचं भाडं आहे, जेवणाचं नाही."

"मागे माझ्याकडे भिकाऱ्यासारखा पैसे मागायला आलेलास तेव्हा तुला जे पैसे दिलेले त्यातूनच जेवणाचे पैसे काढून घे आणि उरलेले मला परत कर."

आझादचे सडेतोड बोलणे रुकिमुद्दीनला भरपूर झोंबले. जवळच पडलेला तळणाचा चमचा उचलून त्याने आझादच्या पाठीत तडाखा हाणला.

"आई गं!" आझाद कळवळला.

"मला बारा रोट्या लागतील." पाठीवर हात चोळत कण्हतच आझाद बोलला. रुकिमुद्दीनसकट बाकीचे चौघेही या चमत्कारिक माणसाकडे आश्चर्याने बघत राहिले.

"मग, नंतर सोडतो काय मी त्याला. सरळ म्हणालो, आधी रोट्या दे मग राहिलेले पैसे. माझा आवेश बघून असा घाबरला म्हणून सांगतो." म्हणत आझादने शेजारच्या सरदारजीकडे टाळीसाठी हात पुढे केला. त्यानेही हसतच आझादला टाळी दिली.

अलीकडे आझादचे असेच चालू होते. चारचौघे जमले की आपले किस्से सांगत तो स्वतःची बढाई करत असे. कधी आपण केवळ लाठीने म्हशीला कसे पळवून लावले, तर कधी जलपा नौकेने गोऱ्यांना फसवून आपण भारतात कसे गेलो ते, तर कधी रुकिमुद्दीनचा किस्सा ऐकवायचा. कधीकधी तर तो एखादी गोष्ट बनवूनच सांगायचा. अर्थात, त्याचे किस्से शेफर्ड बुश गुरुद्वारातील माणसांसाठी करमणुकीचे एक साधनच बनले होते. तो असला की वातावरण कसे खेळीमेळीचे आणि आनंदाचे बनून जाई. गंभीर प्रसंगातही हलकासा विनोद करून परिस्थितीचे गांभीर्य मिटवण्याचे कसब त्याला चांगलेच अवगत होते.

रुकिमुद्दीनकडे रात्र काढल्यानंतर दुसऱ्या दिवशीच आझादने शेफर्ड बुश गुरुद्वारामध्ये आपले बस्तान हलवले. शेफर्ड बुश गुरुद्वारा लंडनमधील शिखांचे एक मोठे प्रार्थनास्थळ होते. लंडनमध्ये आलेल्या बऱ्याचशा भारतीयांना सिंक्लेअर रोडवरील या गुरुद्वाराने आसरा दिला होता. गुरुद्वाराची इमारत दुमजली असून, तिच्या वरच्या भागात लोकांच्या राहण्याची व्यवस्था होती. इमारतीच्या प्रवेशद्वारी दोन कमानी उभारलेल्या होत्या. मुख्य दरवाजा आणि या कमानी यांच्या वरचा भाग जोडून एक छोटासा सज्जा दर्शनी भागात होता. मुख्य दरवाजाच्या दोन्ही बाजूंना दोन खिडक्या असून, त्यांना काचेची तावदाने होती. तशाच खिडक्या वरच्या मजल्यावरही होत्या.

आझाद गुरुद्वाराच्या एका मोठ्या हॉलमध्ये इतरांसकट राहत होता. सगळ्यांसोबत राहावे लागत असल्याने त्याला आता जास्त खबरदारी घ्यावी लागत होती. आपली पत्रे तो नेहमी दुसऱ्या टपालपालच्या पत्त्यावर मागवत असे. त्याच्याकडे गदरची बरीच पत्रके असत. ती तो ट्रंकेला कुलूप लावून त्यात ठेवू लागला.

गुरुद्वारात राहायला आल्यापासून तीन-चार दिवसांतच चित्रपटाचे शूटिंग आटोपले होते. पुन्हा एकदा नोकरीधंद्याच्या शोधात फिरत तो दिवस काढू लागला. बऱ्याच वेळा तो लंडनमधील विदेशी वकिलातींच्या भागात हिंडत असे. नोकरी नसल्याने त्याला बराचसा मोकळा वेळ मिळत होता. गुरुद्वारातील इतर मंडळीशी ओळख करून घेण्यात तो वेळ काढू लागला. त्यात त्याला फारसे कष्ट पडले नाहीत. त्याचे

किस्से आणि बढाईखोरपणामुळे तो भलताच लोकप्रिय झाला होता. त्याची बहुतेक लोकांशी ओळख झाली होती. सरदार अर्जुनसिंग नावाच्या एका मुष्टीयोद्ध्याशी त्याची ओळख झाली. त्याला आझाद मल्लसाहेब म्हणायचा. नंतर त्या मल्लसाहेबाचे कधी मालसाहेब झाले त्याला पण कळले नाही. सुरेनसिंग, काबूलसिंग, नझरसिंग, प्रितमसिंग ग्रेवाल, करमसिंग, गुरबचन सिंग अशा लंडनमधील अनेक शिखांशी त्याची इथे ओळख झाली.

काही दिवसांपूर्वीच केसरी पत्राचे लंडनचे वार्ताहर दत्तोपंत ताम्हणकरांनाही तो भेटला होता. ताम्हणकरांनाही त्याचा मनमोकळेपणा फार आवडला होता. त्यामुळे गुरुद्वारात आल्यानंतर ते आझादला भेटल्याशिवाय जात नसत. आतासुद्धा जाण्याअगोदर ते आझादला भेटले. आज ताम्हणकरांसाठी आझादने आपल्या पोतडीतून रुकिमुद्दीनचा किस्सा बाहेर काढला होता. त्याने किस्सा सांगायला सुरुवात केल्यानंतर लागलीच त्याच्याभोवती बैठक जमली होती. बाकीच्यांसाठी किस्सा जुनाच असला तरी आझादच्या सांगायच्या शैलीसाठी ते पुन्हा ऐकत बसले होते.

"ओए आझादभाई, तुम्ही एवढे देश फिरलात. एवढे अजबगजब किस्से घडलेत तुमच्यासोबत. तुमचे ऐकायला मजा येते. पण काय हो, तुम्ही कधी तुमच्या इश्कबाजीचे किस्से नाही सांगितले." प्रितमसिंग ग्रेवालने रंगात येत विचारले.

"इश्कबाजी? मी? छे बुवा! आधीच नोकरी नाही, वर फिरता कारभार. असे महागडे छंद परवडायचे नाहीत आपल्याला." हसतच आझादने चेंडू टोलवला.

"इतक्या देशांत हिंडलात आणि कधीच काहीच नाही केलंत?"

"नाही ना. इतक्या देशात हिंडलो म्हणूनच तर काही करता नाही आलं."

"बरं, मग आता तरी काही लग्नाचा विचार आहे का नाही? की काराच राहणार आहेस?" पुढचा चेंडू ताम्हणकरांनी टाकला होता.

"लग्न? लग्न तर माझं केव्हाच झालं आहे."

"झालं आहे? कुठे आहे मग बायको?"

"येईल, येईल. अजून आली नाही ना ती."

"कुठे आली नाही?"

"घरी. नखरेल आहे जरा. घरी यायलाच तयार नाही. तिला आणायला माझा मित्र पुढे गेलाय. बघू आता, तो तिला घेऊन येतोय की मलाच जावं लागेल."

"कोण तुझा मित्र?"

"आहे. फार मोठ्या जागेवर आहे सध्या. देवाने ठरवले तर कदाचित मलाही त्याच्या आसपास जागा मिळेल."

आझादचे असंबद्ध बोलणे लोकांसाठी नवीन नव्हते. एखादी गोष्ट सांगताना तो तिच्यात एवढा हरवून जाई की असंच काहीतरी वेड्यासारखा बडबडत राही.

लोकांनी त्याच्या बोलण्याकडे फारसे लक्ष दिले नाही. आझाद मात्र भगतच्या आठवणीत हरवून गेला.

"काय सुरेख गाणं रचलंय बिस्मिलजींनी. एकदम जबरदस्त! नुसतं ऐकलं तरी जोश येतो.

सरफरोशी की तमन्ना अब हमारे दिल में है।
देखना है जोर कितना बाजू-ए-कातिल में है ।।
वक्त आने पर बता देंगे तुझे ए आसमां ।
हम अभी से क्या बताये क्या हमारे दिल मे है ।।"

काळ्या दाढीतला तो गृहस्थ गाणं गुणगुणत होता. त्याच्या गुणगुणण्याकडे आझादचे लक्ष गेले. गुरुद्वारामध्ये बहुतेक वेळा आझादने त्याला बघितले होते. पण एकमेकांशी बोलण्याचा प्रसंग असा कधी आला नव्हता. तसा तो गृहस्थ गुरुद्वारामध्ये जास्त वेळ थांबत नसे कधी. पण आज मात्र तो थांबला होता. कोणाच्या तरी गप्पांमधून रामप्रसाद बिस्मिलांचा विषय चालला होता. ते ऐकताच त्या गृहस्थानेही गप्पांमध्ये भाग घेतला.

"वा! छानच गाता तुम्ही. पण मध्येच एका ठिकाणी जराशी चूक केलीत. ते म्हणालात ना की 'वक्त आने पर बता देंगे तुझे ए आसमां' त्याऐवजी 'वक्त आने दे बता देंगे तुझे ए आसमां' असे म्हणायला हवं होतंत," आझाद त्यांच्यात येऊन बसत म्हणाला.

"हो का? एवढी वर्षं गाणं गुणगुणतो आहे; पण कोणी कधी लक्षात नाही आणून दिलं. तुम्ही मात्र लगेच पकडलंत."

"भगतकडून ऐकलं होतं गाणं बऱ्याच वेळा. त्यामुळे माहिती होतं."

"भगत म्हणजे तो फाशी गेला तो भगतसिंग?"

"हो." आझादने मान डोलावली.

"तुमचा मित्र होता तो?"

"हूं, खूपच चांगला मित्र. आमच्या मैत्रीचे दाखले दिले जातात तिथे पंजाबात. काय सांगू आता तुम्हाला. बरं, माझं नाव मोहम्मद सिंग आझाद." म्हणत आझादने हस्तांदोलनासाठी हात पुढे केला.

"शिवसिंग जोहल." हात मिळवत त्या गृहस्थाने स्वतःचा परिचय दिला.

"काय करता तुम्ही?"

"माझा इथे छोटासा फॅमिली बिझनेस आहे. तोच चालवतो. तुम्ही काय

करता?'' जोहलांनी उलट प्रश्न केला.

''क्या करता आझाद? अरे, आझाद काय नाही करत ते विचारा. त्याची यादीच जास्त होईल. सकाळपासून रात्रीपर्यंत इथेच पडलेला असतो. काही काम नाही, धंदा नाही. वर प्रिन्स म्हणून बिरुदावली मिरवतो. याला म्हणतो काही नोकरी वगैरे शोध. पण ऐकेल तर ना.'' चिमासिंग मध्येच बोलून गेला.

''मग काय चुकीचे करतो? प्रिन्स आहे, प्रिन्ससारखा राहतो. मला माझ्या राहण्या-वागण्यात काहीच गैर वाटत नाही. आणि मला सांग, मी जर इथे नाही थांबलो तर तुमची करमणूक कोण करणार, अं?''

''प्रिन्स? कुठल्या संस्थानाचे मालक आहात का तुम्ही?'' जोहलांनी कुतूहलाने विचारले.

''मालक होणार आहे, स्वतंत्र भारताचा. मी मालक झालो की प्रधानमंत्री मात्र तुम्हालाच करणार.'' म्हणत आझादने डावा डोळा लवला. बऱ्याच वेळा ऐकवलेला विनोद असल्याने इतरांना त्याचे काहीच वाटले नाही. पण जोहल मात्र हसले. तसे जोहल आझादच्याच वयाचे. फक्त चार वर्षांनी लहान. मूळचे संयुक्त प्रांतातले; पण बऱ्याच वर्षांपासून लंडनमध्ये स्थायिक झालेले. जन्मभूमी भारतच असल्याने स्वदेशाबद्दल जाणून घ्यायची त्यांना खूप उत्सुकता असायची. त्यात गप्पा छाटायचा शौक. त्यामुळे दोघांची भट्टी चांगलीच जमली.

गप्पा, विनोद बराच वेळ चालले. बाहेर अंधार दाटून आला होता.

''बरंय आझाद. निघतो मी आता. छान वेळ गेला तुझ्यासोबत. तू असं का नाही करत, कधीतरी जेवायलाच ये माझ्याकडे. निवांत गप्पा करता येतील,'' निरोप घेत जोहल म्हणाले.

''जेवायची गोष्ट काढलीत का? मग तर नक्कीच येईल तो. पण जरा जास्तच जेवण बनवा. भरपूर खायची सवय आहे त्याला.''

चिमाच्या विनोदावर सारेच खळखळून हसले.

''ठीक आहे. नक्की येईन मी.'' आझादने उठून हस्तांदोलन केले.

साऱ्यांचा निरोप घेऊन शिवसिंग निघून गेला.

''चांगला माणूस आहे.'' काळ्या कोटातील शिवसिंगच्या पाठमोऱ्या आकृतीकडे बघत आझाद बोलला.

''तुला तर चांगला वाटणारच ना. तुला जेवायला जे बोलवलंय त्यानं.'' म्हणत चिमासिंग हसला.

''मी जेवायला गेल्यानंतर बेट्याचं काही खरं नाही.'' म्हणत आझाद त्याच्या विनोदात सामील झाला.

''बरं आझाद, काय करतो आहेस आता?''

“काही नाही. का रे?”

“चल सिनेमाला जाऊन येऊ. भरपूर दिवस झाले सिनेमा नाही पाहिला.”

“नको आता नको. नंतर कधीतरी जाऊ.”

“का?”

“अरे, मोठ्या मुश्किलीने वारिस शहाच्या ‘हिर’ची प्रत हातात पडली आहे. तेच वाचायचं होतं.”

“बरं ठीक आहे.”

रात्रीचे जेवण आटोपून आझाद ‘हिर’ वाचत बसला. हातात पेन धरून तो पुस्तकात हव्या तिथे खुणा करत होता. सुफी कवितांच्या मधुरतेचा आस्वाद घेत होता. चंचल पाण्याला स्थिर केल्यासारखे त्याचे मन हलके हलके होत शांत झाले होते. वाचता वाचता किती वेळ गेला कुणास ठाऊक! हळूहळू त्याचे डोळे जड होत चालले होते. त्याचे जडावलेले शरीर वळकटीवर लवकरच आडवे झाले.

शेफर्ड गुरुद्वारामध्ये राहायला आल्यापासून आझादच्या नशिबात विश्रांती आली होती. स्वतःचीच आर्थिक परिस्थिती ठीक नसल्याने पार्टीची कामे करत देशोदेशी हिंडणे आता पूर्णपणे थांबले होते. गुरुद्वारातील माणसांबरोबर गप्पागोष्टी, थट्टाविनोद करत त्याचे दिवस चालले होते. त्याचे मित्र, ओळखीची माणसे नेहमी त्याला तो आळसात वेळ घालवतो म्हणून बोलायची. पण आझाद त्यांचे बोलणे वाऱ्यावर सोडून मनमानी कारभारच करायचा. शिवसिंग जोहलसोबत त्याची आता चांगलीच मैत्री झाली होती. गुरुद्वारात राहून इतरांचे टोमणे ऐकण्यापेक्षा तो जोहलच्याच घरी राहणे पसंत करत असे. सारा दिवस जोहलच्या घरी काढून रात्री झोपण्यापुरता फक्त तो गुरुद्वारात जायला लागला. जोहल त्याला बाबा म्हणून हाक मारायचा. त्यांच्या दिवसभरात अनेक गोष्टींवर चर्चा झडायच्या. आझादने आपली अनेक रहस्ये जोहलला सांगितली होती आणि अर्थातच जोहलने त्याची कुठे वाच्यता केली नव्हती. मद्यपान करण्यासाठी दोघे पुष्कळदा पबमध्ये जायचे. तिथे त्यांनी अनेक ब्रिटिश मित्र बनवले होते. त्यांच्यावर प्रभाव टाकण्यासाठी आझाद पगडी आणि राजेशाही थाटाचे कपडे घालून जायचा. स्वतःची ओळख प्रिन्स म्हणूनच करून द्यायचा. त्यांनाही तो आपले किस्से बढाई मारून सांगायचा.

पबमध्येच त्याची काही आयरिश तरुणांशी ओळख झाली. केविन, सॅम्युअलसोबत तो अनेकदा फिरायला जायचा. कोव्हेंट गार्डनला फळे आणि भाज्यांनी भरलेल्या पिशव्या पोहोचवायचे काम तो त्यांच्याबरोबर करू लागला. काही दिवसांतच त्याने सायकल खरेदी केली आणि त्यांच्यासोबत रस्त्यावर कपडे विकायचा धंदा करू

लागला. चार पैसे कनवटीला लागले तसे गुरुद्वारातील आपले बिऱ्हाड उचलून आझादने बॉर्नमोथच्या विम्रोबॉर्न रोडवर हलवले. तिथे पाचशे एक्क्याऐंशी क्रमांकाच्या बंगल्यात आझादने एक मोठी खोली भाड्याने घेतली. ज्याप्रमाणे बरीच वर्षं अडवून ठेवलेले धरणाचे पाणी महाप्रलयाच्या वेळी दुथडी भरून वाहते, तसेच काळाच्या पडद्याआड दडून बसलेले चांगले दिवस आझादच्या आयुष्यात येत चालले होते. लवकरच मोटारीचे सुटे भाग बनवणाऱ्या एका इंजिनिअरिंग कंपनीत त्याला मेकॅनिकची नोकरी लागली. त्याची कंपनी लंडनच्या पूर्व भागात होती. त्यामुळे मित्रांसोबत त्याला आता जास्त वेळ राहता येत नव्हते. पण दुपारचे जेवण मात्र ठरवून सारे एकत्र करत असत. आजही आपले काम आटोपून तो फटाफट कॅनोय रेस्टॉरन्टकडे निघाला. आज त्याला उशीरच झाला होता. केव्हिन आणि इतर सारे केव्हाचे पोहोचून त्याची वाट बघत असतील याची त्याला कल्पना होती आणि म्हणूनच तो घाई करत होता.

तो रेस्टॉरन्टला पोहोचला तेव्हा त्याच्या अपेक्षेप्रमाणे सारे येऊन बसले होतेच पण एक सुंदरशी तरुणीही त्यांच्यात बसली होती. गोरा वर्ण, सोनेरी केस, घारे डोळे, काहीसे लांबट नाक, गुलाबी कांती आणि रक्तवर्णी ओठ. आझादला बघताक्षणी ती आवडली. तिच्याकडे चोरून पाहत तो त्यांच्यात जाऊन बसला.

''काय रे आझाद, किती उशीर?''

''जरा कामात अडकलेलो रे केव्हिन.'' म्हणत आझादने त्या तरुणीकडे पाहत भुवया उंचावून केव्हिनकडे तिची विचारणा केली.

''अरे, मी ओळख करून द्यायलाच विसरलो. ही आयरिन, माझ्या मित्राची बहीण. इथेच राहायला आली आहे सध्या. व्हेजिटेबल स्टोअरमध्ये काम पण मिळालंय तिला. आणि आयरिन, हा आझाद. इंडियन आहे. खूपच चांगला आणि मनमिळावू स्वभाव आहे याचा. आमचा चांगला मित्र आहे.'' केव्हिनने दोघांची एकमेकांशी ओळख करून दिली.

''आयरिन.... सो लंडनमध्ये कसे वाटताहेत सुरुवातीचे दिवस?'' आझादने वेळ न दवडता तिच्याशी बोलायला सुरुवात केली.

''नवीन जागेत सर्वांनाच विचित्र वाटते. बघू, चार-पाच दिवसांत रुळेन इथे.''

''रुळणारच. खूपच गमतशीर शहर आहे. तुला माहिती आहे, मी माझ्या कामानिमित्त सारी दुनिया हिंडलो असेन; पण लंडनसारखे शहर नाही. लवकरच जम बसेल तुझा इथे.''

एव्हाना त्यांच्या टेबलवर लंच आले होते. जेवता जेवता आझादने तिच्याशी बऱ्याच गोष्टींवर गप्पा मारल्या. तिच्या घरी कोण असते, कुठे शिक्षण झाले, आयर्लंड सोडून एवढ्या लांब लंडनला यायचा निर्णय कसा झाला... असे झाडून

सारे प्रश्न विचारले आणि तिने न विचारताही स्वतःबद्दल बरेच काही सांगितले. जगभरातल्या बघितलेल्या विविध विचित्र गोष्टी, चित्रपटात काम करण्याचा स्वतःचा अनुभव, स्वतःच्या आवडीनिवडी, बारीकसारीक ज्या काही गोष्टी त्याच्या डोक्यात तेव्हा येत होत्या, तो बोलून टाकत होता.

"मलादेखील तुझ्यासारखे मोटारसायकल चालवण्याचे तुफान वेड आहे. मागे एकदा वेल्सला गेलो होतो मोटारसायकल घेऊन. केव्हिनदेखील होता सोबत. एखादी जुनी मोटारसायकल मिळाली तर बघू विकत घेईन. काय रे केव्हिन, तुला मोटार बघायला सांगितलेली ना, सापडली का एखादी?"

"नशीब, आम्हीदेखील इथे आहोत याचं भान आहे तुला."

केव्हिनच्या विनोदावर सारेच हसले अगदी आयरिनसुद्धा. तिच्या चेहऱ्यावर रागाचा कुठलाच लवलेश नव्हता. तिच्या मोहक हास्याने त्याच्या मनात वीणेच्या तारा छेडल्या होत्या. लंच उरकून सारे पुन्हा आपल्या कामावर निघाले. आयरिनचा विचार मनात घोळवत आणि तिचे हसू मनात साठवत आझादही परतीच्या वाटेला लागला.

पोस्ट ऑफिसच्या जुन्या पांढऱ्या भिंतीवरून हात फिरवताना भिंतीवरील गोळ्यांच्या खुणांच्या अस्तित्वाची जाणीव आझादला झाली. फार पूर्वी इथे कोणता तरी भयंकर प्रसंग घडला असावा याबाबत आझादला शंकाच नव्हती. त्याने मान वळवून आयरिनकडे पाहिले. ती समोरच्या पोस्ट ऑफिसच्या इमारतीकडे टक लावून पाहत होती. तिच्या डोळ्यांत पाणी दाटून आल्यासारखे वाटत होते.

आयरिनच्या डोळ्यांत अश्रू पाहून आझाद मात्र गोंधळात पडला. खरंतर त्याची आपल्या घरच्यांशी भेट घडवून आणण्यासाठी आग्रहानेच ती आझादला घेऊन आयर्लंडमधील डब्लिन शहरात आली होती. सारा प्रवास त्यांनी आझादच्या मोटारसायकलवरूनच केला. मोटारसायकल डब्लिन शहरातील पोस्ट ऑफिससमोर आली तशी आयरिनने गाडी थांबवण्यास सांगितले. मोटारसायकल बाजूला लावल्यावर आयरिन शांतपणे त्या जुनाट इमारतीजवळ गेली. इमारतीच्या भिंती वेड्यासारखी चाचपडू लागली. तिच्या कृतीचा काहीच अर्थबोध झाला नसला तरी भिंतीतील गोळ्यांच्या निशाणांनी त्याची उत्सुकता चाळवली. भिंतीवर कधी काळी गोळीबार झाल्याची खात्री झाल्यावर त्याची खातरजमा करण्यासाठी तो आयरिनकडे वळला. पण बघतो तर आयरिन रडताना त्याला दिसत होती. काय करावे हे न सुचून दिङ्मूढासारखा तो स्तब्ध उभा राहिला.

आश्चर्याचा पहिला आवेश ओसरल्यावर तो पुढे झाला. आयरिनच्या खांद्यावर

हाताने थोपटून तिला धीर देऊ लागला. तिच्या मऊशार मुलायम केसांतून हात फिरवत तिला शांत करू लागला.

"काय झालं डियर? काही आठवले का? अशी रडतेस का?"

"नाही, काही नाही." डोळे पुसत तिने उत्तर दिले.

ती म्हणत होती पण खरी परिस्थिती नक्कीच काहीतरी और होती. मुसमुसणारे नाक टिपत ती आझादपासून तोंड लपवू लागली. आझादनेही विषय न ताणायचे ठरवले.

"चल, जाऊ दे. ऊठ आता, तुझ्या घरी जायचंय ना. घरवाले वाट बघत असतील. त्यांना कळवले तर आहेस ना तू की आपण येतोय म्हणून."

"आझाद, घरी कोणीच आपली वाट बघत नाहीये. कोणीच नाहीये घरी.... कोणीच नाही." आवरत आलेले आयरिनचे रडू एकाएकी उफाळून आले.

"म्हणजे? काय म्हणते आहेस तू?"

आयरिन रडतच होती. तिला परत विचारण्यात काही अर्थ नाही. ती काही सांगणार नव्हती किंवा तिला सांगवत नव्हते. सध्याच्या परिस्थितीत तिला त्या जागेवरून दूर नेणेच आझादला इष्ट वाटले. पलीकडेच असलेल्या क्रूक पार्क मैदानाला वळसा घालून कॅनॉल ब्रिजवरून तो तिला घेऊन जरा दूरच्या स्थळी आला. उल्हासदायक वातावरण बघून एका मळ्यासमोर त्याने मोटारसायकल थांबवली. आयरिनही आता शांत झाली होती.

"भरपूर आल्हादमय वातावरण आहे ना इथले?"

तिने मानेनेच हुंकार दिला.

"मोठे मोठे कवी अशाच वातावरणात, अशाच ठिकाणी बसून कविता लिहीत असतील. तेव्हाच त्यांच्या कविता सुंदर बनतात. मीही हा प्रयोग करून बघतो. बघू या जमतंय का?"

या वेळी तिने फक्त डोळ्यांनी होकार भरला.

"बरं, तुझं घर कुठल्या दिशेला आहे? मघाशी विचारताच आलं नाही. सांग ना."

"आपण शहराबाहेर आलो रे. घर मागे राहिले."

"उफ् ! तू पण ना. सांगायचंस तरी की आपण उलट दिशेला जातोय म्हणून."

"जाऊ दे ना, इथंच बरं वाटतंय. तिथे जाण्यात काही अर्थ पण नाही."

"अस्सं का?"

"ते घर थोडी ना आहे. चारी बाजूंना उभ्या असलेल्या भिंती आहेत तिथे फक्त. घराला घरपण तर तेव्हा येतं, जेव्हा त्यात आपली माणसं राहतात आणि माझी माणसं त्या घरात काय, या जगात पण राहत नाहीत." तिच्या आवाजात निराशेचा

सूर होता.

"ओह, आय ॲम सॉरी!"

"नो....नो. मी तुला काहीच सांगितलं नाही. तुला तरी कसं कळणार? आजचा दिवस कुठला रे?"

"एकवीस नोव्हेंबर. का?"

"एकवीस नोव्हेंबर, हूंऽऽऽ. बरोबर वीस वर्षांपूर्वी मी माझ्या घरच्यांना शेवटचं बघितलं होतं. आठवतो आहे मला तो दिवस, अतिशय वाईट दिवस."

आयरिन बोलत होती. भावनेने ओथंबून तिचे शब्द आझादच्या कानावर वार करत त्याच्या डोळ्यांतून पाणी काढत होते. तिच्या तोंडून बाहेर पडणाऱ्या प्रत्येक शब्दात दुःखाची लकेर होती आणि त्वेषाचा निखारा.

आयरिनचे बोलणे संपले तेव्हा आझादचे डोळे पाणावलेले होते. तो जास्त काही बोलूच शकला नाही. ऐकलेल्या वास्तवाने त्याचे मन सुन्न झाले होते. बराच वेळ कोणीच काही बोलले नाही.

"चल आझाद, निघू या आता. रात्रीपर्यंत लंडनला परत गेलं पाहिजे."

यंत्रागत यांत्रिक चालीने आझाद उठला. मोटारसायकलवर स्वार होऊन दोघे परतीच्या वाटेला लागले.

२१ नोव्हेंबर १९२०
ब्लडी सन्डे
गुरिला वॉर
क्रूक पार्क

रात्री बिछान्यावर पडल्यावर आझादच्या मनात आयरिनने सांगितलेल्या घटनांनी फेर धरला होता. इंग्रजांच्या क्रूरपणाचा अजून एक नमुना त्याच्यासमोर होता.

१९२० साली आयर्लंडच्या सुपुत्रांनी जोर करून इंग्रजांपासून देशाला स्वातंत्र्य मिळवण्यासाठी लढा देण्यास सुरुवात केली. ब्रिटिशांच्या सैन्याचा सामना करण्यासाठी त्यांनी आयरिश रिपब्लिकन आर्मीची स्थापना केली होती. आयरिश क्रांतिवीरांच्या या आगळिकीबद्दल त्यांना शिक्षा करण्यासाठी इंग्रजांनी ऑक्झिलरी डिव्हिजन बनवली. वेगवेगळ्या खबऱ्यांमार्फत माहिती मिळवून या आयरिश आर्मीच्या सैनिकांना अटक करण्याचा धुडगूस या डिव्हिजनने लावला होता.

अखेर, या ऑक्झिलरी डिव्हिजनचा बंदोबस्त केल्याशिवाय पर्याय नाही, हे लक्षात येताच त्यांना शह देण्यासाठी आयरिश रिपब्लिकन आर्मीने एक योजना आखली. अंमलबजावणीची तारीख ठरली २१ नोव्हेंबर १९२०. योजनेचे नेतृत्व

होते मायकेल कोलिन्सकडे. योजना होती आयरिश सैनिकांना पकडण्यात सहभागी असलेल्या ऑक्झिलरी डिव्हिजनच्या कैरो गँगच्या सदस्यांना देहान्त प्रायश्चित्त देणे. ठरल्याप्रमाणे कैरो गँगच्या सदस्यांचे पत्ते मिळवण्यात आले. त्यात दहा ब्रिटिश आर्मी ऑफिसर्स, दोन ऑक्झिलरी डिव्हिजनचे सदस्य, एक संशयित शहरी खबऱ्या आणि एक रॉयल आयरिश कॉन्स्टाबुलरी ऑफिसरचा समावेश होता. मायकेल कोलिन्सने तयार केलेल्या सैनिकांच्या तुकडीने या चौदा जणांच्या घरी जाऊन त्यांचा खून केला.

त्याच दिवशी दुपारी क्रूक पार्क मैदानावर डब्लिन गॅलेटिक संघाविरुद्ध टिपररी संघ असा फुटबॉलचा सामना रंगणार होता. रविवारचा दिवस असल्याने मैदानावर प्रचंड गर्दी होती. प्रत्येक जण आपापल्या संघासाठी घोषणा देऊन त्यांना प्रोत्साहित करत होते. सामना अतिशय चुरशीचा झाला होता, तोच आपल्या इंग्रज सैन्याच्या तुकडीसह मेजर मिल्स तिथे पोहोचला. कोणतीही पूर्वसूचना न देता त्याने जमावावर गोळीबाराचा आदेश सोडला. थोड्याच वेळापूर्वी जिथे माणसे आपापल्या संघांना प्रोत्साहित करण्यासाठी ओरडत होती, ती आता भयाने, वेदनेने ओरडू लागली होती. सारे मैदान किंकाळ्यांनी, करुण हाकांनी भरून गेले होते.

आपल्या चौदा माणसांच्या खुनाचा बदला अशा प्रकारे गोऱ्या सरकारने निरपराध लोकांसोबत रक्ताची होळी खेळून घेतला होता. कॅनॉल ब्रिजला लागून असलेल्या भिंतीवरून उडी मारून निसटण्याचा प्रयत्न बऱ्याच जणांनी केला होता; पण त्यांच्यासाठी गोऱ्या राक्षसांनी वेगळीच योजना तयार ठेवली होती. क्लोनॉईफ रोडवर मशिनगनसकट एक जीपगाडी तयार होती. बाहेर पडलेल्या लोकांवर मशिनगनने फायरिंग करण्यात आले.

सुमारे नव्वद सेकंदांत बंदुकांच्या एकशे चौदा फैरी झाडल्या. तीस-पस्तीस माणसे लागलीच मरण पावली, तर जखमींची संख्या हजारोंवर होती. क्रूक पार्कला लागूनच डब्लिनचे पोस्ट ऑफिस होते. आयरिनचे आई, बाबा, भाऊ कामानिमित्त त्या वेळी पोस्ट ऑफिसमध्येच होते. जीपमधून मशिनगनने केलेल्या बेछूट गोळीबारातून पोस्ट ऑफिसही सुटले नाही. बऱ्याचशा गोळ्या पोस्ट ऑफिसच्या इमारतीत घुसल्या. बऱ्याच गोळ्यांनी तिथल्या लोकांच्या शरीराचा वेध घेतला. आयरिनच्या कुटुंबातील साऱ्यांचीच गोळ्यांनी चाळण झाली.

जालियनवाला बागेत जमलेल्या लोकांवर डायरचा गोळीबार, हॅरी थुकूच्या सुटकेसाठी संप पुकारलेल्या त्याच्या सहकाऱ्यावर केनियामध्ये झालेला गोळीबार, डब्लिनमधील हे हत्याकांड; थोड्याफार प्रमाणात या प्रसंगांची पार्श्वभूमी वेगळी असली तरी अंत एकच होता. अन्यायाविरुद्ध आवाज उठवणाऱ्याचे तोंड कायमचे बंद करायचे, एवढेच एक तत्त्व गोऱ्यांना आत्मसात असलेले दिसत होते आणि

त्याच्याच जोरावर ते इतर वसाहतींवर राज्य करू शकत होते.

जिमीचा भाऊ मिल्टन, आयरिनचे कुटुंब, अमृतसरचे गरीब शेतकरी, त्यांच्या बायका यांचा गोऱ्यांनी राजरोसपणे खून पाडला. पण आपण फक्त बघत बसलो. काहीच करू शकलो नाही. का, तर आपण घाबरलो म्हणून. का, तर क्षमेसारखे हत्यार नाही अशी बावळट कल्पना आपण गोंजारत बसलो म्हणून. का, तर असे दुःसाहस पुन्हा करण्याची त्यांना भीती वाटावी असे शासन करण्यास आपण कमी पडलो म्हणून.

मिल्टनसाठी रडूही न शकणारा जिमी, घरच्यांच्या आठवणीत कोमेजून गेलेली आयरिन, अमृतसरच्या विधवा बायका त्याला रात्रभर स्वप्नात दिसत होत्या. त्यांच्या सभोवताली इंग्रज शिपाई चाबूक घेऊन गोल गोल फिरत होते. हातातला चाबूक फाट्दिशी हवेत ओढून तो सपकन् सर्वांच्या पाठीवरून फिरत होता. जिमी, आयरिन, सारेच सुटकेसाठी त्यांची याचना करत होते. त्यांची बोलकी तोंडे दिसत होती; पण त्यांचे म्हणणे आझादला ऐकूच येत नव्हते. ऐकू येत होते ते फक्त आसुरी हास्य...डायरचे आणि मेजर मिल्सचे.

केसरीचे लंडनमधील वार्ताहर दत्तोपंत ताम्हणकरांशी आझादची शेफर्ड बुश गुरुद्वारामध्ये असताना ओळख झाली होती. वयाला जवळपास आझादच्याच बरोबरीचे. आझादप्रमाणेच त्यांनादेखील वाचनाची भरपूर आवड होती. जगातील बहुतेक विषयांवर त्यांचे वाचन झाले होते. जबरदस्त वाचन आणि धारदार लेखणीच्या जोरावर त्यांनी अनेक लेख लिहिले होते. पण ते केवळ बोरूबहादूर नसून वाचाबहादूरही होते. किंबहुना लेखणीपेक्षा त्यांच्या वक्तृत्वाची भाषाच अधिक ओजस्वी आणि प्रभावित करणारी असे. लंडनमध्ये बऱ्याचदा अनेक सभांमधून ते भाषणे करत. त्यांच्या या सभा, व्याख्यानात आझाद-शिवसिंग नेहमीच साहाय्य करत. दोन दिवसांनंतर जातीयवादावर त्यांचे हाईड पार्कमध्ये व्याख्यान होते. त्याची व्यवस्था पाहण्यास त्यांनी शिवसिंगला सांगितले होते. खरंतर आझादकडेही ते येऊन गेले होते; पण तेव्हा आझाद डब्लिनला गेला असल्याने त्याची भेट होऊ शकली नव्हती. त्यामुळेच आता शिवसिंगकरवी त्यांनी आझादला निरोप धाडला होता.

डब्लिनहून आल्यापासून आझादही अगदी गपगार झाला होता. बारा-तेरा तास उलटून गेले होते त्याला येऊन. पण तो खोलीबाहेर पडला नव्हता. कोणाशीही न बोलता शांत पडून राहावेसे वाटत होते त्याला.

"काय झालंय रे? असा गप्प का आहेस?"

रात्रभर झोप न लागल्याने डोळे लाल झाले होते. शून्यात हरवल्यागत मोकळ्या

खिडकीतून तो बाहेर बघत होता. काहीतरी बिनसलंय हे शिवसिंगने लगेच ओळखले. आझादने शिवसिंगकडे बघत नाही म्हणून केवळ मान डोलावली. पण त्याची नजर अजूनही हरवल्यासारखीच होती. जणूकाही शिवसिंगच्या अस्तित्वाची त्याला जाणीवच नव्हती.

"परवा ताम्हणकरांचे व्याख्यान आहे हाईड पार्कला. नेहमीप्रमाणे जमणाऱ्या लोकांची व्यवस्था राखण्यासाठी ताम्हणकरांनी आपल्याला विचारले आहे. मी तर जातोय. तू येणार आहेस का?"

"नाही. तू जाऊन ये. माझी तब्येत बरी नाही. मला नाही जमणार."

"तब्येत बरी नाही? का, काय झालंय?" म्हणत खुर्चीवरून उठत शिवसिंग खाटेवर लवंडलेल्या आझादपाशी आला. त्याच्या कपाळावरून हात फिरवून शिवसिंगने खात्री केली.

"काहीच तर नाही झालंय. ताप नाही आहे, सर्दी नाही आहे, खोकला नाही आहे. काय झालंय रे?"

"डोकं धरलंय रे. काल मोटरसायकलने डब्लिनला गेला होतो. त्याचाच त्रास असेल."

"डब्लिनला? कधी काल गेलास? आणि जाऊन आलासदेखील?"

"हूं. कालच रात्री परतलो."

"का? सहजच गेलेलास ना की पार्टीचं काम होतं?"

"नाही सहजच."

"ठीक आहे. आता आराम कर. परवापर्यंत होशील बरा. मग जाऊ आपण." म्हणत शिवसिंग जाण्यासाठी उठला. थोडं चालून तो दरवाजापाशी आला. काही वेळ तिथेच घुटमळला. काहीसा विचार करत वळून आझादला म्हणाला, "अरे, नवीन सिनेमा आलाय. हॉपेर्स की होपेरस असं काही. जाऊ या आपण रात्री."

शिवसिंगने मनाशी जुळवून काहीसे विचित्र बनवलेले ते नाव ऐकून आझादला हसू आले. त्याने मान डोलावली तसा शिवसिंग निघून गेला.

त्यानंतरचा संपूर्ण दिवस आझादचा होता. खोलीबाहेर जायचे नाही असे त्याने ठरवलेच होते. बराच वेळ तो खाटेवर पडूनच होता. डोक्यात अनेक प्रश्न उठत होते. जर्मनीला साम्राज्यवादी म्हणवणाऱ्या इंग्लंडच्या अनेक देशांत वसाहती होत्या आणि जवळपास साऱ्याच देशांत डब्लिन, जालियनवाला बागेसारखे प्रकार घडले होते. मग खरा साम्राज्यवादी कोण? जर्मनी का इंग्लंड? प्रत्येक देशात जिथे असे हत्याकांड झाले, त्याचा प्रतिशोध तेथील लोकांनी घेतला. डब्लिनमध्ये तर हत्याकांडाच्याच संध्याकाळी तीन गोऱ्या इंग्रज अधिकाऱ्यांची तेथील लोकांच्या जमावाने हत्या केली होती. मग अमृतसरच्या हत्याकांडाचाच बदला का नाही घेतला गेला? गांधीजी

म्हणतात की कोणी एका गालफडात मारली तर त्याच्यासमोर दुसरा गाल पुढे करावा. त्याला त्याच्या चुकीची जाणीव होईल आणि तो क्षमा मागेल. पण इथे तर काही वेगळेच चालू होते. दोन्ही गालफडे तर फोडलीच होती; पण वर चाबकाचे फटकारेही ओढले जात होते. जालियनवाला बाग, गुजरानवाला गाव, भगतची फाशी; इंग्रज एकामागून एक घाव करतच होते. त्यांना कधी त्यांच्या कृत्याचा पश्चात्ताप होणार? काय म्हणायचे आहे मग गांधीजींना, की त्यांना पश्चात्ताप होईपर्यंत आम्ही फक्त मारच खावा?

रात्रभर झालेल्या जागरणामुळे आणि विचारांचे हे गारुड डोक्यावर बसल्याने आलेल्या थकव्यामुळे तो काही वेळातच झोपी गेला. नंतर जेव्हा जाग आली तेव्हा क्षणभर त्याला आपण कुठे आहेत ते सुधरेना. संपूर्ण खोलीत अंधार पसरला होता. डोळे उघडे ठेवून तो तसाच अंधारात पाहायचा प्रयत्न करू लागला. थोड्या वेळाने अंधार सवयीचा झाला तसे त्याला जाणवले, तो त्याच्याच खोलीत होता. झोपून उठेपर्यंत संध्याकाळ झाली होती. सकाळपासून काहीच खाल्ले नसल्याने त्याला भूकही लागली होती. उठून लगेच न्याहरी करावी असे त्याच्या मनाने धरले. तरी थोडा वेळ आळसात खाटेवर लोळत तो पडून राहिला. काही वेळाने उठून खोलीतला दिवा लावला. संध्याकाळचे सात वाजले होते. आता काही क्षणातच शिवसिंग येण्याची शक्यता होती. खरंतर सिनेमाला जाण्याची आझादची अजिबात इच्छा नव्हती. त्यामुळे शिवसिंग येऊच नये असेच आझादला वाटत होते. पण ठरल्याप्रमाणे शिवसिंग आला.

आता काहीतरी बाहेरच खाऊ असे ठरवून आझाद शिवसिंगबरोबर सिनेमासाठी लागलीच बाहेर पडला.

हाईड पार्क भारतीय श्रोत्यांनी भरून गेले होते. शिवसिंग, आझाद आणि शेफर्ड बुशमधील इतर भारतीय तरुणांनी त्यांच्या बसण्याची व्यवस्था केली होती. पार्कच्या उत्तरेकडील बाजूस स्पीकर्स कॉर्नर होता. तिथे मार्बलने एक व्यासपीठ बनवले होते. त्यावरच ताम्हणकर उभे राहून व्याख्यान देत होते. श्रोत्यांच्या पहिल्या रांगेत बसलेले पत्रकार ताम्हणकरांच्या भाषणातील मुद्दे फटाफट खरडून काढत होते. आझाद आणि शिवसिंग पार्कच्या रस्त्याकडील बाजूस उभे राहून भाषण ऐकत होते.

"अस्पृश्यता हा जो काही शब्द आहे, तोच आपल्याला मिटवायचा आहे. अस्पृश्यता पाळणाराच खरा अस्पृश्य आहे, असे मला वाटते. कोण स्पृश्य आणि कोण अस्पृश्य हे ठरवणारे आपण कोण? नाही का?" ताम्हणकर भाषणाच्या मर्मवेधी टप्प्यावर पोहोचले होते. श्रोत्यांमध्ये अगदी कडेकोट शांतता होती.

जरासाही हू का चूचा आवाज नव्हता.

"जातिधर्माच्या नावाखाली लोकांना आपल्यातून वेगळे करणे योग्य आहे का? अशाने आपण आपलीच माणसे आपल्यातून तोडून टाकू. एकटे पडू आपण, हेही का आपल्या लक्षात येत नाही?"

"लुक हू इज स्पीकिंग! कोण जातीयवाद मिटवण्याच्या गमजा मारतोय बघा तरी." हाईड पार्कच्या पलीकडील ब्रिजवर उभ्या असलेल्या इंग्रजी माणसाच्या आवाजाने साऱ्यांचे लक्ष तिकडे वेधले गेले. ब्रिजवरील तो इंग्रजी माणूस त्याच्या सत्तरीत आला असला तरी त्याचा आवाज मात्र अजूनही कडक होता.

"तामनकर? तामनकरच ना तू? स्वतः ब्राह्मण असून इतरांना अस्पृश्यता न पाळण्याचे सांगतोस. या जातिवादाचे कारणच तुम्ही आहात. तुम्ही ब्राह्मणांनीच तर जन्माला घातल्यात या जाती. आता तुम्ही ब्राह्मण लोकच अस्पृश्यता मिटवण्याबाबत बोलता यावर विश्वास बसत नाही. तुमचंही खरं आहे, वरवर गोड बोलायचं, पण आतून मात्र कटकारस्थानं करायची. तिलक पण तुमच्यातलाच ना? चिरोल केसमध्ये ओळख झालेली आमची. पक्का कारस्थानी ब्राह्मण तो. खोटंनाटं सांगून लोकांना आमच्याविरुद्ध भडकवायचा. तू पण सांग, सांग, या भोळ्याभाबड्या लोकांसमोर काय हवे ते सांग. तसे तुझे देशबांधव तुझ्यासारखेच मूर्ख असल्याने तुझ्या शब्दांवर लगेच विश्वास ठेवतील. सांग, सांग."

जहरी नागाने विषारी गरळ ओकावी तसे त्याचे शब्द हाईड पार्कमध्ये घुमले. हा म्हातारा नाग कोण म्हणून जो तो आपल्या जागेवरून उठून त्याच्याकडे बघू लागला.

वय झालं की माणसाची विचार करण्याची क्षमता कमी होते, चिडचिड वाढते. आयुष्याला कंटाळलेला हा म्हातारा आपल्या आप्तजनांचा राग इथे काढून समाधान मिळवण्याचा प्रयत्न करत असेल असे समजून आझाद मात्र तिकडे न बघता ताम्हणकर आता काय करतील याकडे लक्ष देऊ लागला.

अचानक आलेल्या या व्यत्ययामुळे ताम्हणकर जरासे बिथरल्यासारखे वाटले. त्या माणसाचे बोलणे ऐकत शांत उभे राहिले. काहीसे आठवत ते त्याच्याकडे पाहत होते. त्याचे बोलणे थांबले तसे ताम्हणकरांनी बोलण्यास सुरुवात केली.

"बरोबर आहे, मूर्खच आहोत आम्ही. नाहीतर दुश्मनाला जिवंत सोडण्याचा मूर्खपणा इतर कोणीही करणार नाही. मित्रहो, नीट बघा याला. हाच आहे जालियनवाला बागेचा कसाई मायकेल ओडवायर. मी यापूर्वी जे काही बोललो; ते विसरून जा. हा जे म्हणतोय, तेच बरोबर आहे. अस्पृश्यता आपण पाळलीच पाहिजे; पण अशा लोकांविरुद्ध. यांची सावलीसुद्धा अंगावर नाही पडली पाहिजे आपल्या. काय साहेब, बरोबर बोलतोय ना मी?"

ताम्हणकरांचे बोलणे ऐकून ओडवायरच्या अंगाचा तिळपापड झाला. 'युझलेस, डंब इंडियन्स' असे काहीसे पुटपुटत तो तिथून निघून गेला.

ताम्हणकरांच्या तोंडून जालियनवाला बाग आणि मायकेल ओडवायर ऐकून आझादने चमकून म्हाताऱ्या ओडवायरकडे पाहिले होते. काळी गोल टोपी, काळा कोट आणि हातात छडी घेऊन तो उभा होता. काठी आपटत नंतर मगरुरीने त्याचे निघून जाणे आझादला आवडले नाही. पण का कोणास ठाऊक, तरी जन्मोजन्मीची आपली माशुका भेटल्यासारखा आनंद मात्र त्याला झाला. बराच वेळ तो ओडवायर गेला त्या ब्रिजकडे पाहत होता. इथे ताम्हणकरांनी पुन्हा भाषणास सुरुवात केली होती. पण ते काय म्हणत होते ते काहीच आझादच्या कानी पडत नव्हते किंवा पडत असले तरी समजत नव्हते. ताम्हणकरांचे भाषण आटोपताच तो गर्दी ओलांडत त्यांच्यापाशी येऊन पोहोचला. एव्हाना इतरही अनेक श्रोते त्यांच्याभोवती गर्दी करून थांबले होते. वक्तृत्वाबद्दल त्यांची प्रशंसा करत त्यांना भाषणातील न समजलेले मुद्दे विचारत होते. ताम्हणकरही अतिशय शांतपणे थोड्या वेळापूर्वीचे मुद्दे पुन्हा सांगत होते. श्रोत्यांनी दिलेल्या प्रतिक्रियांचा स्वीकार करत ताम्हणकर निघाले, तसे शिवसिंगला खुर्च्या आवरायला सांगून आझादही त्यांच्यामागून निघाला.

"ओ ताम्हणकर, छान झाले हा भाषण," मागून येऊन त्यांच्या बाजूने चालत आझाद म्हणाला.

"धन्यवाद आझादसाहेब! एवढ्या भाषणांना हजेरी लावतोस; पण आज पहिल्यांदा तुझ्याकडून प्रशंसोद्गार ऐकले. म्हणजे बहुतेक आज खरंच चांगलं झालं तर," ताम्हणकर हसत म्हणाले.

"तसं प्रत्येक वेळी चांगलंच होतं; पण आज अगदी खासच झालं. फक्त जरासं गालबोट लागलं. तो कोण म्हातारा आला ना मध्येच. कोण होता हो तो?"

"कमाल आहे, मघाशीच तर बोललो मी. नक्की ऐकलंत ना भाषण?"

"हो, पण लक्षात नाही राहिलं."

"मायकेल ओडवायर होता तो. पंजाबचा गव्हर्नर होता आधी. यानंच तर डायरला अमृतसरला बोलवून घेतलेलं दंग्याच्या वेळी. जालियनवाला बागेत गोळीबार करायला परवानगीही यानंच दिलेली; वर डायरचं समर्थनही करत होता. स्वतःचे दोष याला दिसत नाहीत आणि आमच्यातल्या उणिवा शोधतो नालायक." ताम्हणकर रागाने बोलले.

"मायकेल ओडवायर? इथेच कुठे जवळपास राहतो का तो?"

"हो, इथेच या हाईड पार्कच्या पलीकडेच प्रिन्स ऑफ वेल्स टेरेसमध्ये त्याचा नऊ खोल्यांचा फ्लॅट आहे. पण काय, तुला एवढ्या चौकशा कशाला?"

"माझं आपलं सहजच. काही विशेष नाही. बाकी तुमचं भाषण छानच झालं."

म्हणत आझादने लगेचच विषयाला कलाटणी दिली. नंतर इतर विषयावर चर्चा करत ते चालत राहिले. पण आझादने पुन्हा ओडवायरचा विषय काढला नाही.

दुसऱ्या दिवशी सकाळीच आझादने केनसिंग्टनमधील त्या इमारतीचा शोध घेतला. इमारतीपाशी येताच त्याने जिना चढून एकेक फ्लॅटचे निरीक्षण करायला सुरुवात केली. बहुतेक खोल्यांचे दरवाजे बंद होते. काहींना तर बाहेरून कुलूप लावले होते. नावाची पाटी कोणत्याच दारावर नव्हती. पाच माळ्यांच्या त्या इमारतीतील साऱ्या खोल्या त्याने पाहून घेतल्या. पण ओडवायरची खोली कोणती असावी, ते समजायला मार्ग नव्हता. पाच माळे चढून तो थकला होता. वर त्याचे अशा प्रकारे एकेक खोली बघत हिंडणे लोकांना संशयास्पद वाटू शकत होते म्हणून तो लगेच तिथून सटकला.

त्यानंतर तीन-चार दिवसांनी पुन्हा तो तिथे शोध घेऊन गेला. पण त्याला हवा असलेला माणूस तेव्हाही तिथे दिसला नाही.

टहेलसिंग, त्याची बायको हरनाम कौर आणि दोन गोंडस लहान मुले असे छानपैकी चौरस कुटुंब होते टहेलसिंगचे. धन्नासिंग नावाच्या सरकारी अधिकाऱ्याकडे टहेलसिंग काम करत होता. नोकरीतून जगण्यासाठी आवश्यक तितके पैसे मिळत होते. संसारवेलीवर उगवलेल्या दोन मुलांना उमलताना पाहत दाम्पत्याचा वेळ चालला होता. पण चांगले दिवस फार काळ टिकले नाहीत. धन्नासिंगची दुसऱ्या गावी बदली झाली. पैशांचा एकमेव स्रोत बंद झाला. त्यातच हरनाम आजारी पडली. दुसऱ्या नोकरीच्या प्रयत्नांत टहेलसिंगला यश मिळत नव्हते. जवळ पैसे नसल्याने तो हरनामवर उपचार करू शकला नाही आणि दोन लहानग्या बाळांना टहेलसिंगच्या हवाली करून ती इहलोकाची यात्रा संपवून निघाली. दुःखाचा आघात सहन करत टहेलसिंगने आपले नोकरीसाठी प्रयत्न चालू ठेवले. काही महिने घरात बसून काढल्यावर त्याला अप्पाली रेल्वे स्टेशनला चौकीदाराचे काम मिळाले. छोटेसे स्टेशन असल्याने त्याला फारसे काम करावे लागत नव्हते. दिवसभरात फक्त दहा-बाराच गाड्या तिथून जात होत्या. गाड्या जाताना फाटक बंद करणे आणि त्या गेल्यावर फाटक उघडणे, एवढेच त्याचे काम होते. स्टेशनपासून जवळच असलेल्या रेल्वे केबिनमध्ये त्याने आपले बिऱ्हाड वसवले होते. त्यामुळे मुलांसाठी त्याला पुष्कळ रिकामा वेळा मिळायचा. गाववस्ती रेल्वे लाइनपासून बरीच दूर होती. रेल्वे कॉलनीतली चार-पाच घरेच काय ती टहेलसिंगच्या खोपट्यापाशी होती. मुले लहान होती. त्यांच्या दुधासाठी टहेलसिंगला दूर गावात खेटा माराव्या लागत. कधी अचानक जास्तीचे काम आले तर मुलांची दुधाविना आबाळच होई. मुलांच्या

दुधासाठी म्हणून अखेरीस त्याने काही शेळ्या पाळायला घेतल्या. घरासमोरच लाकडाचे कुंपण घालून तो त्यांना तिथे बांधत असे. त्याचा मोठा मुलगा शेळ्यांना चरण्यासाठी कुरणात घेऊन जाई. तिथेच दिवसभर काढून तो संध्याकाळी परत येई तेव्हा लहानगा शेरसिंग शेळ्यांच्या पिलांसोबत खेळत बसे. कधीकधी तोदेखील आपल्या भावासोबत शेळ्या चारण्यास जात असे. शाळा त्यांना कधी बघून माहिती नव्हती. एक तर शाळा गावात होती, रेल्वे कॉलनीपासून लांब आणि पुस्तकी ज्ञान मिळवूनही काही फायदा होणार नाही, अशा मताचा टहेलसिंग असल्याने त्याने मुलांना शाळेत घातलेच नाही. उघडे आकाश आणि नैसर्गिक चमत्कारांनी भरलेली सृष्टी, हीच त्यांची पुस्तके होती आणि ती वाचण्यापासून त्यांना कोणी अडवलेही नव्हते. रात्रीपर्यंत कळी असणाऱ्या वेलीला सकाळी फुले कशी लगडतात... दिवसभर दिसणारा सूर्य रात्री कुठे निघून जातो... शेळीच्या पान्ह्यात दूध कसे जमा होते...? प्रश्न तर भरपूर होते आणि दोघेही आपापल्या बाळबोध बुद्धीने त्यांची उत्तरे शोधायचे. उत्तरे नाहीच मिळाली तर मग त्याच प्रश्नांची उत्तरे टहेलसिंगला द्यावी लागत आणि ती देताना त्याची पुरती भंबेरी उडालेली असे.

पहाटेची वेळ होती. हवेत गोठवून टाकणारा गारठा पसरला होता. कसल्याशा आवाजाने लहानग्या शेराची झोप चाळवली. डोळे चोळत त्याने शेजारी नजर टाकली. टहेलसिंग जागेवर नव्हता आणि त्या शेजारच्या बिछान्यावर मोठा मुकुंद गाढ झोपेच्या अधीन होता. बाहेरून अजूनही शेळ्यांच्या ओरडण्याचा आवाज येत होता. सोबत कुंपणाच्या लाकडांवरून एखादी धारदार वस्तू घासत असल्यासारखा आवाज त्या बें बेंच्या आवाजात लपत होता. इतक्यात कुंपण मोडल्यासारखा आवाज आला. शेळ्यांचे ओरडणे आता अजूनच वाढले. सोबतच कुणाच्या तरी गुरगुरण्याचा आवाज होता.

काय चालू आहे हे पाहण्यासाठी शेराने घराचे दार किलकिले करत गडद अंधारात कुंपणाच्या दिशेने नजर खुपसली. अंधारात जनावरांचे हिऱ्यांसारखे तेजस्वी डोळे चकाकताना दिसले. सोबत दात कचकचण्याचा आवाज आला. अंधारात त्याने जे पाहिले ते अतिशय भयानक होते. कुंपणाच्या एका कोपऱ्यात हिंस्र लांडगा आपले धारदार दात एका शेळीच्या गळ्यात घट्ट रोवून पायाने तिचे धडपडणारे शरीर आवरत उभा होता. उरलेल्या भेदरलेल्या शेळ्या त्यापासून दुसऱ्या कोपऱ्यात जिवाच्या आकांताने ओरडत होत्या. लांडग्याने धरलेल्या शेळीचा जीव गेला होता आणि तिची मान कलंडली होती.

आपल्या मुक्या मित्रांवर लांडग्याने असा हल्ला करून त्यातल्या एकीचा जीव घेतलेला बघून शेराला राहवले नाही. दारामागची कुऱ्हाड उचलून त्याने लगेच कुंपणात उडी घेतली आणि आक्रमणाच्या पवित्र्यात लांडग्यासमोर उभा ठाकला.

शेराला समोर उभा बघून लांडगा काही क्षण त्याच्याकडे बघत राहिला. जबड्यातल्या शेळीचे कलेवर खाली टाकून गुरगुरू लागला. अंधारात त्याचे चकाकणारे डोळे अधिकच भेदक वाटत होते. मघाशी शेळीच्या गळ्यात घुसलेले त्याचे पांढरेशुभ्र सुळे आता शेराच्या नरडीचा घोट घ्यायला सिद्ध झाले. एक एक पाऊल पुढे टाकत तो शेराकडे निघाला. दोघांमधले अंतर कमी होत होते. लांडग्याच्या प्रचंड शक्तीपुढे छोट्याशा शेराचा निभाव खचितच लागला नसता; पण तरीही न डगमगता शेरा हल्ल्याच्या पवित्र्यात उभा होता.

"ओए, भाग तेरी भेन की....." गर्जत शेराने कुऱ्हाड लांडग्याच्या दिशेने भिरकावली. कुऱ्हाडीचा निशाणा चुकला. ती लांडग्याच्या अंगावरून मागे जाऊन पडली. शेरा निःशस्त्र होताच लांडग्याने शेरावर झेप घेतली. पण प्रसंगावधान राखून शेराने दुसरीकडे स्वतःला झोकून दिले. एव्हाना प्रातर्विधीसाठी गेलेला टहेलसिंग परतला होता. मघाशी शेराने जोराने केलेली गर्जना त्याने ऐकली होती. त्यामुळे एवढ्या सकाळी हा कोणाशी भांडतो आहे हे पाहण्यासाठी दौडतच तो कुंपणापर्यंत येऊन पोहोचला होता. मोठ्या शिताफीने शेराने चुकवलेली लांडग्याची झेप त्याने पाहिली होती. तसाच कुंपणात शिरत त्याने जमिनीवरील दगड उचलून लांडग्यावर फेकायला सुरुवात केली. या वारांनी भांबावलेला, घाबरलेला लांडगा जंगलाच्या दिशेने पळत सुटला. टहेलसिंगने पळत जाऊन शेराला आपल्या हृदयाशी कवटाळले.

"ओए, पागल झाला काय! कशाला लांडग्याच्या समोर आलास? काय झालं असतं म्हणजे." बापाच्या काळजीने टहेलसिंग गहिवरून गेला.

"पापाजी, माझ्याच घरात शिरून माझ्याच दोस्तांना मारणाऱ्या त्या लांडग्याला मी कसा जाऊ देऊ?" शेराने प्रतिप्रश्न केला. टहेलसिंग त्यावर काहीच बोलू शकला नाही.

लहानपणीचा तो प्रसंग आझादच्या नजरेसमोरून झर्रकन् निघून गेला.

माझ्याच घरात शिरून माझ्याच दोस्तांना मारणाऱ्या त्या लांडग्याला मी कसा जाऊ देऊ?

एकच वाक्य त्याच्या कानावर सारखे आदळत होते. तेव्हाही परिस्थिती हीच होती आणि आताही तशीच होती. फक्त तेव्हा तो लांडगा जिवंत निसटला होता. पण आता निसटता कामा नये. या लांडग्याची शिकार आता करायचीच होती. इतके दिवस दडी मारून गुहेत लपून बसला होता. एकदाही समोर आला नाही आणि आता समोर आला आहे, तर त्याला असंच पुन्हा जाऊ द्यायचं?

पण लांडगा म्हातारा झालाय. त्याची आता शिकार करणे बरोबर आहे? हे

नीतीला धरून आहे? त्याने तरुणाईत केलेल्या कुकर्माची शिक्षा आता वृद्धापकाळात द्यायची? मी असं केले तर जग म्हणेल की एका निरुपद्रवी म्हाताऱ्याचा खून केला. आणि गांधी? ते काय म्हणतील? क्षमेची शिकवण देणारे गांधीजी माझी निर्भर्त्सना करतील.

निर्भर्त्सना? करू देत केली तर. खुनी म्हणू देत जग म्हणाले तर. निरपराध शेळ्यांचा जीव घेणारा लांडगा म्हणे जीवचक्र चालवतो आणि शिकाऱ्याने लांडग्याची केलेली शिकार म्हणजे अमानुषता? हा कुठला न्याय? ज्याप्रमाणे लांडगा शिकार करताना वय, जातपात बघत नाही, त्याप्रमाणे लांडग्याची शिकार करतानाही लांडग्याचे वय ध्यानात घ्यायची गरज नाही. कोणी कितीही म्हटले की हे नीतीला धरून नाही, तरी हेच नीतीला धरून आहे. लांडग्याची शिकार होणार, अगदी नक्की होणार.

दिवसरात्र आझाद विचारांच्या वेढ्यात अडकून पडला होता. नोकरी त्याने कधीच सोडली होती. चित्रपटाचे कामही पूर्ण झाले होते. त्यामुळे दिवसभर मोकळा राहून त्याच्या डोक्यात सुडाची भावना थैमान घालत होती. बिछान्यावर बसून मागच्या भिंतीवर रेलत सिगारेटीमागून सिगारेटी पीत हवेत उडणाऱ्या धुराच्या वलयांना निरखत विचार करत त्याचे दिवस जात होते. स्वतःचे जगणेही आता त्याला त्या सिगारेटीसारखेच वाटू लागले होते. मनात प्रतिशोधाची आग पेटून आतून जळत असलेले पण तरी निव्वळ सुडाच्या गोष्टी करून धूम्रवलयांप्रमाणे फुकटचे हवेत विरणाऱ्या बाता मारणारे. सिगारेटीप्रमाणेच त्याचे आयुष्यही जळून संपत चालले होते. अर्धे आयुष्य उलटले होते आणि उरलेल्या अर्ध्या आयुष्याच्या नावेला तिचे अंतिम ठिकाण तर माहीत होते; पण तिच्या शिडाला त्या दिशेने वाराच मिळत नव्हता. केनसिंग्टनमधील ओडवायरच्या इमारतीला त्याने चार-पाच वेळा भेट दिली होती. पण ओडवायर तिथे कधीच दिसला नाही. सारखे सारखे तिथे गेल्याने उगाच कोणाला तरी संशय यायचा म्हणून त्याने तिथे जाणेही आता सोडले. जीवनातला भकासपणा वाढत होता. आयुष्य निरर्थक वाटू लागले होते. रोज आपल्या त्याच खोलीतील त्याच राखाडी भिंती, भिंतीतील चौकोनी खिडकी, खोलीत अस्ताव्यस्तपणे पडलेले सामान, तोच नेहमीचा बिछाना, बिछान्याशेजारी पुस्तकांची उभारलेली इमारत, सारे तेच तेच पाहून तो विटला होता. बरेच दिवस खोलीकडे नीट लक्ष न दिल्याने खोलीत धुळीचे साम्राज्य पसरले होते. भिंतीच्या कोपऱ्यात कोळ्यांची जाळी जमा झालेली होती. जाळ्यांवरील कोळी दिवसभर काही न करता आरामात पडून आपल्या जाळ्यात शिकार अडकण्याची वाट बघायचे. एखादी माशी जाळ्यात अडकली की तिला आपल्या जाळ्यात गुरफटून तिच्या शरीरातून जीवनरस शोषून घ्यायचे. पुन्हा त्यांचा आराम सुरू. आपले जीवन त्याला

त्या कोळ्यांसारखेही वाटायचे, निरर्थक. काही न करता शिकार जाळ्यात अडकायची वाट बघत असल्यासारखे.

आपल्या जीवनाचा असाच तो सिगारेट, कोळी, पेन, खोलीच्या भिंती यांच्याशी संबंध लावत बसायचा. खोलीबाहेर पडणे त्याने जवळ जवळ बंदच केले होते. जेवणाची शुद्ध तर त्याला कधीच नव्हती. क्वचित सिगारेट घेण्यास बाहेर गेला की तेव्हाच थोडाफार जेवून परत येई आणि पुन्हा स्वतःला त्या एकलकोंड्या खोलीत कोंडून टाके. आयरिनला तर तो कित्येक दिवस भेटला नव्हता. शिवसिंगकडे जाणेही त्याने कमी केले होते.

असाच एक दिवस तो जेवून परत आला. आपल्या बिछान्यावर जाऊन पडला. भिंतीच्या कोपऱ्यावर असलेल्या कोळ्यांच्या जाळ्याकडे त्याचे लक्ष गेले. जाळ्यावर एक कोळी मरून पडला होता. तरी इतर कोळी नेहमीप्रमाणे आराम झाडत होते. कोणालाही त्याचे काही सोयरसुतक नव्हते.

आपलेही असेच आहे. आपणही असेच मरून जाऊ. याच खोलीत आणि कोणाला कळणारही नाही. जरी कोणाला कळले तरी आपणासाठी अश्रू ढाळायला मुद्दाम वाकडी वाट करून कोणीही इथे येणार नाही. आपण जगलो, मेलो तरी कोणाला त्याच्याने काही फरक पडणार नाही. कोण रडणार माझ्यासाठी? रडणारा एकच चांगला मित्र होता माझा. तो पण मला सोडून दूर निघून गेला. भगत...का रे मला सोडून गेलास? मी खूप एकटा पडलोय. काय करावे काहीच सुचत नाही रे. आता तू असतास तर मला सल्ला दिला असतास. बोल ना रे, सांग ना रे, काय करू मी?

"आझाद......आझाद काय झालं? कोणाशी बोलतो आहेस?" भयचकित नजरेने स्वतःशीच बोलत असलेल्या आझादकडे बघत शिवसिंगने विचारले. नुकताच तो आझादकडून खुल्या राहिलेल्या दारातून खोलीत आला होता आणि आझादला असा स्वतःशीच बोलताना बघून घाबरला होता.

"अं......कोण? शिवसिंग? तू कधी आलास?" विचारांच्या तंद्रीतून बाहेर येत आझादने विचारले.

"मी हा आत्ताच आलो. बरेच दिवस तू घराकडे फिरला नाहीस; म्हणून मुद्दाम भेटायला आलो. पण तुझं काय चालू आहे? एकटाच काय बडबडतोस?"

"मी....अं...मी ते...नवीन चित्रपट मिळाला आहे ना, नवीन. ते...त्याचीच प्रॅक्टिस करत होतो." आझादने वेळ मारून नेली. खरी गोष्ट सांगितली असती तर कदाचित त्याने आझादला वेड्यात काढले असते.

"अरे वा! या वेळी चित्रपटात संवादही मिळालेत वाटते. एक्स्ट्रापासून ॲक्टर बनलास तर. चांगले आहे. मग यासाठी लाडू तर दिलेच पाहिजेस. चल, कुठे बाहेर

जाऊ जेवायला.''

"अं... नको.''

"काय नको? चल, आणि काय रे ही खोलीची अवस्था केली आहेस. धूळ केवढी, ती कोळ्यांची जाळी बघ. काय चालू आहे? किती दिवस अंघोळ केली नाहीस?''

"माहीत नाही. पण मी विटलोय या जागेला, या जगण्याला.''

"का?''

"माहीत नाही.''

"एक काम कर. चांगली नोकरी धर. ही खोली बदल, लग्न करून घे. जगण्याला अर्थ येईल मग. काय म्हणते तुझी ती आयरिश मैत्रीण? तिच्याशी करणार आहेस का लग्न? म्हणजे अलीकडे तुमच्याबद्दल खूप ऐकले होते मी.''

"सोड ते.''

"काय रे, डोळे एवढे लाल का आहेत? आणि हे काय? एवढ्या सिगारेटी पिल्यास तरी कधी?'' खोलीच्या एका कोपऱ्यात पडलेल्या सिगारेटच्या थोटकांचा ढीग पाहत शिवसिंगने विचारले.

"आठवत नाही. बऱ्याच दिवसांपासून पडली आहेत तिथे ती.''

"बाहेर कुठे दिसला नाहीस इतक्या दिवसांत. कुठे नोकरीलाही जात नाहीस. तुझ्या त्या आयरिश मैत्रिणीबरोबर पण दिसला नाहीस कधी. काही बिनसलंय का तुमचं?''

"नाही.''

शिवसिंगने आझादकडे निरखून बघितले. खोबणीत गेलेले डोळे कुठल्या तरी विचारात गढल्यासारखे वाटत होते.

"आझाद, मला वाटते तू कुठली तरी चांगली नोकरी धरावीस. माणसांत राहशील तर बरं वाटेल तुला.''

आझाद काहीच बोलला नाही.

"चल, आता जेवायला जाऊ. मला खूप भूक लागली आहे. तू अंघोळ करून घे. आपण लगेच निघू.'' म्हणत बळेबळेच शिवसिंगने आझादला अंघोळीला पाठवले.

शिवसिंगने सांगितल्याप्रमाणे आझादने मशिनींचे सुटे भाग बनवणाऱ्या एका इंजिनिअरिंग कंपनीत नोकरी धरली. शिवसिंगच्याच सांगण्यावरून त्याने त्याची सध्याची खोली सोडून लंडनच्या मॉर्निंगटन क्रेसंटमध्ये नवीन खोली घेतली.

नोकरीतून बऱ्यापैकी पैसे मिळत असल्याने चांगले कपडे घेऊन तो सुटाबुटात राहू लागला. आजूबाजूचे बरेचसे लोक त्याला इंजिनिअर म्हणूनच आता ओळखू लागले होते. त्याचाच फायदा घेऊन तो आता बिनदिक्कत ओडवायरच्या इमारतीची टेहळणी करू लागला. ओडवायर जरी मिळत नसला तरी आझाद हार मानायला तयार नव्हता.

आझादच्या मालकाच्या वडिलांचे भारतात बराच काळ वास्तव्य होते. त्यांच्याकडून आझादच्या मालकाने भारताबद्दल बरेच काही ऐकले होते. त्याला भारताबद्दल आणि भारतीयांबद्दल जाणून घेण्याची विशेष उत्सुकता होती. त्यामुळे तो बऱ्याच वेळा आझादसोबत कॉफी घेत त्याच्याशी भारताबद्दल चर्चा करत असे. चर्चा धार्मिक रूढी, परंपरांबाबत असत, भारताच्या इतिहासाबाबत असत; पण सध्याच्या इंग्रजांच्या भारतातील राजकारणाबद्दल आझाद अवाक्षरही बोलत नसे.

आझाद आणि त्याच्या मालकाच्या तास न् तास गप्पा रंगत. ते नेहमीच एकत्र कॉफी घेत. कधीकधी एकत्र जेवायलाही जात. आणि नेमकी हीच गोष्ट कंपनीच्या इतर गोऱ्या लोकांना खटकत होती. बऱ्याचदा मालक नसले की ते आझादचा अपमान करायचे. मालकाची सेक्रेटरी तर नेहमीच त्याला घालूनपाडून बोलायची. आपला दुःस्वास केला जातोय याचे आझादला नेहमीच वाईट वाटायचे. तो जितका कमी वेळ मालकासोबत राहता येईल तितकाच राहायचा.

मॉर्निंगटन क्रेसेंटमध्ये राहायला आल्यापासून त्याने रात्रीचे जेवण बंगाल इंडियन रेस्टॉरन्टमध्ये घ्यायला सुरुवात केली होती. तिथेच त्याची भेट बॅरिस्टर व्ही. के. कृष्ण मेननसोबत झाली होती. रात्रीच्या जेवणाच्या वेळी दोघे एकाच घडीला तिथे येत. जेवताना त्यांची भारतातील कामगार चळवळीवर चर्चा होई. मवाळ वृत्तीच्या कृष्ण मेनन यांच्यासमोर आझादने आपला हेतू कधीच जाहीर केला नाही. त्याचे प्रयत्न वेगळ्याच रीतीने चालू होते. ताम्हणकरांची भेट घेऊन त्याने ओडवायरच्या ओळखीतल्या लोकांची चौकशी केली होती. त्यांचे पत्ते मिळवण्याचा प्रयत्न चालू होता.

दिवस सरत होते. आझाद आपल्या ध्येयासाठी जीव ओतून कार्यरत होता. ओडवायर व त्याच्या परिजनांसंबंधी जी काही माहिती मिळत होती, त्याची नोंद तो आपल्या दैनंदिनीमध्ये करत होता. सर्व काही सुरळीत चालले असताना अचानक ती घटना घडली. त्या दिवशी काही कामानिमित्त त्याचा मालक कंपनीबाहेर होता आणि मालकाचे वडील कंपनीत आले होते. त्यांनी आझादला त्यांच्या खोलीत बोलावून घेतले.

"मे आय.." दाराशी उभे राहत आझादने त्यांची परवानगी घेतली. त्यांनी हसून परवानगी दिली, तसा आझाद आत जाऊन त्यांच्यासमोर उभा राहिला.

"बस, बस आझाद. तुझ्याबद्दल मी खूप ऐकून आहे. सॅम सांगत असतो तुझ्याबद्दल. खूप शांत असतोस तू म्हणे. कामात असताना कोणाशीही बोलत नाहीस. खरं आहे का हे?"

"अं... माहीत नाही. कदाचित इथे कोणीही माझ्याशी बोलायला येत नाही म्हणून असेल." समोरच्या खुर्चीवर बसत आझाद उद्‌गारला.

"का?"

"मी इंडियन आहे ना. त्यांना माझे मालकांबरोबर उठणेबसणे आवडत नाही."

"अस्सं. मग तर त्यांना मीदेखील तुझ्याबरोबर बोललेलो आवडणार नाही."

"नाहीच आवडणार."

"ठीक आहे तर. आपण बाहेर जाऊन बोलू. चल." म्हणत त्यांनी टेबलवर काढून ठेवलेली गोल टोपी डोक्यावर ठेवली आणि ते निघाले. जावे की जाऊ नये या संभ्रमात आझाद गप्प उभा राहिला.

"येतोस ना?" मागे वळून बघत त्यांनी विचारले.

"अं... हो." म्हणत नाइलाजाने आझाद त्यांच्याबरोबर निघाला.

दोघेही एका इंडियन रेस्टॉरन्टमध्ये गप्पा मारत जेवले आणि परत आले. कंपनीत त्यांना एकत्र बघून सारे गोरे आझादवर मनातल्या मनात जळत होते. आझादला ते जाणवत होते.

"चला सर, मी माझ्या कामाला लागतो."

"अरे थांब रे, मी कुठे रोज येतो इथे. कॉफी घेऊ दोघे एकत्र आणि मग तू लाग कामाला. ठीक आहे, चल ये आत." म्हणत त्याने सेक्रेटरीला दोन कप कॉफी पाठवण्यास सांगितली.

सेक्रेटरी आधीच मत्सराने जळत होती. त्यात आझादसाठीही तिला कॉफी घेऊन जावी लागत असल्याने तिच्या अंगाचा तिळपापड झाला. धुसफुस करतच कॉफीचे मग घेऊन ती आत गेली. आझादच्या हातात मग देताना तर तिला मेल्याहून मेल्यासारखे झाले. आझादला मग देऊन दुसरा मग मालकांना देण्यासाठी ती वळली. पण तिची रागीट नजर अजूनही आझादवरच रोखलेली होती आणि तिथेच गडबड झाली. कॉफीचा मग लवंडला आणि कॉफी मालकाच्या अंगावर सांडली. सेक्रेटरी घाबरली. हात जोडून ती मालकांची माफी मागू लागली. मालकांनी अर्थातच ती गोष्ट मनावर घेतली नाही. तिला शांत व्हायला सांगून आपले काम करण्यास जायला सांगितले. नंतर बराच वेळ ते आणि आझाद गप्पा मारत होते.

मालकांशी गप्पा करून आझाद जेव्हा बाहेर आला तेव्हा बाहेरचे वातावरण चांगलेच तापलेले होते. एकंदरीत आजचे हे प्रकरण पुन्हा एकदा आपल्यावर शेकणार हे त्याने ओळखले. गपचूप गोऱ्या कामगारांचे टोमणे, शिव्या खात तो

आपल्या कामाला लागला. पण आता फार दिवस इथे काम करणे आपल्याला जमणार नाही, हे त्याला कळले होते.

लंडन शहराच्या रस्त्यांनी बर्फाची चादर पांघरली होती. जिथे तिथे रस्त्यावर पांढरागच्च बर्फ साचला होता. तशाच बर्फाळलेल्या रस्त्यावरून ती दोघे शांतपणे चालली होती. आझादने लांब हाताचा बुशकोट परिधान केला होता. आपले दोन्ही हात बुशकोटाच्या मोठाल्या खिशात घालून तो ऊब मिळवत होता. त्याच्यासोबत एक पस्तिशीची ब्रिटिश महिला चालत होती. थंडीमुळे तिचा मूळचा गोरा चेहरा गुलाबी लाल झाला होता. तिनेही आझादप्रमाणेच फरचा कोट घातला होता. गळ्याभोवती कानांभोवतालून मफलर गुंडाळला होता.

"आझाद, तुला कशाला मिस्टर ओडवायरचा पत्ता हवा आहे?" काहीशा कुतूहलाने त्या स्त्रीने विचारले.

"मॅडम, तुम्ही ओळखता मला. मी भारतातून इथे रोजी-रोटी कमवण्यासाठी आलो. माझा कोणालाच काहीच त्रास नाही; तरीही केवळ मी भारतीय कृष्णवर्णी आहे म्हणून इथली काही माणसे मला त्रास देत आहेत. माझे आणि ओडवायरसाहेबांचे संबंध चांगले आहेत. त्यांच्या केनसिंग्टनमधील घरी मी चार-पाच वेळा जाऊनही आलो आहे. त्यामुळे ते मला काही मदत करतील अशी आशा वाटते."

"ठीक आहे. पण मला नाही वाटत ते तुला काही मदत करू शकतील. ते प्रशासकीय अधिकारी होते. पण आता ते निवृत्त झाले आहेत. त्याऐवजी तू इथल्या कोणा अधिकाऱ्यांना का भेटत नाहीस? मिस्टर बेंकले माझे चांगले स्नेही आहेत. ते इथल्या पोलीस दलाचे प्रमुख आहेत. हवं तर मी चिठ्ठी देते तुझ्याकडे त्यांच्यासाठी. ते करतील तुला मदत."

"मॅडम, तुमचे आभार कसे मानू, तेच कळत नाही. तुमचे खूप उपकार आहेत माझ्यावर. पण मला नाही वाटत मिस्टर बेंकले मला काही खास मदत करू शकतील. फार तर ते मला त्रास देणाऱ्या लोकांना समज देतील, अटक करतील. पण ते उच्चवर्णीय ब्रिटिश आणि मी तुच्छ भारतीय. मिस्टर बेंकले माझ्याऐवजी त्यांचेच ऐकतील. आणि जरी तुमच्या चिठ्ठीमुळे माझ्यावर विश्वास ठेवून त्यांनी त्या लोकांना शिक्षा केल्या, तरी याचा काय भरवसा की ती माणसे मला नंतर त्रास देणार नाहीत. त्यापेक्षा ओडवायर साहेबच मला चांगली मदत करू शकतील."

"ते कसे?"

"मागे त्यांच्याच ओळखीने मला एके ठिकाणी नोकरी मिळाली होती. आताही ते मला सहज नोकरी मिळवून देऊ शकतील, असे वाटते. मग ही जागा सोडून

तिकडेच जाईन म्हणजे त्रासच मिटेल.''

''तसे जर असेल तर तुला नोकरी मीही देऊ शकते. आमच्या घरी काम कर ना तू. एवढ्या दिवसांपासून ओळखते आहे मी तुला. मी देते तुला काम.''

''नको मॅडम, तुमच्या घरी म्हणजे....'' आझाद बोलताना अडखळला. पुढे काय बोलावे त्याला सुचत नव्हते. बनवलेली योजना फुकट जाण्याची चिन्हे दिसत होती.

''माझ्या घरी का नको?'' डोळे बारीक करून तिने आझादकडे पाहिले.

''तुमचे वडील...'' त्या स्त्रीने हाताचा पंजा दाखवत त्याला थांबण्याचा इशारा केला तसा तो बोलता बोलता मध्येच थांबला.

''कळतंय मला. माझ्या वडिलांबद्दल तुम्हा साऱ्यांना तिरस्कार वाटतो हेच ना. मलाही त्यांच्या त्या कृत्याचा तिटकारा वाटतो. त्यांना मृत्यूही तसाच आला. अर्धांगवायूने शरीर अधू बनले. तब्बल पाच वर्षं त्यांनी बिछान्यावर खितपत काढली. त्यांच्या मृत्यूच्या काही दिवस आधी एक मोठे वादळ झाले. वीज गेली होती. त्यांच्या खोलीत एक छोटा केरोसिनचा दिवा जळत होता. मी आणि माझ्या भावाची बायको आम्ही दोघीच तिथे होतो. ते मरणाची प्रतीक्षा करत होते. आम्हाला म्हणाले, त्यांनी जे केले ते बरोबर की चूक ते त्यांना माहीत नाही. कर्तव्य म्हणून त्यांनी ते केले. आता त्यांच्या कृत्याचा न्यायनिवाडा प्रभूच करतील. खरं सांगते, ते वाईट नव्हते. सरकारने भारतातले दंगे दडपण्यासाठी त्यांचा वापर केला आणि गरज सरली तसे त्यांना मानवतेचे दुश्मन ठरवून बाजूला काढले. खरंच ते वाईट नव्हते.'' बोलता बोलता ती रडू लागली.

''मॅडम, सावरा स्वतःला. माझे तसे म्हणणे नव्हते. पण मला नाही जमणार. मला समजून घ्या.''

''कळते मला. घे, लिहून घे मिस्टर ओडवायरांचा पत्ता.''

तिने सांगितलेला पत्ता आझादने पटकन आपल्या दैनंदिनीत नोंदवला. नंतरचा काही वेळ शांततेतच गेला.

''देव तुमच्या वडिलांच्या आत्म्याला शांती देवो.''

''थँक्यू!''

आझादने तिच्याकडे बघत हलके स्मित केले.

''ठीक आहे, आझाद. बराच वेळ झाला. मला निघायला हवे आता.'' दोघांनी एकमेकांचे क्षेमकुशल चिंतित निरोप घेतला.

मिस डायर नजरेआड होईपर्यंत आझाद ती गेल्या दिशेकडे बघत होता. ती दिसेनाशी झाली आणि त्याच्या चेहऱ्यावरचे लाचारीचे भाव मावळले. बुशकोटाच्या खिशांमध्ये असलेले आपले हात बाहेर काढले. छाती रुंदावून हात हलवत तो चालू

लागला. त्याच्या चेहऱ्यावर तेज आले होते. त्याची पहिली योजना यशस्वी ठरली होती. ताम्हणकरांकडून त्याला डायरच्या मुलीचा ठावठिकाणा कळला होता. ओडवायरचा पत्ता मिळवण्यासाठी त्याला तिच्याशी मैत्रीचा देखावा करावा लागला. तिचा विश्वास संपादून त्याने तिच्याकडून ओडवायरचा पत्ता मिळवला होता. कोणाचा अशा प्रकारे विश्वासघात करणे चुकीचे आहे, हे तो जाणून होता. पण वारंवार एकच वाक्य स्वतःशी म्हणत तो स्वतःची समजूत काढत होता.

"मी जे केले ते बरोबर की चूक, ते मला माहीत नाही. मी फक्त माझे कर्तव्य पार पाडतोय."

पबमध्ये जोरजोरात वाजणाऱ्या पाश्चात्त्य संगीताने आझादचे कान किटले होते. शांतपणे टेबलवर बसून तो बिअरचे ग्लास रिचवत होता. बारमध्ये जवळपास तीस-पस्तीस टेबलं होती. प्रत्येक टेबलवर तीन-चार, तीन-चार माणसे बसून मद्याचा आस्वाद घेत होती. कोणाचे चेहरे आनंदाने भरलेले होते, तर कोणी आपले दुःख मद्यात बुडवायला बसले होते. आझाद मात्र निर्विकार चेहऱ्याने साऱ्यांचे नाटकी चेहरे पाहत होता. प्रत्येक टेबलवर एक व्यवहार घडत होता. कुठे दारूसोबत सुख घोळून प्यायले जात होते,तर कुठे दुःख उगाळून दारूचे मलम लावले जात होते. कुठे स्वप्ने विकली जात होती, कुठे नशीब खरीदले जात होते. व्यवहार प्रत्येक टेबलवर होता. काही सरकारमान्य व्यवहार तर काही गैरमार्गाने केलेला काळा बाजार. बारमध्ये अगदी नावापुरता उजेड होता. त्यात समोरच्याचा चेहराही दिसत नव्हता तर टेबलावरचे हे व्यवहार कसे दिसणार?

"हॅलो, यंग मॅन. माझीच वाट बघतो आहेस का?" मागून येत एका हिप्पीसदृश माणसाने विचारले. आझादने वळून पाहिले. वाढलेल्या दाढीमिशा, बुचडा बांधलेला लांब केस असलेला तो माणूस नशेत डोलत होता.

"कोण? कोण हवंय?" आझादने कपाळावर आठ्या आणत प्रश्न केला.

"सरजीत सांधू ? बरोबर?"

"आपण कोण?"

"मी, मी एक मोहरा आहे. दिखाऊ मोहरा. प्रातिनिधिक स्वरूपाचा. मला नाव-गाव नाही. मी विक्रेता आहे आणि माझ्यासाठी तू खरीददार आहेस. मी बसून बोलू का?"

आझाद काही बोलायच्या आधीच तो त्याच्यासमोर बसलादेखील. आझादने काहीशा त्रासिक नजरेने त्याच्याकडे बघितले. अनाहूत येऊन ठेपलेला तो मोहरा मात्र निर्विकारपणे दारू पीत होता. तोंडी लावलेल्या ग्लासातून दारू त्याच्या गालावरून,

मानेवरून कपड्यांवर ओघळत होती.

"तुला काय हवंय सांगशील का?" आझादने चिडून विचारले.

"मला? मला नाही, तुला हवंय. हबीबूरकडे पैसे दिलेलेस ना तू? याच्यासाठी." आपल्या खिशातून एक रिव्हॉल्व्हर काढून आझादसमोर धरत तो म्हणाला.

"हबीबूर? कोण हबीबूर? मी नाही ओळखत कोणाला आणि हे काय? हे रिव्हॉल्व्हर तुम्ही मला का देत आहात?"

"हबीबूर नाही माहीत तुला? बरंय तर मग, सौदा संपला. तू हबीबूरला ओळखतच नाहीस म्हटल्यावर पुढचे काही व्यवहार करायची गरजच नाही." म्हणत रिव्हॉल्वर खिशात टाकून तो उठून जाऊ लागला.

"एक मिनिट, थांब जरा. तू मला देऊ शकतोस का हे रिव्हॉल्व्हर? मी तुला पैसे देतो हवे तर."

त्याने आश्चर्याने आझादकडे बघितले. तो पुन्हा खाली बसला.

"एकदा पैसे दिलेस तरी पुन्हा का पैसे देतो आहेस?" त्याने संशयाने विचारले.

"तुला आधी कोणी पैसे दिले मला नाही माहीत. मी हबीबूरला पण ओळखत नाही. मी इथे रस्त्यावर कपडे विकायचे काम करतो. काही गुंड मला त्रास देऊन माझी दिवसभराची कमाई घेऊन जातात. मला त्यांना घाबरवण्यासाठी रिव्हॉल्व्हर हवे आहे. मला मिळेल का हे रिव्हॉल्व्हर?"

"तू सरजीत सांधू नाहीस नक्की? मग तू कोण आहेस?" त्याने आझादकडे निरखून बघत विचारले.

"मी सरजीत सांधू नाही. एक मोहरा आहे. मला नाव-गाव नाही."

त्याने एका झटक्यात दारूचा ग्लास रिकामा करून टेबलवर ठेवला. खिशातून रिव्हॉल्व्हर काढून त्याने टेबलवर ठेवले.

"स्मिथ अ‍ॅन्ड वेसन कंपनीचे सहा बारी रिव्हॉल्व्हर आहे. चारशे पंचावन्न पॉवरचे. महायुद्धात मोठ्या प्रमाणात वापरले गेलेले. आता सहसा कोणी वापरत नाही. अमेरिकन बनावटीचे आहे."

"आणि याची काडतुसे?"

"काडतुसं कशाला हवीत? तुला फक्त त्यांना घाबरवायचं आहे ना?"

"हो, पण तरी सुरक्षेसाठी पाहिजेच ना."

"अरेरे! गडबड झाली. याची काडतुसे नाहीत माझ्याकडे. काही दुसरी काडतुसे आहेत; पण ती चव्वेचाळीसच्या आकाराची. यात बरोबर बसणार नाहीत. हां, पण जर भीतीच दाखवायची असेल तर चालतील."

"ठीक आहे. किंमत सांग."

त्याने सांगितलेली किंमत त्याला देत आझादने टेबलवरचे रिव्हॉल्व्हर कोटाच्या खिशात ठेवले. त्याने दिलेली काडतुसांची पिशवी उघडून बघितली. आत तीस-चाळीस काडतुसे होती. काडतुसांची पिशवी पुन्हा बंद करून त्याने कोटाच्या दुसऱ्या खिशात ठेवली. तो अजूनही आझादने दिलेले डॉलर मोजत होता. दारूचा अंमल चढल्यामुळे त्याच्या मोजण्यात चुका होत होत्या. अखेरीस ते पैसे खिशात कोंबत डुलत डुलत तो तिथून निघाला.

आझादने कोटाच्या खिशातील रिव्हॉल्व्हर आत दाबून कोणालाही ते दिसत नसल्याची खात्री केली. समोर उभ्या असलेल्या वेटरच्या हातात बिअरचे पैसे ठेवून तो बसल्या बसल्या पुढल्या योजनेची आखणी करू लागला.

शनिवारी संध्याकाळी कामावरून निघून आझादने झरझर रेल्वे स्टेशन गाठले. तिकीट घेऊन तो डेव्हॉनशायरमधील थर्लस्टन शहराकडे जाणाऱ्या गाडीत बसला. फलाटावरच्या माणसांना आणि वस्तूंना मागे टाकत धुराचा राक्षस उडवत गाडी थर्लस्टनकडे निघाली. थर्लस्टनला पोहोचण्यासाठी आझादला दुसऱ्या दिवशीची सकाळ उजाडणार होती. बाहेर अंधाराचे साम्राज्य पसरले होते. अंधारात मध्येच उभे असलेल्या दिव्याच्या खांबांना झर्रदिशी मागे टाकत रेल्वेगाडी पुढे पळत होती. फाकलेल्या अंधारात मागे जाणाऱ्या खांबांकडे बघत आझाद बसला होता. उद्याचा दिवस त्याच्यासाठी खूप महत्त्वाचा होता. मनातल्या मनात तो आपल्या योजनेची उजळणी करत होता. कोटाच्या खिशातील रिव्हॉल्व्हर चाचपत ते कोणाच्या नजरेत येणार नाही अशा प्रकारे आत सारून त्याने डोळे मिटले.

दुसऱ्या दिवशी सकाळी जेव्हा तो उठला, तेव्हा गाडी थर्लस्टनजवळ येऊन ठेपली होती. थोड्याच वेळात थर्लस्टन स्टेशन आले. स्टेशनवर उतरून बाहेरील एका विश्रामगृहात त्याने तोंड धुतले. रात्रीपासून काहीच खाल्ले नसल्याने त्याला फार भूक लागली होती. आजूबाजूला कुठे इंडियन रेस्टॉरन्ट दिसते का ते तो बघू लागला. पण त्याला इंडियन रेस्टॉरन्ट काही सापडले नाही. अखेरीस एका ब्रिटिश रेस्टॉरन्टमध्ये थोडासा नाश्ता करून तो शहरातील सधन लोकांच्या वस्तीच्या दिशेने निघाला.

थर्लस्टन शहराच्या दक्षिण भागात सधन लोकांची घरे होती. त्यांतील बहुतेक जण सरकारी अधिकारी आणि बिझनेसमन होते. चित्रपटांमध्ये काम करणारे काही कलाकारही इथे राहत होते. प्रत्येकाचे मोठमोठाले बंगले होते. प्रत्येक बंगल्यासमोर एखाददुसरी चारचाकी गाडी उभी असे. सुबत्ता, सधनता म्हणजे नक्की काय ते इथे बघितल्यास सहज दिसून येत होते. त्यामुळेच हा भाग शहराचे खास आकर्षण होते.

इथल्या निरनिराळ्या बंगल्यांच्या भिंतींना आकर्षक रंग दिलेले होते. घरासमोर असलेल्या लाकडी कुंपणावरही रंगानी छान कलाकुसर केलेली असे. आलिशान अशा त्या बंगल्यांचे बाह्य सौंदर्य बघत बंगल्यांची नावे वाचत आझाद चालत होता. 'सनी बँक' नावाच्या एका मोठ्या व्हिलासमोर येऊन तो थांबला. पिवळसर रंगाचा तो एक दुमजली बंगला होता. बंगल्याभोवती लाकडी फळ्यांचे कुंपण होते आणि ते पांढऱ्या तैलरंगाने रंगवलेले होते. बंगल्याच्या मालकाच्या नावाची पाटी मात्र तिथे दिसत नव्हती. आझाद बंगल्याच्या समोरचा रस्ता ओलांडून बंगल्याकडे तोंड करून उभा राहिला. बराच वेळ तो असाच बंगल्यातून निघणाऱ्या माणसांवर नजर ठेवून उभा होता; पण त्याला हवा असणारा माणूस तिथे दिसत नव्हता. रस्त्यावरून येणारी जाणारी माणसे त्याच्याकडे संशयाने बघू लागली, तसा तो तिथून हटत जरा पुढे जाऊन बंगल्यावर नजर ठेवून उभा राहिला.

हळूहळू सूर्य चढत होता तरी थंड वातावरणामुळे फारशी गरमी जाणवत नव्हती. आझाद संयम बाळगत शांतपणे बंगल्यातून बाहेर पडणाऱ्या आपल्या सावजाची वाट बघत होता. पण त्याला फार वेळ वाट बघावी लागली नाही. पुढच्याच क्षणी एक गोरा म्हातारा माणूस एका उंच काळ्या कुत्र्यासोबत बंगल्याबाहेर पडला. कुत्र्याचा पट्टा त्या म्हाताऱ्याच्या हातात होता. कुत्रा जमिनीवर हुंगत हुंगत त्या म्हाताऱ्याला जवळपास खेचतच पुढेपुढे जाण्याचा यत्न करत होता, तर तो म्हातारा पट्टा हातात अजूनच घट्ट धरून कुत्र्याच्या गतीला आवर घालण्यात व्यस्त होता.

आझादने म्हाताऱ्याकडे बघितले. ती बेरकी नजर, मगरूर चेहरा सारे काही त्याच्या ओळखीचे होते. आझादने आजूबाजूस बघितले. चार-पाच मोजकी माणसे सोडून रस्त्यावर दुसरे कोणीच नव्हते. त्याने आपल्या कोटाच्या खिशातील रिव्हॉल्व्हरास हात घातला.

'थांब आझाद, अविचार करू नकोस. इथे याला मारलेस तर सहज पकडला जाशील. वाघाची गुहा तर लक्षात आली ना. मग आता कधीही वाघाची शिकार करता येईल. अगदी योजनाबद्ध पद्धतीने. इथे पकडला गेलास तर देशस्वातंत्र्यासाठी लढणार कसा? थांब, थांब.'

मनाने वाजवलेल्या धोक्याच्या घंटेने सावध झालेल्या त्याच्या मेंदूने रिव्हॉल्व्हरवरील त्याच्या हाताला काही न करता गुपचूप पडून राहण्याचा आदेश दिला. तो हातदेखील इमानी प्राण्यासारखा आदेश पाळत कोटात थोडा वेळ घुटमळला. समोर शिकार दिसत असतानाही आणि रिव्हॉल्व्हर निकट असतानाही तो हात कोटात निपचित पडून राहिला. अखेरीस गुदमरावयास लागले तसा तो हात कोटातून बाहेर मोकळ्या हवेत आला.

मायकेल ओडवायर कुत्र्याला घेऊन बराच पुढे गेला आणि तिथून फिरून पुन्हा बंगल्याच्या दिशेने आला. आपल्या बंगल्यापासून काही अंतरावर उभ्या असलेल्या आझादकडे त्याने कुतूहलाने बघितले. आझादने त्याच्याकडे पाहून स्मित केले. ओडवायरनेही उत्तरादाखल स्मित केले आणि आझादबद्दल विचार करत तो बंगल्यात शिरला.

दुपार झाली होती. आझादने एका छोट्या हॉटेलात जेवण केले. लंडनला जाणारी रेल्वेगाडी आता संध्याकाळची होती म्हणून वेळ काढण्यासाठी बिनकामाचा तो असाच पायी थर्लस्टनमध्ये हिंडत राहिला. हिंडून थकल्यावर तो रेल्वे स्टेशनला आला. लंडनचे तिकीट काढून तो रेल्वे स्टेशनवर गाडीची वाट बघत बसला. अनेक विचार मनात होते. त्यांना बाहेर यायला आता मौका मिळाला होता.

जे घडले ते योग्य झाले की अयोग्य, याचा आता विचार करून उपयोग नव्हता. एक संधी हातातून निसटली होती. पुढची संधी कधी येणार, कशी येणार, येणार की नाही काहीच भरवसा नव्हता. कधी स्वतःच्या घेतलेल्या निर्णयाला तो कुचकामी ठरवत स्वतःला भ्याड म्हणवून घेत होता, तर कधी झाले गेले सोडून नवीन योजना आखत होता.

रेल्वेगाडी येऊन फलाटावर थांबली होती. आझाद आत जाऊन डोळे मिटून पडला. विचारांचे द्वंद्व चालूच होते आणि ते तसेच चालू ठेवून आझाद झोपी गेला होता.

रेल्वेगाडी दुसऱ्या दिवशी पहाटेच लंडन स्टेशनला येऊन पोहोचली. रात्रभर प्रवासाची दगदग आणि विचारांची सरमिसळ यामुळे आझादला नीट झोप लागलीच नव्हती. पाय ओढतच तो स्वतःच्या खोलीवर आला. रात्री त्याने काही खाल्लेही नव्हते. बराच थकला होता तो. अर्धवट झोप झाल्याने डोळ्यांत झोप उतरली होती. तसेच कपडे न काढता तो बिछान्यावर आडवा झाला आणि बघता बघता घोरूही लागला.

आझादला झोपून अवघे एक-दोन तासच झाले होते की तोपर्यंत प्रकाशकिरणे हळूहळू त्याच्या अंथरुणात शिरली. प्रकाशाची तिरीप डोळ्यांवर पडली तशी आझादची झोप चाळवली. घराबाहेर रस्त्यावर माणसांची रेलचेल सुरू झाली होती. डोळे चोळतच तो उठला. झोप पूर्ण न झाल्याने डोके दुखत होते. काही वेळ तो तसाच डोके धरून अंथरुणात बसून राहिला. पण कामावर जाणेही गरजेचे होते. अंथरुणातून उठून तो कामावर जाण्यासाठी तयार झाला.

घराबाहेर पडताच थोड्या अंतरावर असलेल्या गुरबचनसिंगच्या रेस्टॉरन्टमध्ये

पराठ्यांचा नाश्ता करून तो कंपनीत आला. सहकाऱ्यांच्या दुस्वासपूर्ण नजरांचे स्वागत करत त्याने आपल्या कामास सुरुवात केली. काम करता करता त्याच्यावर केली गेलेली शेरेबाजी, त्याला उद्देशून मारलेले टोमणे त्याच्या कानी पडत होते. पण थकल्या शरीरात आणि शिणलेल्या मेंदूत त्यांना प्रत्युत्तर देण्याची ताकद नव्हती. दुखणाऱ्या डोक्याच्या वेदना सहन करत तो कामात लक्ष देण्याचा प्रयत्न करत होता. पण काही केल्या त्याला ते जमत नव्हते. त्याच्या एकट्या मनात पुन्हा एकदा विचारांचा कल्लोळ माजला होता. डोक्यामध्ये येणारे अनेक विचार एकमेकांवर आदळून त्याच्या वेदनांना दुप्पट करत होते. मनात उद्भवणाऱ्या एक एक विचारांना धरून बाहेर टाकण्याचा तो प्रयत्न करायचा. पण बाहेर पडलेला विचार पुन्हा एकदा नवे रूप घेऊन त्याच्या मनात घर करत होता.

अजूनही रिव्हॉल्व्हर त्याच्या हाती असूनही सहीसलामत निसटलेला ओडवायर त्याला दिसत होता. त्याच्या मनाने त्या वेळी अचानक घेतलेल्या निर्णयाचे आता त्यालाच आश्चर्य वाटत होते. खरेच, आपला निर्णय चुकला का? वेळ चांगली होती. ओडवायरला तिथेच गोळ्या घालून ठार करता आले असते; पण विनाकारण पकडले जाण्याच्या भीतीने शस्त्र हाती असूनही आपण गप्प बसलो. आलेली शिकार तशीच जाऊ दिली. हे बरोबर झाले का?

हो, बरोबरच झाले. वाघाची शिकार करणारा शिकारीही पहिले स्वतःच्या सुरक्षिततेची खबरदारी घेतो. वेळप्रसंगी तो मागेही हटतो. वाघाला निसटून जाऊ देतो. दबा धरून बसतो. पुन्हा सापळा रचतो आणि वाघाला अडकवतो. आपणही ओडवायरला मारण्याअगोदर आपली सुरक्षा बघितली, हे काही वाईट केले नाही. ओडवायरला असे उघड्यावर मारून आयुष्यभर तुरुंगाची हवा खायला जाणे यासारखे नुकसान नव्हते. देश स्वतंत्र करण्यासाठी पडेल ते करण्याची आपण भगतबरोबर शपथ घेतली होती. आपणच तुरुंगात अडकून पडलो तर कसे होणार? ओडवायरला मारायचा; पण असा सर्वांसमोर नाही तर एकांतात गाठून.

"मिस्टर आझाद, काय झाले? तब्येत ठीक नाही का?"

आझादने मान वर करून बघितले. कंपनीचा मालक त्याच्यासमोर उभा होता.

"ठीक आहे."

"खरंच? वाटत नाही."

"का?"

"मघापासून तीनदा हाक मारली. तुझे लक्षच नाही."

"अं....जरासं डोकं दुखत होतं." कपाळावर हात ठेवून आझाद उत्तरला.

"कालची उतरली नाही का अजून?" मालकाने मस्करीच्या स्वरात विचारले.

"नाही, असं काही नाही."

"बरं, ठीक आहे. घरी जाऊन आराम कर मग."

"नाही, बरा आहे मी."

"आझाद, उगाच हट्ट करू नकोस. घरी जाऊन आराम कर, बरं वाटेल."

आझादने होकारार्थी मान हलवली आणि मालकाचा निरोप घेऊन तो जाण्यासाठी निघाला. इतक्यात काहीतरी आठवून तो पुन्हा मागे फिरला. मालक त्याच्या खोलीत निघून गेला होता. आझाद त्याच्या खोलीबाहेर जाऊन थांबला.

"मे आय...." खोलीच्या दारावर टकटक करत आझादने विचारले.

"ये ना आझाद. काय झाले? परत का आलास?"

"सर, तुम्ही मघाशी मला हाका मारत होतात म्हणालात. काही काम होतं का?"

"काम.... काम तसे होते खरे. पण आपण उद्या बोलू त्यावर. तुझी तब्येत पण बरी नाही."

"नाही, ठीक आहे. सांगा तुम्ही. एवढं पण डोकं नाही दुखत माझं."

"बरं, बस आझाद. महायुद्ध सुरू होण्याची आशंका आहे. त्यासाठी लष्करभरती सुरू झाली आहे. माझी इच्छा आहे आर्मीत सैनिक बनून देशासाठी लढण्याची. मला वाटते तूही माझ्याबरोबर आर्मीत भरती व्हावेस. तेच विचारायला आलो होतो." मालकाने आपले म्हणणे मांडले.

मालकाचे बोलणे ऐकून आझाद काही वेळासाठी सुन्न झाला. असे काही विचारले जाईल याची त्याला कल्पना नव्हती. काय बोलावे ते त्याला सुचेना. मालक उत्तराच्या आशेने आझादकडे बघत होता आणि आझाद खाली जमिनीकडे बघत गप्प बसला होता.

"काय झाले आझाद? तुला वेळ हवा असेल तर घे. उद्या कामाला आलास की सांग मला."

आझादने मान डोलावली आणि काही न बोलता तो गुपचूप तिथून बाहेर पडला. रेल्वे पकडून तो खोलीवर आला. अजून तळ्यात-मळ्यात असलेला त्याचा नोकरीबद्दलचा निर्णय आता ठाम झाला.

दुसऱ्याच दिवशी त्याने नोकरी सोडल्याबद्दलची चिठ्ठी मालकाकडे पाठवून दिली.

दिवस कलत आला होता. अंधाराचे दूत चोरट्या पावलांनी शहराचा ताबा घेत होते. उदयपथावर असणाऱ्या अंधाराच्या साम्राज्यात डोळ्यांगत आपले किलकिले दिवे तेवत ठेवून चार चाकी निळी स्काउट मोटार लंडन शहरातून बाहेरच्या दिशेने

निघाली होती. शहरातून बाहेर पडेपर्यंत अंधार गडद झाला होता. आता क्वचितच एखाददुसरी गाडी त्या स्काउट गाडीला नजरेस पडत होती. बाकी रस्त्यावर अगदीच शुकशुकाट होता.

चालकाच्या जागी बसलेला आझाद मोटारीच्या पुढील काचेच्या मधल्या बाजूस लावलेल्या आरशात गाडीच्या मागील बाजूस बसलेल्या ओडवायरचे प्रतिबिंब बघत होता. अंधारात आरशात नीटसे दिसत नव्हते. पण बहुतेक तो डोळे मिटून शांत बसून असल्यासारखा दिसत होता. आपल्यावर येऊ घातलेल्या संकटाची त्याला कल्पना नव्हती.

खिडकीतून येणाऱ्या वाऱ्याच्या झोताने आझादचे केस भुरभुर उडत होते. हवेत गारठा होता. येणारा प्रत्येक वाऱ्याचा झोत मोटारीत थंडीची लहर भरत होता. आझादने गाडी चालवत असतानाच पुन्हा एकदा आरशात डोकावले. थंडीत ओडवायरला कापरे सुटले होते. आझादने मोटारीची खिडकी लावून घेतली.

"तुला बरोबर कळले. मी आता तुला तेच सांगणार होतो." दोन्ही हात एकमेकांवर चोळत ओडवायर बोलला.

"मॅजेस्टी, आरशात बघूनच मला हे समजले आणि म्हणूनच बघितल्या बघितल्या लगेचच मी खिडकी लावून घेतली." आझादने समोरील रस्त्यावरील आपले लक्ष न हटवता उत्तर दिले.

"मोहम्मद, एक सांग. तू मुसलमान आहेस. माझ्या माहितीप्रमाणे तुम्ही लोक दिवसातून चार वेळा नमाज पढता, खुदाला याद करता, पण तरी मी तुला कधीही नमाज पढताना बघितलं नाही. असं का?"

"बाप, दादा मुसलमान होते. ते अल्लाला मानायचे. कुराण-ए-शरीफ पण वाचायचे. नमाज पढायचे. पण माझा या सगळ्यांवर काही विश्वास नाही. मी नाही मानत हे सगळं."

"म्हणजे तू फक्त नावाचा मोहमेडियन आहेस?"

"हूं, असंच समजा हवे तर." एका हाताने गाडीचे स्टिअरिंग धरत दुसरा हात उडणाऱ्या केसांमधून फिरवत आझाद उत्तरला.

"अरे मोहम्मद, तू ख्रिश्चन हो ना मग. आमचा ख्रिश्चन धर्म जगात सर्वांत श्रेष्ठ. इथे जरी तुझा येशूवर विश्वास नसला तरी तो तुला आपला मानेल. तुझी सारी दुःखं, संकटं दूर करेल आणि तुला त्याची प्रचिती पण येईल. मग तू स्वतःच प्रभूवर विश्वास ठेवू लागशील. अशा महान धर्मात सामील होण्याची, प्रभू येशूचा अनुयायी होण्याची संधी मिळते आहे तुला. वर ख्रिश्चन धर्म स्वीकारल्याबद्दल तुला चर्चकडून भेटवस्तू मिळतील, पैसे मिळतील. बघ, विचार कर."

"खरंच का, ख्रिश्चन धर्म जगातील सर्वश्रेष्ठ धर्म आहे?"

"मग, काही शंका आहे का?"

"शंका नाही. पण असे कोण म्हणाले आहे?"

"सारं जग म्हणतं जगात सर्वांत जास्त ख्रिश्चन धर्माचे अनुयायी आहेत. अंगी असलेल्या सद्‌गुणांमुळे ख्रिश्चन मंडळीच सगळीकडे पुढे आहेत."

"सद्‌गुण? असे कोणते सद्‌गुण आहेत जे ख्रिश्चनांकडेच आहेत?"

"दया, प्रेम, सलोखा, आदरभाव, मानवता......"

अचानक हसू लागलेल्या आझादकडे पाहून ओडवायरने बोलणे थांबवले आणि तो वेड्यासारखा हसणाऱ्या आझादकडे आश्चर्याने बघू लागला.

"काय झालं? हसतोस का?"

"हे गुण नक्की आहेत का ख्रिश्चनांकडे?"

"अलबत."

"मग जालियनवाला बागेत जमलेल्या हजारो लोकांवर गोळीबार करणाऱ्या डायरमध्ये मला यातला एकही गुण का दिसत नाही?"

"जालियनवाला बाग? पंजाब, राईट? तुम्ही लोक अजून किती दिवस या गोष्टीला मनात जपून ठेवणार आहात काय माहीत! तुम्हाला कोणाला सत्यता माहीत नाही. उगाच चिखलफेक करता. पंजाबमध्ये गोळीबार केला डायरनं; पण कोणावर? दहशतवाद्यांवर. तो कोण?" म्हणत ओडवायर कपाळावर हाताची मूठ ठेवून काही आठवू लागला.

"हूं, शराबा. शराबा नाव त्याचे. त्यानं जहाज भरभरून इंडियात माणसं पाठवलेली. दंगाफसाद करण्यासाठी. तीच माणसं होती तिथं बागेत. माणुसकीचे दुश्मन सारे. इतर निरपराध लोकांच्या सुरक्षिततेसाठीच डायरला तिथे गोळीबार करावा लागला आणि म्हणूनच मी त्याचं समर्थन केलं."

आझादने कचकन् मोटारीचे ब्रेक आवळले. ओडवायरचे बोलणे ऐकून त्याच्या डोक्यात संतापाची तिडीक गेली होती. रागाने त्याचे अंग थरथरू लागले होते. भरधाव वेगात असलेली गाडी क्षणार्धात एका जागी स्थिर झाली. अचानक ब्रेक लावल्यामुळे बेसावध ओडवायर पुढल्या बाजूस आपटला.

"यू इडियट! काय झाले? गाडी का थांबवलीस?" स्वतःला सावरत ओडवायर ओरडला.

"माहीत नाही. अचानक बंद झाली. मी बघतो काय झाले ते."

गाडीचे इंजिन बंद करून आझाद गाडीतून खाली उतरला. गाडीच्या पुढील बाजूस असलेले बॉनेट उचलून वर करत शुष्कपणे समोरील इंजिनकडे पाहत बसला. कुणीतरी तप्त शिलारस कानात ओतावा त्याप्रमाणे ओडवायरचे विखारी शब्द त्याच्या कानात घुमत होते.

जागेचा अंदाजा घेत आझादने सभोवार बघितले. अजगरागत लांबच्या लांब पसरलेला तो रस्ता संपूर्णतः निर्मनुष्य होता. आजूबाजूस कोणत्याच वाहनाची वा माणसाची चाहूल नव्हती. मनुष्यवस्ती बरीच दूर होती. अंधारात गुरफटलेली हीच जागा ओडवायरच्या वधासाठी सुयोग्य होती. एवढे दिवस मनात बाळगून असलेली त्याची आकांक्षा आता पुरी व्हायची वेळ आली होती. ही एकच इच्छा उरी बाळगूनच तर त्याने ओडवायरच्या ड्रायव्हरची नोकरी पत्करली होती; जेणेकरून कधीतरी तो एकटा सापडेल आणि त्याला त्याच्या कृत्याचे प्रायश्चित्त देता येईल. सदैव सोबत बाळगत असलेल्या आपल्या कोटाच्या खिशातील रिव्हॉल्व्हरवर त्याच्या हाताची बोटे फिरू लागली. समोरच्या भक्ष्याचे शिरकाण करण्यासाठी रिव्हॉल्व्हरही आपली जिव्हा बाहेर काढून तयार झाले होते. भारतभूमीच्या निरपराध लेकरांच्या रक्ताने ज्या अत्याचारी डायरने होळी खेळून भारतवासीयांच्या अभिमानाचा बलात्कार केला होता, त्या बलात्काराचा प्रतिशोध घेण्याचा समय आला होता. या प्रतिशोधासाठी प्रदीप्त करण्यात आलेल्या यज्ञाची पूर्ती आज होणार होती. त्याची बोटे अजूनही रिव्हॉल्व्हरसोबत खेळत होती.

"काय, मिळाला का काही फॉल्ट? चालू होईल का नाही गाडी?" आझादसमोर उभा राहत ओडवायरने विचारले. बराच वेळ झाला तरी मोटार चालू होत नाही म्हणून तो वैतागला होता.

"जी मॅजेस्टी, होईलच चालू आता." आझाद शांतपणे उत्तरला.

कानामध्ये शीळ वाजवत हवेची झुळूक रस्त्याच्या एका टोकाकडून दुसऱ्या टोकाकडे निघून जात होती. रस्ता तसा अगदीच मोकळा. रस्त्याच्या दोन्ही बाजूंस तुरळक उभी असलेली झाडे सैतानाच्या शिपायांप्रमाणे वाटत होती. भय दाखवायला अंधार सोबतीला होताच. रात्रीच्या अंधारात वाऱ्याच्या तालावर डोलणारी ती झुडपे मद्यधुंद माणसासारखी डुलत असल्यागत वाटत होती. पानांची सळसळ, मध्येच अपशकुनी आवाजात ओरडणारे पक्षी, किड्यांची किर्रकिर्र यांचेच आवाज काय ते कानावर पडत होते.

अचानक दूरवर कुणातरी माणसांचे बोलणे ऐकू आले. आधीच भयमय वातावरणाने भीतीचे गारूड ओडवायरवर टाकले होते आणि त्या आवाजांनी त्याच्या काळजात चर्र झाले. भीतीने गारठलेल्या आपल्या ओठांवरून जिव्हा फिरवत त्याने दूरवरच्या परिसराचा आढावा घ्यायला सुरुवात केली. आवाज आला त्या दिशेला दूरवर कुणीच दिसत नव्हते. अर्थात, रात्रीच्या या अशा अंधारात पाच हातांवरचे माणूसदेखील दिसत नसताना लांबवर कुणी दिसेल अशी आशा बाळगणे चुकीचे होते. ओडवायरच्या चेहऱ्यावरचे भीतीचे भाव आझादने ताडले.

"मॅजेस्टी, काय झाले? घाबरल्यासारखे दिसता तुम्ही."

"मोहम्मद, तुला माणसांच्या बोलण्याचा आवाज येतोय का?"

आझादने वाऱ्याची शीळ नीट लक्ष देऊन ऐकली.

"हा तर वाऱ्याचा आवाज आहे. कदाचित माणसांचाही असेल आणि असला तरी त्यात घाबरण्यासारखे काय आहे? ते तर चांगलंच आहे ना. आपल्याला मदतच होईल त्यांची."

आझाद बोलला खरा; पण तोसुद्धा मनातून चरकला होता. न जाणो ओडवायरच्या म्हणण्यानुसार जर कोणी माणसे तिथे असतील तर ओडवायरवर गोळी झाडलेला आवाज त्यांना नक्कीच ऐकू जाईल. कदाचित गोळीचा आवाज ऐकून ते इथे येतीलही. खात्री करून घेण्यासाठी आझाददेखील अंधारात नजर ताणून दूरवर कोणी दिसतंय का याचा मागमूस घेऊ लागला.

"इंडियन लोकांच्या दुर्बलतेची भीती वाटते." शांतीचा भंग करत ओडवायर उद्गारला.

"फार पूर्वी मी इंडियात असताना दोन जण जिवंत बॉम्ब घेऊन मला मारण्यासाठी आले होते. मी वाचलो तेव्हा. नंतर दोनदा पुन्हा मला मारण्याचा प्रयत्न केला गेला; पण नशीब बलवत्तर म्हणून पुन्हा वाचलो. तेव्हापासून अशी कुठे कुजबुज ऐकू आली की मन घाबरते. पंजाबमध्ये किलिंग झाल्यानंतर आमच्या लंडनमधल्या गुप्तचर संस्थेने मला सावध राहण्यास सांगितले होते. सुरुवातीस मी तशी खबरदारीही घेत होतो. भेटावयास येणाऱ्या प्रत्येक इंडियन माणसाकडे संशयाने बघायचो. मग नंतर माझी भीती अजूनच वाढली. कारण माझ्या लक्षात आले की निर्भीडपणे छातीला छाती भिडवून वार करण्याचा दम इंडियन्समध्ये नाही. एक नंबरचे भित्रे आहेत. आम्ही जे केले ते छातीठोकपणे. तिलकला जन्मठेप दिली, पंजाबमध्ये मार्शल लॉ लागू केला, सारं उघड आहे. पण या भ्याड लोकांचे तसे नाही. तीन वेळा मला मारण्याचा प्रयत्न केला; पण सारा छुपा प्रकार. याच भ्याडपणाची भीती वाटते मला. कधी कुठल्या अंधारात ही लोकं मागून वार करतील आणि पुन्हा कसे त्या अंधारातच गडप होतील कळणारच नाही. उगाच प्रताप, शिवाजी, गोविंदसिंगसारख्या आपल्या पूर्वजांच्या पराक्रमाचे गोडवे गात फिरतात. नक्की ही माणसे तरी पराक्रमी होती की अशीच भ्याड होती, काय माहीत? कधीकधी तर मला संशय येतो की इंडियामध्ये कोणी शूरवीर पैदा तरी झालाय की नाही?"

आकाशात दामिनी कडकडावी आणि तिच्या लख्ख उजेडात सारी सृष्टी एकदाची चमकून पुन्हा अंधकारात हरवून जावी, तसाच आझाद हरवून गेला होता. विजेच्या प्रचंड कडकडाटाने सारे काही सुन्न व्हावे, तसाच आझाद सुन्न झाला होता. ओडवायरचे एकूण बोलणे ऐकून नकळत त्याच्या कोटाच्या खिशातील

रिव्हॉल्व्हरवरील त्याची पकड ढिली होत गेली.

"काय झाले रे? काही बोलत नाहीस? तू पण घाबरलास का? घाबरण्याची गरज नाही. माझ्याकडे पिस्तूल आहे. त्याचा एक बार उडला की जर ते मारेकरी असतील तर आपसूक पळून जातील. मोटार चालू होईल का पण आज?"

"हो, झालीच. चला बसा, निघू यात."

आझादने अदबीने उघडलेल्या गाडीच्या दारातून आत शिरत ओडवायरने आपल्या हातमोजे घातलेल्या हातांची घडी घातली. ड्रायव्हरच्या जागेवर बसत आझादने गाडी सुरू केली. क्षणागणीक गाडीचा वेग वाढत होता. वाढत्या वेगाबरोबर ती पुढे सरकत होती आणि तितक्याच वेगाने आझाद गतस्मृतीत मागे सरकत होता.

"हर एक गोली पे तेरा नाम होगा
बस एक गोली से तेरा काम तमाम होगा।
छोड़ दिये है कई मौके हमने ए जिंदगी
फिर भी कभी ना कभी पूरा हमारा इंतकाम होगा।"

"क्या बकवास है! स्वतःचा नाकर्तेपणा लपवण्याचा चांगला तरीका आहे. एकदा नाही तर दोनदा, दोन वेळा तो तुझ्यासमोर होता; पण तू त्याला जाऊ दिलास आणि कारण पण काय फालतू सांगतो आहेस. एकदा म्हणे तर भरपूर माणसे होती, लगेच पकडलो गेलो असतो. आणि एकदा काय, तर कोणीच नव्हते. त्याच्या पापाची शिक्षा सर्वांसमोर देणार त्याला. जसे अमृतसरमध्ये सगळ्यांसमोर हत्याकांड झाले तसे, उघडपणे. एक बात बोलू, तू फक्त वाचावीर आहेस. केवळ बोलतोस; पण कृतीची वेळ येते तेव्हा मागे हटतोस. ऐन क्षणाला तुझा हौसला डगमगतो."

"ना पूछो कि मेरी मंजिल कहाँ है
अभी तो सफर का इरादा किया है।
ना हारूँगा हौसला उम्रभर
ये मैंने खुदा से वादा किया है।।"

"बोलल्याने होत नाही, आझाद. वादा, इरादा सगळ्या बोलण्याच्या बाता आहेत. पण बोलणे आणि करणे यात जमीन-अस्मानचा फरक आहे. आधी जेव्हा मी तुला एकट्याने बडबडताना ऐकले होते, तेव्हा तुझी सिनेमात काम करण्याची थाप पचून गेली. पण नंतर तुझा एकलकोंडेपणा, स्वतःशीच बडबडण्याचे वेड वाढत गेले, तेव्हा मात्र तू लपवू शकला नाहीस. ओडवायरला खत्म करण्याचा निश्चय तू बोलून दाखवलास. त्या वेळचा तुझ्या डोळ्यांतील निखार पाहून मला वाटले होते की तू हे करू शकशील. पण आता मोठ्या खेदाने मला हे कबूल करावे

लागेल की तुझ्या हातून हे घडणे अशक्य आहे. मोक्याच्या क्षणी तुझे मन कच खाते. चांगली भली ओडवायरची नोकरी धरली होतीस, हजारो मौके आले असते त्याच्यासोबत असताना. पण तू घाबरलास आणि सोडलीस नोकरी. काय म्हणू मी तुला आता!'' शिवसिंगच्या संतापलेल्या चेहऱ्यावर हळूहळू हताशतेची छाया चढत होती. सर्व काही गमावून बसल्यासारखा त्याचा चेहरा हाताच्या मुठीवर विसावला.

''काही म्हणू नकोस. काही म्हणू नकोस तू मला. कारण मी माझा रस्ता निवडला आहे. मला ओडवायरचा खून तर करायचाच आहे; पण सोबत भारतमंत्र्याला पण टिपायचंय आणि तेही सर्वांसमोर, खुलेआम. भित्रेपणाचा, भ्याडपणाचा हा जो काही शेरा ओडवायर आपणा भारतीयांवर मारतो आहे ना, तो मला पुसायचा आहे. दाखवून द्यायचे आहे, तुम्ही शेर आहात तर आम्ही भारतीयही सव्वाशेर आहोत. आमचे केवळ पूर्वजच पराक्रमी नाहीत, तर आम्हीही पराक्रमी आहोत आणि गरज पडली तर पराक्रम गाजवताना आम्ही जिवाचीही पर्वा करत नाही.''

''भारतमंत्री? झेटलंड? त्याचा खून का करतो आहेस? आपली दुश्मनी तर ओडवायरशी...''

''ना, ना. गल्लत करू नकोस. ओडवायर म्हण किंवा झेटलंड म्हण; त्यांचा खून वैयक्तिक दुश्मनीसाठी नाही करणार मी. सूडच घ्यायचा असता तर कधीच मारले असते मी त्याला. पण इथे सारा इंग्लंडच भारताचा दुश्मन आहे. कोणाकोणाला मारणार? ही जी काही वैरभावना आहे, तिला पार करून मी केव्हाच पुढे गेलो आहे. मी त्यांचा खून करणार आहे तो आपली अस्मिता जपण्यासाठी. एक शेवटचे आवाहन करण्यासाठी की सोडून जा माझा देश. कारण हा देश गोविंदसिंग, प्रताप आणि शिवाजीराजांचा आहे. इथल्या माणसांच्या धमन्यांत त्यांचेच रक्त धावते आहे आणि स्वकीयांवर चाललेले अत्याचार बघून ते रक्त खवळून उठले आहे. बंद करा अत्याचार आणि सोडून जा माझा देश. नाहीतर प्रत्येक वेळी अत्याचाराला अशीच शिक्षा मिळेल. केवळ ओडवायर मेला तर जग म्हणेल की जालियनवाला बागेच्या हत्याकांडाचा बदला घेतला; पण मी जे करणार आहे तो बदला नसून स्वातंत्र्यलढा आहे.''

यावर शिवसिंग काहीच बोलू शकला नाही. मोठ्या चतुराईने विषयाला फाटा देऊन त्याने दुसरा मुद्दा काढला.

''तू नवीन नोकरी पण सोडलीस, असं ऐकले.''

''सोडली नाही, काढलं मला,'' आझाद अगदी सहजतेने म्हणाला.

''का?''

''तिथे अशी अफवा पसरली होती की रोज भरलेले रिव्हॉल्व्हर घेऊन मी कामाला येतो म्हणून. त्यातच कोणीतरी कंपनीच्या मालकाला असेही भरवून दिले

की मी अत्यंत शीघ्रकोपी आहे. मग काय, काढलं मला कामावरून.''

"ही अफवा होती? मला नाही वाटत. तू खरंच तिथे रिव्हॉल्व्हर घेऊन जात असशील.''

"कसे घेऊन जाणार मी रिव्हॉल्वर? कधीतरी चुकून पँटच्या खिशात राहिले असेल. याचा अर्थ मी रोज घेऊन जातो, असा तर होत नाही ना. आणि जर असं कधी मी रिव्हॉल्व्हर घेऊन गेलो कामावर तरी बघणाऱ्याला कसे माहीत की ते भरलेले आहे म्हणून. एक सांगू, हे गोरे लोक महाकारस्थानी असतात. जर्मनीत हिटलरने ज्यूंची हत्या केली आणि तो वंशभेदाचा पक्का पुरस्कर्ता आहे असे अख्ख्या जगाला मारे ओरडून सांगतील ही माकडे; पण स्वतःच्या बुडाखालचा अंधार मात्र यांना दिसत नाही. इथल्या गोऱ्यांना कोणत्याही काळ्या माणसाने त्यांच्या बरोबरीने काम केलेले खपत नाही. काळीच का, गोरी आयरिश मंडळीही त्यांना आपल्यापुढे गेलेली चालत नाही. मी इथे कित्येक ठिकाणी काम केले. प्रत्येक ठिकाणी तेच. माझ्याबद्दल, इतर काळ्या मजुरांबद्दलचा त्यांचा तिरस्कार त्यांच्या डोळ्यांत दिसतो. वर्णद्वेष, वंशश्रेष्ठत्व यांचे पुरस्कर्ते तर हे गोरे पण आहेत. पण युद्ध चालू होईल ना आता. युद्धात हिटलरला, पर्यायाने जर्मनीला झुकते माप देऊन साऱ्या जगाची सहानुभूती मिळवण्याचा अप्पलपोटी डाव आहे यांचा. नाहीतर जालियनवाला बागेतल्या माझ्या बांधवांची हत्या आणि जर्मनीतल्या ज्यूंची हत्या यात फरक काय आहे.'' म्हणत आझादने शर्टाच्या खिशातून सिगारेट काढून ती शिलगावत सिगारेटीचे पाकीट बिछान्याच्या कोपऱ्यावर बसलेल्या शिवसिंगकडे फेकले. शेजारी उडून येऊन पडलेल्या त्या पाकिटातून सिगारेट घेऊन शिवसिंगने पाकीट आझादकडे परत दिले.

सिगारेटीचा धूर हवेत सोडत असताना अचानक आझाद जोरजोरात हसू लागला. हसता हसताच आपल्या मांडीवर जोरजोरात थोपटू लागला. काहीच न कळून शिवसिंग विमनस्क अवस्थेत आझादकडे बघू लागला. आझाद मात्र हसतच होता.

"तुला माहिती आहे मी रिव्हॉल्व्हर कसे मिळवले?'' हसतच आझादने विचारले.

"नाही, का? इथे काय केलेस अजून?'' बोटाच्या चिमट्यात पेटवलेली सिगारेट तोंडी धरत शिवसिंगने धूम्रवलये हवेत रेखाटायला सुरुवात केली.

"अरे, मी सरजीत सांधू नाव घेऊन पबमध्ये एका रिव्हॉल्व्हर डीलरला भेटलो. हबीबूर नाव त्याचे. विनापरवान्याची, जुनी, चोरीची हत्यारे विकतो तो. त्याच्याशी सगळे बोलणे करून ठरलेली रक्कम मी त्याला दिली. दुसऱ्या दिवशी तो पिस्तूल घेऊन येणार होता. अन् दुसऱ्या दिवशी मी तिथे गेलो तर त्याच्याऐवजी एक हिप्पी

अवजड माणूस आला. सुरुवातीला तर मी त्याला पोलिसांचा एजंट समजलो. ओळखही दाखवली नाही मी त्याला. पण नंतर खात्री पटली तेव्हा पुन्हा नव्याने पैसे देऊन मी ते रिव्हॉल्व्हर विकत घेतले.'' सांगत आझाद पुन्हा मोठमोठ्याने हसू लागला.

''यात हसण्यासारखे काय आहे? म्हणजे तू रिव्हॉल्व्हर दुप्पट किंमत देऊन खरेदी केले आणि याचे तुला हसू येते आहे?'' कपाळावर आठ्या पाडत शिवसिंगने विचारले.

''हमारे पागलपन को तुम क्या समझोगे
हम तो कल भी सरफिरे थे और आज भी।''

आझादने विनोदी शैलीत सादर केलेल्या या शायरीवर दोघेही ठहाका देऊन हसले.

वाऱ्याचा वेग घेऊन दिवस उडत चालले होते. प्रत्येक दिवसाचे फलित आझादसाठी शून्य होते. दैनंदिनीत प्रत्यक्ष कृतीची ठरवलेली तारीख रोज बदलली जात होती. तारखेसोबतच योजना पूर्णत्वास नेण्याची जागा, बहुतेक वेळा प्रत्यक्ष योजना बदलली जात होती. लाल रंगाच्या आपल्या दैनंदिनीत कलमांनी लाल-निळ्या शाईत रेघोट्या ओढण्यातच आझाद मश्गूल होता. परिवर्तन त्याच्या आयुष्याचे अविभाज्य अंग बनले होते. जगात शाश्वत काही जर असेल तर ते म्हणजे परिवर्तन. आजचा दिवस कालच्यापेक्षा नक्कीच वेगळा असणार आणि उद्याचा तर त्याहून वेगळा. येणारा प्रत्येक दिवस जर सारखाच रंग घेऊन आला असता तर त्यात मजा ती काय उरली असती. काळाच्या भल्यामोठ्या उदरात काय दडून बसले आहे ते जाणून घेण्याची उत्सुकता कशी उरली असती? काही बदलायचं नसेल जिंदगीत, तर जीवन सुंदर तरी कसे झाले असते? आयुष्यात केवळ सुखच असते तर दुःखाची वेदना कशी अनुभवता आली असती? आणि आयुष्य फक्त दुःखानेच पोखरलेले असते, तर सुखाचा खळखळून आनंद कसा घेता आला असता?

जाणाऱ्या प्रत्येक दिवसासाठी असाच तर्कशुद्ध विचार करत आझाद येणाऱ्या बदलांचे स्वागत करत होता. बदल तरी किती झाले? घर, नोकरी, मित्र, साऱ्याच गोष्टी बदलत होत्या. आधीच्या त्याच्या नोकरीच्या ठिकाणी तिथले सारेच गोरे त्याचा तिरस्कार करत, त्याचा मालक सोडला तर. तोही नंतर आर्मीत रुजू होण्याबद्दल आझादला विचारू लागला. या नोकरीतून मुक्त होऊन आझादने मग ओडवायरकडेच ड्रायव्हरची नोकरी पत्करलेली. पण जर ड्रायव्हर असताना त्याने ओडवायरचा खून केला असता तर पुन्हा त्याच्या कृत्याचा मलिदा संपूर्ण भारतीयांवर फासून साऱ्या

भारतपुत्रांना विश्वासघातकी म्हणवून त्यांचा जगासमोर अपमान करण्यास या गोऱ्यांनी कमी केले नसते. आझादला हे कदापि नको होते. त्याच्या कृत्यामुळे भारतीयांना माना शरमेने झुकवून ठेवण्याची वेळ येऊ नये, तर उलट अभिमानाने त्यांनी माना उंचवाव्यात, असेच आझादला वाटत होते. अखेर ती ड्रायव्हरची नोकरी सोडून दुसऱ्या एका कंपनीत मेकॅनिक म्हणून कामाला लागला तर तिथेही रिव्हॉल्व्हर बाळगल्याच्या आरोपाखाली त्याला नोकरीतून काढून टाकले गेले.

आपण चालत असलेल्या अग्निपथावरील निखाऱ्यांच्या ठिणगीने आपली जवळची माणसे भाजू नयेत म्हणून आपल्या जवळच्या मित्रांची मैत्री सोडून त्याने एकाकीपणाला जवळ केले. बहुतेक वेळा आयरिन त्याला भेटण्यास खोलीवर यायची. पण तो कधी दरवाजाच उघडत नसे. शिवसिंगकडे जाणेही त्याने सोडून दिले होते. लंडनच्या मध्यभागात मॉर्निंगटन टेरेस इमारतीत एक खोली भाड्याने घेऊन तो जुन्या आठवणींपासून लांब पळत होता. पळताना कधीतरी या आठवणी त्याला गाठायच्याच. पण त्या जवळ आल्या की तो पुन्हा जीव ओढून दूर पळायचा. कुणाला तरी गाठण्याचा प्रयत्न करत धावणारा तो, कधीतरी असा स्वतःच आठवणींपासून पळत होता.

काळाच्या प्रचंड प्रवाहात कसेबसे तरत, वाहवत तो पुढे सरकत होता. एक भलीमोठी पोकळी असल्यासारखा काळ. भूत, जे बऱ्याच ठिकाणी क्लेशकारक होते. भविष्य, ज्याबद्दल तो पूर्णतः अनभिज्ञ होता आणि वर्तमान, जिथे काहीच घडत नव्हते. या पोकळीतील भूतकाळाच्या आठवणी स्मृतिपटलावर कोरत भविष्याबद्दलच्या सुरम्य कल्पना उराशी कवटाळून चालू वर्तमानाला पाठीशी बांधून या प्रवाहात पोहत पैलतीरी जाण्याचा त्याचा प्रयत्न चालूच होता; पण किनारा दिसतच नव्हता. किनाऱ्याच्या शोधात हात-पाय मारत तो थकून गेला होता.

दुसरे महायुद्ध सुरू झाले होते, पण अजूनही योजना अमलात आणण्याबाबत त्याचा काहीच निर्णय झाला नव्हता. त्याला म्हणावी तशी घडी अजून आली नव्हती. त्यामुळेच कैचीत सापडल्यासारखी त्याची अवस्था झाली होती. अजितसिंगांनी सांगितल्याप्रमाणे दुसऱ्या महायुद्धाचा फायदा घेऊन इंग्रजांना भारतातून हाकलण्यासाठी भारतात तयारी केली गेली पाहिजे होती. त्यासाठी भारतात जायचे त्याचे मन बोलत होते. भारतात परतल्यावर पुन्हा लंडनला येण्याची खात्री नव्हती. पण त्यामुळे भारतीयांची भ्याड म्हणून संभावना करणारा ओडवायर पुन्हा भारतीयांना पळपुटे, नेभळट म्हणायला मोकळा होता. ओडवायरने अमानुषपणे केलेल्या भारतीयांच्या बलात्काराला तो विसरू शकत नव्हता.

वैचारिक द्वंद्वात सापडलेल्या आझादने आपल्या ओडवायर वधाच्या योजनेला लागणारा विलंब लक्षात घेऊन दुसरीकडे भारतात परतण्याची सिद्धता चालू केली.

युद्धकाळ असल्याने विमानतळावर प्रवाशांची कसून चौकशी होत होती. आझाद आधीच बनावट पासपोर्टवर लंडनला आलेला. त्या पासपोर्टवर भारतात परतण्यात धोका होता. एकंदरीत विमानाने परत जाण्याचा मार्ग त्याच्यासाठी तरी बंद होता. मग त्याने एक जुनी मोटारकार खरेदी केली. तीतून भूमार्गाने भारतात परतण्याची योजना त्याने बनवली. 'ऑटोमोबाइल असोसिएशन' या तज्ज्ञ संस्थेकडून त्याने त्या मार्गाचा नकाशा आणि मुद्रित पत्रकही मिळवले. या संस्थेने त्याला प्रवासासाठी उपयुक्त अशा इतर गोष्टींची माहितीही दिली. शिवाय प्रवास लांबचा होता. रस्ता दुर्गम भागातून जात होता. चोरी-दरवड्याची भीती होती. म्हणून सोबत पिस्तूल बाळगण्याची चेतावणीही दिली. पिस्तुलाची व्यवस्था आधीच झालेली असल्याने आझादला त्या सल्ल्याचे काही एवढे महत्त्व वाटले नाही. बऱ्याच वर्षांपासून दुरावलेल्या आपल्या मायभूमीच्या दर्शनासाठी आतुरलेला आझाद प्रवासाची सज्जता करू लागला. खूप दिवसांनंतर तो पुन्हा त्याच्या देशात जाणार होता......त्याच्या भारत देशात.

## ८

## राष्ट्रीय प्रतिशोध

एकोणीसशे चाळीस साल चालू होते. युद्धास केव्हाच तोंड फुटले होते. नव्या प्रगत तंत्रज्ञानामुळे युद्ध सीमारेषा ओलांडून देशादेशांमध्ये पोहोचले होते. विरोधी देशांच्या महत्त्वाच्या शहरांवर विमानातून बॉम्ब हल्ले केले जात होते. लंडनवर तर सारखीच धोक्याची तलवार टांगलेली असे. आकाशात विमानाच्या पंख्यांचा घरघरणारा आवाज आला की लंडनवासी लोकांच्या पोटात भीतीचा गोळा येत असे. शहरात, देशात सर्वत्र सक्तीने सैनिकभरती केली जात होती. रस्त्यांवरून सैनिकांची परेड निघायची आणि लोकांना सैन्यात सामील होण्यासाठी आवाहन केले जायचे. आझादला ही 'कॉल ऑफ ड्यूटी' परेड एक डोकेदुखीच वाटायची. अशी परेड आली की तिचे कामकाज आटोपून निघून जाईपर्यंत किमान तासभर तरी रस्त्यावर फुकट जायचा. रस्त्यावरील तरुणांची जबरदस्तीने नावनोंदणी केली जायची. त्यामुळे क्वचितप्रसंगी आझादला लपूनही बसावे लागे. आताही असेच परेडमुळे थांबावे लागल्याने त्याची चिडचिड झाली होती. फेब्रुवारी महिन्याचा शेवटचा शनिवार होता. संध्याकाळ असली तरी हिवाळ्याचे दिवस चालू असल्याने लवकरच अंधारून आले होते. आझाद कॅम्परडाउन स्ट्रीटवर राहणाऱ्या जगतसिंग नावाच्या आपल्या मित्राकडे निघाला होता. जगतसिंगचे काका मालसिंग आझादचे जवळचे मित्र होते. त्यांच्याच ओळखीतून दोघांची मैत्री झाली होती. शेफर्ड बुश गुरुद्वारात धार्मिक समारंभांना ते नेहमी भेटत. दोन आठवड्यांपूर्वी आझाद जेव्हा जगतसिंगकडे गेला होता तेव्हा निघताना जगतसिंगने त्याला आपण साउथहॅम्प्टनला नोकरीच्या शोधात जाणार आहोत असे सांगितले होते. त्यामुळे जाण्यापूर्वी त्याला शेवटचे भेटण्यासाठी आझादची पावले त्याच्या घराच्या दिशेने वळली होती.

गेले दोन-तीन शनिवार तो सारखा येत असल्याने, आझादला आलेले बघून जगतला फारसे आश्चर्य वाटले नाही.

"ओए, तू अजून गेला नाहीस?" आझाद येऊन बसला तसे जगतने विचारले.

"मी? मी जाणार होतो का तू? तू चालला आहेस ना साउथहॅम्प्टनला?"

"मी नाही, आम्ही चाललोय," आपल्या खोलीतील मित्रांकडे निर्देश करत जगत म्हणाला.

"आम्ही सारे निघालोय तिथे. या बालेसिंगचा भाऊ आहे तिथे. त्याच्या ओळखीत एका कंपनीत, नवीनच चालू झाली आहे ती; तर तिथे भरती चालू आहे. आम्ही पाच जण आरामात लागून जाऊ तिथे. तुला विचारले तर तू नाही म्हणतोस.

इंडियाला चालला आहेस ना तू?''

''मी.....'' काय बोलावे ते आझादला सुचत नव्हते.

''असं काय करतोस? मागे तूच तर बोलला होतास की दोन पॅसेंजरना घेऊन मोटारीने इंडियाला चालला आहेस. विसरलास काय? म्हणूनच तर तुला विचारले की गेला नाहीस अजून.''

''हूं, जायचे तर आहे. पण तू आधी बोलला होतास, साउथहॅम्प्टनला जाणार म्हणून. मग पहिले तू जायला हवे ना.'' हसतच आझाद उत्तरला.

आतापर्यंत बालेसिंग सर्वांसाठी चहा बनवून घेऊन आला होता. आणून ठेवलेल्या चहाच्या कपांमधून सर्वांसोबत आझादने एक उचलून तोंडी लावला.

''मग, आम्ही तर जाणार आहोत. परवाच निघत आहोत. बरं झालं तू आलास ते. नाहीतर मी आलोच असतो भेटायला. तू पण आता इंडियात जाशील तर चांगली नोकरी धर. किती दिवस असा सडाफटिंग राहणार आहेस? चांगली कुडी बघून लग्न करून घे. काय? तू कधी निघत आहेस इंडियासाठी?'' चहाचा घोट घेत जगतने विचारले.

''अं..... काही ठरवलं नाही.''

''का? पॅसेंजरची तयारी झाली नाही का?''

''सांगतो. ऐक ना, जरा तेल आणि एक पुसण्यासाठी कपडा दे ना.'' आझादने मोठ्या सफाईने विषय टाळला.

''तेल आणि कपडा? कशासाठी? काय पुसायचे आहे तुला?'' आझादच्या मागणीने जगत हैराण झाला होता.

''हे बघ.'' म्हणत आझादने आपल्या बुशकोटाच्या खिशातून रिव्हॉल्व्हर आणि अठरा-वीस काडतुसे काढली. ती बऱ्याच काळापासून आझादकडे असल्यासारखी दिसत होती.

''गंज लागला आहे यांना म्हणून म्हटले पुसून घ्यावी.''

''हे.... हे काय रे आझाद?'' रिव्हॉल्व्हर आणि काडतुसे बघून जगत पुरता गांगरून गेला होता.

''रिव्हॉल्व्हर आहे आणि काडतुसे आहेत त्याची,'' खांदे उडवत आझाद म्हणाला.

''हो रे, पण तुझ्याकडे कसे?''

''सांगतो, पहिले तू मला तेल आणि पुसायला कपडा तर दे.''

जगत उठला आणि बाजूच्या खोलीतून तेलाची बाटली आणि जुना मळका कपडा घेऊन आला. जगतने आणलेली तेलाची बाटली आणि कपडा घेऊन आझाद रिव्हॉल्व्हर आणि काडतुसे पुसू लागला.

"काय रे, हे काय गौडबंगाल आहे?" जगतबरोबरच त्याचे खोलीतले मित्रही आता आझादभोवती जमले होते.

"जगत, हे एक मोठे रहस्य आहे. माझ्या आयुष्याचे कारण आहे. मी हे अजूनपर्यंत फारच कमी लोकांना सांगितले आहे. माझ्या मनात एक सल आहे जो सतत मला जाचत राहतो. जालियनवाला बाग आठवते का तुला? भारताच्या इतिहासातील एक सर्वात दुर्दैवी घटना. केवळ मूठभर इंग्रजांनी माझ्या ढीगभर बांधवांची केलेली कत्तल. खरंतर ही गोष्ट साऱ्या भारतीयांच्या मनात सलली पाहिजे. पण नाही, आम्ही विसरलो सारे त्या अपमानाला आणि मग सुरू झाली अपमानांची मालिका. रस्त्यावर बदडून बदडून मारले आमच्या लाला लजपतरायांना. भगतसिंग आणि त्याच्या साथीदारांना फाशी दिल्यानंतर त्यांचा मृतदेह पण या गोऱ्यांनी त्यांच्या घरच्यांना मिळू दिला नाही. उलट कुऱ्हाडीने छिन्नविच्छिन्न करून विल्हेवाट लावली. सवय लागून गेली आहे त्यांना अत्याचारांवर अत्याचार करण्याची आणि आम्हाला प्रत्येक अपमान गिळून गप्प बसण्याची. त्यामुळेच तर हे इंग्रज आपल्याला भेकड समजायला लागले आहेत. पण मला हे चित्र बदलायचे आहे. मी मायकेल ओडवायरचा खून करणार आहे, तोही सर्वांसमक्ष. वाघाची शिकार त्याच्याच गुहेत शिरून त्याच्याच पिलावळीसमोर. आमच्या पराक्रमावर शंका घेणाऱ्या इंग्रजांना पण कळू दे, क्षात्रतेज काय असते ते. पण इथे गल्लत करू नकोस. मी ओडवायरला मारणार आहे खरं; पण केवळ जालियनवाला बाग हत्याकांडाचा बदला म्हणून नाही, तर भारतावर इंग्रजांनी अन्यायकारक पद्धतीने लादलेल्या पारतंत्र्याविरुद्ध लढा म्हणून. होऊ शकते, की मी ही हत्या केल्यानंतर पकडला जाईन, मला फाशी देण्यात येईल, या वधाला कदाचित वैयक्तिक सुडाचा रंगही चढवण्यात येईल; म्हणूनच मी माझ्या कृत्याचा हेतू मुद्दामच तुला सांगावयास आलो आहे. या गोऱ्यांनी मला खुनी ठरवले तरी तू, तुम्ही मात्र जगाला ओरडून सांगा की मी खुनी नाही तर एक देशभक्त क्रांतिकारक आहे."

आझाद असे काही बोलेल याची कोणाला अपेक्षाच नव्हती. त्यामुळे सर्व जण थक्क होऊन आझादकडे बघत होते. आझादला बऱ्याचदा स्वतःविषयी बढाई मारण्याची सवय होती. त्यामुळे हीसुद्धा अशीच बढाई असेल, असा विचार करून काही जण त्याच्यावर हसतही होते. तर खुनासारख्या गंभीर गुन्ह्याचा विषय असल्याने, आपण याच्यात फसणार तर नाही ना, म्हणून काही जण घाबरलेही होते. अस्वस्थ करणारी एक अजब शांतता पसरली होती.

"घाबरू नका, तुम्ही आज इथून चालले आहात म्हणून मी तुम्हाला ही गोष्ट सांगितली. तिचा आता अजिबात विचार करू नका. जेव्हा हे सारे घडेल तेव्हा तुम्ही लांब साउथहॅम्प्टनला असाल. तुमच्यावर कोणी संशयही घेणार नाही आणि तुम्ही

यात अडकणारही नाही. निश्चिंत राहा.'' म्हणत आझादने पुसून झालेले रिव्हॉल्व्हर आणि काडतुसे आपल्या बुशकोटाच्या खिशात सारली.

''पण आझाद, तू तर इंडियाला निघालेलास ना?'' कपाळावरील घर्मबिंदू हाताच्या तळव्याने पुसत जगतने विचारले.

''हो, इथले काम झाले की लगेच निघणार आहे. तुम्हाला तुमच्या प्रवासासाठी आणि उर्वरित आयुष्यासाठी भरपूर शुभेच्छा!'' आपल्या मित्रांचा अखेरचा निरोप घेऊन आझाद थंडावलेल्या रस्त्यावरून मॉर्निंगटन टेरेस इमारतीतील आपल्या घराकडे निघाला.

''आझाद, आजची मेजवानी कशासाठी आहे ते तरी सांग?''

''यारो, दोन दिवसांनी इंडियाला निघालोय मी. परत कधी येईन काय माहीत, आपली भेट कधी होईल परत, काय माहीत; पण तुमची खूप आठवण येईल. चांगला-वाईट कसाही असलो तरी तुमच्या या प्रिन्सला लक्षात ठेवा.'' सहसा आझाद भावनिक कधी होत नसे. पण आजच्या क्षणी बोलताना त्याच्या शब्दांत भावनेचा गंध मिसळलेला सर्वांना जाणवत होता.

गुरबचनसिंगचे रेस्टॉरन्ट आझादच्या मित्रकंपूने भरून गेले होते. आझादने झाडून आपल्या साऱ्या दोस्तांना आजच्या मेजवानीसाठी निमंत्रण दिले होते. गप्पागोष्टी आणि विनोदांना उधाण आले होते. जो तो आझादसोबतच्या आपल्या जुन्या आठवणी सांगून मेजवानीमध्ये रंगत आणत होता. काही जण आझादच्या विनोदी स्वभावाची, बढाईखोरपणाची टर उडवत होते. टेबलवर असलेल्या लाडू, बर्फी आणि खाण्याच्या इतर पदार्थांवर ताव मारत होते. त्यांच्या हसण्या-खिदळण्याने गुरबचनसिंगचे रेस्टॉरन्ट दुमदुमून गेले होते.

''आझाद ओए, जा रहा है देस । मेरे देसभक्त, आता मोठ्या मोठ्या देशभक्तांमध्ये तुझे नाव घेतले जाईल. देशभक्त आझाद. पण काय रे, त्या देशभक्तांच्या यादीत बसण्यासारखे काम तर करशील ना इंडियात जाऊन; की नुसता नावालाच चालला आहेस.'' आझादची टर उडवत अर्जनसिंगने विचारले.

''हँस मत ए जहाँ, तूने अभी मेरा हौसला नही देखा है''
चबाओगे उंगलियाँ दाँतोतले, वो करतब अभी तुमने कहाँ देखा है।''

''वा! वा! क्या बात आझाद. पण फक्त बोलणारच आहेस की करून पण दाखवशील?''

''हसून घ्या दोस्तों, पण तुम्ही बघाल एके दिवशी माझे स्वप्न, माझे उद्दिष्ट सत्यात उतरले असेल.''

"लो भाई, ओर एक सुन लो। आझाद, तू कधीतरी बढाई मारायचे सोडशील काय?"

"शौक और आदत बहुत ही बुरी चीजें हैं"

कंबख्त कितना भी छुडाओ, छूटती ही नहीं। "

आझादच्या या कोटीवर त्याचे सारे दोस्त खळखळून हसले आणि त्यांच्या हसण्याने पुन्हा एकदा रेस्टॉरन्ट निनादून गेले.

"हाँ, याचे शौक जाम मोठे आहेत. लंडनमधल्या गोऱ्या मेमच्या मागे मागे हिंडतात साहेब. ओह सॉरी! प्रिन्ससाहेब."

पुन्हा एकदा रेस्टॉरन्टमध्ये हशा पिकला.

"हो ना, मी पण किती वेळा पाहिलंय याला हाईड पार्क स्ट्रीट आणि पॉल मॉलमध्ये. नवनवीन सावज हेरत असतो."

"का रे, त्रास देता याला? आझाद आता इंडियात जाशील ना की मग एकच सावज शोध कायमची," पुढे होत मालसाहेब म्हणाले. आझादने मघापासून आपल्या चेहऱ्यावर ठेवलेले हसू या वेळीही कायम ठेवले.

मित्रांच्या मनोरंजनासाठी आझादने खास भारतीय बॅन्ड मागवला होता. सगळ्यांचे जेवण आटोपत आले तसा बॅन्ड वाजण्यास सुरुवात झाली आणि खाऊन-पिऊन पोट टम्म फुगलेल्या आझादच्या मित्रांनी पंजाबी ढोलवर ठेका धरायला सुरुवात केली.

"काय रे आझाद, कधी निघतोस मग इंडियासाठी?" टेबलवर समोर बसलेल्या आझादकडे बघत मालसाहेबांनी विचारले.

"परवाच निघतोय, तेरा मार्चला." आझादने तुटकसे उत्तर दिले.

"कसा जाणार आहेस? तयारी झाली का सर्व?"

"हो, तशी झाली आहे. बघू, मोटारगाडीनेच जाणार आहे रस्त्याने."

"आणि काय करणार आहेस तिथे जाऊन?" आपली नजर आझादवर रोवत मालसाहेब विचारते झाले.

"हे काय! तुम्ही काही खाल्लं का नाही? गप्पा तर होतच राहतील. हा घ्या, लाडू घ्या. साजूक शुद्ध तुपातला आहे. घ्या." म्हणत आझादने समोरच्या ताटातील एक लाडू बळेबळेच मालसाहेबांना भरवला. लाडू खाण्यात मालसाहेबांचे तोंड व्यस्त झाल्याने त्यांच्या प्रश्नांना आता आपोआपच खीळ बसली होती. त्यांना खोटी उत्तरे देऊन आझादही वैतागला होता. खरंतर भारतात परतण्याचे त्याचे अजून काहीच नक्की झाले नव्हते. पण एवढे दिवस अनिश्चित असलेली एक गोष्ट मात्र आता पक्की झाली होती. ओडवायरचा खून. त्यासाठी हवी असणारी परिस्थिती आता आली होती.

सात-आठ दिवसांपूर्वी असे काही होईल याची खुद्द आझादलाही कल्पना नव्हती. भारतात जाण्यासाठीची तयारी करण्यात तो गुंतला होता. ओळखपत्राच्या कामासाठी इंडिया हाउसला आला असताना त्याची नजर इंडिया हाउसच्या भिंतीवर चिकटवलेल्या एक पत्रकावर पडली आणि त्याचे डोळे आनंदाने लुकलुकले. ज्या संधीची तो वाट बघत होता, ती संधी आता येऊन चुकली आहे, हे त्याने ओळखले.

युद्धामध्ये इटली जर्मनीच्या बाजूने उतरला होता आणि सोव्हिएत रशियाही जर्मनीला सामील होण्याची चिन्हे दिसू लागली होती. त्यामुळे ब्रिटन राजकारण्यांनी या दोन्ही देशांमध्ये वैमनस्य वाढण्यासाठी योजना आखण्यास सुरुवात केली होती. याशिवाय इंग्लंडसमोर दुसरा मोठा प्रश्न होता तो युद्धात भारतीयांच्या सहभागाचा. पहिल्या महायुद्धात सहभागी होऊनही ब्रिटिशांनी स्वातंत्र्याची मान्य केलेली मागणी पुरी केली नव्हती. त्यामुळे भारतीय सैनिक या युद्धात इंग्रजांच्या बाजूने भाग घेण्यास फारसे उत्सुक नव्हते. त्यात पहिल्या युद्धात इंग्रजांनी तुर्कस्तानच्या खलिफावर आक्रमण करून मुसलमानांची मने दुखावली होती. त्यामुळे संधीसाधू इंग्रजांनी मुसलमानांचे साहाय्य मिळवण्यासाठी ईस्ट इंडिया असोसिएशन आणि रॉयल सेंट्रल एशियन सोसायटी यांच्या विद्यमाने कॅक्स्टन हॉलमध्ये 'अफगाणिस्तान – सध्याची परिस्थिती' या विषयावर भारतातील सिव्हिल सर्व्हिसमधील निवृत्त अधिकाऱ्यांचे व्याख्यान ठेवले होते. पर्सी साईक्स, मायकेल ओडवायर, लुई डेन यांसारखे अनेक सेवानिवृत्त अधिकारी त्या वेळी कॅक्स्टन हॉलमध्ये जमणार होते. भारतमंत्री झेटलंडही तेव्हा तिथे हजर असणार होता. व्याख्यानासाठी अनेक श्रोतेमंडळी येणार होती. त्यासंबधीच माहिती देणारे ते पत्रक होते. अशी सुवर्णसंधी पुन्हा येणे दुरापास्त होते. आझादने पत्रकामध्ये व्याख्यानाची वेळ बघितली. १३ मार्च १९४० रोजी बुधवारी दुपारी तीन वाजता कार्यक्रम सुरू होणार होता. ही संधी साधलीच पाहिजे होती. आझादने त्यानुसार योजना आखण्यास सुरुवात केली. आत्ताही आखलेली योजना त्याच्या डोक्यात घोळत होती.

"ओए, मला लाडू खायला घालून तू कुठल्या विचारात हरवलास?" जवळ येऊन आझादला हलवत मालसाहेब म्हणाले.

"चल, जरा ठुमका लगाते हैं..." म्हणत मालसाहेब त्याला खेचतच बॅन्डवर नाचणाऱ्यांच्या गर्दीत घेऊन गेले. त्यानंतर बराच वेळ आपल्या मित्रांसोबत आझाद धुंद होऊन नाचत होता.

१३ मार्च १९४०ची सकाळ उजाडली. रात्रभर हुरहुरीमुळे आझाद झोपलाच नव्हता. सकाळ होताच त्याने सारे आन्हिक उरकून दाढी केली. गुरबचनसिंगचे

खाण्याचे पैसे देणे बाकी होते. दाढी आटोपून आझाद लगेचच गुरबचनच्या रेस्टॉरन्टवर आला. दोन दिवसांआधी इथेच आपल्या साऱ्या दोस्तांचा त्याने निरोप घेतला होता. त्या साऱ्या आठवणी मनात पुन्हा एकदा कैद करून तो आत बसलेल्या गुरबचनपाशी आला.

"ओए इंजिनिअरसाब, चाललात का परत इंडियाला?"

"इंजिनिअर? मी तर मेकॅनिक आहे."

"मग काय झाले? इंजिनिअर पण गाड्या दुरुस्त करतो आणि मेकॅनिक पण." इथला मेकॅनिक इंडियात गेला की इंजिनिअरच समजला जाणार, काय?"

गुरबचनच्या बोलण्यावर दोघेही खळखळून हसले.

"हे घ्या गुरबचनजी, माझ्या जेवणाचे पैसे." म्हणत आझादने खिशातून पैसे काढून गुरबचनला द्यायचा प्रयत्न केला; पण गुरबचनने पैसे घेण्यास मनाई केली.

"आझाद, तू एवढा चांगला आणि मनमिळावू आहेस ना, की जर माझ्या हातात असते तर मी तुला जाऊच दिले नसते इंडियाला परत. पण तू माझे थोडे ऐकशील. जा तू, मी तुला अडवणार नाही. अरे, तुझ्यासारखा दोस्ताकडून पैसे घेऊन मी आपल्या मैत्रीला लांछन लावू काय? नाही, मी नाही घेणार हे पैसे."

आझाद शांत उभा होता. त्याने आपल्या ओव्हरकोटाच्या खिशातून लाल रंगाची दैनंदिनी बाहेर काढली. दैनंदिनीतील तेरा मार्चचे पान उघडून ते त्याने गुरबचनसमोर धरले. गुरबचनने त्या पानावर एक नजर टाकली. त्यावर अगदी वरच्या ओळीत मायकेल ओडवायरचे नाव लिहून त्याखाली त्याचा प्रिन्स ऑफ वेल्स टेरेसमधील घराचा पत्ता लिहिला होता. त्यानंतर लाल रंगाच्या शाईने त्यावर काट मारली होती.

"हे काय आहे आझाद?" गोंधळून गेलेल्या गुरबचनने विचारले.

"या अत्याचाऱ्याचा मी आज वध करणार आहे," आझाद ठामपणे म्हणाला.

"तू पागल झालास का रे आझाद? काय बडबडतो आहेस?"

"मी खरं तेच सांगतोय."

"आणि इंडियाला चालला आहेस ना आज. त्याचं काय?"

"हे बघ, ही आपली शेवटची भेट आहे. परत आपण भेटू की नाही, सांगता येत नाही. ही गोष्ट कोणालाच सांगू नकोस."

गुरबचनने यंत्रागत होकारार्थी मान डोलावली.

"अरे यारा, तू काळजी करू नकोस. तुझे लाडू खाल्ल्याशिवाय मी काही जाणार नाही. पाच लाडू बांधून दे जरा."

गुरबचनने गुपचूप लाडू बांधून आझादकडे दिले. आझादची मस्करी करण्याची सवय गुरबचनला चांगलीच ठाऊक होती. त्यामुळे तो आताही आपली मस्करीच

करत आहे असे वाटल्याने काहीच न बोलता गप्प राहणेच त्याने पसंत केले. आझादने जेवणाचे आणि लाडवांचे पैसे टेबलवर ठेवले.

"ठीक है यारा, चलते हैं अब।" टेबलवर टकटक करत गुरबचनचे लक्ष पैशांकडे वेधून आझाद लाडवांचे पाकीट घेऊन जाण्यासाठी वळला.

"ओए आझाद, फिर कब मिलेंगे?"

आझादने हलकेसे स्मित केले आणि उत्तर न देता तो तिथून पुन्हा घराकडे निघाला. गुरबचन मात्र आझादच्या या विक्षिप्तपणाबद्दल आश्चर्य करत त्याच्या पाठमोऱ्या आकृतीकडे बघत उभा राहिला.

गुरबचनच्या रेस्टॉरन्टवरून आझाद सरळ आपल्या खोलीवर आला. डोळे मिटून बिछान्यावर पडून तो आपल्या योजनेची उजळणी करू लागला.

दुपार झाली तसा आझाद उठला. वेळेवर कार्यक्रमासाठी हजर राहणे गरजेचे होते. गुरबचनकडून आणलेले लाडूंचे पाकीट उघडून त्याने झरझर सारे लाडू खाऊन घेतले. पोटाची भूक शांत झाल्यावर त्याने हात-पाय धुऊन खास आजच्या क्षणासाठी घेतलेला नवीन सूट परिधान केला. त्यावर ओव्हरकोट चढवून डोक्यावर फेल्ट हॅट घातली. एखाद्या नववधूने आरशात स्वतःला न्याहाळावे, त्याप्रमाणे तो स्वतःला आरशात पाहत होता. रिव्हॉल्व्हरमध्ये काडतुसे बसवून ते त्याने ओव्हरकोटाच्या खिशात ठेवले. काडतुसांची एक थैली आणि लिनोलिअम सुरा त्याने कोटाच्या दुसऱ्या अंगाच्या खिशात ठेवला.

खोलीच्या दर्शनी भिंतीवर मध्यभागी अश्वारूढ गुरू गोविंदसिंगांची तसबीर लावली होती. नारिंगी रंगाची मखमली राजवस्त्रे परिधान केलेले, डोक्यावर श्वेत पंख रोवलेले, जिरेटोप धारण केलेले त्यांचे राजबिंडे रूप, त्यांच्या चेहऱ्यावरची उत्स्फूर्त करणारी गंभीर पण क्षात्रतेजाने भारलेली चर्या मनात साठवत आझाद त्यांच्या तसबिरीकडे वळला.

"हे दशमेश पिता, तुझा वरदहस्त माझ्या डोक्यावर ठेव आणि हाती घेतलेल्या कठीण कामात मला यशस्वी होण्याचा आशीर्वाद दे."

मनोमन गुरू गोविंदसिंगांची प्रार्थना करत आपले मनोबल वाढवून आझादने संगरासाठी स्वतःला सुसज्ज केले.

आझादने घड्याळाकडे नजर फिरवली. पावणेतीन वाजले होते. वेळ झाली होती. टेबलवरील आपली लाल रंगाची दैनंदिनी घेऊन ती कोटाच्या आतील खिशात सारत तो जाण्यासाठी निघाला. जाण्यापूर्वी आरशात पुन्हा एकदा स्वतःच रूपडे न्याहाळत तो हसला. आज कसोटीचा क्षण होता आणि या कसोटीवर समोरच्या आरशातली व्यक्ती नक्कीच खरी उतरणार, याची त्याला मनोमन खात्री पटली. डोक्यावरची फेल्ट हॅट जराशी तिरपी करून डोक्यावर ठेवून तो कॅक्स्टन हॉलसाठी

निघाला.

कॅक्स्टन हॉल लंडनच्या वेस्टमिन्स्टर भागात होता. या हॉलमुळेच तेथील रस्त्यालाही कॅक्स्टन स्ट्रीट नाव पडले होते. कॅक्स्टन स्ट्रीटला लागून समांतर असलेल्या कॅक्स्टन हॉलपाशी संथपणे पावले टाकत तो आला. ती एक जुने बांधकाम असलेली तीन मजली इमारत होती. प्रवेशद्वाराच्या वरची मधली इमारत तीन मजली, तर प्रवेशद्वाराच्या दोन्ही बाजूंस ती दोन मजली होती. तिन्ही इमारतींच्या वर अर्धवर्तुळाकार चौथरा असून, त्यावर गोल घुमट बसवले होते. कॅक्स्टन हॉलच्या बाहेर रस्त्याला लागून बऱ्याच गाड्या उभ्या होत्या. कार्यक्रमासाठी आलेली माणसे व्यवस्थित शिस्तबद्ध रांगेत प्रवेशद्वारासमोर उभी होती. प्रवेशद्वारासमोरील दरवान प्रत्येकाची तिकिटे तपासून त्यांना आत सोडत होता. बहुतेक मंडळी आत गेलेली असल्याने रांग फारशी लांब नव्हती. आपल्या दैनंदिनीमध्ये ठेवलेले तिकीट काढून हाती ठेवत त्याने दैनंदिनी पुन्हा खिशात सारली. हातातले तिकीट हलवत तो रांगेत जाऊन उभा राहिला. ब्रिटिश लोकांमध्ये असलेल्या आपल्या ओळखीने त्याने ते तिकीट मिळवले होते. रांगेतील सोपस्कार आटोपून आत येताच तो घाईने कार्यक्रम होणार होता त्या पहिल्या मजल्यावरील ट्यूडर सभागृहाकडे निघाला.

थोड्याच वेळात त्याने रिव्हॉल्व्हरसकट सभागृहात प्रवेश केला. त्याने विचार केला होता तशी कुठलीच कडक सुरक्षा व्यवस्था त्याला इथे दिसली नाही. त्यामुळे रिव्हॉल्व्हर घेऊन सभागृहात शिरणे फारच सोपे झाले होते. त्याने सभागृहात प्रवेश केला तोपर्यंत कार्यक्रम सुरू झाला होता. आझादने सभागृहात चौफेर नजर फिरवली. जवळपास एकशेतीस-चाळीस लोकांच्या बसण्याची व्यवस्था हॉलमध्ये होती; वास्तविक माणसे मोठ्या संख्येने उपस्थित होती. त्यामुळे बरीचशी माणसे सभागृहाच्या दोन्ही बाजूंकडील भिंतीजवळच्या मोकळ्या जागेत दाटीवाटीने उभी होती. समोर व्यासपीठावर ओडवायर आझादच्या उजव्या अंगाला अगदी शेवटच्या खुर्चीवर बसलेला होता. त्याच्या शेजारी ओळीने भारतमंत्री झेटलंड, लुई डेन, लॉर्ड लॅमिंग्टन आणि मिसेस मँडर बसले होते. मिसेस मँडरच्या शेजारची पर्सी पाइक्सची खुर्ची तो व्याख्यान देण्यासाठी उभा असल्याने रिकामी होती.

आझाद व्यासपीठापासून बराच दूर उभा होता. त्याचे रिव्हॉल्व्हर कमी रेंजचे असल्याने लक्ष्य साधण्यासाठी त्याला अजून जवळ जावे लागणार होते. आपल्या उजव्या बाजूच्या भिंतीजवळच्या सुट्ट्या चिंचोळ्या जागेतून वाटेतील उभ्या लोकांमधून वाट काढत व्यासपीठापासून पाचव्या खुर्चीच्या रांगेजवळ तो आला. भिंतीला पाठ लावून सुरू असलेले पर्सी पाइक्सचे भाषण एकाग्रतेच्या आविर्भावात ऐकत असल्याचे दाखवून तो तिथे उभा राहिला. पंधरा-वीस मिनिटे झाली आणि पर्सी पाइक्सचे भाषण आटोपले. त्यानंतर झेटलंडने व्यासपीठाचा ताबा घेत एक दहा मिनिटे भाषण झोडले

आणि मग भाषणासाठी उठला ओडवायर.....मायकेल ओडवायर.

ओडवायर भाषणासाठी उभा राहिला, तसा आझाद सावध झाला.

"गुड आफ्टरनून माय डिअर फ्रेंड्स!" म्हणत ओडवायरने सभागृहातील प्रेक्षकांवरून नजर फिरवली.

"आपण आज इथे जमलोय ते अफगाणिस्तानच्या युद्धसदृश परिस्थितीबाबत चर्चा करायला. पण केवळ चर्चा करून कधी प्रश्न सुटतात का? असे असते तर जर्मनीसोबत तोफगोळ्यांचा खेळ मांडण्याऐवजी आपल्याला चहा-बिस्किटांचे टेबल मांडावे लागले असते." स्वतःने केलेल्या विनोदावर खूश होत तो हसला.

"युद्ध म्हटले की मग ते कोणतेही स्तरावरचे असो; तिथे चर्चेला फारसे महत्त्व नसतेच. महत्त्वाची असते तुमची कृती. आता काय मी म्हातारा झालो. मला पुन्हा सर्व्हिसमध्ये संधी मिळणार नाही. पण जर का संधी मिळाली तर पुन्हा एका जालियनवाला बागेची पुनरावृत्ती करायला मी अजिबात मागेपुढे पाहणार नाही. त्या वेळी अमृतसरमध्ये मी जे केले, तसेच काही मला आज या वेळी या युद्धामध्ये अभिप्रेत आहे."

ओडवायर बोलत होता; पण त्याचे पुढचे बोलणे आझादला ऐकूच आले नाही. मघाचे त्याचे बोलणे तप्त शिलारसाप्रमाणे आझादच्या कानात उतरले होते आणि त्यामुळे त्याचे कान बधिर झाले होते. त्याला ऐकू येत होत्या त्या केवळ किंकाळ्या. दुर्दैवी जिवांच्या किंकाळ्या. मध्येच गोळ्यांचे ठों ठों आवाज आणि त्या गोळ्या आपल्या शेजारून पुढे गेल्याचा भास. त्यात डायर आणि ओडवायरच्या छद्मी हसण्याचा आवाज सामावल्याचा आभास. आझादने डोळे मिटले आणि कानावर हात ठेवले. पण त्याचा काहीच उपयोग नव्हता. आवाज थांबता थांबत नव्हते. मिटलेले डोळे उघडून त्याने समोर बघितले. सारा नजाराच बदलून गेला होता. कॅक्स्टन हॉलमधून निघून त्याचे मन त्याला एकवीस वर्षांपूर्वीच्या जालियनवाला बागेपाशी घेऊन गेले होते. दूरवर जिथपर्यंत नजर जावी तिथपर्यंत केवळ मृतदेहच पसरले होते. जमिनीवर रक्ताचा सडा पडला होता. आपल्या आईच्या कलेवराला बिलगून रडणारी लहान मुले, नवऱ्याच्या अशा अकाली मृत्यूने धक्का बसून धाय मोकलून रडणाऱ्या बायका, आपल्या मुलाच्या आयुष्याची देवाकडे भीक मागणाऱ्या आया; सारे काही त्याच्या नजरेसमोर होते. दूर अंधारात उभे असलेले डायर आणि ओडवायर त्याला अगदी स्पष्ट दिसत होते.

"यू हॅव डन राइट थिंग. तुझी कृती बरोबरच होती. पंजाबचा गव्हर्नर म्हणून या गोष्टीचे समर्थन करतो," डायरची पाठ थोपटत ओडवायर म्हणाला. आपल्या आसपास पडलेल्या जखमी जिवांकडे तुच्छतेने बघत तो थुंकला. त्यांचे दुखणे, कण्हणे ऐकून त्याला आनंद होत होता. त्यांना असे विव्हळताना बघत असतानाच

त्याची नजर आझादवर स्थिरावली.

"ओह आझाद, तू पण आहेस का इथे. लुक, तुझे बांधव कसे पडले आहेत जमिनीवर. खरेतर तुम्ही लोक हेच डिझर्व्ह करता. तुमची लायकीच ही आहे."

आझादच्या मुठी वळल्या. दात-ओठ खात रागाने थरथरत तो ओडवायरकडे बघू लागला.

"काय झाले? राग आला? पण काय करणार तुम्ही भ्याड लोकं! हो, पाठीमागून हल्ला कराल गपचूप चोरासारखे, नाही का? छातीवर वार करायची हिंमत कुठे आहे तुमच्यात." म्हणत ओडवायरने हाती मशाल घेत तिथल्या साऱ्या मृत, अर्धमेल्या शरीरांना आगी लावायला सुरुवात केली. आगीने होरपळून त्या जिवांचा आकांत वाढला, तडफड वाढली. आझाद त्यांच्या मदतीसाठी पुढे जाणारच होता. पण आगीच्या लोळाने त्याचे डोळे दिपले. डोळ्यांसमोर हाताचा पंजा धरत त्याने डोळे मिटले. जाळ कमी झाल्यासारखा वाटला तसे त्याने डोळे उघडले. या वेळी त्याचे मन त्याला पुन्हा वर्तमानात कॅक्स्टन हॉलमध्ये घेऊन आले होते. ओडवायरचे भाषण आटोपून तो त्याच्या जागेवर बसला होता आणि मिसेस मॅंडरने व्यासपीठावरून भाषण करण्यास सुरुवात केली होती.

आझादच्या डोळ्यांत सूडाग्नी प्रज्वलित झाला होता. कोटाच्या खिशातील रिव्हॉल्व्हर हाताळण्यास त्याचे हात शिवशिवू लागले होते. कार्यक्रम संपण्याची तो आतुरतेने वाट बघू लागला. वारंवार मनगटावरील घड्याळाकडे नजर तो टाकत होता. रोजच्यापेक्षा आज घड्याळाचे काटे मंद गतीने फिरत असल्यासारखे भासत होते. वेळ निघता निघत नव्हता. त्यामुळे त्याची अस्वस्थता अजूनच वाढू लागली होती. पण त्याला फार काळ वाट पाहावी लागली नाही. मिसेस मॅंडरनंतर लुई डेनचे दहा मिनिटांचे भाषण झाले आणि मग लगेचच लॅमिंग्टनचे आभार प्रदर्शनाचे भाषण सुरू झाले. अध्यक्ष, वक्ते आणि श्रोत्यांचे आभार मानणारे भाषण करून त्याने कार्यक्रमाची सांगता झाल्याचे सूचित केले. जवळपास साडेचारची वेळ होती. कार्यक्रम आटोपला तशी सभामंडपात हालचाल सुरू झाली. जमलेली सारी माणसे आपापल्या खुर्च्यांवरून उठून बाहेर जाण्यासाठी सभामंडपाच्या भव्य दारापाशी निघाली. व्यासपीठावरील मंडळीही आपल्या आसनावरून उठून खाली उतरण्यासाठी सरसावली. हीच संधी होती. आपल्या योजनेची आझादने मनोमन बऱ्याच वेळा उजळणी केली होती. त्यामुळे अपेक्षित संधी आली तसे आपल्या कोटाच्या खिशातील पिस्तूल बाहेर काढून तो व्यासपीठाच्या दिशेने गेला. आता तो व्यासपीठापासून तीन यार्डाच्या अंतरावर होता. त्याने पिस्तूल व्यासपीठाच्या दिशेने रोखले. क्षणभर जालियनवाला बागेतील रडणारी लहान मुले, विव्हळणारे दुर्दैवी जखमी जीव, आक्रोश करणाऱ्या बायका त्याच्या नजरेसमोर तरळून गेल्या. रिव्हॉल्व्हरवरील

आपली पकड घट्ट करत त्याने चाप ओढला.

धाय...धाय...धाय... धाय...धाय...धाय...

एका मागोमाग एक सहा बाराचे आवाज सभामंडपात निनादले आणि मग साऱ्या सभागृहात एकच गोंधळ उसळला.

कार्यक्रमाला निघण्यासाठी ओडवायर तयार होत होता. प्रिन्स ऑफ वेल्स टेरेसवरील आपल्या घरातील सोफ्यावर बसून तो बूट घालत होता. त्याने किरमिज्या काळ्या रंगाचा कोट घातला होता आणि त्याला साजेशीच अशी काळी पँट परिधान केलेली होती. बूट घालून झाल्यावर त्याने लेडी ओडवायरला हाक मारली आणि मोठ्या समाधानाने आपल्या घराकडे बघू लागला. घर तसे प्रशस्त होते. त्याची सजावटही प्रशासकीय अधिकाऱ्याला शोभेशीच होती. भिंतीवर ठिकठिकाणी भाले, ढाल, तलवारी, बरच्या अशी हिंदुस्थानातून आणलेली शस्त्रे लावलेली होती. लक्ष वेधून घेतील अशा व्यवस्थित मोक्याच्या ठिकाणी ब्राँझचे पुतळे मांडलेले होते. याशिवाय दिवाणखान्यात जिथे आता सोफ्यावर मायकेल बसला होता तिथे भिंतीवर अनेक निसर्गचित्राच्या तैलरंगाने रंगवलेली चित्रे लावलेली होती.

"ओह मायकेल, काय गरज आहे पुन्हा या अशा सभा-व्याख्यानात पडण्याची. तू रिटायर्ड झाला आहेस ना आता? मग पुन्हा या राजकीय भानगडीत का अटकतो आहेस?" आतल्या खोलीतून उतारवयाला लागलेली लेडी ओडवायर बाहेर येत म्हणाली. तिच्या चेहऱ्यावरच्या सुरकत्या आणि थकवा तिच्या म्हातारपणाची ग्वाही देत होते.

"डियर, थोड्या वेळाचीच तर गोष्ट आहे. मोठ्या-मोठ्या रिटायर्ड अधिकाऱ्यांना बोलावलंय. त्यात माझं नाव असणं, ही तर मोठ्या सन्मानाची गोष्ट आहे. बस, तिथे जाऊन बसायचंच तर आहे मला. थोडेसे भाषण करायचे आणि मग परत यायचे. बस्स! इतकंच तर आहे. त्यात त्रास असा काही नाही. आता निघालो की परत येईन चहासाठी. ठीक आहे."

"हूंऽऽ ठीक आहे. मी पण मिसेस मॉरिसकडे जाणार आहे. बरेच दिवस झाले त्यांना भेटून. तू चहाला येतो आहेस ना? मी पण तेव्हाच परतते मग. एकत्रच चहा घेऊ."

मायकलने हसून संमती दर्शवली आणि कपडे नीटनेटके करत तो उठला.

"निघतो मी." म्हणत तो कार्यक्रमासाठी निघाला.

लेडी ओडवायरने त्याला गुडबाय केले. खरंतर त्याचे असे कार्यक्रमाला जाणे तिला पसंत नव्हते. पण तो ऐकणार नाही हेही तिला चांगलेच ठाऊक होते. त्याच्या

अशा कितीतरी गोष्टी होत्या, ज्या तिला पसंत नसायच्या. पण त्याला सांगून उपयोग नव्हताच. मागे पंजाबमध्ये वातावरण तापले असताना तिने मायकेलला लंडनमध्ये परतण्याचा सल्ला दिला होता. पण तिचे न ऐकता तो पंजाबमध्येच राहिला आणि वर बळजबरीने, दडपशाहीने परिस्थिती हाताळण्याचा प्रयत्न करू लागला. त्याची परिणती झाली मायकेलवरच्या हल्ल्यांत. एकदा बॉम्ब घेऊन माणसे त्याच्या पंजाबच्या घराजवळ आली होती, तर एकदा त्याच्या गाडीला बॉम्ब लावला होता. पण तो नमला नव्हता. जेवढे वार त्याच्यावर व्हायचे, त्याचा तो दुपटीने बदला घ्यायचा. तेवढीच दडपशाही वाढवायचा आणि त्याचा परिणाम पुन्हा लोकांच्या वाढत्या असंतोषात व्हायचा. प्रशासकीय सेवेतून निवृत्त झाल्यावर एकदा लंडनच्या गुप्तहेरांनी मायकेलला सावध राहण्यास सांगितले होते. त्यांच्या माहितीनुसार गदर संघटनेचे काही सदस्य मायकेलला मारण्यासाठी योजना आखत होते. तेव्हाही लेडी ओडवायरने मायकेलला सावधानता बाळगण्यास सांगितले होते. राजकारणापासून दूर राहण्यास सांगितले होते. पण तिचे हेही बोलणे मायकेलने कधी ऐकले नव्हते. पंजाबमधल्या आपल्या घराबाहेर दोन आतंकवादी बॉम्ब घेऊन दबा धरून बसले होते, हे समजल्यावर तिच्या छातीत धस्स झाले होते आणि तशीच भीती नंतर बराच वेळ तिच्या मनात घर करून होती. आज पण मायकेल निघाला तेव्हा तिची इच्छा तरी त्याने जाऊ नये, अशीच होती आणि नेहमीप्रमाणे तिचे न ऐकता तो गेला होता. तिच्या मनात पुन्हा एकदा तशीच धडकी भरली होती. पण चेहऱ्यावर तसे काहीच न दाखवता ती शून्यभाव घेऊन बसून होती. मायकेल गेला तशी ती तयार होऊन मिसेस मॉरिसकडे निघाली.

मिसेस मॉरिसकडे जाऊन त्यांची विचारपूस करत त्यांच्यासोबत लेडी ओडवायरने गप्पा मारण्यास सुरुवात केली. गप्पांमध्ये वेळ झर्रकन निघून गेला. लेडी ओडवायरने घड्याळावर नजर टाकली. साडेचार वाजत आले होते. थोड्याच वेळात मायकेल घरी पोहोचणार होता. घरी मोलकरणीला तिने पाचपर्यंत चहा तयार ठेवायला सांगितला होता. त्यामुळे तिलाही घरी लवकर पोहोचणे गरजेचे होते. मिसेस मॉरिसचा निरोप घेऊन ती लगबगीने आपल्या घराकडे निघाली. संध्याकाळ होत आली होती. तरी बोचरे ऊन टोचत होते. इमारती आणि मध्येच लागणाऱ्या ओक वृक्षांच्या सावलीतून चालत ती घरी पोहोचली. आपल्याजवळील चावीने तिने दार उघडले. दिवाणखान्यात कुठेच मायकेल दिसत नव्हता. आतमध्येही त्याची काही चाहूल लागली नाही. बहुतेक तो अजून आलाच नसावा असा विचार करत ती सोफ्यावर बसली. बऱ्याच लगबगीने आल्याने ती थकली होती. मोकळा श्वास घेत सोफ्यावर मागे मान टेकवून डोळे मिटून ती पडून राहिली.

"मॅडम, मॅडम...."

मोलकरणीच्या आवाजाने तिच्या विश्रांतीत व्यत्यय आणला. डोळे उघडून तिने मोलकरणीकडे पाहिले. घामाने डबडबलेला तिचा चेहरा घाबरल्यासारखा दिसत होता. तिचा तो चेहरा बघून लेडी ओडवायर मनात चरकली.

"मॅडम, साहेब गेले त्या हॉलमध्ये कुणा माथेफिरूने गोळीबार केला आहे. थोड्या वेळापूर्वीच फोन आला होता. साहेबांना गोळी लागून ते जखमी झालेत असे म्हणाले फोनवर." एका दमात मोलकरणीने सारे सांगून टाकले.

लेडी ओडवायरच्या पायाखालची जमीनच हादरली. तरीही स्वतःला सावरत ती उठली.

"अजून काय म्हणाले ते? साहेब कुठे आहेत?" आधारासाठी मोलकरणीच्या दोन्ही दंडांना धरून ती उभी होती.

"काही नाही, एवढेच म्हणाले. तुमच्याशी बोलायचे होते; पण तुम्ही नव्हता. मग माझ्याकडे निरोप ठेवला."

"बरं, बरं." म्हणत लेडी ओडवायर धावतच फोनपाशी आली. फोनचा रिसीव्हर कानाशी लावत तिने झरझर काही आकडे फिरवले. थोडा वेळ रिसीव्हर तशीच कानाशी धरून ती उभी होती. मग जेव्हा पलीकडे फोन जुळला तशी तिने बोलायला सुरुवात केली.

"हॅलो जेसी, बेटी कुठे आहेस?......ऐक ना, पप्पांना गोळी लागली आहे......काय?.....मला पण नक्की माहीत नाही. घरी ये ना तू लगेच.....हो, आपण दोघी जाऊ. मला खूप भीती वाटते आहे गं.....हो, हो, ये लवकर..." बोलता बोलता लेडी ओडवायर रडू लागली होती. हुंदके देत देतच तिने हातातला रिसीव्हर खाली ठेवला.

भिंतीजवळच्या सुट्या जागेतून मार्ग काढत आझाद व्यासपीठाच्या दिशेने सरकत होता. कार्यक्रम आटोपल्याने जो तो वाट काढत बाहेर जाण्यासाठी वळत होता. त्यामुळे गर्दीच्या विरुद्ध दिशेने निघालेल्या आझादला अपेक्षेपेक्षा जास्त वेळ लागत होता. तो व्यासपीठापासून तीन यार्डांपर्यंत आला होता. आता व्यासपीठावरील वक्ते मंडळीही व्यासपीठावरून उतरण्याची तयारी करत होते. वेळ दवडून उपयोग नव्हता. कोटाच्या खिशातील रिव्हॉल्व्हर बाहेर काढून त्याने व्यासपीठावर एकामागून एक सहा गोळ्या झाडल्या. गोळ्यांच्या बाराने थोडाफार धूर आझादच्या चेहऱ्याभोवती पसरला होता आणि त्या धुराच्या विळख्यातच त्याने व्यासपीठाकडे नजर फेकली. ओडवायर, लॅमिंग्टन, झेटलंड आणि लुई डेन व्यासपीठावर आडवे झाले होते. आपले काम झाले असे समजून हातात रिव्हॉल्व्हर उंच धरून तो 'मेक वे, मेक वे'

असे ओरडत सभागृहाच्या दाराकडे निघाला.

गोळ्यांच्या एका पाठोपाठ सहा आवाजांनी सभागृहातील लोकांमध्ये घबराट पसरली. एका मागोमाग एक असे ते गोळ्यांचे आवाज काही जणांना बॉम्बच्या आवाजासारखे वाटले. घाबरून जो तो आपला जीव वाचवण्यासाठी पळू लागला. सगळे काही योजनेप्रमाणे व्यवस्थित चालले होते. आझादच्या अपेक्षेप्रमाणे लोक गोंधळून फक्त सभागृहाबाहेर पडण्याच्या प्रयत्नांत होते. त्यामुळे आझादकडे बघण्यास कुणासही वेळ नव्हता. अतिशय निर्धोकपणे हातात पिस्तूल धरून तो सभागृहाच्या दाराकडे पळत होता; पण तोच एक पन्नास-पंचावन्न वर्षांची एक बाई आझादला आडवी आली. आझादच्या कोटाची कॉलर धरून ती 'आय कॉट हिम. मी पकडले याला,' म्हणून जोरजोरात ओरडू लागली. मागचा पुढचा कुठलाही विचार न करता आझादने तिला मांजराच्या पिलागत उचलून गर्रकन फेकून दिले. त्यामुळे ती मागे जाऊन कोलमडली. पण इतक्यात त्या बाईच्या आसपास असलेल्या दोघांनी आझादवर झडप घातली आणि त्याला भुईवर पाडले. ते दोघे त्याला जमिनीवर दाबून धरत असतानाच तिसऱ्या एकाने त्याच्या हातातील रिव्हॉल्व्हर हिसकावून घेतले. आझादने दोघांना पछाडून उठण्याचा प्रयत्न केला; पण दोघांच्या शक्तीपुढे त्याची शक्ती कमी पडली. आतापर्यंत बरीचशी मंडळी त्याच्याभोवती जमली होती. त्यामुळे आता प्रयत्न करून काहीच उपयोग नाही, हे कळल्याने तो निपचित पडून राहिला.

तो पकडला गेला तसा सभागृहातील गोंधळ हळूहळू कमी झाला. कुतूहलाने सारे आझादभोवती जमू लागले. आपण ऐकलेले आवाज हे बॉम्बचे नसून गोळ्यांचे आहेत हे त्यांच्या लक्षात आले. व्यासपीठावरील जखमींकडे नजर जाताच मदतीचा ओघ तिथे वळला. जमलेल्या लोकांमध्ये कर्नल रेनहोल्ड नावाचा एक वैद्यकीय विभागाचा डॉक्टर होता. तो लगेचच प्राथमिक उपचारासाठी व्यासपीठावर आला. व्यासपीठावर लॅमिंग्टन आणि लुई डेन जखमांनी विव्हळत पडले होते. आझादच्या एका गोळीने लॅमिंग्टनची धमनी फाडली होती तर दुसऱ्या गोळीने लुई डेनचा हात मोडला होता. त्याच्या उजव्या हाताचा भाग छिन्नविच्छिन्न झाला होता. त्यांच्या जखमांवर मलमपट्टी करून त्यांना ताबडतोब सेंट जॉर्ज रुग्णालयात हलवण्यात आले. मग रेनहोल्ड झेटलंडकडे वळला. त्याचे डोळे बंद होते आणि शरीराची काहीच हालचाल नव्हती. त्याच्या जाकिटावर दोन ठिकाणी गोळ्या घुसून जळाल्याच्या खुणा होत्या. बहुतेक तो मेला असावा असे वाटून रेनहोल्ड त्याचा हात हातात धरून नाडीचे ठोके पाहू लागला. ठोके चालू होते. झेटलंडच्या सुदैवाने दोन्ही गोळ्या बंडीत आणि जाकिटात जळलेल्या भोकाजवळच अडकल्या होत्या. त्यामुळे थोडीफार किरकोळ जखम झाली होती. पण आपटल्याने त्याच्या बरगड्यांत कळ

आली असल्याने तो मूर्च्छित होऊन पडला होता. त्याला ताबडतोब रुग्णालयात हलवण्याची सूचना करून तो निपचित पडलेल्या ओडवायरपाशी आला. तोंडघशी पडलेल्या ओडवायरला सरळ करून रेनहोल्डने त्याच्या शरीरावरून नजर फिरवली. ओडवायरला एकाखाली एक समांतर अशा दोन गोळ्या लागल्या होत्या. त्याचा शर्ट, कोट पूर्णपणे रक्ताने माखले होते. व्यासपीठावरही रक्त सांडलेले होते. रेनहोल्ड ओडवायरचे मनगट हाती धरून नाडी बघू लागला. ओडवायरचे ठोके बंद पडले होते. झेटलंडप्रमाणे ओडवायरचे नशीब सुदैवी नव्हते. दोन्ही गोळ्यांनी आपले काम बरोबर केले होते. रेनहोल्डने ओडवायरच्या कोटापाशी जळलेल्या भागाची पाहणी केली. ओडवायरच्या हृदयाजवळच जखम झाली होती. गोळी वरच अडकलेली होती. रेनहोल्डने ती गोळी घेतली. त्या वेळी ट्यूडर हॉललाच देखरेखीच्या कामासाठी हजर असलेल्या इन्स्पेक्टर रॉबर्ट विल्यम आणि जॉन मॅकविल्यम यांनी याप्रसंगी सारी सूत्रे हाती घेतली होती. रेनहोल्डने ती गोळी रॉबर्ट विल्यमकडे दिली. जॉन मॅकविल्यमने सभागृहात आल्यावर लगेचच बाहेर जाण्याची सारी दारे बंद केली होती. त्यामुळे संपूर्ण सभागृहात जळलेल्या दारूचा वास पसरला होता आणि दाराजवळ सारी भेदरलेली माणसे दाटीवाटीने जमा झाली होती. मॅकविल्यमने पुढे होऊन जमिनीवर निपचित पडलेल्या आझादच्या हातात बेड्या अडकवल्या. आझादला उभे करून त्याच्या घेतल्या गेलेल्या झडतीत मॅकविल्यमला एक लिनोलिअम सुरा, लाल रंगाची दैनंदिनी, काडतुसांची पिशवी सापडली. आझादला शेजारच्या खुर्चीवर बसवून मॅकविल्यम डिटेक्टिव्ह पोलिसांची वाट बघू लागला.

जवळपास पावणेपाच-पाचच्या सुमारास डिटेक्टिव्ह इन्स्पेक्टर डायटन आणि पोलीस इन्स्पेक्टर स्वेन आपल्या तुकडीसह सभागृहात पोहोचले. डायटनने सभागृहात प्रवेश करतानाच आझादकडे नजर फिरवली. आझाद बसल्या बसल्या स्वतःशीच हसत होता. डायटन तडक मॅकविल्यमपाशी आला.

“हॅलो ऑफिसर, मी डिटेक्टिव्ह इन्स्पेक्टर डायटन. या केसची तपासणी मी करत आहे. काय घडले ते तुम्ही मला सांगू शकता का?”

“हॅलो सर, काय घडले ते मी नक्की नाही सांगू शकत. मी सेक्शन ड्युटीवर होतो की तोच कॅक्स्टन हॉलमधून काही माणसे पळत येताना मी पाहिली. एका बाईला विचारणा केली तेव्हा ती म्हणाली की इथे गोळीबार झाला आहे. मी धावतच आत आलो. आतमध्ये हजर लोकांनी आधीच या इसमास पकडले होते,” आझादकडे बोट दाखवत मॅकविल्यम म्हणाला.

“हूंऽऽ, बरं तुम्हाला काय वाटते? या माणसाची मनःस्थिती कशी असावी? मी आलो तेव्हा तो स्वतःशीच हसत होता. काय वाटते? तो नाटक करत असावा का?”

"शक्यता आहे, पण नक्की काही सांगू शकत नाही. त्याच्या झडतीत या गोष्टी मिळाल्या." मॅकविल्यमने आझादच्या वस्तूंकडे बोट दाखवले.

"ठीक आहे. जोन्स, सर्व माणसांना खाली तळमजल्यावर घेऊन जा. त्यांचे नाव, पत्ते, कबुलीजबाब लिहून घे. तसेच प्रत्येकाची कसून झडती घे." आपल्या कनिष्ठ अधिकाऱ्याला डायटनने हुकूम दिला, तसा पडत्या फळाची आज्ञा मानून जोन्स साऱ्या उपस्थित लोकांना घेऊन खालच्या मजल्यावर गेला.

डायटन पुढच्या हालचालीबद्दल विचार करू लागला होता. एका ज्येष्ठ ब्रिटिश नागरिकाचा असा सर्वांसमक्ष खून होणे, ही फार मोठी गोष्ट होती. त्यामुळे या प्रकरणाचा लवकरात लवकर सोक्षमोक्ष लावणे गरजेचे होते.

"स्वेन, या इसमाला दुसऱ्या खोलीत घेऊन जा आणि त्याचा कबुलीजबाब घे."

"आणि हो, जरा सावध राहा." स्वेन आझादला घेऊन निघणारच होता की डायटनने त्याला सावधानतेचा इशारा दिला.

स्वेन आपल्या चार शिपायांना सोबत घेऊन आझादला ट्यूडर हॉलच्या नजीकच्या खोलीत घेऊन गेला. डायटनने आता आझादच्या वस्तूंकडे नजर फिरवली आणि सर्वांत आधी त्याची नजर वेधली गेली आझादच्या दैनंदिनीवर. डायटनने दैनंदिनी चाळायला सुरुवात केली. त्याने लगेचच आजच्या दिवसाचे (१३ मार्चचे) पान उघडले. '3pm., कॅक्स्टन हॉल, एस.डब्ल्यू.१ मीटिंग' अशी एक संदिग्ध नोंद तिथे केली होती. शिवाय मायकेल ओडवायरचे नाव आणि त्याचा पत्ता लिहून त्यावर काट मारली होती. दैनंदिनीत बहुतेक ठिकाणी 'कृती', 'माझा शेवटचा महिना', 'दार उघडण्याचा एकमेव मार्ग', 'बदला', 'कसाई' अशा नोंदी होत्या. एका ठिकाणी 'लॉर्ड वेलिंग्टन – भूतपूर्व व्हॉईसरॉय' असे लिहिले होते व त्याखाली त्याचा पत्ता लिहिला होता. त्याखाली झेटलंडच्या नावाची नोंद होती व त्याचाही पत्ता लिहिला होता. त्याच्या मागच्याच पानावर 'कॅश अकाउंट-डिसेंबर' असे शीर्षक होते व त्याखाली 'सर एम. ओडवायर, सनी बँक, थर्लस्टन, साउथ डी' असे लिहिले होते.

एकंदरीत मामला भरपूर गंभीर होता आणि आरोपी इसम वेडा वगैरे नसून त्याने अतिशय चलाखीने योजना आखून ती प्रत्यक्षात आणली असल्याचे डायटनच्या लक्षात आले. डायटनने दैनंदिनीच्या पहिल्या पानावरील आझादच्या मॉर्निंगटन टेरेसवरील घराचा पत्ता बघितला. अधिकची माहिती तिथेच मिळू शकेल याची खात्री असल्याने डायटन आपला सहकारी इन्स्पेक्टर व्हाईटहेडला घेऊन तिथे पोहोचला. आझादच्या घरी डायटनला एकोणीसशे एकोणचाळीस सालची दैनंदिनी सापडली. त्यातही आझादने ओडवायरच्या दोन-तीन ठिकाणच्या घराचे पत्ते लिहिलेले आढळले. याशिवाय 'सिंग आझाद' नावावर असलेले एक राष्ट्रीय रजिस्ट्रेशन कार्डही सापडले.

आझादविरुद्ध भक्कम पुरावे जरी डायटनच्या हाती लागले असले तरी आझादचे या कृतीमागचे कारण मात्र अजूनही गुलदस्तात होते आणि संपूर्ण खोलीची झडती घेऊनही डायटनला ते समजू शकले नव्हते.

''तुला इंग्लिश समजते का?'' खोलीत जाताच आझादला खुर्चीवर बसवत स्वेनने विचारले.

''हो समजते.'' आझादने उत्तर दिले आणि लगेचच सावध होत तो पुढे म्हणाला, ''पण मी काहीच उत्तर देणार नाही. आता या चौकशीचा काहीच उपयोग नाही. सर्व काही संपले आहे. मी कसा निषेध केला ते तुम्हाला मग मी सांगेन. पण आता, आता काहीच उपयोग नाही.''

आझादला बसल्या जागेवरून व्यासपीठावर पडलेला ओडवायरचा मृतदेह दिसत होता.

''तो तिथे मरून पडला आहे. त्याची तीच लायकी आहे.'' ओडवायरच्या कलेवराकडे बोट दाखवत आझाद बोलत होता.

''तुझे नाव काय?''

''राम मोहम्मद सिंग आझाद.'' आझादने अगदी ताठ्यात उत्तर दिले.

स्वेनने आझादने झाडलेल्या चार गोळ्यांची रिकामी आवरणे आझादसमोर ठेवली.

''या काडतुसांना ओळखतोस का? ही तूच झाडली आहेत ना?''

आझादने काडतुसांच्या रिकाम्या आवरणावर नजर टाकली आणि तो जवळपास ओरडलाच.

''चारच? नो नो, ऑल द लॉट. सहा, सहा.'' म्हणत आपल्या दोन्ही हातांची मिळून सहा बोटे तो स्वेनला दाखवू लागला.

''ठीक आहे. तू सहा गोळ्या झाडल्यास. हो ना? बरं, आणि हा सुरा? हा का सोबत आणला होतास?'' आझादला त्याने सोबत आणलेला सुरा दाखवत स्वेनने विचारले.

''कॅंडन टाउनमध्ये मी राहत असल्यामुळे माझ्याजवळ गेले काही दिवस सुरा आहे.''

''बरं मग? कॅंडन टाउन आणि सुऱ्याचा काय संबंध?''

आझाद यावर काहीच बोलला नाही.

''ठीक आहे. तू हे का केलेस?''

''मला त्याच्याबद्दल प्रचंड चीड होती म्हणून मी हे केले. त्याची लायकी हीच

आहे. मी कोणत्याही संस्था अगर सोसायटीचा सदस्य नाही.'' म्हणत आझाद शांत झाला.

आझाद गप्प झाला तसा स्वेन पुढचा प्रश्न विचारण्यास तयार झाला. पण तो काही विचारणार तोच आझाद पुन्हा उसळून बोलू लागला.

''मला पर्वा नाही. मी मरणाचा फारसा विचार करत नाही. म्हातारे होईपर्यंत मरणाची वाट बघत जगण्यात काय अर्थ आहे. हे काही ठीक नाही. त्यापेक्षा तरुणपणीच स्वतःचे ध्येय गाठण्यासाठी मरणे चांगले आणि तेच मी करत आहे.''

''ठीक आहे. पण एक लक्षात ठेव, तू इथे जे काही बोलशील ते मी कबुलीजबाबात लिहिणार आहे आणि ते कोर्टामध्ये तुझ्याविरुद्ध पुरावा म्हणून वापरले जाऊ शकते. तुला कळतंय ना, मी काय बोलतोय ते?''

''मी माझ्या देशासाठी बलिदान करतोय. त्यामुळे मी कोणालाच भीत नाही. मला वाचण्यासाठी वर्तमानपत्र मिळेल का?''

''काय?'' आझाद असे काही विचारेल याची अपेक्षा नसल्याने स्वेन उडालाच.

''काय? वर्तमानपत्र मिळेल का विचारले मी.'' आझादने अगदी सहजतेने उत्तर दिले.

''नाही, तुला वर्तमानपत्र नाही मिळणार.'' म्हणत स्वेन कबुलीजबाब लिहीत असलेल्या सिडनेपाशी आला.

''बहुतेक वेडा वाटतोय किंवा तसे दाखवतोय तरी. जास्त काही हा सांगेल असे वाटत नाही. तू टिपून घेतलेस ना सारे?''

''येस सर.'' म्हणत सिडनेने कबुलीजबाबाचे कागद स्वेनपाशी दिले.

''झेटलंड मेला का?''

आझादच्या या पुढच्या प्रश्नाने स्वेन पुन्हा एकदा गोंधळला. आझादकडे बघत त्याने नकारार्थी मान हलवली. ते बघून आझाद खट्टू झाल्याचे स्वेनच्या लक्षात आले.

''हूं, तो मरायला हवा होता. मी अगदी इथे, इथे त्याला दोन गोळ्या मारल्या होत्या,'' आपल्या डाव्या पोटावरून हात फिरवत तो म्हणाला.

''तू रिव्हॉल्व्हर कुठून मिळवलेस?'' पुढचा प्रश्न विचारत स्वेनने कबुलीजबाबाचे कागद पुन्हा सिडनेपाशी दिले.

''रिव्हॉल्व्हर? बॉर्नमाउथला बारमध्ये एका सैनिकाकडून विकत घेतले मी ते. मी त्या बदल्यात त्याच्यासाठी मद्य खरेदी केले.''

''कोण होता तो? त्याचे नाव काय होते?''

''मला नाही माहीत.''

''कुठे राहतोस तू?''

आझाद काही न बोलता गप्प बसला.

"तुझ्या कुटुंबात कोण कोण असते?"

"माझे आई-बाबा मी चार-पाच वर्षांचा असतानाच वारले. मग भारतातली माझी संपत्ती विकून मी इथे आलो. मी आलो तेव्हा माझ्यापाशी फक्त दोनशे डॉलर्स होते."

"इंडियात कुठे राहायचास तू?"

आझादने काहीच उत्तर दिले नाही.

"बरं, इथे कोणाकोणाला ओळखतोस?"

आझादने पुन्हा एकदा गप्प राहणेच पसंत केले.

"तुला तुझ्या बचावासाठी काही सांगायचे आहे का?"

आझादने खट्याळपणे हसत नकारार्थी मान हलवली.

"तू इथे कसा आलास? म्हणजे इथे येण्यासाठी तिकीट कसे मिळवलेस?"

काय माहीतच्या आविर्भावात आझादने दोन्ही हात हलवले.

"तू खरंच कुठल्याही आतंकवादी संघटनेचा सदस्य नाहीस? खरं सांग, कदाचित तुझी शिक्षा कमी होईल." स्वेनने चुचकारत आझादला विचारले.

"मला जे सांगायचे होते ते मी सांगितले आहे. याउपर मला अधिक काहीच सांगायचे नाही." चिडून जात आझाद रागाने बोलला.

"ठीक आहे. तुझा कबुलीजबाब आम्ही लिहून घेतला आहे. तो एकदा वाचून घे आणि त्याखाली सही कर." म्हणत स्वेनने सिडनेला कबुलीजबाबाचे कागद आझादला देण्यास सांगितले.

सिडनेने कागद आणि पेन आझादकडे दिले आणि सही केलेले कागद आझादकडून परत घेण्यासाठी तो त्याच्याजवळच थांबला. पण आझादचे समोर ठेवलेल्या कागदांकडे लक्षच नव्हते. शून्यात नजर लावून तो काहीतरी विचार करीत असल्यासारखा भासत होता.

"मिस्टर आझाद, समोरचा कबुलीजबाब वाचून त्यावर सही कर." सिडनेने आझादला आठवण करून देत सांगितले.

"एकच जण मेला काय?" अचानक सिडनेकडे वळत आझादने विचारले.

"हो." स्वेनने संक्षिप्तपणे उत्तर दिले.

"अरेरे, मला आणखी बळी घेता आले असते. मी फार धीमेपणाने वागलो असलो पाहिजे. तिथे फार स्त्रिया होत्या. त्यामुळे मला नीट गोळ्या झाडताच आल्या नाहीत. अजून बळी पडायला हवे होते," हळहळत आझाद पुढे म्हणाला.

"मिस्टर आझाद, काय करायला हवे होते ते आपण नंतर बघू. आधी तू कबुलीजबाबावर सही कर." वैतागत स्वेनने सांगितले.

"हो, हो, करतो ना."

आझादने लगेचच सही करून कागद सिडनेला सोपवले.

"ठीक आहे, आझाद. आता तुला कॅनोन रो पोलीस स्टेशनला नेण्यात येणार आहे. तुझ्यावर सर मायकेल ओडवायर यांचा खून करण्याचा आरोप ठेवण्यात आला आहे. पुढची कार्यवाही तिथूनच चालेल." म्हणत स्वेनने सिडनेला आझादला घेऊन पोलीस स्टेशनवर चलण्यास सांगितले.

"मला कुणाचा खून करायचा नव्हता. मी फक्त माझा निषेध दर्शवण्यासाठी गोळीबार केला. कोणाचाही खून करण्याची माझी इच्छा नव्हती. मी कसा निषेध केला, ते मी तुम्हाला नंतर सांगेन." पोलीस स्टेशनला नेण्यासाठी सिडनेने त्याला चालवले असताना अचानक आझादने ओरडून स्वेनला सांगितले. त्यावर सिडनेने केवळ मान डोलावली.

खोलीबाहेर बरेच पत्रकार, छायाचित्रकार आझादचे छायाचित्र टिपण्यास आणि खुनाबद्दलची इतर माहिती मिळवण्यास जमले होते. त्यांना आवरत असलेल्या शिपायांच्या कडक बंदोबस्तातून आझादला बाहेर काढण्यात येत होते. ट्यूडर हॉलच्या बाहेर पडताना आझादने मरून पडलेल्या ओडवायरकडे एकवार पाहिले आणि त्याच्या चेहऱ्यावर प्रसन्न हास्य उमटले.

# ९

# सरफरोशी की तमन्ना

कॅक्स्टन हॉलमध्ये घडलेल्या ऐतिहासिक घटनेने सारे जग हादरून गेले होते. .अल्पावधीतच खुनाची खबर साऱ्या जगभरात पसरून लंडन साऱ्यांचे आकर्षणबिंदू ठरले होते. लंडनमधील पोलीस गुप्तहेर संस्था या मामल्याच्या मुळाशी जाण्याचा प्रयत्न करत होती. वृत्तपत्र आणि रेडिओ चॅनेलच्या पत्रकारांच्या हातात तर आयतेच खाद्य पडले होते. इतर प्रतिस्पर्धी चॅनेलपेक्षा अधिकची माहिती मिळवण्यासाठी पत्रकारांची मेहनत सुरू झाली होती. लॉर्ड झेटलंडची प्रकृती कशी आहे, हल्ल्यामागचे उद्दिष्ट काय होते, कुठले राजनैतिक कारण तर या हल्ल्यामागे नाही ना, अजून कोणा राजकारणी व्यक्तीच्या जिवाला धोका तर नाही ना, अजून कुठे हल्ल्याचा संभव आहे का? प्रश्न भरपूर होते आणि त्याबाबत माहिती मिळवण्यासाठी पत्रकारांची अतोनात मेहनत चालू होती. ज्याप्रमाणे झाडावर कुठल्या रंगांची फुले बहरतील, कुठल्या फळांचे घोस त्याच्या फांद्यांवर लगडतील, हे सारे पेरलेल्या बीजावर अवलंबून असते, तसेच, कुठल्याही गोष्टीबाबतची ठोस महिती मिळवण्यासाठी तिच्या मुळापासूनच सुरुवात करावी लागते आणि याच अनुषंगाने बहुतशा पत्रकारांनी कॅक्स्टन हॉलमधील व्यासपीठावरील उपस्थित व्यक्तींच्या भूतकाळात डोकावण्यास सुरुवात केली होती. ओडवायर, झेटलंड, लुई डेन, लॅमिंग्टन साऱ्यांच्या राजकीय तसेच वैयक्तिक आयुष्याची छाननी करण्यात सारे गुंतले होते. हल्ल्यामध्ये ओडवायरचा एकट्याचाच बळी गेला होता. त्यामुळे त्याचे बालपण, राजकीय कारकीर्द, निवृत्तीनंतरचे जीवन, ओळखीतल्या व्यक्ती यांचा तर अजून बारकाईने अभ्यास चालू झाला होता. एका चॅनेलने तर हत्येनंतर केवळ दोन तासांतच साऱ्या घटनेचा संबंध एकवीस वर्षांपूर्वी ओडवायरच्या राजवटीत पंजाबमध्ये घडून आलेल्या हत्याकांडाशी असल्याचा दावा केला होता. एकदा का बीज मिळाले की मग पुढच्या गोष्टी फारच सोप्या होऊन जातात. फक्त त्या बीजाच्या आसपासचा शोध घ्यावा लागतो. त्यामुळे या प्रतिपादनानंतर दुसऱ्या एका चॅनेलने आझादचे जन्मस्थळही पंजाबच असल्याचे वृत्त दिले होते. बीज मिळाले होते. आता फक्त त्याभोवतालची माती उकरायची होती आणि ती उकरण्यासाठी सारे एकमेकांसोबत स्पर्धा करत होते.

पत्रकारांसोबत पोलीसही आझादबद्दलची माहिती गोळा करण्यात गुंतले होते. तसे आझादच्या खोलीवर सापडलेल्या राष्ट्रीय रजिस्ट्रेशन कार्ड, पासपोर्ट इत्यादी कागदपत्रांनी त्यांचे काम सोपे झाले होते. याशिवाय आझादशी संबधित असलेल्या लंडनमधील मंडळींशीही पोलीस विचारणा करत होते. एखाद्याचा जबाब संशयित,

संदिग्ध असा आढळला की त्याची लागलीच तुरुंगात रवानगी होत होती. त्यातच पोलिसांची डोकेदुखी अजून वाढवणारी घटना हल्ल्याच्या दुसऱ्या दिवशी घडली. घटना अगदी साधीच होती. लंडनच्या इमारतींच्या भिंतींवर कसली तरी पत्रके चिकटवलेली होती. आता भिंतीवर पत्रके चिकटवणे हा काही ब्रिटिश कायद्यान्वये गुन्हा नव्हता. कितीतरी व्यापारी संस्था आपल्या उत्पादनाच्या प्रचारासाठी, सहकारी संघटना आपल्या सभा, व्याख्याने, कार्यक्रमाच्या प्रसारासाठी अशा प्रकारे भिंतींवर पत्रके चिकटवत असत. अगदी सरकारी कार्यालयेसुद्धा यात मागे नव्हती. मग असे काय होते या पत्रकांत ज्यामुळे पोलिसांची डोकेदुखी वाढली? 'ब्रिटिश साम्राज्याचा नाश होवो', 'अंग्रेजों, भारत छोडो', 'लाँग लिव्ह रिव्हॉल्यूशन' अशा प्रकारच्या घोषणा लिहिलेल्या होत्या त्यात. आदल्या दिवशी एका भारतीयाने कॅक्स्टन हॉलमध्ये हल्ला केला आणि दुसऱ्या दिवशी लंडनच्या रस्तोरस्ती अशी पत्रके दिसावीत, याच्यातून जर एखादे अनुमान काढावयाचे झालेच तर ते अगदी सोपे होते. इतके की अगदी लहान मुलगादेखील ते सांगू शकेल. त्यामुळे पोलिसांना यातून अनुमान काढणे तितकेसे कठीण गेले नाही. या साऱ्या हरकतींमागे एका दहशतवादी संघटनेचा हात असून, आझाद त्या पार्टीचा मेम्बर असावा, असा अंदाज पोलिसांनी केला. एका पूर्वनियोजित योजनेनुसार आझादच्या अटकेनंतर त्याच्या पार्टीतील कोणीतरी रात्रीच हे केले असावे असा पोलिसांचा कयास होता. पण अजून कोणीच पकडले गेले नव्हते. या कृत्याचा कसला सुगावाही लागत नव्हता. आझादची विचारपूस केली गेली. पण आपणास या बाबतीत काहीच माहीत नाही असे सांगून आझादने त्यातून अंग झटकले. त्यामुळे हे सारे कोणी केले, कसे केले अशा प्रश्नांच्या चक्रव्यूहात पोलीस अडकून पडले होते. पण हा प्रश्न होताच. खरेच, हे सारे कोणी केले? आझादची यापूर्वीची तयारी पाहता, त्याने कधीच कोणाला आपल्या योजनेबद्दल सांगितले नव्हते वा कधी आपल्या योजनेत सामील करून घेतले नव्हते. मग हे सारे केले कोणी? जर आझादनेच हे घडवून आणले असेल तर कसे? तुरुंगात असताना तो हे सर्व कसे घडवून आणू शकतो? खरेच, आझादच्याच योजनेचा हा भाग होता. आपल्या कृत्याला कोणी वैयक्तिक बदल्याचे परिमाण देऊ नये म्हणून त्याने हा घाट घातला होता. पत्रके त्याने आधीच बनवून आपला आयरिश मित्र बॉब कॅनोलीकडे देऊन ठेवली होती आणि ठरल्यानुसार बॉबने ती रात्री व्यवस्थित चिकटवली होती. इथेच पोलीस फसले होते. हे काम भारतीयांचेच असेल असे वाटून त्यांनी लंडनमधील भारतीयांकडे तपासाचा रोख वळवला होता. लंडन पोलिसांनी शहरातील एकूण एका भारतीयाची कसून चौकशी करायला सुरुवात केली. शहरातील हॉटेल्स, वसतिगृहात उतरलेल्या भारतीयांच्या सामानांची झडती घेण्यात येत होती.

काहीशी सारखीच परिस्थिती पंजाबमध्येही होती. आझादचे कुटुंबीय, मित्रपरिवार व ओळखीच्या व्यक्तींचा शोध सुरू झाला होता. आझादच्या संघटनेचे सदस्य पंजाबमध्येही असावेत, असा अंदाज बांधून सीआयडी पोलिसांनी पंजाबमध्ये एक झडतीसत्रच चालवले होते. बहुतेक पंजाबी सैनिकांना संशयाच्या कारणावरून नोकरीतून बडतर्फ करण्यात आले, त्यांच्या बढतीच्या संधी नाकारण्यात आल्या. वेळोवेळी गोऱ्या सैनिकांकडून त्यांचा अपमान केला जात होता. देवांची, कुटुंबाची शपथ घेऊन पंजाबी सैनिकांना त्यांच्या प्रामाणिकपणाबद्दलची ग्वाही देण्याची सक्ती केली जात होती.

जागतिक पातळीवर महत्त्वपूर्ण ठरलेल्या या घटनेबाबत जगभरात पडसाद उमटत होते. जर्मनी, फ्रेंच, जपान, रशिया साऱ्याच देशांतील वृत्तपत्रांतून, रेडिओवरून या घटनेबाबत भाष्य केले जात होते. प्रत्येक ठिकाणाहून या कृत्याबाबत संमिश्र प्रतिक्रिया व्यक्त होत होत्या. इंग्लंडने दहशतवादी ठरवलेल्या आझादला जपान, जर्मनीने स्वातंत्र्ययोद्धा म्हणवून बहुमान दिला होता. भारतात महात्मा गांधी, पंडित नेहरू व त्यांच्या अनुयायांनी आझादच्या कृत्याला वेडसरपणाचे ठरवून मेलेल्या ओडवायरबद्दल दुःख व्यक्त केले होते. त्याच वेळी पंजाबमधल्या जनतेला पोलिसांच्या अनन्वित छळाला तोंड द्यावे लागत असले तरी त्यांच्याकडून मात्र आझादच्या या कृत्याची, बहादुरीची तारीफ केली जात होती. संशयाच्या जाळ्याखाली जगावे लागत असल्याने लंडनमधील भारतीयही हैराण होते. गोऱ्या इंग्रजांचा विश्वास संपादन करून या संशयाच्या जाळ्याला कायमचे भिरकावून देण्याच्या उद्देशाने इंडिया हाउसचे ब्रिटिशधार्जिणे अधिकारी फिरोझ खान नून यांनी एका शोकसभेचे आयोजन केले होते. जवळपास पंचवीस-तीस अधिकाऱ्यांनी या सभेस हजेरी लावली होती. जमलेल्या लोकांचे स्वागत वगैरे औपचारिकता आटोपताच फिरोझ खानने बोलावयास सुरुवात केली.

''सध्या आपण अतिशय कठीण अशा परिस्थितीतून जात आहोत. तुम्हाला तर ठाऊक आहेच, युद्ध सुरू झाले आहे. हुकूमशहा हिटलरच्या आधिपत्याखालील जर्मनी लोकशाहीसाठी धोका ठरत आहे. हिटलर जर का त्याच्या योजनेत यशस्वी झाला, तर भारतातले आपले लोकशाहीचे स्वप्न हे स्वप्नच राहणार आहे. आणि केवळ भारतच नाही, तर जगातल्या साऱ्या लोकशाही देशांसाठी हा हिटलर एक भयंकर दुःस्वप्न बनून उभा ठाकला आहे. आपणा साऱ्या लोकशाही राष्ट्रांच्या वतीने इंग्लंड या युद्धात उतरले आहे. त्यांची बाजू ही न्यायाची, सत्याची आहे आणि म्हणूनच आपले भारतीय सैनिक त्यांच्या बाजूने लढत आहेत. शरीरात रक्ताचा शेवटचा थेंब असेपर्यंत आपले सैनिक या युद्धात लढतात. अशी कोणती गोष्ट आहे ज्याच्यापुढे त्यांना आपल्या प्राणाची बाजी लावायलाही काही वाटत नाही? का

लढतात ते मरेपर्यंत? मध्येच पळून का जात नाहीत? माहीत आहे का? कारण ते इमानदार आहेत, कृतज्ञ आहेत. त्यांना माहीत आहे इंग्लंडने त्यांच्यासाठी जे काही केलंय ते. ते कृतज्ञ आहेत त्या इंग्लिश अधिकाऱ्यांच्या उपकारासाठी. त्यांना आदर आहे त्या इंग्रजांबद्दल ज्यांनी भारताची सेवा केली आहे. सर मायकेल हेदेखील एक सच्चे सेवक होते भारताचे. त्यांच्या कारकिर्दीत त्यांनी पुष्कळ काही केले भारतासाठी. नेहमीच त्यांनी लोकांच्या भल्याचा विचार केला. वेळप्रसंगी त्यांना कठोर निर्णयही घ्यावे लागले. पण इतिहास साक्षी आहे, त्यांच्या त्या निर्णयात कुठलाच वाईट हेतू नव्हता. एका मूर्ख भारतीय माणसाने अशा सच्च्या दिलाच्या माणसाचा खून करावा ही खरेच अतिशय खेदाची गोष्ट आहे. आज त्याच्या या दिशाहीन कृतीमुळे साऱ्या भारतीय समाजाला शरमेने मान खाली घालावी लागत आहे. त्याने केलेल्या कृत्याची शिक्षा तर त्याला मिळेलच; पण त्याने करून ठेवलेली ही हानी थोडी ना भरून निघणार आहे. खरेच, सर ओडवायरांच्या असे आकस्मिक जाण्याने एक मोठी कधीच न भरून निघणारी हानी झाली आहे. देव त्यांच्या आत्म्यास शांती देवो.''

फिरोझ खानचे बोलणे आटोपले तसे हिंदू सोसायटीचे प्रतिनिधी डॉ. कत्याल सांत्वनपर भाषणासाठी उभे राहिले. ओडवायरसारख्या वयस्कर, निरपराध आणि निरुपद्रवी जिवाचा खून केल्याबद्दल आझादची निर्भर्त्सना करत त्यांनी झेटलंड, लॅमिंग्टन आणि लुई डेनवरील या प्राणघातक हल्ल्याबद्दल सहानुभूती दर्शवली. त्यानंतर मुस्लीम सोसायटीचे प्रतिनिधी मोहम्मदी, पारसी सोसायटीचे अध्यक्ष पॅट्रिक आणि भारतीय ख्रिश्चन समाजाचे प्रतिनिधी सँत्वन यांनी भावपूर्ण भाषणे केली. थोड्याफार प्रमाणात साऱ्यांच्या भाषणांचे मुद्दे सारखेच होते. वेगळे असतील तरी कसे? ओडवायरसकट अन्य लोकांवरील हल्ल्याचा निषेध करून आझादला दूषणे देणे, हे सूत्र ठरवूनच त्यांनी भाषणे केली होती.

बंसिया गावचे जगतसिंग, जे हल्लीच साउथहॅम्प्टनहून लंडनला राहावयास आले होते, तेसुद्धा या सभेस हजर होते. त्यांना सारे जण भाई म्हणूनच ओळखत. मघापासून साऱ्यांचे बोलणे ते शांतपणे ऐकत होते. साऱ्यांची भाषणे आटोपली तसे भाई उठून उभे राहिले. या सभेत भाईंना शिखांचे प्रतिनिधित्व करण्याची संधी द्यावी, जेणेकरून शीख समाजाला मतप्रदर्शन करण्याचा मोका दिला गेला नाही असे कोणी बोलू नये असे वाटून फिरोझ खानने त्यांना व्यासपीठावर पाचारण केले; पण भाई उभ्या जागेवरून हलले नाहीत. त्यांनी तिथेच उभे राहून बोलण्यास सुरुवात केली.

''बरोबरच आहे, तुम्ही सारे या कृत्याचा निषेध करताय ते बरोबरच आहे. अर्थात, तुम्ही सारे समजंस आहात, भलेबुरे यांची तुम्हाला जाण आहे. त्यामुळे कॅक्स्टन हॉलमधील या खुनाचा हिशोब करून तुम्ही त्याला वाइटाच्या पक्षात मोजले, हे चांगलेच केले. त्याबद्दल मला काही सांगायचे नाही. मला फक्त एकच

गोष्ट तुम्हा सुज्ञ लोकांना विचारावीशी वाटते. मला सांगा, अमृतसर हत्याकांडाच्या वेळी तुम्ही सारे काय करत होतात?''

सभेमध्ये अचानक स्मशानशांतता पसरली.

कॅनोन रो पोलीस स्टेशनला आणल्यानंतर आझादवर पुन्हा प्रश्नांचा मारा करण्यात आला. या वेळी आझाद आनंदाच्या कैफातून बराचसा सावरला होता. त्यामुळे कॅक्स्टन हॉलमध्ये दिलेल्या आपल्या कबुलीजबाबापासून मागे हटत आपल्यावरील सारे आरोप अमान्य करत आपण केवळ निषेध व्यक्त करण्यासाठी गोळीबार केला व आपला कोणाला मारायचा इरादा नव्हता, असा बचावात्मक पवित्रा त्याने घेतला. कदाचित या वेळी त्यालाही आपण याआधी दिलेल्या कबुलीजबाबाबद्दल आश्चर्य वाटत असावे. खरेच, आपण आपल्याविरुद्ध जबाब दिलाच कसा असेल? असला कसला आनंदाचा उल्हास? तरी बरे, वेळेवर शुद्धीवर आलो. पण खरेच, निखळ आनंद म्हणजे काय हे त्याने काही वेळापूर्वीच अनुभवले होते. फडफडणाऱ्या ज्योतीवर झेप घेणाऱ्या पतंगाला त्याचा शेवट माहीत असतो. पण तरीही त्यापासून मिळणाऱ्या आनंदाच्या अनुभूतीसाठी तो ही जिवावर बेतणारी झेप घेण्यास तयार होतो. त्या वेळी तो काय करतोय, याचा परिणाम काय होईल या साऱ्या गोष्टींचा विचार करण्याच्या पलीकडे असतो. काहीशा अशाच अवस्थेचा अनुभव आझादला तेव्हा आला असावा. पण आता तो वास्तव जीवनात परतला होता आणि सारासार विचार करण्याची त्याची शक्ती पुन्हा जागृत झाली होती. त्यामुळेच त्याने आता आपला कबुलीजबाब बदलला होता. आझादने त्याचा कबुलीजबाब बदलल्याने प्रश्नांचा हल्ला बराच लांबला. जवळपास साडेचार तासांच्या या सत्रानंतर आझादला कोठडीत बंद करण्यात आले.

दुसऱ्या दिवशी बो स्ट्रीटवरील मॅजिस्ट्रेट न्यायालयात त्याचा खटला सादर करण्यात आला. गणवेशातील आणि साध्या वेशातील पोलिसांच्या कडक पहाऱ्यात हातात बेड्या ठोकून त्याला न्यायालयात आणण्यात आले तेव्हा त्याच्या चेहऱ्यावर भीतीचा जराही लवलेश नव्हता. अर्धा तास चाललेल्या या खटला सादरीकरणाच्या नाटकादरम्यान त्याने केवळ न्यायालयात त्याला बघण्यास आलेल्या हौशी मंडळींचे चेहरे न्याहाळण्यात आणि त्यांच्या कुतूहलाची गंमत करण्यातच वेळ घालवला. पण खरी गंमत त्याला आली ती गल्लेगठ्ठ शरीराचा न्यायाधीश डूमेट याच्या चेहऱ्यावरचे भाव बघताना. भाव? कुठले भाव? शरीराप्रमाणेच त्याच्या चेहऱ्यावरही स्थूलपणाने आक्रमण केले होते. त्यामुळे जडसर झालेला तो चेहरा कुठलेही भाव दाखवण्यास काहीसा असमर्थ दिसत होता. आझादविरुद्ध न्यायालयात खटला

दाखल करणारा सरकारी वकील ईव्हॉन्सच्या चेहऱ्यावरचा आत्मविश्वास, न्यायालयात हजर असलेल्या लोकांच्या चेहऱ्यावरचे कुतूहल, न्यायालयासमोर सादर करावयाची कागदपत्रे सांभाळताना हैराण झालेल्या ईव्हॉन्सच्या सहकाऱ्याची गोंधळलेली मुद्रा, या साऱ्यांच्या मुद्रेवर दिसत असलेल्या वेगवेगळ्या भावना टिपून त्यांची गंमत पाहण्यात मश्गूल असणाऱ्या आझादच्या चेहऱ्यावरचे खेळकर भाव, यांपैकी अगदी कुठलाही भाव त्या न्यायाधीशाच्या चेहऱ्यावर नव्हता. हो, ओढूनताणून आणलेला गंभीरतेचा भाव त्याने अगदी चापूनचोपून आपल्या चेहऱ्यावर धारण केला होता. निरपेक्ष भावनेने खटला ऐकून घेऊन त्यावर निर्णय सुनावण्यासाठी न्यायाधीशाने असा गंभीर चेहरा करून बसण्याचा दंडकच असावा बहुतेक. पण डूमेटच्या आळसावलेल्या त्या चेहऱ्यावर तो गंभीर भाव अगदी वरवरून चिकटवल्यासारखा वाटत होता. त्यामुळेच त्याच्या चेहऱ्याकडे पाहण्यास आझादला विशेष गंमत वाटत होती. इकडे आझादच्या अशा प्रकारे रोखून पाहण्यामुळे डूमेटची अवस्था काहीशी बिकटच झाली होती. सुनावणी चालू असताना आझादची रोखलेली नजर त्याला टोचत होती. त्यामुळे सुनावणीकडे लक्ष देणे त्याला कठीण होऊन बसले होते. तरीसुद्धा कसेबसे ऐकून घेऊन त्याने सात दिवसांनंतरची तारीख खटल्यासाठी दिली आणि तोपर्यंत आझादला ब्रिक्स्टन तुरुंगात पोलीस कोठडी सुनावली. डूमेटचा निर्णय ऐकून जणू काही घडलेच नाही, अशा आविर्भावात आझाद हसला आणि तशाच हसतमुख अवस्थेत सोबतच्या पोलिसांसोबत तो ब्रिक्स्टन तुरुंगाकडे, त्याच्या आयुष्याच्या पुढच्या निवासस्थानाकडे निघाला.

ब्रिक्स्टन तुरुंगात एका छोट्याशा कोठडीत आझादला ठेवले होते. संभाव्य धोका लक्षात घेऊन त्याच्यासोबत इतर कोणाही कैद्याला ठेवण्यात आले नव्हते. अंधार आणि एकाकीपणा या त्याच्या नेहमीच्या साथीदारांना हाताशी धरून आझादने तिथे राहण्याची तयारी केली. नाही म्हणायला सोबतीला आठवणी होत्याच. काही सुखद, काही दुःखद. एकामागून एक निघणाऱ्या वारुळातल्या मुंग्यांसारख्या. गेले दोन दिवस बरीच दगदग झाली होती. त्यामुळे त्याने स्मृतीला भूतकाळात बऱ्याच मागे प्रवास करण्यापासून रोखले आणि स्मृतिवाहनाला अगदी काही दिवसांअगोदरच्या तो उपस्थित असलेल्या कॅक्स्टन हॉलमध्ये घेऊन आला. ओडवायरच्या मेलेल्या कलेवराकडे बघत समाधानाने हसणारा आझाद त्याला तिथे दिसला. त्याच्या मृत्यूने खूश झालेले जालियनवाला बागेतील अभागी जीव तिथे त्याला दिसले.

कोठडीच्या भिंतीला टेकत बसून त्याने डोळे मिटले आणि तो स्मृतीत हरवून गेला.

"ही केस तुझ्यावर चालवण्याअगोदर तुझे नाव आम्हाला माहीत असावे असे नाही का तुला वाटत?" इन्स्पेक्टर स्वेनने अतिशय शांतपणे प्रश्न केला.

"मग माहीत आहे ना माझे नाव तुम्हाला." आझादने त्याच्या पलंगावर पडल्या पडल्याच उत्तर दिले.

स्वेनने शेजारीच उभ्या असलेल्या मुख्य इन्स्पेक्टर रॉलिंग्सकडे सहेतुक दृष्टीने पाहिले. रॉलिंग्सने या बाबतीत लक्ष घालून आझादला प्रश्न करून बोलते करावे अशी स्वेनची इच्छा होती. आझादच्या खोलीत सापडलेल्या कागदपत्रांवर निरनिराळी नावे असल्याने आझादचे खरे नाव कोणते याबाबत अजूनही संभ्रम होता. त्यामुळे त्याचे खरे नाव जाणून घेण्याच्या इराद्याने स्वेन आणि रॉलिंग्स आझादकडे विचारणा करण्यास आले होते. दुपारचा प्रहर होता. काही वेळापूर्वीच आझादचे जेवण झाले होते. त्यामुळे थोडासा आराम करावा या हेतूने आझाद लवंडला होता, तोच ते दोघे त्याच्या कोठडीत येऊन ठेपले.

"सो, काय आहे तुझे खरे नाव?" रॉलिंग्सने पुढे होत प्रश्न केला.

"माहीत नाही का तुम्हाला?" आश्चर्यचकित झाल्यासारखे दाखवत आझादने विचारले.

आपल्या कोटाच्या डाव्या खिशातून आझादचे राष्ट्रीय रजिस्ट्रेशन कार्ड काढून ते इन्स्पेक्टर स्वेनने आझादसमोर धरले आणि विचारले,

"या कार्डावर सिंग आझाद हे नाव आहे. हेच तुझे खरे नाव आहे का?"

"हो, हेच माझे नाव आहे. त्या वेळी बॉर्नमाउथला मी राहत होतो. तेव्हा हेच नाव दिले होते रजिस्ट्रेशन वेळी."

"बरं, ठीक आहे." म्हणत स्वेनने एक कोरा कागद आणि पेन आझादकडे दिले.

"यावर तुझ्या वडिलांचे नाव लिहून दाखव."

आझादने गुपचूप त्या कागदावर नाव लिहून तो स्वेनला परत दिला. स्वेनने कागदावरून नजर फिरवली. त्यावर 'टहेलसिंग आझाद' असे लिहिले होते.

"तुझे बालपणीचे नाव काय?"

"सिंग आझाद.... अहं, आझाद काढून टाका. ते असले नसले तरी आता फरक पडत नाही. मी एम. सिंग आहे."

"एम. सिंग? तुला नाही वाटत का, तू अजून कोड्यात बोलतो आहेस? पहिले सिंग आझाद आणि आता एम. सिंग? हे काय आहे? आणि एम? एम म्हणजे तरी काय?" स्वेनने काहीशा त्रासिक सुरात विचारले.

"एम.....एम फॉर मोहम्मद."

"मोहम्मद? साफ खोटे बोलतो आहेस तू. खरे सांग."

आझादने आपल्या हातावर गोंदलेले नाव स्वेनसमोर धरले.

"आता तरी खात्री पटली का इन्स्पेक्टर साहेब? आय ॲम एम. सिंग, मोहम्मद सिंग."

"जरा विचित्र नाही का वाटत हे आझाद? तू शीख आणि नाव मोहम्मद?"

"माझे वडील मी तीन वर्षांचा होतो तेव्हाच वारले. त्यानंतर मी एका मुस्लीम कुटुंबात वाढलो. माझे सारे दोस्तही मुस्लीमच होते. त्यामुळे या धर्माबद्दल मला आस्था वाटू लागली आणि मी हा धर्म स्वीकारला. माझा धर्मगुरू ज्याने मला या धर्माची दीक्षा दिली, त्यानेच माझे नाव मोहम्मद ठेवले होते." आझाद अगदी शांतपणे उत्तरला.

"बरं, मानली मी तुझी ही बात. मग तुझ्या दैनंदिनीवर नाव आहे, राम मोहम्मद सिंग आझाद. त्याबद्दल काय म्हणशील? ते नाव कुणाचे आहे? आता असे नको सांगूस की मुस्लीम धर्माबरोबरच तुला हिंदू धर्माबद्दलही आस्था वाटू लागली म्हणून तू हे नाव ठेवलेस."

"अं.... नाही. माझे नाव मोहम्मद सिंग आझाद. राम नाम तिथे चुकून आले."

"चुकून आले म्हणजे? आणि तेही १९३९ आणि १९४० या दोन्ही वर्षांच्या दैनंदिनीत?"

"त्याचे......कसे आहे, मला कुठलेही काम करण्याअगोदर देवाची नावं लिहायची सवय आहे. त्यामुळेच मी राम लिहून माझे नाव लिहीत असतो." सारवासारव करत आझादने उत्तर दिले.

"पटले नाही मला. तू मुस्लीम धर्म मानतोस आणि देवाचे नाव म्हणून राम लिहितोस. तुझ्या या बतावणीवर लहान मुलगा तरी विश्वास ठेवेल का? बरं, तेही जाऊ दे. तुझ्या खोलीत मिळालेले हे पासपोर्ट बघ. यावरचा फोटो तुझाच आहे ना? मग यावर तर उधम सिंग नाव आहे. त्याचे काय?" हातातले पासपोर्ट त्याच्यासमोर नाचवत स्वेनने विचारले.

"उधम सिंग?......हो, हे आणि अशी इतर अनेक नावे मी वापरत असतो."

"वापरत असतो? ते काय कपडे आहेत का, जे एके दिवशी वापरून झाले की पुन्हा दुसऱ्या दिवशी नवीन वापरतोस? खरे सांग, तुझे नाव काय आहे?" स्वेनने चिडीस जाऊन विचारले.

मघापासून शांत उभे राहून दोघांची प्रश्नोत्तरे ऐकणाऱ्या रॉलिंग्सने स्वेनच्या खांद्यावर थोपटत त्याला तुरुंगाबाहेर काढले आणि त्याच्या कानाशी लागत म्हणाला,

"ही इझ वेरी क्लेवर. खूप शहाणा आहे हा. राम मोहम्मद सिंग काय? हे नाव जर केसमध्ये वापरले तर त्याला हिंदू, मुस्लीम, शीख साऱ्यांचा पाठिंबा मिळेल; हे त्याला माहिती आहे आणि म्हणूनच तो या नावासाठी जोर देतोय. त्याला सांग

की त्याचे हे नाव आपण वापरणार नाही आहोत. त्याचे उधम सिंग हेच नाव वापरण्यात येईल बाकीच्या सुनावणीसाठी. याव्यतिरिक्त दुसरे कुठले त्याचे खरे नाव असेल तर विचारून घे.''

''ठीक आहे सर.'' म्हणत स्वेन पुन्हा कोठडीत आला.

''तुझे नाव सध्या तरी उधम सिंग असल्याचे वाटत आहे. त्यामुळे खात्रीशीर माहिती मिळेपर्यंत तुझे हेच नाव खटल्यामध्ये वापरले जाईल.''

''त्याने मला काहीच फरक पडणार नाही. तुम्हाला जे करायचे आहे ते करा. पण मी मोहम्मद सिंग आहे आणि मोहम्मद सिंगच राहणार,'' आझाद काहीशा बेफिकिरीनेच म्हणाला.

आझादकडे एक तिरपा कटाक्ष टाकून स्वेन जाण्यासाठी वळला. काही पावले पुढे जाऊन तो थांबला आणि पुन्हा काहीसे विचार करत त्याने आझादकडे बघितले.

''मिसेस सिंग किंवा मिसेस देवी लक्ष्मी सिंग किंवा मिसेस देवी शंकर अशा नावाच्या कुणा महिलेला ओळखतोस का?''

आझादने नकारार्थी मान डोलावली.

''मला मिळालेल्या माहितीनुसार ही स्त्री गेली तीन वर्षं तुझ्यासोबत राहत होती.''

''मला तर नाही आठवत.''

''टोटेनहॅम कोर्ट रोडवर घर आहे तिचे. ज्या दिवशी तू सर मायकेल ओडवायरांचा खून केलास त्याच दिवशी ती तिच्या घरमालकाला न सांगता घर सोडून निघून गेली. घरातले सामान, कपडे, फर्निचर साऱ्या वस्तू तशाच सोडून. आता तरी तू सांगू शकतोस का?'' उजवा डोळा किंचित बारीक करत आझादकडे बघत स्वेनने विचारले.

''मला नाही माहीत. मी नाही ओळखत अशा कोणत्याच स्त्रीला.''

''हूं, तिच्या शेजाऱ्यांच्या म्हणण्यानुसार आयरिश किंवा वेल्श असावी ती. तिचे नाव पण कोणाला माहीत नाही तिथे. तिच्या घरी मिळालेल्या कागदपत्रांनुसार तिचे नाव आयरिन रोस पाल्मर असावे असे वाटते आहे. पण तिचा घरमालक व आसपासचे लोक तिला मिसेस सिंग म्हणूनच ओळखतात. आता तरी आठवलं का काही?''

क्षणभर आयरिनचा तो सुंदर चेहरा त्याच्यासमोर येऊन उभा राहिला, पण क्षणभरच. इन्स्पेक्टरला त्याबद्दल काही संशय येऊ नये म्हणून पुन्हा आपला चेहरा निर्विकार करत आझादने नकारार्थी मान डोलावली.

''तू मिस्टर सिंग आणि ती मिसेस सिंग. तुझे पण खरे नाव माहीत नाही आणि तिचेही. ज्या दिवशी तुला अटक झाली त्याच दिवशी ती घर सोडून निघून गेली.

किती साम्य आहे ना तुमच्या दोघांच्या केसमध्ये आणि तरीही तू तिला ओळखत नाहीस. इथे दोन गोष्टींची शक्यता आहे. एक तर तू खोटं बोलतो आहेस किंवा खरंच हा एक योगायोग असेल. हा योगायोग असेल तर ठीक आहे; पण जर का तू खोटं बोलत असशील तर एक गोष्ट लक्षात घे, ती पोलिसांपासून फार दूर पळू शकणार नाही. खरं काय असेल ते आताच सांग.''

स्वेनने आझादकडे पाहिले पण त्याच्या चेहऱ्यावरचे निर्विकार भाव कायम होते. आझाद काही सांगणार नाही याची खात्री पटल्याने झरझर पावले टाकत तो कोठडीतून बाहेर निघून गेला.

''सो, काय नाव आहे तुमचे?'' आझादचा खटला लढवणाऱ्या त्या तरुण वकिलाने, बर्नाड लिंडरने साक्षीदाराच्या पिंजऱ्यात उभ्या असलेल्या त्या पन्नास-पंचावन्न वयाच्या बाईस विचारले.

''बर्था हेरिंग.'' त्या बाईने शक्य तितक्या शांतपणे उत्तर दिले.

''मिस की मिसेस?''

''एक्सक्यूज मी, हा काय प्रश्न आहे? या केससंदर्भात तुम्ही प्रश्न विचारा. माझ्या वैयक्तिक आयुष्याबद्दल प्रश्न विचारण्याचा अधिकार नाही तुम्हाला.'' बर्थाने काहीशा रागातच उत्तर दिले.

''ओह, सॉरी मिस किंवा मिसेस ज्या कोणी तुम्ही असाल, मला तुमच्या खासगी आयुष्यात नाक खुपसण्याची गरज नव्हती. अं...मला सांगा, त्या दिवशी नक्की काय घडले होते?'' दिलगिरी व्यक्त करत लिंडरने विचारले.

''आत्ताच तर मी सांगितले, काय झाले होते ते.''

''हो, मग पुन्हा एकदा सांगा ना. की पाठ करून आला होतात सारे? विसरलात का काय पाठ केलेले ते?''

''मी कशी विसरेन? त्या दिवशी मी कॅक्स्टन हॉलमध्ये...''

''त्या दिवशी म्हणजे कधी? सविस्तर सांगा जरा की तारीख पण विसरलात?''

''काय म्हणायचे आहे तुम्हाला? की मला साक्ष पढवून आणली आहे?'' बर्था संतापाने थरथरत म्हणाली.

''तसे वाटते आहे खरे. मघाशी सरकारी पक्षाचे वकील मिस्टर ईव्हॉन्सना तुम्हाला प्रश्न विचारून तुमची साक्ष व्यवस्थित सुसंगत लावण्याची मेहनत घ्यावी लागली. नाहीतर तुमच्या साक्षीत मला तरी काही तर्कसंगती दिसली नाही.''

''म्हणजे? काय म्हणायचे आहे तुम्हाला?''

''काही नाही. सध्या तरी काहीच नाही. तुम्ही फक्त त्या दिवशी अर्थात

तारखेसकट काय घडले ते सांगा.''

''त्या दिवशी, १३ मार्चला कॅक्स्टन हॉलमध्ये कार्यक्रमासाठी मी गेले होते. मधल्या रांगेत बसले होते मी बहुतेक. तर कार्यक्रम संपला आणि.....''

''बहुतेक? म्हणजे? तुम्ही नक्की कुठे बसला होतात?''

''मला वाटते, व्यासपीठापासून नवव्या-दहाव्या रांगेत बसले होते.''

''वाटते? हूंऽऽऽ, म्हणजे खात्री नाही.''

लिंडरच्या उलटतपासणीने बर्था भांबावून थरथरू लागली होती.

''बरं, जाऊ दे. पुढे काय झाले?''

''पुढे...पुढे कार्यक्रम संपला. सर्व जण जाण्यास निघाले तोच गोळ्यांचा आवाज आला. मला तर वाटले की कोणी हॉलमध्ये बॉम्बच फोडला. मी त्या आवाजाच्या....''

''पुन्हा वाटले? तुम्हाला जर काहीही वाटण्याची मुभा दिली तर तुम्ही लंडनमध्ये जागोजागी बॉम्बस्फोट घडवून आणाल.'' हसतच लिंडरने बर्थाचे बोलणे तोडले. बर्थाचा चेहरा आता रागाने लाल झाला होता. तिला लिंडरला काही ऐकवायचे होते बहुतेक. पण रागाने तोल सुटल्याने तिला शब्दच सुचत नव्हते. तशीच साक्षीदाराच्या पिंजऱ्यात त् त् फ् फ् करत ती लिंडरकडे रागाने बघत काहीतरी बोलायचा प्रयत्न करत होती.

''शांती, शांती, हेरिंग मॅडम. बरं जाऊ द्या. तुम्ही पुढचे सांगा,'' तिची पुरती मस्करी करत लिंडर म्हणाला. रागाने तोंडातल्या तोंडात काही पुटपुटत बर्थाने बोलायला सुरुवात केली.

''मी....मी त्या आवाजाच्या रोखाने पाहिले आणि हा समोर आरोपीच्या पिंजऱ्यात उभा असलेला माणूस माझ्या दिशेने पळत येत असताना मी पाहिला. मी काही विचार न करता त्याच्या कोटाच्या कॉलरला धरून पकडले आणि बाजूस थांबलेली इतर माणसे माझ्या मदतीला आली. मग आम्ही त्याला....''

''एक मिनिट, एक मिनिट...माफ करा, पुन्हा एकदा तुम्हाला बोलताना थांबवत आहे. मला सांगा, गोळ्यांचा आवाज तुमच्यासोबत बाकीच्यांनीही ऐकला असेल. तुम्ही तर दहाव्या रांगेत बसला होतात, कदाचित. मग जे तुमच्या पुढे बसले होते, म्हणजे आपण चौथ्या-पाचव्या रांगेत म्हणू हवे तर, त्यांच्यासमोरूनच हा इसम पळाला असला पाहिजे सुरुवातीला. मग त्यांनी याला का नाही पकडले?''

''याने गोळ्या चालवल्या त्या वेळी धुरामुळे हॉलमध्ये सारे धूसर झाले होते. त्यामुळे त्यांना नीट दिसले नसेल.''

''बरं, तुम्ही तर दहाव्या रांगेत होतात मग तरीही एवढ्या लांब असूनही, त्यात धुरामुळे काहीच स्पष्ट दिसत नव्हते असे तुम्हीच आता म्हणालात, तरीही तुम्ही या

इसमास ओळखले कसे?''

"मला असे वाटले की हाच तो माणूस असावा. त्याच्या हातात रिव्हॉल्व्हर होते.''

"असावा... पुन्हा एक तर्क. मिस हेरिंग तुम्ही कादंबरी वगैरे तर नाही लिहीत ना? नसाल लिहीत तर सुरू करा लिहायला. एका प्रतिभासंपन्न कादंबरीकाराकडे जी कल्पनाशक्ती असायला हवी ती तुमच्याकडे भरपूर चांगल्या प्रकारे आहे. पण ही कादंबरी नाही. ही एक खुनाची केस आहे आणि तुमच्या चुकीच्या किंवा कपोलकल्पित साक्षीवर एका माणसाचे जीवन अवलंबून आहे. तुम्ही म्हणता की तुम्ही याला रिव्हॉल्व्हर घेऊन पळताना बघितले. पण कदाचित असेही होऊ शकते की गोळीबार कोणी दुसऱ्यानेच केला आणि तो रिव्हॉल्व्हर तिथेच टाकून पळून गेला. कर्मधर्मसंयोगाने या समोरच्या माणसाने केवळ कुतूहल म्हणून ते उचलले असेल. सामान्य माणसाला असते असे कुतूहल. पण तेवढ्याने काही तो खुनी ठरत नाही. तुम्हाला नाही का असे वाटत?''

"अं... नाही, पण तो पळत होता.''

"मिस हेरिंग, हॉलमध्ये गोळीबार झाला होता. जो तो आपला जीव वाचवण्यासाठी पळत होता. त्यातच हा माणूसही पळत असेल. तुम्ही त्याला गोळी चालवताना पाहिलेले नाही. तुम्ही फक्त गोळीबाराचा आवाज ऐकला. ओह सॉरी, बॉम्बस्फोटाचा आवाज ऐकला. मग तुम्हाला हा माणूस तुमच्या दिशेने पळत येताना दिसला. तो पळत होता आणि त्याच्या हातात रिव्हॉल्व्हर होते म्हणून तुम्ही त्याला पकडलेत. पण यावरून यानेच गोळ्या चालवल्या असतील हे सिद्ध होत नाही. मी जे सांगितले तीही एक शक्यता आहे. तुम्ही चुकीच्या माणसाला पकडले असेल, असेही होऊ शकते.''

"नाही, असे नाही होऊ शकत. मला वाटले....नाही म्हणजे मला खात्रीच होती की हाच तो माणूस असावा.''

"खात्री होती म्हणताय आणि हाच तो माणूस असावा, अ..सा..वा, असावा म्हणताय तुम्ही. मला वाटते तुम्ही स्वतः संभ्रमात आहात. एक तर तुम्हाला खात्री होती किंवा नव्हती. काहीतरी एक सांगा.''

"अं...'' बर्था आता चांगलीच गोंधळली होती.''

"ठीक आहे, विचार करून किंवा आठवून मग उत्तर द्या याचे. आता मला सांगा, त्याच्या हातात रिव्हॉल्व्हर होते, असे तुम्हीच म्हणालात. मग हातात रिव्हॉल्व्हर असलेल्या या माणसाला पकडायचे धाडस तुम्ही कसे केले? तुम्हाला भीती नाही वाटली?''

"नाही....मला वाटले, त्याचे रिव्हॉल्व्हर रिकामे झाले होते.''

"तुम्हाला वाटले? काय काय वाटते हो तुम्हाला? प्रत्येक वेळी मला वाटले, मला वाटले... तुमच्या वाटण्याने ही दुनिया चालत नाही. जर ते रिव्हॉल्व्हर भरलेले असते तर, असे नाही वाटले का तेव्हा?"

"नाही....म्हणजे..." बर्था लिंडरच्या उलटतपासणीने हडबडून गेली होती.

"न्यायाधीश महाशय, या मॅडमना नीट सांगताच येत नाही काय झाले, कसे घडले ते. माझ्या अशिलाने गोळीबार केला की नाही हे त्यांना माहीत नाही. त्यांनी फक्त पळणाऱ्या माझ्या अशिलाला पकडण्याचा प्रयत्न केला. त्याच्या हातात रिव्हॉल्व्हर होते की नव्हते आणि असले तरी ते भरलेले होते की नव्हते याबद्दल मॅडमना खात्रीशीररीत्या काहीच सांगता आलेले नाही. जेव्हा मिस हेरिंगनी माझ्या अशिलाला पकडण्याचा प्रयत्न केला, तेव्हा तो अतिशय घाबरलेला होता. त्याला काहीच सुचले नाही तेव्हा. आडव्या आलेल्या मिस हेरिंगना त्याने उचलून बाजूला फेकले आणि त्या वेळी तिथे..."

"गप्प बस, मघापासून ऐकून.....घेते म्हणजे काहीही बोलतो आहेस काय? कोणाला फेकून दिले बोलतोस?" दात खाऊन कठड्यावर मुठी आपटत बर्था संतापाच्या भरात काहीही बोलत होती.

"पाहिलंत न्यायाधीश महाशय, माझा पहिला प्रश्न यासाठीच होता. मिस बर्था हेरिंगचे अजून लग्न झालेले नाही. दीर्घ कौमार्याचा ताण पडला आहे त्यांच्यावर. त्याचाच परिणाम म्हणून तर अशा उद्धटपणे भावनावेशात कशाही वागत आहेत त्या. आपण काय करतोय याचेही भान नाही त्यांना. ज्या सुखापासून त्या वंचित आहेत, ते सारे कल्पनेत हासील करण्याची सवय जडली आहे त्यांना. कल्पनाविश्वात रमण्यातच त्यांना आनंद मिळतो. यांनी सांगितल्याप्रमाणे त्या दिवशी कदाचित घडले असेलही, पण इथे तसे घडले नसल्याचीही शक्यता आहे. त्यांनी सांगितले ते सारे कदाचित त्यांच्या कल्पनेचाच एखादा विस्तार असेल. त्यांच्या साक्षीत त्यांनी बऱ्याच वेळा मला वाटले, असेल, असावे, कदाचित वगैरे शब्द वापरले आहेत. म्हणजेच त्या स्वतःही या गोष्टी ठामपणे न्यायालयासमोर ठेवत नाहीत. ज्या गोष्टींबद्दल त्यांना स्वतःलाच खात्री नाही, त्या गोष्टी पुरावा म्हणून कशा स्वीकारार्ह असाव्यात? त्यामुळे मी तुम्हाला विनंती करतो की त्यांची साक्ष पुरावा म्हणून ग्राह्य धरली जाऊ नये."

लिंडरच्या वाक्चातुर्याची दखल घेत न्यायाधीश डूमेटने त्याबाबत समोरच्या बुकामध्ये नोंद केली. इतका वेळ बर्थाच्या तोंडाचा पट्टा चालूच होता. लिंडरला तिने असंख्य शिव्याशाप दिले होते आतापर्यंत. पोलिसांनी थैमान घालणाऱ्या बर्थाला जवळपास खेचतच तिथून बाहेर नेले. बर्था हेरिंगची लढाई जिंकली, तसे लिंडरने आरोपीच्या पिंजऱ्यात उभ्या असलेल्या आझादकडे बघितले. तो अजूनही शांतपणे

त्या पिंजऱ्यात उभा होता. या आधी ओडवायरचा जावई मिस्टर मॉरिस आणि पर्सी साइक्सची उलटतपासणी लिंडरने घेतली तेव्हाही तो तसाच शांत होता.

"न्यायाधीश महाशय, आता मी सरकारी पक्षाचा साक्षीदार मिस्टर क्लॉड विल्यम हॅरी रिचेस याला उलटतपासणीसाठी बोलवू इच्छितो."

डूमेटने परवानगी दिली तसा थोड्या वेळातच हॅरी रिचेस साक्षीदाराच्या पिंजऱ्यात येऊन उभा राहिला.

"हॅलो मिस्टर, मला माहीत आहे, यापूर्वीही तुम्ही न्यायालयात आपली ओळख सांगितली आहे. पण तरी एकदा पुन्हा तुमचा परिचय करून द्याल का तुम्ही? फक्त नाव आणि पत्ता."

"माझे नाव क्लॉड रिचेस. मी बेसवॉटरच्या मार्लबरो गेट हाउसला राहतो."

"बरं, कॅक्स्टन हॉलमध्ये त्या दिवशी काय घडलं ते सांगाल का?"

"मी त्या दिवशी व्याख्यानासाठी कॅक्स्टन हॉलला गेलो होतो. व्याख्यान आटोपल्यावर मी निघालो तेव्हा गोळ्यांचे काही आवाज ऐकू आले. मी आवाजाच्या दिशेने बघितले तर तिथून हा इसम पिस्तूल हातात धरून धावत येत होता. मिस हेरिंगने त्याला पकडण्याचा प्रयत्न केला. पण त्याच्या शक्तीपुढे तिचा निभाव लागला नाही. त्याने तिला ढकलून दिले. त्या वेळी मी आणि शाही विमान दलाचा एक सैनिक कॅप्टन बॅन्स्टीड तिथेच होतो. आम्ही दोघांनी त्याच्यावर झडप घातली आणि त्याचे रिव्हॉल्व्हर काढून घेतले. आम्ही दोघांनी त्याला भुईसपाट केले, तोवर इतरही माणसे तिथे आली. त्यांनी मग आम्हाला याला पकडण्यास मदत केली."

"बरं, मला सांगा, तुम्ही त्याला गोळ्या झाडताना प्रत्यक्ष बघितले का? की केवळ मिस हेरिंगने त्याला पकडण्याचा प्रयत्न केला म्हणून तुम्ही त्याला पकडले?"

"अं...मी स्वतः त्याला गोळ्या झाडताना बघितले नाही. खरेतर मिस हेरिंगने त्याला पकडण्याचा प्रयत्न केला, तेव्हाच माझे लक्ष त्याच्याकडे गेले."

"ठीक आहे मिस्टर, तुम्ही जाऊ शकता. न्यायाधीश महाशय, इथे एक गोष्ट लक्षात घ्यावी. मिस्टर रिचेसने माझ्या अशिलाला गोळ्या चालवताना प्रत्यक्ष पाहिलेले नाही. त्याने केवळ मिस हेरिंगने माझ्या अशिलाला पकडण्याचा प्रयत्न केला म्हणून त्याला पकडले."

क्लॉड रिचेसची उलटतपासणी झाल्यानंतर मार्जोरी उशर आणि कर्नल रेनहोल्डची साक्ष झाली. दोघांनीही गोळीबारानंतर व्यासपीठावरील जखमींना जी वैद्यकीय सेवा, साहाय्य देता येईल ते दिले होते; पण प्रत्यक्षात गोळीबार होताना त्या दोघांनीही पाहिले नव्हते. त्यामुळे उलटतपासणीत गोळीबार कोणी केला हे ठाऊक नसल्याचे त्यांच्याकडून लिंडरने वदवून घेतले.

दिवसाची सुनावणी आटोपली होती आणि लिंडरने आजच्या दिवसाचे पारडे

आझादकडे झुकवण्यात यश मिळवले होते.

"…..आणि मग प्रभू येशूने साऱ्या जगाच्या पापांचे ओझे स्वतःच्या शिरावर घेतले. जी पापे आपण केली होती, त्या साऱ्यांचे उत्तरदायित्व प्रभू येशूंनी स्वीकारले आणि साऱ्यांना त्यांच्या पापातून, कर्मातून मुक्त केले. जो कोणी प्रभू येशूंच्या शरणी जातो, प्रभू त्याला आपले मानतात. मग तो कोणीही असो, कुठेही जन्मलेला असो, कितीही मोठी पापे त्याच्या हातून घडलेली असो; काही फरक पडत नाही. फक्त मनापासून येशूला स्वीकारायची गरज आहे. बाळा, तुझे जे काही नाव असेल, तुझ्या हातून मनुष्यहत्येचा गंभीर गुन्हा घडला आहे. प्रभूच्या एका लेकराचा जीव तू घेतला आहेस. खरेतर, तू हे जे काही केले आहेस, ते माफ करण्याच्या पलीकडचे आहे. न्यायालय त्याबद्दल तुला शिक्षा देईल, पण तरी तू तुझ्या भोगातून मुक्त होणार नाहीस. एकच असा बाप आहे जगाचा, तो तुला माफ करेल. तुझ्या भोगातून तुला मुक्त करेल. तुला जवळ करेल. तू फक्त त्याला हाक दे. तो नक्कीच तुझी हाक ऐकेल."

आझादने शांतपणे समोर खुर्चीवर बसलेल्या पाद्रीचे बोलणे ऐकून घेतले. कोर्टात खटला सुरू झाल्यापासून अलीकडे रोजच तो पाद्री आझादला भेटण्यासाठी येत असे. सुरुवातीला आझाद त्याला भेटण्याचे टाळायचा. पण नंतर एकटे राहून त्यालाही कंटाळा यायला लागला, तसे वेळ घालवण्यासाठी तो त्याला भेटू लागला. दर वेळेस त्याच्या म्हणण्याच्या विरोधात जाऊन वाद घालावयास आझादला खूपच गंमत वाटत असे. पण तरी दुसऱ्या दिवशी नव्या जिद्दीने तो पाद्री आझादला आपला मुद्दा पटवण्यासाठी हजर असे. त्याच्या या अथक जिद्दीचे आझादला विशेष कौतुक वाटे.

"बाळा, तुला पटतंय ना माझं म्हणणं?"

आझादने होकारार्थी मान डोलावली.

"बरं झालं तर, उद्याच आपण चर्चमध्ये जाऊन प्रभू येशूकडे तुझ्या कृत्याबद्दल क्षमा मागू या."

"हो चालेल. पण मला एक विचारायचं होतं, बोलू?"

"विचार ना बाळा, कुठलाही संदेह न ठेवता विचार."

"मला सांगा, प्रभू येशू साऱ्यांचे गुन्हे माफ करतो?"

"हो, करतो तर. जो कोणी त्याला शरण जातो, त्यांचे साऱ्यांचे गुन्हे तो माफ करतो."

"मग सर ओडवायर आणि जनरल डायर यांनी अमृतसरला केलेले हत्याकांडही

त्यानं माफ केलं असेल ना?''

"हो, नक्की केलं असेल. जर त्यांना या दुष्कृत्याबद्दल पश्चात्ताप झाला असेल आणि त्याबद्दल त्यांनी प्रभूकडे क्षमायाचना केली असेल तर प्रभूनं त्यांना नक्कीच माफ केलं असेल.''

"म्हणजे मी जो काही गुन्हा केला आहे त्याला जबाबदार तुमचा प्रभू आहे.''

"काय? काय म्हणतो आहेस तू हे बाळा?''

"अर्थात, जर का सर ओडवायरना तुमच्या प्रभूनं क्षमा करण्याऐवजी त्यांना त्यांनी केलेल्या पापाची शिक्षा दिली असती तर मला आज हे पाऊल उचलावंच लागलं नसतं. म्हणज़े मी जे केलं, त्याला कारणीभूत तुमचा प्रभूच आहे.''

"अरेरे, काय म्हणतो आहेस हे? प्रभू, या बालकाला माफ कर. त्याला नाही कळत आहे, तो काय म्हणतोय ते. त्याला माफ कर. बाळा, क्षमेमध्ये भरपूर शक्ती असते. प्रभू येशूनं त्यांचे गुन्हे माफ केले होते. त्यांच्या पापांचं ओझं त्यांनी स्वतःच्या खांद्यावर उचललं होतं आणि त्यांना केलेली चूक सुधारण्याची संधी दिली होती. त्याप्रमाणे ते तुझेही गुन्हे माफ करतील. तू शरण जा त्यांना. तू इंडियाचा आहेस ना? मग इंडियात तर मोठा माणूस आहे एक, जो नेहमी क्षमेचं महत्त्व सांगत असतो. मिस्टर गांधी...खूप मानतात लोक त्याला. का माहीत आहे? कारण तो जाणतो क्षमेचं महत्त्व.''

"असं का? मग तुम्ही जर्मनांना क्षमा का नाही करत? का उगाच बंदुका घेऊन त्यांच्यासोबत युद्ध खेळताय? का तुम्ही पण मग मनुष्यहत्येचं पातक करायला पुढे सरसावत आहात? कारण तुम्हीही जाणता की तुम्ही जरी क्षमेचं तत्त्वज्ञान पाजळून गप्प बसलात, तरी हिटलर गप्प बसणार नाही. उलट तुम्ही न लढता गप्प बसलात तर हिटलरला केवळ एक प्रवासदर्शिका घेऊन इंग्लंडचा ताबा मिळेल. नाही का?''

"अगदी बरोबर. क्षमा त्यांनाच करावी ज्यांना त्यांच्या कृत्याचा पश्चात्ताप आहे. प्रभूही त्यांनाच क्षमा करतो. या हिटलरला, त्यानं एवढी पापं केली; पण कसला खेद, पश्चात्ताप आहे का? मग त्याला कशी क्षमा करणार सांग ना?''

"बरोबर बोललात. मग मला सांगा, मी गुन्हा केला आहे. मी प्रभूची क्षमा मागायलाही तयार आह; पण मग मी क्षमा मागितली तर तुमच्या पोलिसांनी माझ्या घरच्यांचा जो छळ चालवला आहे तो थांबेल का? माझ्या घरच्यांचा छळ केल्याबद्दल त्यांना पश्चात्ताप होईल का? आणि माझ्या अंदाजे, तुमचे हे पोलीसही प्रभूच्या शरणी गेले असतीलच, त्याचे मोठे भक्त असतील; मग तरी त्यांनी माझ्या घरच्यांना त्रास द्यावा? प्रभूची हीच शिकवण आहे का त्यांना?'' आझादच्या सुरात आता काही अंशी राग भरला होता.

"चुकतो आहेस तू परत एकदा. अरे, पोलीस जे काही करत आहेत ते त्यांचे

कर्तव्य म्हणून. तू जर का पोलिसांना मदत केली असतीस तर त्यांना तुझ्या कुटुंबीयांना त्रास द्यावा लागलाच नसता आणि त्रास असा काही दिलेला नाही पोलिसांनी तुझ्या घरच्यांना. अखेर, प्रभूला तुझ्या घरच्यांचीही काळजी आहेच ना. फक्त काही प्रश्नोत्तरांसाठी तुझ्या घरच्यांना पोलीस स्टेशनला बोलावलं होतं.''

पाद्रीच्या या बोलण्यावर आझाद जोरजोरात हसू लागला. काहीच न कळल्याने पाद्रीही बुचकळ्यात पडला.

''काय झाले बाळा? तू ठीक तर आहेस ना?'' पाद्रीने काहीशा काळजीत विचारले.

''खूप जुनी सवय आहे ही तुमची. तुम्हाला वाटते तेच तुम्ही करता आणि त्यावर कोणी बोट ठेवले की मग त्याला कर्तव्याचा मुलामा चढवता. जालियनवाला बागेत शेकडो निरपराध जिवांचा बळी घेतल्यावर डायरनेही हाच पवित्रा घेतला होता, कर्तव्याचा, आणि आताही माझ्या घरच्यांना छळताना तुम्ही तोच हवाला देत आहात, कर्तव्याचा. मी ऐकले आहे सुनाममधल्या माझ्या घरी आणि अमृतसरच्या मी वाढलेल्या अनाथाश्रमात पोलिसांनी नवीन ठाणी उघडलीत. माझ्या साऱ्या मित्रांना, नातेवाइकांना पकडून तुरुंगात डांबलंय. त्यांच्याकडून माहिती मिळवण्यासाठी मारहाण केली जात आहे त्यांना. मला किती वर्षांत भेटलेच नाहीत तर काय माहिती देणार ते. हे तरी ठीक होते, मी समजू शकतो. पण त्यांची पगडी उतरवून त्यांचे केस ओढले. मी नाही मानत शीख रीतरिवाज; पण ते तर पाळतात. पगडी उतरवणे आमच्या धर्मात मान्य नाही. पण बहुतेक दुसऱ्याच्या धर्माचा, भावनेचा अनादर करणं, हेच तुमच्या त्या पोलिसांचं कर्तव्य असेल, नाही? आणि कर्तव्याचा मुलामा असल्यामुळे तुमचा तो प्रभू पण यात लक्ष घालणार नसेल कदाचित! मला माझ्या घरी जाऊन वा कुणा घरच्यांशी बोलून जमाना गुजरला असेल. आता का त्यांना त्रास? त्यांच्या घराची झडती घेऊन आता काय मिळणार आहे? पण तुम्ही अगदी उच्च दर्जाचे चोरटे, चोरीही अशी करणार की कोणी नावं ठेवायला नको. संशयाच्या नावाखाली झडती घ्यायची आणि मग मिळालेली संपत्ती जप्त करून मोकळे व्हायचे. माझ्या काकांची संपत्ती जप्त करण्याचे कारण तर सांगा. जप्त केलेली संपत्ती सरकारी खजिन्यात ओतायची. दुसरे येतं काय तुम्हाला? भर बाजारातून माझ्या घरच्यांची धिंड काढली, चुकीच्या आरोपाखाली अटक करून सरळ काळ्या पाण्याची सजा दिली, आधीच बनवलेल्या जबाबावर सही करण्याची सक्ती केली; अजून किती कर्तव्याची यादी ठेवू समोर. चलो, ये भी जाने दो; आमच्या धर्मात आम्ही स्त्रियांचा फार आदर करतो. पण तुमच्या त्या कर्तव्यदक्ष पोलिसांनी त्यांचा पण अपमान केला. त्यांची झडती घेतली, तीही भर चौकात. जर हे सारे करणे तुमच्या पोलिसांचे कर्तव्य आहे तर बरे झाले मी अटकेत आहे. कारण जर अटकेत

नसतो तर या तुमच्या नराधम पोलिसांचा खून करणे, माझे आद्य कर्तव्य बनले असते. जर का तुमचे पोलीस अशा प्रकारे त्यांचे कर्तव्य पार पाडून प्रभूची क्षमा मागून त्यांच्या उत्तरदायित्वातून मोकळे होत असतील, तर मग मीही त्यांचा खून करून तुमच्या प्रभूची क्षमा मागायला तयार आहे.'' आझादच्या बोलण्यातला तीव्र तिरस्कार पाद्रीला स्पष्ट दिसला.

''चुकतो आहेस तू बाळा, असे काहीही होत नाही आहे तुझ्या नातेवाइकांसोबत.'' पाद्रीने सारवासारव करत म्हटले.

''खरंच?'' भुवया ताणत पाद्रीकडे पाहात आझादने विचारले.

''हो, अगदी खरं बाळा. आमच्या औदार्याबद्दल जगात नाव आहे आमचे. तू जे ऐकले आहेस ते सारे खोटे आहे. काय माहीत कुठून हे सगळे ऐकलेस तू. तुझ्या घरच्यांना केवळ जबाबासाठी घेऊन गेलेले पोलीस, बस्स.''

''फादर, तुमचा प्रभू खोटे बोलल्यावरही क्षमा करतो का?''

''हो, जर तू त्याबद्दल प्रभूची क्षमा मागितलीस तर. काही खोटे बोलला आहेस का तू?''

''मी नाही, तुम्ही. अगदी सफेद झूठ बोललात. मी जे काही ऐकलंय ते अगदी खात्रीच्या सूत्राकडून, त्यात शंका घ्यायला वावच नाही. उलट तुम्हीच सत्य नाकारून खोटे बोलत आहात. तुम्हाला काय आहे? खोटे बोलायचे, क्षमा मागायची आणि सारे उत्तरदायित्व प्रभूवर टाकायचे. माफ करा, मला माझ्या कर्माचे उत्तरदायित्व कोणावरही टाकायचे नाही. कर्म माझे, तर उत्तरदायित्वही माझेच. मी नाही त्यासाठी तुमच्या प्रभूला त्रास देणार.''

''त्रास कसला त्यात बाळा? आपण सारे प्रभूची लेकरे आहोत आणि त्याला आपली काळजी....''

''आणि त्याच प्रभूचे एक लेकरू दुसऱ्या लेकराला इथून जाण्यासाठी सांगत आहे,'' पाद्रीचे बोलणे मध्येच तोडत आझाद म्हणाला.

''नाही, नाही. असे नको करूस बाळा. थांब, ऐक मी काय...''

''प्लीज...तुम्ही जा इथून आता,'' वैतागलेला आझाद पलंगावर उठून बसत म्हणाला.

आझाद सध्या वैतागलेल्या मनःस्थितीत आहे त्यामुळे त्याच्याशी आता बोलून उपयोग नाही, हे ताडून पाद्री उठून गपचूप तिथून निघून गेला.

पाद्री गेल्यानंतर आझाद बराच वेळ पलंगावर गप्प पडून राहिला. आपल्यामुळे आपल्या कुटुंबीयांवर, मित्रांवर अत्याचार होत आहेत याचा विचार मनात येऊन त्याला वाईट वाटत होते. त्यातच विचारांचे दुसरे एक पेव त्याला छळत होते. शिवसिंगने लंडनमधील शिखांकडून पैसे गोळा करून आझादचा खटला लढवण्यासाठी

लिंडरची नियुक्ती केली होती. बो स्ट्रीट न्यायालयात आझादचा खटला तोच लढवत होता. याउलट आझाद आपल्यावरील या खर्चाच्या अगदी विरोधात होता. त्याच्या मते हे पैसे भारतातील गरीब मुलांच्या शिक्षणासाठी वापरले जायला हवे होते.

कोठडीतील एकटेपण आझादला असह्य झाले होते. वेळ घालवण्यासाठी त्याने शिवसिंगकडून मागवलेली सारी पुस्तके वाचून झाली होती. त्यामुळे दुसरी पुस्तके मागवण्याचा विचार त्याच्या मनात घोळत होता. शिवाय, आपल्या सुटकेसाठी चालवलेला खर्चही बंद करण्यास शिवसिंगला सांगायचे होते. शिवसिंगला पत्र लिहिण्याचे ठरवून आझादने द्वारपालाकडून कागद आणि पेनची मागणी केली.

''मिस्टर डायटन, तुम्ही न्यायालयाला हे सांगू शकता का, अशा किती नोंदी आरोपीच्या दैनंदिनीत होत्या?'' सरकारी वकील ईव्हॉन्सने डायटनच्या पिंजऱ्याजवळ येत विचारले.

''जवळपास प्रत्येक पानावर अशा नोंदी होत्या. सर ओडवायर, लॉर्ड झेटलंड, लॉर्ड वेलिंग्टन यांचे पत्ते लिहिलेले होते. बदला, रिव्हेंज, माझा शेवटचा महिना, ॲक्शन असे शब्द पानापानांवर होते. एक गोष्ट अजून माझ्या लक्षात आहे, की दैनंदिनीमध्ये कुठेतरी 'कॅश अकाऊंट' असा ठळक अक्षरातील एक मथळा होता. त्याखाली सर ओडवायरांचा पत्ता होता आणि एक महत्त्वाची गोष्ट म्हणजे त्याखाली 'यानेच गोळ्या झाडण्याचा आदेश दिला' असे काही लिहिले होते. या दैनंदिनीच्या १३ मार्चच्या पानावर सर ओडवायर नाव लिहून त्यावर काट मारली होती आणि तशाच प्रकारची नोंद आरोपीच्या १९३९च्या दैनंदिनीत १३ जूनच्या पानावर होती.'' पिंजऱ्याच्या कठड्यावर हात ठेवून डिटेक्टिव्ह इन्स्पेक्टर डायटन सांगत होता.

''तुम्हाला काय वाटते, याचा अर्थ काय असावा? या सर्व नोंदी एखादे रहस्य तर लपवत नाही ना?''

''माझ्या मते, आरोपी सर ओडवायर आणि लॉर्ड झेटलंडवर आधीपासून पाळत ठेवून होता. कदाचित म्हणून त्याने दोघांचे पत्ते लिहून ठेवले होते आणि १३ मार्चची ती नोंद म्हणाल तर, त्या दिवशी काय घडले ते आपणा सर्वांना माहीत आहे. याच गोष्टीवरून मी असा अंदाज केला आहे की गेल्या वर्षी १३ जूनला त्याने कदाचित सर ओडवायरांवर हल्ला केला असेल. म्हणूनच त्याने गेल्या वर्षीच्या दैनंदिनीत १३ जूनला तशी नोंद केली आहे.''

''१३ जून आणि १३ मार्च? या १३ तारखेचा काही खास संबंध आहे का केसशी? की हा निव्वळ योगायोग आहे?''

"कदाचित असेलही. सर ओडवायर यांच्या आयुष्यातील अनेक महत्त्वाच्या घटनांपैकी एक घटना म्हणजे अमृतसर हत्याकांड, जे घडले होते १३ एप्रिलला. आरोपीही अमृतसरचा असल्याचा पुरावा आहे. त्यामुळे या घटनेचा सूड उगवण्यासाठी त्याने १३ तारखेची निवड केली असू शकते. या अंदाजाला दैनंदिनीत मध्येमध्ये आलेले रिव्हेंज, बदला हे शब्द पुष्टी देतात. शिवाय ते विधान, 'यानेच गोळ्या झाडण्याचा आदेश दिला' हेसुद्धा अमृतसरच्या फायरिंगशी संबधित असावे, असे वाटते."

"ठीक आहे. सो न्यायाधीश महाशय, अतिशय महत्त्वाची गोष्ट इथे समोर आली आहे. आरोपी अमृतसरचा रहिवासी आहे. अमृतसर फायरिंगमध्ये आरोपीने त्याची बहीण गमावली असल्याची एक उडती खबर आहे. अर्थात, याचा काहीही पुरावा माझ्याकडे नाहीये. पण एक मात्र खरे, या फायरिंगचा आरोपीच्या मनावर अतिशय परिणाम झाला होता. या साऱ्या हत्याकांडासाठी त्याने सर ओडवायरना दोषी ठरवले आणि म्हणून सर ओडवायरबद्दल त्याच्या मनात द्वेषभावना होती. सर ओडवायरना मारण्याचा इरादा घेऊनच तो इंग्लंडमध्ये आला होता. एक सूत्रबद्ध योजना आखून त्याने त्याचा मानस पूर्ण केला. ही एक सरळ केस आहे. आरोपीने खून केला आहे. तो जसे सांगतोय तसे चुकून काहीच झालेले नाही."

न्यायाधीश डूमेटने ईव्हॉन्सचे म्हणणे ऐकून घेतले. लिंडरकडे दृष्टिक्षेप टाकत त्यास विचारले, "आरोपीच्या वकिलाला यावर काही म्हणायचे आहे का?"

"येस सर." म्हणत लिंडर आपल्या खुर्चीवरून उठून उभा राहिला.

"सर, मुळात सरकारी पक्षाचे वकील हा खटला, माझा अशील गुन्हेगार आहेच असे धरून लढत आहेत. वास्तविक त्यांच्याकडे तसा कोणताच पुरावा नाही. दैनंदिनीतील काही नोंदी या पुरावा म्हणून नाही गृहीत धरता येणार. माझ्या वकील मित्रांनी आत्ताच सांगितले, की हा एक सूत्रबद्ध योजना आखून केलेला खून आहे. मला सांगा, जर मी योजना आखून कोणाचा खून करणार आहे, तर त्या बाबतीत माझ्या दैनंदिनीत लिहायला मी काय वेडा आहे का? आणि माझा आरोपी ती दैनंदिनी घेऊनच कॅक्स्टन हॉलला आला होता. आपण पकडले जाणार आहोत हे माहीत असताना ती दैनंदिनी तो घटनास्थळी का घेऊन येईल? खरेतर, त्या दैनंदिनीतील नोंदी अगदी सामान्य आहेत, ज्याचा इन्स्पेक्टर डायटनने ओढूनताणून अगदी वेगळाच अर्थ काढला आहे. माझा अशील इंडियात परत जाण्यासाठी पासपोर्ट मिळवण्याच्या तयारीत होता. त्यासाठी त्याने इंडिया ऑफिसमध्ये बरेच खेटेही मारले; पण त्याचे काम झाले नाही, याबद्दलचा राग त्याच्या मनात होता. त्यामुळे या गोष्टीचा निषेध करण्यासाठी तो कॅक्स्टन हॉलला झालेल्या कार्यक्रमाला गेला. तिथे निषेध व्यक्त करण्यासाठी त्याने रिव्हॉल्व्हर वर तख्तपोशीकडे रोखून

गोळ्या झाडल्या. त्या गोळ्यांचे आवाज ऐकून लोकांची धावपळ उडाली आणि या गडबडीत त्याला कोणाचा तरी धक्का लागला. त्यामुळे वर तख्तपोशीकडे रोखलेला त्याचा हात पुढच्या दिशेला झुकला आणि व्यासपीठावरील मान्यवरांना चुकून गोळ्या लागल्या. माझ्या अशिलाचा कोणालाच इजा पोहोचवण्याचा हेतू नव्हता. कॅनोन रो पोलीस स्टेशनला घेतल्या गेलेल्या कबुलीजबाबात माझ्या अशिलाने हे सारे नमूद केले आहे. आता राहिली गोष्ट त्याच्या दैनंदिनीत त्याने लिहिलेल्या पत्त्यांची, तर ती अतिशय सामान्य गोष्ट आहे. आपणही आपल्या ओळखीच्या लोकांचे पत्ते असे लिहून ठेवतो. त्याला त्याच्या पासपोर्टच्या कामासंदर्भात या लोकांची मदत होईल असे वाटत असल्याने, त्याने त्यांचे पत्ते लिहून ठेवले होते. आपण त्या शब्दांबद्दलही बोलू. तर त्या शब्दांतून काहीच असा ठोस अर्थ निघत नाही आणि त्याचा जो काही अर्थ डिटेक्टिव्ह डायटनने काढला आहे, तो त्याचा अंदाज आहे. बरोबर ना मिस्टर डायटन?''

''हो, तो अंदाज आहे. पण त्याचा व्यवस्थित अभ्यास आम्ही केला होता. त्यामुळे तो चुकीचा नाही.'' डायटनने उत्तर दिले.

''चुकीचा नसला तरी तो अंदाज आहे. न्यायाधीश महाशय या बाबीची नोंद घ्यावी.'' म्हणत लिंडर पुन्हा आपल्या खुर्चीवर जाऊन बसला.

ईव्हॉन्सने डायटनला जाण्यास सांगितले.

''न्यायाधीश महाशय, माझा पुढचा साक्षीदार आहे, इन्स्पेक्टर जोन्स. मला त्याला बोलावण्याची अनुमती असावी.''

न्यायाधीश डूमेटने परवानगी देताच ईव्हॉन्सने इन्स्पेक्टर जोन्सला पाचारण केले.

''मिस्टर जोन्स, तुम्ही आरोपीच्या पिंजऱ्यात उभ्या असलेल्या या इसमाबद्दल काही सांगू शकता का?'' जोन्स पिंजऱ्यात आल्या आल्या ईव्हॉन्सने लगेचच त्याला प्रश्न केला.

''या समोरच्या माणसास मी १३ एप्रिलच्या संध्याकाळी कॅक्स्टन हॉलमध्ये पहिल्यांदा पाहिले. कॅक्स्टन हॉलमध्ये गोळीबार झाल्याची खबर मिळताच मी माझ्या तुकडीसह तिथे पोहोचलो. तेव्हा इन्स्पेक्टर मॅकविल्यमने आधीच याला पकडले होते. मी पोहोचलो तेव्हा तो स्वतःशीच हसत होता... स्वतःशीच बडबडत होता. त्या वेळी मी तिथे जमलेल्या लोकांचे कबुलीजबाब घेतले. त्यांच्यानुसार या माणसानेच तिथे गोळीबार केला असल्याचे समजले. नंतर कॅनोन रो पोलीस स्टेशनला जेव्हा याचा जबाब घेतला, तेव्हा चार तासांच्या अवधीत त्याने अनेक असंगत विधाने केली. त्याने आधीच्या जबाबात त्याच्यावरील आरोप मान्य केला होता; पण या वेळी त्याने तो अमान्य केला. वेड्यासारखे काहीतरी बरळत होता.

एकदा तर तो म्हणाला, 'मरायलाच हवा तो. त्याची लायकीच ही आहे.' त्याने अशीच अनेक विधाने केली.''

''न्यायाधीश महाशय, यावरून हे साफ होते की आरोपीने त्याचा गुन्हा मान्य केला होता; पण पोलीस स्टेशनला आल्यावर संभाव्य शिक्षेची जाणीव त्याला झाली असावी आणि म्हणून त्याने गुन्हा अमान्य केला.'' ईव्हॉन्सने पुढे होत म्हटले.

''मिस्टर लिंडर, तुम्हाला यावर काही म्हणायचे आहे का?'' न्यायाधीश डूमेटने लिंडरकडे पाहत विचारले. लिंडरने नकारार्थी मान डोलावली.

''न्यायाधीश महाशय, मी माझ्या पुढच्या साक्षीदाराला बोलावण्याची अनुमती इच्छितो.''

डूमेटची परवानगी मिळाल्यावर ईव्हॉन्सने एका बुटक्या, गुटगुटीत गृहस्थास साक्षीदाराच्या पिंजऱ्यात उभे केले. त्याचे डोळे मण्यासारखे आणि काळे होते.

''मिस्टर चर्चिल, तुम्ही स्वतःचा परिचय या न्यायालयास द्यावा.'' ईव्हॉन्सने त्याच्याजवळ जात म्हटले.

''मी रॉबर्ट चर्चिल. ऑरेंज स्ट्रीटवर माझे घर आहे. मी पेशाने एक पिस्तूलतज्ज्ञ आहे. पोलीस शाखेच्या लोकांना पिस्तूल मारण्याचे धडे देतो.''

''बरं मिस्टर चर्चिल, या गुन्ह्यासाठी वापरण्यात आलेले रिव्हॉल्व्हर आणि काडतुसे तुमच्याकडे तपासणीसाठी आली होती. त्या शस्त्रांबद्दल तुमचे जे काही परीक्षण आहे, ते तुम्ही या न्यायालयासमोर मांडाल काय?''

''मला देण्यात आलेले रिव्हॉल्व्हर सहाबारी स्मिथ अँण्ड वेसन या प्रख्यात मंडळींचे अमेरिकन बनावटीचे होते. अशा प्रकारची रिव्हॉल्व्हर्स पहिल्या महायुद्धाच्या काळात ब्रिटिश सैन्यासाठी बनवली गेली होती. मात्र त्यासोबत दिलेली काडतुसे त्या रिव्हॉल्व्हरची असल्यासारखी वाटत नाहीत. काडतुसे रिव्हॉल्व्हरच्या बॅरलपेक्षा थोडी लहान असल्यामुळे अचूकतेवर परिणाम झाला असावा आणि त्यामुळेच ती शरीरात जास्त खोलवर घुसू शकली नाहीत. खरेतर वापरलेली ही काडतुसे जवळ जवळ तीस वर्षं जुनी आहेत. त्यांची पॉवर चाळीसची असून, ती चारशे पन्नास पॉवरच्या रिव्हॉल्व्हरला वापरली गेली. ती रिव्हॉल्व्हरमध्ये फार सैल बसली होती. ती जेव्हा उडवण्यात आली, तेव्हा ती आतील आट्यावरून न फिरताच कशीतरी बाहेर निसटली. जी दोन सरळ नि जोराने उडाली त्यातच ओडवायर सापडले, हे त्यांचे दुर्दैवच म्हणायला हवे.''

''या गोळ्या किती अंतरावरून झाडल्या गेल्या असतील, काही सांगता येईल का?''

''हो, सांगता येईल ना. या गोळ्या नऊ इंचापेक्षाही कमी अंतरावरून झाडल्या गेल्या असाव्यात.''

"म्हणजेच या गोळ्या अतिशय जवळून झाडल्या गेल्या. न्यायाधीश महाशय, इतक्या जवळून गोळ्या झाडण्याचा आरोपीचा उद्देश स्पष्ट आहे. त्याला सर मायकेल ओडवायर यांचा खून करायचा होता म्हणूनच त्याने इतक्या जवळून गोळ्या झाडल्या."

डूमेटने लिंडरकडे पाहिले. पण त्याने काही बोलायच्या आधीच लिंडर उठून उभा राहिला.

"मिस्टर चर्चिल, त्या काडतुसांमध्ये जाणीवपूर्वक काही बदल करण्यात आला होता का?" लिंडरने पुढे होत प्रश्न केला.

"नाही. त्या काडतुसांमध्ये काही काढघाल केलेली मला आढळली नाही. जर करण्यात आलेली असती तर काडतुसांमधील धूळ कितीतरी कमी आढळली असती."

"तुम्ही म्हणालात की दोन गोळ्या जोराने उडाल्या आणि त्या मिस्टर ओडवायरना लागल्या. बरोबर?"

"हो, बरोबर."

"मग त्या गोळ्या व्यासपीठावर कोणालाही लागू शकत होत्या?"

"हो, लागू शकत होत्या. लॉर्ड झेटलंडना तशी एक गोळी लागल्याची शक्यता आहे. पण अतिशय आश्चर्यकारकरीत्या ते बचावले. सर्वसाधारण परिस्थिती पाहता ती गोळी खोलवर घुसायला हवी होती. काडतुसांतील गोळीभोवतीचा प्रोपलिंग गॅस अधिक प्रमाणात होता म्हणूनच त्यांचा बचाव झाला."

"म्हणजेच जी गोळी मिस्टर ओडवायर वा लॉर्ड झेटलंड यांना लागली ती जर इतर गोळ्यांसारखीच चुकीची उडाली असती तर ती कोणालाही लागू शकत होती."

"हो." चर्चिलने अतिशय संक्षिप्त उत्तर दिले.

"ठीक आहे, मिस्टर चर्चिल तुम्ही जाऊ शकता." म्हणत लिंडर आपल्या खुर्चीवर स्थानापन्न झाला. अजून बऱ्याच साक्षीदारांच्या साक्षी बाकी होत्या. त्यांची उलटतपासणी कशी घ्यायची याचा विचार करत त्याने आझादकडे पाहिले. सर्कशीतल्या माकडांकडे बघावे त्याप्रमाणे आझाद जमलेल्या लोकांकडे बघत स्वतःशीच हसत होता.

"समोर आलेल्या साक्षीपुराव्यांचा विचार करता, हे न्यायालय या निर्णयाप्रत आले आहे की, आरोपी उधम सिंग याने जुन्या वैमनस्यातून ज्येष्ठ सरकारी अधिकारी आणि ब्रिटिश नागरिक सर मायकेल ओडवायर यांचा दिनांक १३ मार्च १९४० रोजी कॅक्स्टन हॉलमधील ट्यूडर रूममध्ये गोळ्या घालून खून केला आहे. त्यामुळे

या गुन्ह्यासाठी उधम सिंग दोषी असल्याचा या न्यायालयाचा अंदाज आहे. तरी ही केस नोंदवून घेऊन ती सेशन्स कोर्टाकडे पाठवण्याचा निर्णय या न्यायालयाने घेतला आहे. या बाबतीत आरोपीचे वकील मिस्टर लिंडर अगर आरोपी उधम सिंग यांना काही म्हणायचे असेल तर ते सांगू शकतात.'' सर्व साक्षीपुराव्यांचा सखोल अभ्यास करून न्यायाधीश डूमेटने त्याचा निर्णय जाहीर केल्यानंतर लगेचच लिंडर उठून उभा राहिला.

''न्यायाधीश महाशय, माझे म्हणणे एवढेच आहे की माझा अशील या खटल्यात दोषी नसून, तो केवळ निषेध व्यक्त करण्यासाठी कॅक्स्टन हॉलला गेला होता. त्याच्याकडून झालेल्या फायरिंगमध्ये सर मायकेल ओडवायर यांचा मृत्यू झाला; पण तो एक अपघात होता. याबाबतचे सारे पुरावे मी सेशन्स कोर्टातील सुनावणीसाठी राखून ठेवत आहे.''

लिंडर पुन्हा खुर्चीवर स्थानापन्न झाला. आझाद आरोपीच्या पिंजऱ्यात शांतपणे उभा होता. डूमेटने त्याच्याकडे बघितले आणि विचारले, ''मिस्टर उधम सिंग, तुझ्यावरचा आरोप मान्य करून तुझी केस सेशन्स न्यायालयात पाठवण्याचा निर्णय घेतला गेला आहे. तुला यावर काही म्हणायचे आहे का?''

''उधम सिंग? उधम सिंगच्या केसचा निर्णय लागलाय ना? मग मी काय करू? माझे नाव राम मोहम्मद सिंग आझाद आहे. माझ्या केसचा निर्णय लागला की सांगा. मग मी बोलेन जे बोलायचे आहे ते.''

''उगाच उद्धटपणा नको करूस. तुझे नाव उधम सिंग आहे. सरकारी वकिलांनी तसे पुरावे दिले आहेत. त्या नावानेच हा खटला सेशन्स न्यायालयात पाठवण्यात येणार आहे. तुला जर काही सांगायचे असेल तर आताच सांग. नंतर तुला याबाबत काही बोलता येणार नाही.'' डूमेट जराशा रागातच उद्गारला.

डूमेटच्या बोलण्यावर आझाद जोरजोराने हसू लागला. आझादच्या अशा प्रकारे हसण्याची आता डूमेटला सवय झाली होती. तरीही तो काहीसा वैतागला खरा.

''काय झालंय आता? हसतो आहेस का?''

''सांगायचे असेल तर आत्ताच सांग, नंतर काही बोलता येणार नाही. छान! अगदी व्यवस्थितरीत्या स्वतःची बाजू लढवता आहात तुम्ही. म्हणजे उद्या सांगायला मोकळे की आम्ही तर त्याला बोलायची संधी दिली होती; पण तो काही बोललाच नाही. मी आता ओरडून सांगतोय, की माझे नाव उधम सिंग नाही. माझे नाव राम मोहम्मद सिंग आझाद आहे, तरी तुम्ही तुमचेच घोडे पुढे दामटता; मग मी काही बोलल्या न बोलल्याने काहीच फरक पडणार नाहीये. निर्णय घेऊनच ठेवला आहे; मग हे न्यायदानाचे नाटक का? खैर, मला एवढेच सांगायचे आहे की माझे नाव राम मोहम्मद सिंग आझाद आहे. बाकी मला जे काही सांगायचे आहे ते मी सेशन्स

कोर्टातच सांगेन.'' बोलणे आटोपता आटोपता आझादने डाव्या हाताची मूठ जोरात पिंजऱ्याच्या कठड्यावर आपटली.

''तुला केससंदर्भात काहीच सांगायचे नाही, असे हे न्यायालय गृहीत धरत आहे. या केसची प्राथमिक चौकशी पूर्ण झाली आहे. यापुढील खटला सेशन्स कोर्टामध्ये भरेल.'' म्हणत न्यायाधीश डूमेटने समोरील कागदावर काहीतरी खरडत त्यावर स्वाक्षरी केली.

सेशन्स न्यायालयामध्ये अभियोग लागण्यास बराच वेळ जात होता. तुरुंगात एकटेपणाची सोबत करून आझाद वैतागला होता. तो एकटा असला की नेहमीच त्याला चिककुकडीची आठवण येई आणि मग नेहमीप्रमाणे तो त्याचे नातेवाईक, ग्यानीजी, सतनाम तायीजींच्या काळजीने व्यथित होई. तरी शिवसिंगने पाठवलेली पुस्तके वाचण्यात त्याचा वेळ जात होता. पाद्रीचे येणे नंतर बरेच कमी झाले; पण तरीही चार-पाच दिवसांत एकदा तो नक्की यायचा. तो आला की त्याचे ऐकून घेण्यात, त्याच्याशी वाद घालण्यात वेळ अतिशय लगेच निघून जायचा.

शिपाई आज जेव्हा त्याला भेटायला कोणी आले आहे म्हणून सांगायला आला, तेव्हा नेहमीप्रमाणे पाद्री असावा असे समजून तो पलंगावर भिंतीला रेलून बसत पाद्रीची वाट बघू लागला. पण हे काय? ही कोण आली आज त्याच्या कोठडीत? आयरिन? खरंच का आयरिन आहे ती? स्वप्न तर नाही हे? ती इथे कशी येणार? आझादने डोळे चोळून बघितले. एका भारतीय माणसासोबत आयरिन त्याच्या कोठडीत येऊन ठेपली होती.

आयरिनला बघून आझाद क्षणभर थबकलाच. हे स्वप्न आहे की वास्तव, या गुंत्यात अडकून तो केवळ तिच्याकडे बघतच उभा राहिला.

''ओह आझाद, काय अवस्था करून घेतली आहेस स्वतःची? हे करणे गरजेचे होते का?'' पुढे होत आझादला मिठी मारत रडतच ती म्हणाली.

''डोण्ट नो. मला नाही माहीत. मी केवळ ते केले, जे करण्याचे माझे मन सांगत होते,'' तिच्या पाठीवरून प्रेमाने हात फिरवत आझाद म्हणाला.

''मन? तुझ्या मनाने माझ्याबद्दल काहीच सांगितले नाही का? काय म्हणते आहे तुझे मन माझ्याबद्दल आता? त्याला जे करायचे होते ते त्याने त्याच्या उमेदीच्या काळात केले. आता तो म्हातारा झाला होता. आयुष्याच्या शेवटच्या वळणावर होता. नाहीतर असा किती श्वासांचा साठा उरला होता त्याच्याजवळ? आज ना उद्या तो मरणारच होता ना? मग त्याला आता मारून काय मिळाले तुला?''

“केवळ बदला घ्यायचा म्हणून मी त्याचा वध नाही केला. भले तो म्हातारा झाला असेल, भले त्याला जे करायचे होते ते तो करून बसला असेल, मला त्याच्याशी काहीच घेणेदेणे नव्हते. त्याने माझ्या मातृभूमीचा बलात्कार करून तिच्या आत्मसन्मानाच्या चिंधड्या उडवल्या होत्या. माझे देशबांधव आत्मविश्वास, अभिमान सारे काही गमावून बसले होते. त्याला माझ्या देशातील महान रक्ताच्या वीरतेवर शंका होती. मला त्याची ही शंका दूर करायची होतीच; पण त्याच वेळी धुळीस मिळालेला माझ्या देशाचा सन्मान पुनर्जीवित करायचा होता. यापुढे माझ्या देशबांधवांवर अत्याचार करण्यापूर्वी ही फिरंगी माकडे दहा वेळा विचार करतील; घाबरतील, न जाणो परत कोणी सिंग आझाद पैदा व्हायचा. मी हे केले माझ्या देशाच्या स्वाभिमानासाठी, त्याच्या सन्मानाच्या रक्षणासाठी. बाकी तुझ्याबद्दल सांगायचे तर, मनाने तुझ्याबद्दल काहीच का सांगितले नसेल असे वाटते आहे तुला? तुझा विचार सारखाच होता मनात. पण त्याआधी मी देशाचा विचार केला एवढेच. मी तुझा गुन्हेगार आहे; मला मान्य आहे. पण खरे सांगतो, माझे देशाला स्वातंत्र्य मिळवून द्यायचे स्वप्न साकार झाल्यानंतर मला उर्वरित आयुष्य तुझ्याबरोबरच जगायचे होते गं! पण नियतीने माझी दोन्ही स्वप्ने पुरी नाही केली. ना तुझ्याबरोबर जगता आले, ना देशाला स्वातंत्र्य मिळवून देता आले. हो, देशाच्या स्वातंत्र्यासाठी मरायचे भाग्य मात्र मला मिळते आहे.”

“गप्प, काही होणार नाही तुला. काहीही बोलू नकोस.”

“मी काहीही बोलत नाही गं. मला माहीत आहे, माझी खात्री आह, फाशीशी माझा लवकरच विवाह होईल. तसेच तर मी आधीपासून साऱ्यांना सांगत आलो होतो. मग आता वेळ आल्यावर मागे का हटू मी? मी लवकर मरण्यास कधीच भीत नव्हतो. कारण मी माझ्या देशाचा एक सैनिक आहे, जो देशाच्या आझादीसाठी लढत आहे. तुला मी मागे माझ्या सर्वोत्तम मित्राबद्दल, भगतबद्दल सांगितलेले आठवते? तो मला मागे टाकून गेल्याला आता दहा वर्षं झाली. तो माझी वाट पाहत आहे. मला वाटते की ज्या दिवशी त्याला फाशी दिली गेली त्याच दिनांकास मला फाशी देण्यात येईल आणि त्याच दिवशी मी त्याला भेटेन. हो, भेटेन मी त्याला, मला पूर्ण आशा आहे.”

आयरिनच्या मिठीतून मोकळे होत आझाद आपल्या पलंगावर येऊन बसला. कसल्या तरी विचारात गढल्यासारखा शून्यात नजर लावून तो बसून होता.

“मी तुझा गुन्हेगार आहे. मला माफ कर.”

“आझाद, का तू असा विचार करतो आहेस? उगाच काहीही विचार करू नकोस. हे बघ, मिस्टर जहांगीर पटेल तुला भेटायला आले आहेत. ते बॅरिस्टर रॉबर्ट क्लेटनचे सहकारी आहेत. नक्की सोडवतील ते तुला यातून.”

"रॉबर्ट क्लेटन?" म्हणत आझादने संशयाने पटेलकडे बघितले.

"हॅलो मिस्टर आझाद, मी जहांगीर पटेल." म्हणत पटेलने हस्तांदोलनासाठी हात पुढे केला. आझादने पलंगावरून उभे राहत पटेलशी हस्तांदोलन केले.

" मिस पाल्मरने सांगितल्याप्रमाणे मी सर रॉबर्ट क्लेटनचा क्लर्क आहे. मी इथे भारतीय जनतेचा प्रतिनिधी या नात्याने तुम्हाला भेटण्यास आलो आहे. आपल्या देशाच्या इभ्रतीसाठी लढणाऱ्या तुमच्यासारख्या सैनिकाचा कोर्टात बचाव करण्याची संधी मिळावी, हा हेतू मनाशी धरून मी इथे आलो आहे."

"हे बघा, आपले बोलणे सुरू होण्याआधी तुम्हाला काही गोष्टी मी स्पष्ट सांगतो. म्हणजे नंतर तुमची निराशा व्हायला नको. कुठलाही वकील करायला आता माझ्याकडे पैसे नाहीत आणि आयरिन, तू जर का यासाठी पैसे देणार असशील तर नको देऊस; कारण त्याचा काहीही उपयोग होणार नाही."

"नो नो सर, तुम्ही चुकीचे समजत आहात. या बदल्यात तुमच्याकडून वा मिस पाल्मरकडून आम्ही एकही पैसा घेणार नाही आहोत. यासाठी लागणारे पैसे इंडियन कम्युनिटीच गोळा करणार आहे."

"नाही, तथ्य नाही तुमच्या बोलण्यात. इंडियन जनता कधीच माझ्या बाजूने नव्हती. उलट मी जे काही केले आहे त्याची त्यांना लाज वाटते. तशा निषेधसभाही घेतल्या आहेत त्यांनी म्हणा, आणि तसेही कोर्टात माझ्या वतीने माझी बाजू मांडण्यासाठी माझ्या मित्रांनी वकील आधीच नियुक्त केला आहे."

"मिस्टर लिंडर, राईट? त्याच्याबद्दलच बोलत आहात ना तुम्ही? तुम्हाला खरंच वाटते, कोर्टामध्ये तो तुमची बाजू व्यवस्थित मांडू शकेल? आणि तो हे करतोय पैशासाठी. शीख सोसायटीचे नेते शिवसिंग जोहल आणि सुरत अली पैसे गोळा करून त्याला देत आहेत. दुसरी गोष्ट अशी की इंडियन कम्युनिटीला कधीच तुमची लाज वाटली नाही. हो, असतील एखाददुसरे ज्यांना असे वाटत असेल. पण संपूर्ण इंडियन कम्युनिटीला असे वाटत असेल, असे समजणे चुकीचे आहे. उलट ओडवायर मेला ते बरंच झालं. त्यानं जे केलं, तसंच मरण त्याला आलं, याबद्दल इंडियन कम्युनिटीला आनंद आहे. तुम्हाला माहीत आहे, आम्हाला अमेरिका, रशियाहून भारतीयांच्या तारा येत आहेत. आम्ही तुम्हाला वाचवावे म्हणून सांगण्यात येत आहे. आता एवढ्या लोकांच्या प्रतिसादावरून मी तरी असं म्हणणार नाही, की इंडियन कम्युनिटीला तुमच्या कृत्याची लाज वाटते आणि एवढ्या लोकांचं मन तोडण्याची आमची इच्छाही नाही. म्हणून तुम्हाला बचावण्याचे सर्वतोपरी प्रयत्न करण्याचं आमच्या फर्मनं ठरवलं आहे. सर व्ही. के. कृष्ण मेननना तर तुम्ही ओळखत असाल ना?"

"हो, मागे बंगाल इंडियन रेस्टॉरन्टमध्ये मी रात्रीच्या जेवणाकरता जायचो,

तेव्हा भेटलो होतो आम्ही. बहुतेक वेळा एकत्रच जेवायचो आम्ही.''

"मग त्यांनी कितीतरी वेळा तुम्हाला या केसबद्दल भेटण्यासाठी विचारणा केली; पण तुम्ही काहीच उत्तर दिलं नाही.''

"त्यांनी विचारणा केली? कधी?''

"मग मिस्टर लिंडर तुम्हाला बोलले नाहीत का?'' आश्चर्य व्यक्त करत पटेलने विचारले.

"नाही, काहीच बोलले नाहीत.''

"कृष्ण मेननजींनी लिंडरला या केसमध्ये साहाय्य देण्यासाठी किती वेळा विचारलं होतं. तुमच्या भेटीबाबतही विचारलं होतं; पण तो तुम्हाला काहीच बोलल्याचे दिसत नाही.''

आझादने नकारार्थी मान डोलावली.

"बघा, आता तुम्हीच ठरवा.''

"पण कृष्ण मेननजींना माझ्याबद्दल इतकी कळकळ का वाटावी अचानक? माझ्या निषेधार्थ सभा घेतली होती त्यांनी आणि आता माझ्या बाजूने केस लढवायची म्हणतात. कळलं नाही हे मला?''

"सभा घेतली नव्हती, सभेत हजर होते. आता त्या सभेत तुमच्याबद्दल कोणकोण काय म्हणते आहे हे जाणून घेणेही गरजेचे होते.''

"हूं...'' आझादने हुंकार भरला आणि आयरिनकडे वळला.

"तू तर तुझी खोली सोडून पळून गेली होती, असे मला पोलीस बोलले. खरं का?''

"हो, पळून गेले होते खरी; पण नंतर पकडले गेले.''

"मग?''

"यांच्याच कंपनीने सोडवले मला. माझ्या विरोधात कुठलीच केस स्टॅण्ड होत नव्हती, त्यामुळे पोलिसांनाही सोडावे लागले.''

आझादने वळून पटेलकडे बघितले. हसतमुख चेहऱ्याने तो त्यांच्याकडेच बघत होता.

"सो मिस्टर आझाद, काय ठरवलंत मग तुम्ही? आम्हाला हा मौका देणार का?''

"मी विचार करीन यावर.'' सचिंत मुद्रेने आझादने उत्तर दिले.

आझादच्या बचावाचा खटला लढवण्यामागची कृष्ण मेननची प्रेरणा होती लोकप्रियता, राजकीय फायदा. या खटल्यातून मिळू शकत असणारी प्रचंड प्रसिद्धी

ध्यानात घेऊन मेनन आझादची केस घेण्यासाठी धडपड करू लागला. आझादची भेट घेण्यासाठी त्याने तुरुंगात वारंवार त्याचे प्रतिनिधी पाठवले. पण आझादच्या बचावासाठी आधीच शिवसिंगने लिंडरची नियुक्ती केली असल्याने तो प्रत्येक वेळी त्याची भेट घेण्यासाठी आलेल्या इतर वकिलांना भेटण्याचे टाळायचा. इथे मेननने रॉबर्ट क्लेटनला हा खटला लढवण्याची व त्या खटल्यात त्यांना स्वतःला सहायक म्हणून घेण्यासाठी वळवले. आझादचे आयरिनशी असलेले नाते लक्षात घेऊन तिचा वापर आझादची भेट घेण्यासाठी करण्याचे त्यांनी ठरवले. आयरिनला हाताशी धरून त्याने जहांगीर पटेलला आझादची भेट घेण्यास पाठवले आणि त्याच्या तर्काप्रमाणे आयरिन सोबत असल्याने आझादने जहांगीर पटेलचे बोलणे ऐकून घेतले. आता पुढचे पाऊल उचलायचे होते. लिंडरला आता आझादला भेटण्यापासून रोखायचे होते. त्यानुसार तो सारी सूत्रे हलवू लागला. शीख सोसायटीचे प्रतिनिधी शिवसिंग जोहल आणि सुरत अली यांना लिंडरविरुद्ध चेतवू लागला. लिंडरने जर हा खटला लढवला तर आझादच्या वाचण्याची शक्यता कमीच आहे, असे तो परोपरीने पटवू लागला. १ एप्रिलला पोलीस कोर्टात लिंडरने ज्या प्रकारे खटला लढवला, त्यावरही मेननने ताशेरे ओढले. पिस्तूलतज्ज्ञ चर्चिलची उलटतपासणी घेऊन लिंडरने आझादच्या केसचे नुकसान केले आहे म्हणत मेननने त्याच्या नियतीविषयीही संशय व्यक्त केला.

एकीकडे शिवसिंग आणि सुरत अलीचे मन वळवण्यासाठी त्याचे प्रयत्न चालू होते; तर दुसरीकडे तुरुंगात वारंवार आपला प्रतिनिधी पाठवून तो आझादकडेही लिंडरकडून ही केस काढून आपल्याला देण्यासाठी लकडे लावून होता.

अखेरीस त्याच्या प्रयत्नांना यश आले. आझादने लिंडरकडून केस काढून ती रॉबर्ट क्लेटनच्या फर्मला सोपवली. आझादच्या या निर्णयामुळे खट्टू होत सुरत अलीनेही या केसमधून अंग काढून घेत बचाव फंड जमा करण्याचे सारे काम शिवसिंगकडे सोपवले.

आझादची केस मिळवण्यात क्लेटन फर्म आणि कृष्ण मेननला यश मिळाले असले तरी आता बचाव नक्की कशा प्रकारे करावा, या बाबतीत मात्र काही ठरत नव्हते. आझादची मानसिक स्थिती ठीक नाही, असे मेननचे वैयक्तिक मत होते. आझादचे वागणेही त्याला जरा तिरसटपणाचे वाटत होते. त्यामुळे आझादला कोर्टामध्ये वेडा ठरवून त्याचा बचाव करणे अतिशय सोपे आहे, असे मेननला वाटत होते. पण आझाद स्वतः आणि शीख सोसायटीसुद्धा त्याच्या या मुद्द्याविरोधात होती. त्यामुळेच ही केस पुढे कशी चालवावी याबाबत चर्चा करण्यासाठी मेननने खास मीटिंग बोलावली होती.

"ठीक आहे. तुमच्या म्हणण्याप्रमाणे उधम सिंगची मानसिक स्थिती अगदी

उत्तम आहे. मीसुद्धा हे मानतो. पण आपल्याला जर का त्याला वाचवायचे असेल तर कोर्टामध्ये हे शाबित करावे लागेल की, त्याची मानसिक स्थिती ठीक नाही आणि त्यानं जे काही केलं ते वेडेपणाच्या भरात केलंय; तरच तो वाचेल आणि हे शाबित करणं इतर पर्यायांपेक्षा सोपं आहे.'' बचावाची आपली बाजू पुन्हा एकदा मांडत मेननने साऱ्यांकडे बघितले.

''हरकत आहे. आपण जर उधमच्या मनःस्थितीवर अवलंबून त्याचा बचाव करायचे ठरवले, तर मोठा प्रश्न उद्भवतो तो त्याने अटकेनंतर दिलेल्या कबुलीजबाबाचा. त्या आधारे सरकारी वकिलांना आपला बचाव लगेच हाणून पाडता येईल आणि जर का शीख सोसायटीला आणि उधम सिंगलाच ही गोष्ट मान्य नाही, तर अशा प्रकारे ही गोष्ट कोर्टात मांडण्याची गरजच नाही.'' आझादच्या वतीने केस लढवणारे क्लेटन फर्मचे वकील सेंट जॉन हचिन्सन याने आपल्या हातातील पाइप शिलगावत म्हटले. त्याची ही गोष्ट शिवसिंगलाही पटल्यासारखी दिसत होती. त्याने हलकेच मानेने यास अनुमोदन केले.

''मग इतर कुठला पर्याय आहे?'' हचिन्सनकडे बघत मेननने विचारले.

''माझ्या मते, आपण या केसला देशभक्तीची लकेर देऊ या,'' काहीसा विचार करत हचिन्सन म्हणाला.

''म्हणजे?'' मेननने हचिन्सनकडे बघत भुवया रोखल्या.

''उधम सिंगने जे केले ते त्याच्या देशाच्या दुःस्थितीने पिळवटून निघून केले. त्याच्या या कृत्यामागे प्रखर देशभक्ती आहे, असा मुद्दा आपण कोर्टात मांडला तर बहुतेक जन्मठेपेसारखी शिक्षा त्याला होईल; पण फाशी होणार नाही.''

''हूं.'' म्हणत मेनन हसला.

''काय?''

''नो, मिस्टर हचिन्सन. याचा काही उपयोग होईल असे वाटत नाही. पहिली गोष्ट, जरी देशभक्तीपायी त्याने हे केले असे आपण म्हणतोय, तरी त्यानं हे केलंय, असंच आपण शाबित करतोय. त्याचेच पुरावे देतोय. म्हणजे आपण आपल्याच अशिलाच्या गुन्ह्याची कबुली देतोय आणि त्या बदल्यात जन्मठेपेसारखी शिक्षा देण्याची विनवणी करतोय. पण जर का कोर्टानं ही विनवणी मान्य न करता त्याला फाशीची शिक्षा सुनावली तर? आणि दुसरी गोष्ट अशी, की त्यानं आधीच जबाब दिलाय. त्यात त्यानं कुठेच त्याच्या देशाच्या दुःस्थितीबाबत वा अमृतसर किलिंगबाबत चकार शब्द काढलेला नाही. या ठिकाणी आपण कमजोर पडतो.''

''आपण तसं एखादं वाक्य त्याच्या जबाबात टाकू शकत नाही का? किंवा त्याच्या जबानीतल्या एखाद्या वाक्याचा तसा अर्थ नाही का काढता येणार?''

''कठीण आहे,'' नकारार्थी मान हलवत मेनन म्हणाला.

"मग दुसरा कुठला पर्याय नाही का?" चर्चेत भाग घेत शिवसिंगने विचारले.

"मग ज्याप्रमाणे लिंडरने बचाव चालवला होता, त्याच मुद्द्याला धरून बचाव करावा लागेल. उधम सिंगने जे केलं ते निषेध नोंदवण्यासाठी आणि कोणाला मारण्याचा त्याचा इरादा नव्हता, या मुद्द्याला धरूनच बचाव करावा लागेल." सिटन पहिल्यांदाच संभाषणात भाग घेत होता. आझादच्या बचावाकरता हचिन्सनला साहाय्य देण्याकरिता क्लेटन फर्मने या वकिलाची नियुक्ती केली होती.

"ठीक आहे, तसं करा. नाहीतरी लिंडरनं बचावाचे सारे कागद तुम्हाला सुपूर्त केले आहेतच," शिवसिंग म्हणाला.

"हूं, शिवसिंग, सुरत अलीशी या बाबतीत काहीच बोलू नकोस. मिस्टर हचिन्सन तुम्हीही मिस्टर क्लेटनना हे सांगा. लिंडरकडून केस काढल्यापासून सुरत अलीला उधम सिंगच्या बचावात काही रस उरलेला नाही. कदाचित आपल्याकडून कळलेली माहिती तो लिंडरला सांगेल. पुन्हा लिंडरकडून काही अडचण यायला नको. मागे कागदपत्रे द्यायच्या वेळी त्याने उधम सिंगची सारी खरी हकिगत प्रेसला द्यायची धमकी दिली होती मला. त्यामुळे त्याला या केसपासून दूर ठेवणेच चांगले."

मेननच्या बोलण्यावर शिवसिंग आणि हचिन्सन दोघांनीही माना डोलावल्या.

बुटांचा खाडखाड आवाज करत गुप्त सरकारी यंत्रणेचा इन्स्पेक्टर मॅकलेगन ब्रिक्स्टन तुरुंगाधिकाऱ्याच्या कक्षात आला. त्याने दिलेल्या सूचनेनुसार तुरुंगाधिकारी स्टिव्हनने ड्यूटीवर असलेल्या साऱ्या अधिकाऱ्यांना तिथे बोलावले होते. मॅकलेगन सर्वांचे अभिवादन स्वीकारत स्टिव्हनच्या शेजारी येऊन उभा राहिला.

"ऑफिसर्स, तुम्ही सारे कुठे काम करताय हे तुम्हाला नक्कीच चांगल्या प्रकारे माहीत असेल. नाही का?" तुरुंगाधिकाऱ्याच्या जुनाट सागवानी टेबलवर दोन्ही हात ठेवून साऱ्यांकडे बघत मॅकलेगनने विचारले. सारे अधिकारी कोऱ्या पाटीप्रमाणे एकमेकांकडे पाहत उभे होते. नक्की काय झाले आहे, हा इन्स्पेक्टर इथे का आला आहे आणि तो कशाबद्दल विचारतोय, हे काहीच कोणाला माहीत नव्हते.

"सो, यू ऑल नो वेअर यू वर्क. हूं.... तुम्हा सगळ्यांना माहीत आहे, तुम्ही कुठे काम करता आणि तुमचे काम किती जबाबदारीचे आहे. खून, रॉबरी अशा गुन्ह्यात सराईत असलेले भयंकर कैदी इथे डांबलेले आहेत. तुमचे लक्ष नसले तर ते इथून आरामात पसार होतील. राईट? किती जबाबदारीचे काम आहे हे, नाही? आणि तरीही इतका हलगर्जीपणा?"

"काय झालंय इन्स्पेक्टर?" स्टिव्हनने मध्येच तोंड उघडले. मॅकलेगनच्या संदिग्ध बोलण्याने ताणली गेलेली उत्सुकता त्याला सहन होत नव्हती.

"तुम्हाला अजून माहीत नाही? उधम सिंग नाव तर माहीतच असेल तुम्हाला. तुमच्याच तुरुंगात कैद आहे सध्या. कॅक्स्टन हॉलमध्ये गोळीबार करणारा टेररिस्ट. आहे का माहीत?" स्टिव्हनकडे बघत मॅकलेगनने विचारले.

"उधम सिंग......अं...कैदी नंबर वन झिरो वन झिरो." काहीसे आठवत स्टिव्हनने उत्तर दिले.

"हो, तोच तो. त्याने गुपचूपपणे एक पत्र पोस्ट केले होते."

"गुपचूपपणे? पण का? आणि कसे गेले ते?" मॅकलेगनचे बोलणे ऐकून स्टिव्हनला आश्चर्य वाटले होते.

"कसे गेले ते तर मी तुम्हाला विचारायला हवे. त्याची पत्रे तर तुमच्याकडूनच जातात ना. आपण त्याची सारी पत्रे पोस्ट करण्यापूर्वी वाचतो आणि जी पोस्ट करावीशी वाटतील, तीच पोस्ट करतो. कदाचित त्याला हे कळले असेल. त्यामुळे त्याने लिहिलेले जे पत्र आपण पोस्ट करणार नाही याची त्याला खात्री होती, ते त्याने गुपचूपपणे बाहेर काढले. आमच्या खात्याने स्ट्रेथम पोस्ट ऑफिसला ते पत्र पकडले म्हणून, नाहीतर मोठा गहजब झाला असता. आता आपली सिक्युरिटी वाढवली पाहिजे. हे पत्र पोस्ट करणारा एखादा वॉर्डनच असला पाहिजे. सर्व वॉर्डनवर नजर ठेवा."

"गहजब झाला असता म्हणजे? असे काय होते त्या पत्रात?"

"काय होते? जर हे पत्र पकडले गेले नसते तर आतापर्यंत किंवा अजून काही दिवसांत पळून गेला असता हा उधम सिंग. ज्याला कोणाला त्याने हे पत्र लिहिले होते त्याकरवी त्याने हॅकसॉ मागवला होता आणि तोसुद्धा पुस्तकाच्या बाइंडिंगमध्ये लपवून. कळला का त्याचा प्लॅन?"

सारे जण अपराध्याप्रमाणे शांत राहून मॅकलेगनचे बोलणे ऐकत होते. मॅकलेगनने सर्वांवरून नजर फिरवली आणि तो सांगू लागला.

"पुढे तो काय लिहितो माहीत आहे? 'जर का हे तू पाठवू शकलास तर माझा जीव वाचेल आणि मी माझे राहिलेले काम करू शकेन. पण सारे काही तुझ्या हातात आहे. जर मी यात यशस्वी झालो तर या गोऱ्यांना भारतीयांना लक्षात ठेवण्यासाठी अजून एक कारण मिळेल. माझे एकमेव मोठे काम बाकी राहिले आहे. जे मीच करू शकतो. तू माझा गुरू आहेस. त्यामुळे तुला अजून सांगण्याची गरज नाही.' काय लिहिले आहे हे? राहिलेले काम? म्हणजे अजून कुठेतरी गोळीबार करायचा, अजून कोणाचा तरी खून करायचा किंवा बॉम्बस्फोटसुद्धा असू शकतो. जर हा इथून पळण्यात यशस्वी झाला असता, तर काय करणार होता, हे सांगू शकत नाही."

कक्षामध्ये आता अतिशय शांतता पसरली होती. कोणीच काही बोलत नव्हते.

"पण त्या पत्रावरील पत्त्यावरून तर ज्याला पाठवले असेल त्या माणसाचा

तपास लागू शकतो ना?'' शांततेचा भंग करत स्टिव्हनने विचारले.

''अहं, तेवढे सोपे नाही ते. चलाख आहे भरपूर हा उधम सिंग. कोणाला कळू नये म्हणून सुरुवातीला पंधरा-वीस ओळी इंग्लिशमधून लिहिल्या होत्या आणि त्याही केवळ ख्यालीखुशाली विचारणाऱ्या ओळी. बाकीचे सारे पत्र उर्दूमध्ये होते. पत्रावर मि. सिंग म्हणून लिहिले होते. पण हा मिस्टर सिंग कोण ते कसे कळणार? पत्रामध्ये एका ठिकाणी मिस्टर मित्रा लिहिले होते आणि आमच्या इंटलिजन्सच्या रिपोर्टनुसार उधम सिंगच्या ओळखीत असा कोणीही नाही. मिस्टर आर. शर्मन म्हणून त्याने पत्रात एकाचा उल्लेख केला आहे. पण आर. शर्मन म्हणूनही त्याच्या कोणी ओळखीत नाही. हो, आर. शर्मा आहेत तीन जण. पण त्यातला नक्की कोण? कोणाचीच नावे स्पष्ट नाहीत पत्रात. त्यावरून काहीच कळणे मुश्कील आहे.''

''हूं, तरी बरे झाले. काही व्हायच्या आधीच पत्र हातात पडले म्हणून नशीब. नाही तर काय झाले असते, काहीच सांगता येत नाही.'' म्हणत स्टिव्हनने सुटकेचा निःश्वास टाकला.

''हो, ही वेळ वाचली खरी; पण नंतरचे काय? पत्र त्याने ३ एप्रिलला पाठवले आणि त्यानंतर पाचच दिवसांत म्हणजे ८ एप्रिलला त्याला भेटायला तुरुंगात कोणीतरी आले होते.''

''तुरुंगात भेटायला त्याचे वकील येत असतात नेहमी.''

''पण हा वकील नव्हता. धर्मगुरू होता; म्हणजे तसे दाखवले तरी. एखादी गोष्ट इथून बाहेर कशी काढायची आणि बाहेरून आत कशी आणायची हे उधम सिंगला बरोबर माहीत आहे. त्याने शिवसिंगला पाठवलेली काही पत्रे आमच्या ऑफिसर्सनी वाचली. तुरुंगात वाचण्यासाठी पुस्तके पाठवावीत, धर्मग्रंथ पाठवावा असे लिहिले आहे त्यात. मला धर्मगुरूस भेटण्याची इच्छा होत आहे, असेही त्याने लिहिले होते. मुळात हा माणूस अजिबात धार्मिक नाही. त्यांच्या धर्माप्रमाणे दाढी-केस ठेवत नाहीत; मग आताच त्याला एवढा धर्मासंबंधी जिव्हाळा का वाटू लागला? त्याला भेटायला आलेल्या त्या धर्मगुरूचे त्याने नोंदवलेले नाव आणि पत्ता दोन्ही आमच्या ऑफिसर्सनी पडताळून पाहिले. नाव नोंदवलेली ती व्यक्ती दिलेल्या पत्त्यावर राहतच नाही. म्हणजेच ते नोंदवलेले नाव खोटे आणि तो पत्ताही. मग तो धर्मगुरू नव्हता तर कोण होता? आणि दोघांचे नेमके काय बोलणे झाले? अर्थात, या तुरुंगाचे अधिकारी असून तुम्हाला या गोष्टी माहीत नसाव्यात, ही अतिशय चिंतेची बाब आहे. असो-नसो पण त्या धर्मगुरूला त्या आर. शर्मानेच पाठवले असावे आणि पुस्तकातून हॅकसॉ पाठवण्याचे ते पत्र शिवसिंगला असावे. खैर, हा केवळ अंदाज आहे. पण यापुढे उधम सिंगला बाहेरून पुस्तके, रिव्हॉल्व्हर,

बॉम्ब , विष, कागदपत्रे, काहीही अगदी काहीही मिळणार नाही याची खबरदारी घ्यायला हवी. याशिवाय त्याची बाहेर जाणारी सारी पत्रे इथून तपासून मगच बाहेर पडतील याची दक्षता घ्या. तसेच त्याला भेटायला जर कुणी आले तर त्याची ताबडतोब झडती घ्या आणि नाव-पत्त्याच्या सत्यासत्याची चाचणी करून घ्या.''

मॅकलेगनच्या साऱ्या सूचना व्यवस्थित ऐकून घेऊन सारे आज्ञाधारक मुलाप्रमाणे त्याच्यासमोर माना डोलवत होते.

''आता कुठे आहे उधम सिंग?''

स्टिव्हनने मनगटावरील घड्याळावर नजर फिरवली.

''त्याच्या अंघोळीची वेळ झाली आहे. तर बहुतेक तो अंघोळीलाच गेला असावा.''

''छान! बरे झाले. नाहीतरी मला त्याच्या कोठडीची झडती घ्यायची होती. मला त्याच्या सेलकडे घेऊन चला.''

मॅकलेगनच्या म्हणण्याप्रमाणे स्टिव्हनने दोन वॉर्डनना पुढे पाठवले आणि त्यांच्या मागोमाग तोसुद्धा मॅकलेगनला घेऊन आझादच्या कोठडीकडे निघाला.

''मी जेवणार नाही.'' निग्रहाने तुरुंगाधिकारी स्टिव्हनकडे बघत आझाद उत्तरला.

''पण का? आज पाचवा दिवस झाला, तुला काही न खाता. किमान तुला का जेवायचे नाही ते तरी कळू दे.''

''हूं, हूं, हूं...'' आझाद हसू लागला आणि काहीच न कळल्याने स्टिव्हन आपल्या दोन्ही वॉर्डनसोबत दिङ्मूढासारखा त्याच्याकडे बघत राहिला.

''जबरदस्त, तुमचे नाटक जबरदस्त. स्वतःच आधी वेत ओढायचे आणि मग का रडतोय म्हणून विचारायचे,'' हसणे आवरत आझाद म्हणाला.

''वेत? काय म्हणायचे आहे तुला ते स्पष्ट बोल. उगाच तुझ्या शब्दजालात गोल-गोल फिरवू नकोस.'' स्टिव्हन आता वैतागला होता. आधीच आझादची केस राजकीयदृष्टया आणि जागतिक नजरेत फार महत्त्वाची होती. त्यात आझाद उपोषणासारख्या शस्त्राचा अगदी बेमालूम वापर करून स्वतःला प्रसिद्धिझोतात घेऊन जात होता. या प्रसंगी या उपोषणात जर का आझादचा तुरुंगात मृत्यू झाला असता, तर शहीद म्हणून अगदी सहज तो नावलौकिकास आला असता आणि तुरुंगाचे अधिकारी, पोलीस डिपार्टमेंट, ब्रिटिश गव्हर्न्मेंट यावर जगभरातून ताशेरे ओढले गेले असते. म्हणूनच आझादचे उपोषण दडपण्यासाठी पार्लमेंटकडून दबाव टाकला जात होता. पोलीस मुख्यालयाकडून आझादचे उपोषण मोडण्यासंबंधी आदेश आले असले तरी आझाद काही बधत नव्हता, म्हणून स्टिव्हन चांगलाच वैतागला होता.

“म्हणजे तुम्हाला माहिती नाही म्हणायचे तर?”

“नाही माहीत. आता तरी सांगशील का?” वैतागतच स्टिव्हनने विचारले.

“या तुरुंगात साऱ्या कैद्यांना दररोज अंघोळ करण्यास परवानगी आहे; पण मला मात्र दहा-बारा दिवसांत एकदा अंघोळ करण्याची संधी मिळते. साऱ्या कैद्यांना वाचावयास पुस्तके मिळतात; पण मी शिवसिंगकडून वाचावयास मागवलेली पुस्तके मात्र मला अद्याप दिली गेली नाहीत. उलट शिवसिंगला मला भेटण्याची परवानगीही नाकारलीत. माझी सारी पत्रे तुम्ही वाचून मग पोस्ट करता. त्यात माझी खासगी पत्रेही असतात; पण याचा विचार तुम्ही करत नाहीत. मी किती वेळा सांगितले, मला भारतीय पद्धतीचे जेवण हवे आहे. हे असले जेवण मी जेवणार नाही. मी एक काळा भारतीय आहे म्हणून मला ही वागणूक दिली जात आहे, हे न कळायला मी काही मूर्ख नाही. तुमची हीच दुटप्पी भूमिका मला आवडत नाही. हिटलरला वंशद्वेषाचा पुरस्कर्ता म्हणवून जगभर त्याची दवंडी पिटायची आणि स्वतःचा हा वर्णद्वेष मात्र झाकून ठेवायचा. तुमच्या गव्हर्नर आणि सेक्रेटरीला या बाबतीत पत्र पाठवून मी थकलो. पण त्यांना माझ्या पत्राचे उत्तर द्यायला वेळ नाही. कशी फुरसत मिळेल त्या मोठ्या माणसांना, एका काळ्या, तुच्छ भारतीयासाठी? आता कोर्टात केस उभी राहिली की, मी तिथे पंचांना याबाबत विचारणार आहे. तुरुंगात पुस्तके पाठवणे गैरकानूनी आहे का? आणि जर असेल तर इतर कैद्यांना हे निर्बंध का नाहीत? केवळ मलाच, एका भारतीयालाच हा हक्क का नाकारला जातोय? मी विचारणार, साऱ्या गोष्टी विचारणार.” पलंगावर उठून बसत तिरमिरीने आझाद बोलला.

“लुक, मिस्टर उधम सिंग हे सर्व....”

“स्टॉप. आय ॲम नॉट उधम सिंग. एम. एस. आझाद नाव आहे माझे. याबाबतही माझे बोलून झाले. पण माझे ऐकायचेच नाही असे ठरवलेले दिसते आहे तुमच्या सरकारने.” स्टिव्हनचे बोलणे मध्येच तोडत आझाद बोलला.

“ठीक आहे, जे काही तुझे नाव असेल मिस्टर. जर तू पळायची योजना आखली नसतीस, तर कदाचित हे सारे निर्बंध तुझ्यावर टाकण्यात आले नसते आणि तसेही तू हे सारे का करतो आहेस, ते साऱ्यांच्या ध्यानात येतंय. तुझ्या मागण्या मान्य जरी झाल्या तरी तू हे उपोषणाचे नाटक सोडणार नाहीस. तुला प्रसिद्धी हवीय. तुझ्या या असल्या थेरांनी जर तुला असे वाटत असेल की तुला प्रसिद्धी मिळेल, तू हिरो बनशील तुझ्या लोकांसाठी, तर तू चुकीचा आहेस. तुला कुठल्याही प्रकारची प्रसिद्धी मिळू नये म्हणून पार्लमेंट, इंटलिजन्स ब्यूरो साऱ्या ठिकाणांहून प्रयत्न होत आहेत. उगाच उपाशी राहण्यात काहीच अर्थ नाही. तुझा काहीच फायदा होणार नाही त्याने. चूपचाप जे समोर आले आहे ते खा. नाहीतर

आम्हाला जबरदस्तीने तुला भरवावे लागेल.'' स्टिव्हनने धमकीवजा शब्दांतच आझादची बोळवण केली.

''तुम्हाला जर असे वाटत असेल की मी हे सारे प्रसिद्धीसाठी करतोय, तर ते चुकीचे आहे. मी केवळ माझ्या लोकांमध्ये तुम्हाविषयी असलेली भीती पळवण्याचा प्रयत्न करतोय. मी माझ्या कृतीने त्यांना हे आश्वासन देऊ पाहतोय की जसे तुम्ही आता माझ्यासमोर हतबल आहात, तसेच तुम्ही त्यांच्यासमोर हतबल असाल आणि माझा देश सोडून जाण्यास मजबूर व्हाल. मी केवळ माझ्या मित्राने दाखवलेल्या मार्गावर चालतोय. त्याने जसे तुरुंगात अन्यायाविरुद्ध उपोषणाचे हत्यार उचलले होते, त्याप्रमाणेच मी त्याचे अनुकरण करत आहे. तो गेल्यापासून जीवनात काही रस उरला नाही. त्याला जसे वीरमरण आले, तसेच मरण मला यावे, एवढीच माझी इच्छा आहे आता.''

''चूप कर तुझे हे बोलणे. वायफळ बडबड बंद कर आणि जेवू लाग. नाहीतर उगाच..... तुला कळतंय ना मला काय म्हणायचे आहे ते.'' संतापाने स्टिव्हनच्या कपाळावरची शीर तडतडू लागली होती.

''कळतंय मला. काय जबरदस्तीने भरवणार मला? बघ प्रयत्न करून.

सरफरोशी की तमन्ना अब हमारे दिल में है
देखना है जोर कितना बाजू-ए-कातिल में है।''

हाताच्या मुठी वळत आझादने त्याच्या पलंगावरून उठून जमिनीवर बसकण मारली.

आझादच्या या उत्तराने स्टिव्हन आता भयानक संतापला होता. सामोपचाराने जर आझादचे उपोषण तुटत असेल तर त्याला समजावून पाहावे, या विचाराने तो आला होता. पण तरी जबरदस्तीने त्याचे उपोषण तोडण्याचीही त्याने तयारी ठेवली होती.

''पकडा रे याला आणि जबरदस्ती दूध ओता तोंडात.''

स्टिव्हनचा आदेश झाला तसे सारे बंदी जमादार आझादला धरण्यासाठी त्याच्या दिशेने सरसावले. आझाद तयारीतच होता. जवळ आलेल्या जमादारांना त्याने ठोसे लगावायला सुरुवात केली. चौघांनी मागून येऊन त्याचे हात, खांदे धरत त्याला पाठीवर झोपवले. इतर तिघे त्याचे पाय पकडण्यासाठी सरसावले; पण आझादने लत्ताप्रहार करून तिघांना उडवून लावले. आझाद लाथांवर लाथा झाडतच होता.

आझाद त्यांच्याकडून आवरला जात नाही आहे बघून स्टिव्हनने अजून बंदी जमादारांना बोलावले. जमादारांची संख्या वाढली तसे त्यांच्यासमोर आझादचा जोर

कमी पडला. पाच जणांनी मिळून त्याचे पाय जमिनीवर दाबून धरले. इतर तिघांनी नाक दाबून जोर लावत त्याचे तोंड उघडले. तोंडामध्ये वरून रुंद आणि खाली निमुळते होत गेलेले एक नरसाळे घुसवून त्यात कपाने दूध ओतू लागले. आझाद तोंडामध्ये आलेले दूध धरून नरसाळ्यातून बाहेर थुंकण्याचा प्रयत्न करत होता; पण सतत दुधाची धार नरसाळ्यातून झिरपत असल्याने तसे जमत नव्हते. हात-पाय सोडवून घेण्याचीही त्याची अपार धडपड चालू होती; पण त्यांच्या शक्तीपुढे त्याचे काहीच चालत नव्हते. जबरदस्तीने दूध पाजले जात असल्याने त्याला ठसक्यावर ठसके लागत होते; पण काहीच दयामाया न दाखवत ते जमादार दूध ओततच होते. या गडबडीत बरेचसे दूध खाली सांडून जमीन ओली झाली होती. अखेर चार-पाच ग्लास ओतून झाल्यावर स्टिव्हनने त्यांना थांबण्याची खूण केली. आझादच्या शरीरावर आरूढ झालेल्या त्या साऱ्यांनी आझादच्या शरीरावरची आपली पकड ढिली केली. त्याच्या तोंडात घुसवलेले नरसाळे खेचून बाहेर काढले. तसे तोंडात पकडलेला दुधाचा अखेरचा घोट जमिनीवर ओकून लागलेल्या ठसक्यांनी खोकत आझाद प्राण गेल्यासारखा निपचित पडून राहिला. अतिशय थकल्यामुळे त्याच्या छातीचा भाता सारखा वर-खाली होत होता.

"काय बघितलीस का आमची ताकद? हीच बघायची होती ना? हे बघ, ही तर अतिशय साधी उपाययोजना होती बळाने भरवण्याची. अजून नाकाने भरवण्याची पण व्यवस्था आहे. कशाला आम्हाला हे सगळं करायला मजबूर करतो आहेस. ऐक माझे, स्वतःवर दया कर. गपचूप तुझे उपोषण मागे घे आणि जेवू लाग नेहमीप्रमाणे. या उपोषणाचा काहीच फायदा होणार नाही तुला; उगाच त्रास होईल, अजून काही नाही," गलितगात्र होऊन पडलेल्या आझादकडे तुच्छतेने बघत समजावणीच्या सुरात स्टिव्हन म्हणाला.

थकलेल्या देहाने पडल्या पडल्याच आझादने स्टिव्हनकडे पाहिले. स्टिव्हनची तुच्छतेने बघणारी नजर बघून आझाद त्याही परिस्थितीत हसू लागला.

"तुला काय वाटले....मी ...घाबरलो....अजिबात नाही...कर तुला.....जे प्रयत्न....करायचे आहेत....मी तयार ....आहे." दम घेत घेत सावकाशपणे आझाद एक-एक शब्द उच्चारत होता.

"तुझा इरादा पक्का आहे?" स्टिव्हनने रागास येऊन विचारले.

"कोई शक?...सरफरोशी.....की...तमन्ना...."

आझाद बोलत होता; पण त्याचे बोलणे ऐकण्याकरिता स्टिव्हन तिथे थांबला नाही. रागाने ताडताड पावले टाकत तो तिथून निघून गेला.

पोलिसांची व्हॅन ओल्ड बेलीच्या मुख्य फौजदारी न्यायालयासमोर येऊन उभी ठाकली. थरथरत्या शरीराने व्हॅनच्या दाराला धरून आझादने व्हॅनबाहेर पाय टाकला. व्हॅनभोवती पत्रकार, छायाचित्रकारांनी तर गर्दी केली होतीच; शिवाय अनेक इंग्रज आणि हिंदी स्त्री-पुरुषांची आझादला बघण्यासाठी झुंबड उडाली होती. गर्दीला सावरताना पोलिसांच्या नाकी नऊ आले होते. आझादच्या भोवती सुरक्षाकडे करून पोलिसांनी आझादला ओढतच आत नेले. भरपूर दिवसांच्या अन्नत्यागामुळे आझादच्या अंगीही ताकद उरली नव्हती. गपचूप पोलीस नेतील तिथे तो जात होता.

सेशन्समध्ये अभियोग लागायला जवळपास दोन महिने लागले होते. आझादने त्याचा सॉलिसिटर बदलल्यामुळे इतका वेळ लागला होता. दरम्यानच्या काळात जे होऊ नये असे ब्रिटिश सरकारला वाटत होते, तेच होऊन बसले होते. आझादच्या उपोषणामुळे तो भलताच प्रसिद्ध झाला होता. त्याच्या या उपोषणामागचा पवित्रा स्वतःस हिंदुस्थानच्या लढ्यातील एक हुतात्मा नि वीरपुरुष म्हणून मिरवायचा आहे असे समजताच भारतमंत्र्यांनी त्याबद्दलच्या बातम्या कमीत कमी सनसनाटीने पाठवण्याची रायटर्स वृत्त संस्थेला आज्ञा दिली होती. तसेच राष्ट्रवाद्यांना हृदयंगम वाटतील अशा घटना नि वार्ता भारतात पाठवण्यासही बंदी केली होती. पण तरीही आझादबद्दलची लोकांची उत्सुकता आणि त्याची लोकप्रियता बिलकूल कमी झाली नव्हती. उलट कितीतरी आंग्ल मुलींच्या मनावर आझादच्या प्रतिमेने गारूड केले होते आणि केवळ त्याची एक झलक मिळवण्यासाठी त्या या अभियोगाच्या सुनावणीसाठी न्यायालयासमोर जमल्या होत्या. पण त्या मुलींसकट अभियोग पाहण्यास आलेल्या साऱ्यांचीच निराशा झाली होती. सुरक्षेच्या कारणास्तव केवळ केसशी संबधित व्यक्तींनाच आणि अतिमहत्त्वाच्या पदावरील अधिकाऱ्यांनाच न्यायालयामध्ये प्रवेश होता. इतर बघे लोकांना न्यायालयात बंदी होती. सुरक्षेचा अगदी कडक बंदोबस्त होता. विनापरवानगी कोणीही आत प्रवेश करू शकत नव्हता.

पोलिसांसोबत आझाद न्यायालयात येऊन आरोपीच्या पिंजऱ्यात उभा राहिला. त्याच्या दुबाजूस पोलीस शिपाई उभे होते. पण त्याची काही गरज असल्यासारखी वाटत नव्हती. उपोषणामुळे तो अगदीच अशक्त झाला होता. त्याच्या चेहऱ्याची तर पार रया जाऊन अगदी उतरल्यासारखा दिसत होता. वजन कमी झाल्याने त्याने घातलेला ब्ल्यू पिंक स्ट्राइण्ड सूट त्याला अतिशय ढगळ झाला होता. उभे असताना त्याच्या वारंवार झोकांड्या जात होत्या. त्यामुळे त्याला व्यवस्थित उभे राहता यावे म्हणून त्याच्या हातातील बेडी काढून घेतली गेली. जेणेकरून पिंजऱ्याच्या कठड्याचा आधार घेऊन त्याला व्यवस्थित उभे राहता येईल.

पिंजऱ्याच्या कठड्यावर हात धरून आझादने स्थिर उभे राहण्याचा प्रयत्न केला. न्यायगृहातून त्याने एकवार नजर फिरवली. बो स्ट्रीट न्यायालयात जशी खच्चून

माणसे जमली होती त्याच्या अगदी विरुद्ध स्थिती इथे होती. निवडक वृत्तसंस्थेचे पत्रकार आणि काही तुरळक माणसे सोडून सुनावणीसाठी फारशी माणसे जमलेली नव्हती. माणसांच्या पुढे बारा पंचांचे एक मंडळ बसले होते, ज्यांतील दोन स्त्रिया होत्या. त्यांच्यापुढे आझादच्या पिंजऱ्याजवळ त्याचे वकील सेंट जॉन हचिन्सन, आर. इ. सिटन आणि व्ही. के. कृष्ण मेनन बसले होते. त्यांच्या डाव्या हाताला सरकारी पक्षाचे वकील जी. बी. मॅक्लूअरने, हंफ्रेयस आणि जार्डिन बसले होते. त्यांची बसल्या बसल्या एकमेकांशी चर्चा सुरू होती. आझादने कोर्टरूमच्या भिंतीवरील घड्याळावर नजर टाकली. साडेदहा वाजले होते. अभियोगाची वेळ झाली होती. थोड्याच वेळात न्यायाधीश ॲटकिन्सन आपल्या ऑर्डलीसह कोर्टरूममध्ये येऊन आपल्या जागेवर स्थानापन्न झाला.

ॲटकिन्सनने ऑर्डलीला केस सुरू करण्याचा आदेश दिला, तसा ऑर्डली काही कागद घेऊन उभा राहिला.

"आरोपी उधम सिंग यावर सर मायकेल ओडवायर यांच्या खुनाचा चार्ज आहे आणि त्यावर आरोपीचे आवेदन गुन्हेगार नाही असे आहे. आरोपीच्या वतीने मिस्टर हचिन्सन, मिस्टर सिटन आणि मिस्टर मेनन ही केस लढवणार असून, मिस्टर मॅक्लूअर, मिस्टर हंफ्रेयस आणि मिस्टर जॉर्डिन सरकारी बाजू मांडणार आहेत."

ऑर्डलीने केस न्यायालयासमोर मांडताच मॅक्लूअर सरकारी बाजूने अभियोग सुरू करण्यासाठी उभा राहिला.

"माय लॉर्ड, निर्मळ पाण्यासारखी ही गोष्ट अतिशय साफ आहे की आरोपी उधम सिंग याने पूर्व वैमनस्यातून सर मायकेल ओडवायर यांचा खून केला आहे. हा काही अनवधानाने झालेला अपघात नसून, एक जाणीवपूर्वक योजनेने केलेला खून आहे. साक्षीदारांनी बो स्ट्रीट न्यायालयात दिलेल्या साक्षीवरून आणि तिथे कोर्टासमोर आलेल्या पुराव्यावरून आरोपीचा सर ओडवायरांचा खून करण्याचा मानस अगदी स्पष्ट होतो. आरोपीने त्याच्या काही नातेवाइकांना अमृतसर किलिंगमध्ये गमावले आणि त्याबद्दल त्याने सर ओडवायरना जबाबदार ठरवले. त्यांचा खून करण्याचा हेतू ठेवूनच हा माणूस लंडनमध्ये दाखल झाला. योग्य संधीची वाट बघत तो इथेच थांबला आणि संधी मिळताच त्याने त्याचे काम केले. विचार करण्यासारखे असे या केसमध्ये काही नाही. ही एक अतिशय सरळ, रीड ॲन्ड क्लोझ केस आहे. त्याबद्दल अनेक प्रत्यक्षदर्शी साक्षीदार आहेत. मी माझ्या साक्षीदारांना साक्ष देण्यासाठी इथे बोलावू इच्छितो. जेणेकरून मला हे सिद्ध करता येईल की हा अपघात नव्हता तर खून होता."

ॲटकिन्सनने परवानगी देताच मॅक्लूअरने आपल्या पहिल्या साक्षीदारास पिंजऱ्यात बोलावले.

"माझे वकील मित्र, मिस्टर मॅक्लूअर यांचे असे म्हणणे आहे की माझ्या अशिलाने जाणीवपूर्वक मिस्टर ओडवायर यांचा खून केला आहे आणि हे सिद्ध करण्यासाठी त्यांनी काल त्यांचे साक्षीदार कोर्टात हजर केलेही होते; पण त्या साक्षीदारांच्या मी घेतलेल्या फेरतपासणीत हे सिद्ध केले आहे की माझ्या अशिलाने हे जाणीवपूर्वक केले वा हे अपघाताने घडले, याबाबत ते साक्षीदार अनभिज्ञ आहेत. त्यांना याबाबतची पक्की माहिती नसल्याचे मी दाखवून दिले आहे. त्यामुळे त्यांच्या साक्षी ग्राह्य धरण्यात येऊ नयेत. हा खटला पुढे चालवण्याअगोदर मला न्यायालयाला एक विनंती करावयाची आहे. माझ्या अशिलाने त्याच्यावर तुरुंगात होणाऱ्या अत्याचाराच्या निषेधार्थ गेले चव्वेचाळीस दिवस अन्नत्याग केला आहे आणि त्याने अन्नग्रहण करावे म्हणून त्याचा तुरुंगात अनन्वित छळ करण्यात येत होता. तब्बल त्र्याण्णव वेळा त्याला जबरदस्तीने अन्न भरवण्याचा प्रयत्न केला गेला. याशिवाय, त्याचे उपोषण मोडण्यासाठी त्याला मारहाणही करण्यात आली आहे. उपोषण अणि हा छळ यामुळे माझ्या अशिलाची तब्येत अतिशय क्षीण झाली आहे. त्याला नीट उभेही राहता येत नाही. काल सुनावणीदरम्यान सबंध वेळ तो आरोपीच्या पिंजऱ्यात उभा होता. त्यामुळे अशक्तपणा वाढून त्याची तब्येत काल अतिशय खराब झाली होती. तरी माझी न्यायालयाला अशी विनंती आहे की त्यांनी माझ्या अशिलाचा अशक्तपणा लक्षात घेऊन त्याला सुनावणीदरम्यान बसण्याची परवानगी द्यावी." दुसऱ्या दिवसाची सुनावणी सुरू होताच मिस्टर हचिन्सनने सर्वप्रथम आझादच्या उपोषणाबाबत कोर्टाला सांगून सहानुभूती मिळवण्याचा प्रयत्न केला.

ॲटकिन्सनने आझादकडे बघितले. पिंजऱ्याच्या कठड्याला पकडून जाणाऱ्या झोकांड्या सावरत आझाद गुपचूपपणे उभा होता. ॲटकिन्सनने काही वेळ विचार केला आणि त्याच्या उजव्या हाताला असलेल्या साक्षीदारांच्या जागी बसण्याची परवानगी त्याने आझादला दिली. त्याप्रमाणे ऑर्डलीने आझादला हाताला धरून साक्षीदारांच्या जागी बसवले.

सुनावणीच्या दुसऱ्या दिवसाची सुरुवातही मॅक्लूअरने त्याच्या साक्षीदारांना साक्षीदारांच्या पिंजऱ्यात बोलावून केली. काल ज्यांची साक्ष राहिली होती त्यांना एक-एक करून तो साक्षीसाठी बोलवत होता. हचिन्सन मग त्यांची उलटतपासणी घ्यायचा. साक्षीचे हे सत्र जवळपास दीड-दोन तास चालले.

"न्यायाधीश महाशय, कुठल्याही गुन्ह्यासाठी मोठी साक्ष ठरते ती आरोपीची, ज्याच्यावर आरोप केला गेला आहे, त्याची. माझ्या अशिलाची साक्ष इथे फारच महत्त्वाची आहे. त्याला या बाबतीत काय म्हणायचे आहे, हे ऐकून घेणे गरजेचे

आहे. सरकारी पक्षाने त्याचे सारे साक्षीदार कोर्टात हजर केलेले आहेत. आता मी माझ्या अशिलाला साक्षीदार म्हणून या कोर्टात सादर करू इच्छितो.''

हचिन्सनचे म्हणणे मान्य करत ॲटकिन्सनने यास परवानगी दिली. ऑर्डलीने पुढे होत बायबलची एक प्रत आझादसमोर धरत त्यास शपथ घेण्यास सांगितली. पण यावर आपला विश्वास नाही म्हणत आझादने शपथ घेण्यास नकार दिला. हचिन्सन साक्षीदारांच्या जागेवर बसलेल्या आझादकडे गेला.

''तुझा सर ओडवायर यांचा खून करायचा विचार होता का?''

''खून? त्यांचा खून करायचा माझा विचार कसा असू शकतो? त्यांच्याशी माझे चांगले मैत्रीचे संबंध होते. मी त्यांचा खून का करीन?'' आझादने खुर्चीवर बसल्या बसल्याच उत्तर दिले.

''मैत्रीपूर्ण संबंध? तुझी त्यांच्याशी ओळख कशी झाली आणि नेमके तुमचे संबंध कसे होते, हे तू न्यायालयात विशद करून सांगू शकतोस का?''

''बहुतेक आम्ही एकोणीसशे सदतीस साली पहिल्यांदा भेटलो. त्या वेळी मी पगडी घालून केनसिंग्टन गार्डनबाहेर उभा होतो. तेव्हा ते तिथून जात होते. माझ्या पेहरावावरून त्यांना मी पंजाबी असल्याचे समजले. त्यांनी बरीच वर्षं पंजाबमध्ये काढली असल्याने त्यांना तिथल्या लोकांविषयी अनुकूल भावना होती. त्यामुळे ते माझ्याजवळ आले आणि माझी चौकशी केली. आम्ही मग बराच वेळ गप्पा मारत तिथे उभे होतो. जाताना त्यांनी मला त्यांचा पत्ता दिला आणि चहासाठी निमंत्रणही दिले. त्यानंतर पुढे दोन वर्षांत सहा-सात वेळा आम्ही भेटलो असू. एकोणीसशे अडतीस मध्ये एकदा मी त्यांना त्यांच्या गाडीने ब्रायटनकिनारी घेऊन गेलो होतो. आमचे असे सलोख्याचे संबंध असताना मी त्यांना मारण्याचा विचार कसा करू शकतो? आणि जर मारायचेच असते तर मी असे सगळ्यांसमोर का मारले असते? मारायला मी त्यांना कधीही मारू शकलो असतो. कॅक्स्टन हॉलमध्ये सर्वांसमक्ष मारण्याचा मूर्खपणा मी केला नसता.''

''कधीही मारू शकला असतास म्हणजे? तुझ्याकडे रिव्हॉल्व्हर नसेल तेव्हा.''

''म्हणजे? मी हातांनी गळा दाबून मारू शकत होतो. गाडीखाली चिरडूनही मारू शकत होतो.''

''बरं, मग तू कॅक्स्टन हॉलमध्ये गोळीबार का केलास? काही कारणे तर असतील त्याला?''

''हो, कारणे आहेत ना. माझा मार्चमध्ये हिंदुस्थानास परत जाण्याचा इरादा होता. पण त्यासाठी पारपत्र मिळवण्यात मला खूप अडचणी येत होत्या. मी त्यासाठी ५ मार्चला कॅक्स्टन हॉलला एका सभेसही हजर होतो. पण मला पारपत्रासाठी मदत करण्यास तिथे कोणीही तयार नव्हते.''

"बस्स! एवढेच कारण होते?"

"मी इंग्रजांच्या भारतातील राजवटीविरुद्ध होतो. इंग्रजांनी ज्या पद्धतीने भारताला महायुद्धात ओढले, त्याबाबत मी अतिशय नाखूश होतो. त्याचा निषेध करण्याकरिता मला हवेत गोळीबार करायचा होता आणि गोळीबार केल्यानंतर मी 'अंग्रेजो, भारत छोडो' असे नारे देणार होतो."

"तुला १३ मार्चच्या कार्यक्रमाबद्दल कसे कळाले?"

"पारपत्राच्या कामासाठी इंडिया ऑफिसला गेलो असताना मी तिथे त्या कार्यक्रमाबद्दल पत्रक पाहिले. पण त्यात कुठेच सर ओडवायरांचा उल्लेख नव्हता."

"कॅक्स्टन हॉलला कार्यक्रमाच्या वेळी तू पोहोचलास. तू निषेध करणार होतास. मग पुढे काय झाले?"

"हिंदुस्थानातील मरणाऱ्या प्रजेच्या दीन स्थितीकडे सुधारलेल्या जगाचे लक्ष वेधावे म्हणून मी पिस्तूल घेऊन सभेला गेलो. तिथे वरच्या दिशेने तख्तपोशीकडे रोखून मी ते त्या हेतूने उडवत असता, माझ्या मनगटावर कोणीतरी तडाखा मारला नि त्यामुळे बदललेल्या दिशेला जवळच असलेल्या सर ओडवायरना गोळ्या लागल्या."

"न्यायाधीश महाशय, माझ्या अशिलाच्या साक्षीवरून हे सहज कळते की त्याचे आणि सर ओडवायर यांचे मैत्रीपूर्ण संबंध होते आणि जर का त्याला त्यांचा खूनच करायचा असता तर त्याच्याकडे बऱ्याच वेळा तशी संधी होती. कॅक्स्टन हॉलमध्ये जे घडले ते अपघाताने घडले आणि ते कसे झाले, तेही माझ्या अशिलाने सांगितले आहे," ॲटकिन्सनकडे वळत हचिन्सन म्हणाला आणि मॅक्लूअरकडे नजर टाकत आपल्या जागेवर जाऊन बसला. हचिन्सन बसताच मॅक्लूअर उलटतपासणीसाठी उभा राहिला.

"तुला पिस्तूल कुठून मिळाले?" आझादजवळ जाऊन उभे राहत मॅक्लूअरने विचारले.

"मी बॉर्नमाउथला बारमध्ये एका निवृत्त ब्रिटिश सैनिकाकडून ते विकत घेतले. खरेतर मला पिस्तुलासाठी पैसे द्यावे लागले नाहीत. त्याबदल्यात मी त्याच्यासाठी मद्य खरेदी केले. काडतुसांचे पैसे मात्र मला त्याला द्यावे लागले."

"कधीची गोष्ट आहे ही?"

"मार्च किंवा एप्रिल, १९३९ सालची." काहीसे आठवत आझाद उत्तरला.

"तुला निषेध एक वर्षानंतर करायचा आहे हे ठाऊक होते का? म्हणजे त्यासाठी आधीच पिस्तूल घेऊन ठेवलेलेस तू?"

"मी भारतात परत जाण्याच्या विचारात होतो. युरोप, उत्तर आफ्रिका या मार्गाने मी जाणार होतो. तेव्हा सुरक्षेसाठी म्हणून मी ते विकत घेतले होते."

"तुला जर फक्त निषेधच करायचा होता तर चाळीस-पन्नास काडतुसांनी भरलेली थैली घेऊन तू सभागृहात का आलास? चार-पाच काडतुसांनीही तुझे काम झाले असते."

"मला माहीत होते की इथे मला अटक होणार आहे. त्यामुळे माझ्या घरमालकिणीला त्रास होऊ नये, पोलिसांचा ससेमिरा नंतर त्यांच्या मागे लागू नये या हेतूने मी माझ्याजवळ असलेली सारी काडतुसे घेऊन सभागृहात आलो होतो."

"आणि कॉबलर्स नाईफ? जो तुझ्या खिशात सापडला तो का घेऊन गेलेलास सभागृहात?"

"एका मित्राच्या घरी मेणकापड कापण्यासाठी तो सुरा द्यायचा होता. तो त्याला देण्यासाठी म्हणून मी त्याच्या घरी गेलो; पण तो घरी नव्हता. त्यामुळे तो सुरा माझ्या कोटाच्या खिशातच राहिला."

"गुड! सगळ्या प्रश्नांची उत्तरे चांगलीच पढवली आहेत तुला. तू निषेध करण्यासाठी कॅक्स्टन हॉलला गेला होतास ना? कशाविरुद्ध निषेध नोंदवणार होतास तू? अं..पारपत्र मिळवण्यातील अडचणींविरुद्ध, बरोबर?"

"होय." आझादने अतिशय शांतपणे उत्तर दिले.

"त्यापूर्वीही सर ओडवायरबद्दल द्वेष होता ना तुझ्या मनात?"

"नाही."

"अमृतसर हत्याकांडाबद्दल द्वेष नव्हता तुला?"

"हो, होता." म्हणत आझाद ताडकन् त्याच्या जागी उभा राहिला.

"अमृतसर हत्याकांड...अगदी स्पष्ट आठवते मला. त्या घटनेबद्दल मला इंग्रज सरकारचा राग होता; पण तेवढी एकच गोष्ट नव्हती ती की ज्यामुळे मी ब्रिटिश सरकारचा द्वेष करत होतो. पण ब्रिटिश सरकारचा द्वेष करण्यामागच्या अनेक कारणांपैकी एक मात्र होते."

"हो आणि त्यामुळेच तुला सर ओडवायरबद्दलही राग होता. ओडवायर पंजाबचे गव्हर्नर होते तेव्हा आणि या हत्याकांडासाठी तू त्यांना जबाबदार धरलेस, बरोबर ना?"

"मला त्या वेळी पंजाबचा गव्हर्नर कोण होता, हे माहीत नव्हते. नंतर इंग्लंडला जेव्हा मी आलो, तेव्हा मला हे कळले. मला त्या घटनेबद्दल दुःख आहे. पण त्यासाठी मी सर ओडवायर यांचा द्वेष केला नाही. या हत्याकांडाच्या प्रसंगी मी तिथे हजर नव्हतो. त्या वेळी मी पूर्व आफ्रिकेत होतो. त्यामुळे या हत्याकांडासाठी मी तितका भावुक नक्कीच नव्हतो." उभ्याउभ्याच आझादने उत्तर दिले.

"पंजाबचा गव्हर्नर कोण होता, हे माहीत नव्हते? इंग्लंडला आल्यावर हे कळले म्हणतोस. कसे कळले? कोणी सांगितले?"

"सर ओडवायरच मला एकदा त्याबाबत बोलताना म्हणाले होते."

"तुझ्या डायरीत लॉर्ड झेटलंड आणि लॉर्ड विलिंग्डन यांचे पत्ते का होते?"

"हो, कारण ते मला पारपत्रासंबंधात साहाय्य करतील, असे मला वाटत होते. म्हणून मी त्यांचे पत्ते लिहून ठेवले होते."

"मग कॅक्स्टन हॉलमध्ये दिलेल्या जबानीत 'झेटलंड मरायला हवा होता' असे तू का म्हणालास?"

"मी असे म्हणालेलो नाही."

"मला मरणाचे काही भय वाटत नाही, ही डिझर्व्हड् इट, आय हॅव ग्रज फॉर हिम, असेही तू म्हणाला होतास."

"मी असे काहीच म्हणालेलो नाही. मला इंग्रजी भाषा व्यवस्थित येतही नाही. डिझर्व्हड्, ग्रज या शब्दांचा अर्थदेखील मला माहीत नाही."

"बरं, तू जे काही म्हणालास ते सगळे मानले. आता सांग, तू सभागृहातून पळून जाण्याचा प्रयत्न का केलास? जर तुझा कोणाचा खून करायची इच्छाच नव्हती, सर ओडवायरना चुकून गोळ्या लागल्या होत्या तर तू सर ओडवायरना मदत करायची सोडून पळून का जात होतास? पळून जाण्यामागचे प्रयोजन काय?"

"मी पळून जाण्याचा प्रयत्न केलेला नाही."

"नाही केला?"

"नाही."

"आणि गोळीबार करताना काय तर तुला कुणाचा तरी धक्का लागला म्हणून चुकून गोळ्या तशा निघाल्या?"

"हो."

"ठीक आहे. मी तुला रिव्हॉल्व्हर देतो. ते तू कशा प्रकारे धरले होतेस ते दाखव." म्हणत मॅक्लूअरने त्याच्या टेबलवरील रिव्हॉल्व्हर उचलून आझादला दिले.

आझादने थरथरत्या हाताने ते रिव्हॉल्व्हर ऊर्ध्व दिशेला धरले.

"बरं, हे रिव्हॉल्व्हरही तुझेच आहे आणि त्यात तू जी काडतुसे वापरली होतीस, तीच भरली आहेत. गोळ्या चालवून दाखव जरा आता."

आझादने क्षणभर मॅक्लूअरकडे बघितले आणि गोळ्या झाडण्यासाठी तर्जनी ओढली. तसेच वरच्या दिशेने एकामागून एक असे सहा बार त्याने काढले. पण त्यात सलगता नव्हती. अशक्ततेमुळे त्याचा हात सैल पडत होता. त्यामुळे दोन गोळ्यांच्या फायरमध्ये भरपूर अंतर पडत होते. तसेच प्रत्येक बारच्या वेळी घोड्यावर पडणारा तर्जनीचा ताणही कमी-जास्त होता. विचित्र घोड्यामुळे इच्छेप्रमाणे गोळ्या उडत नव्हत्या. मॅक्लूअरने आझादच्या हातातील रिव्हॉल्व्हर घेऊन पुन्हा त्याच्या

टेबलवर ठेवले आणि आझादकडे वळत म्हणाला, "तुझ्या गोळ्या झाडण्याच्या पद्धतीत प्रचंड तफावत दिसते. कॅक्स्टन हॉलमध्ये एकामागून एक सलग सहा गोळ्या झाडण्यास तुला क्षणाचाही अवधी लागला नव्हता. इथे तुला भरपूर वेळ लागत आहे. गोळ्याही वेड्यावाकड्या उडाल्या. तू काय दाखवायचा प्रयत्न करत आहेस? की तुला गोळ्या चालवता येत नाहीत? की खरंच गोळ्या वेड्यावाकड्या उडतात? नक्की काय दाखवायचे आहे तुला?"

"मला काहीच दाखवायचे नाही. मी बेचाळीस दिवस अन्नत्याग केला होता. गोळ्या झाडल्या तेव्हा मी होतो तितका सशक्त मी आता नाही. त्यामुळे माझ्याकडून व्यवस्थितरीत्या गोळ्या उडाल्या नाहीत."

"खोटं, साफ खोटं. न्यायाधीश महाशय, हा इसम सुरुवातीपासून केवळ खोटंच बोलत आला आहे. दर वेळी या माणसाने आपला कबुलीजबाब बदलला आहे. त्यामुळे त्याच्या म्हणण्याकडे लक्ष देण्याचा वा त्याच्या साक्षीला महत्त्व देण्याचा प्रश्नच उरत नाही. खून हेतुपूर्वक केला वा अपघाताने घडला आहे याकडे लक्ष न देता न्यायालयाने त्याच्यामुळे झालेल्या हानीकडे लक्ष द्यावे. झालेल्या नुकसानाकडे लक्ष दिले तरच समजेल की या इसमाच्या त्या कृतीचा किती मोठा दुष्परिणाम झाला आहे. सरकारी पक्षाच्या वतीने मी सारे साक्षीदार, पुरावे कोर्टासमोर ठेवले आहेत. त्यांचा विचार करून या न्यायमंडळाने आरोपी उधम सिंगास सक्त शिक्षा द्यावी. आपले समारोपाचे भाषण आटोपून मॅक्लूअर आपल्या जागेवर जाऊन बसला. लागलीच हचिन्सन आपले समारोपाचे भाषण करण्यास उभा राहिला.

"उधम सिंग हा एक ध्येयवेडा युवक आहे आणि ध्येयवेडे कधी खोटे सांगत नाहीत. त्यामुळे तो म्हणतोय तेच खरे आहे. सर ओडवायर यांच्या खुनासाठी सभेला तो गेला असणे शक्यच नाही. कारण सभेसाठी सर ओडवायर येणार आहेत हे कोणालाच माहीत नव्हते. जर का त्याला खून करायचाच असता, तर त्याच्याकडे सर ओडवायरना मारण्याची संधी भरपूर वेळा होती. अर्थात, त्याच्या हातून गुन्हा घडला आहे, हे मी मान्य करतो. पण अनवधानाने घडलेल्या या गुन्ह्यासाठी त्याला फाशीची शिक्षा होऊ नये, असे मला वाटते. तरी न्यायालयाने माझ्या अशिलावर दया दाखवून त्याला तुरुंगवासाची शिक्षा द्यावी."

न्यायालयात अतिशय शांतता पसरली होती. आझादसाठी बचावाचे अखेरचे भाषण करून हचिन्सन आपल्या जागेवर स्थानापन्न झाला. मघापासून उभा असलेला आझादही आता थकला होता. तरी जवळच्या कठड्याचा आधार घेत तो तसाच उभा राहिला. समारोपाची भाषणे झाल्यानंतर आता न्यायाधीश ॲटकिन्सन कुठल्या निष्कर्षाप्रत येतो आणि त्यानुसार पंच काय निर्णय देतात याची सर्वांना उत्सुकता लागून राहिली होती. आझादला मात्र त्याविषयी घेतल्या जाणाऱ्या निर्णयाची खात्री

होती. ॲटकिन्सनने समोर आलेल्या साक्षीपुराव्यासकट त्याने करून घेतलेल्या नोंदींवरून नजर फिरवली. काही वेळ विचार करून त्याने आपला निष्कर्ष मांडायला सुरुवात केली.

"खून करायचा हेतू नव्हता हे इथे कोर्टात सिद्ध करायची काहीच गरज नव्हती. कारण जरी खून करायचा हेतू नसला तरी उधम सिंगच्या कृत्याने जी काही हानी झाली आहे, ती काही भरून निघणारी नाही. तसेच निषेधासाठी त्याचा गोळीबार करायचा हेतू होता. म्हणजेच ही हेतूपूर्वक केलेली कृती होती आणि त्यामुळे अशा प्रकारे हानी होऊ शकते, याची जाणीव उधम सिंगला असायला हवी होती. उधम सिंगने कॅक्स्टन हॉलमध्ये शस्त्रांसकट प्रवेश केला. रिव्हॉल्व्हरसकट सुराही त्याने सोबत बाळगला होता. म्हणजेच त्याची कदाचित या कृत्याला आकार देण्याची पूर्ण तयारी होती. त्याच्या मनात इंग्रजांबद्दल द्वेष आहे, हे त्याने स्वतः कबूल केले आहे. ब्रिटिशांचे भारतावरील राज्य त्याला बिलकूल पसंत नाही. अमृतसर हत्याकांडाचा त्याच्या मनावर खोलवर परिणाम झाल्याचे त्याच्या कौटुंबिक पार्श्वभूमीवरून लक्षात येते. तसेच लॉर्ड झेटलंडचा पत्ता त्याच्या दैनंदिनीत सापडणे आणि त्यांच्याबाबत त्याने अटकेनंतर केलेले विधान यावरून लॉर्ड झेटलंडचाही खून करण्याचा त्याचा मानस होता, असे दिसते. भारतीय राजकारणाशी संबंधित असल्याने कदाचित ते उधम सिंगच्या द्वेषास पात्र ठरले असतील; अन्यथा त्यांच्याबाबत उधम सिंगने द्वेष बाळगण्याजोगे इतर कुठलेही ठोस कारण दिसत नाही."

ॲटकिन्सनने आपला निष्कर्ष पंचांसमोर ठेवला होता. पंच विचारविनिमयासाठी शेजारच्या खोलीत गेले. आपण केलेल्या बचावाच्या भाषणामुळे आझादला फाशीची शिक्षा न होता तुरुंगवासाची शिक्षा होईल अशी हचिन्सनला आशा होती. त्यामुळे तो आतुरतेने पंचांच्या निकालाची वाट बघत होता. तब्बल दीड तासानंतर पंच खोलीतून बाहेर आले. सर्वानुमते घेतल्या गेलेल्या निकालाचा कागद ऑर्डलीमार्फत ॲटकिन्सनकडे पाठवला गेला. ॲटकिन्सनने समोर आलेल्या निकालाचा कागद वाचला आणि धीरगंभीर आवाजात म्हणाला,

"सर मायकेल ओडवायर यांच्या हत्येच्या आरोपाखाली पंचांनी आरोपी उधम सिंग यांस दोषी ठरवले आहे आणि त्यासाठी त्याला फाशीची शिक्षा सुनावली आहे."

ॲटकिन्सनने आपली नजर आझादकडे फिरवली. त्याच्या चेहऱ्यावर कुठलेच भाव नव्हते.

"उधम सिंग, मी आताच जाहीर केलेला निकाल तू ऐकला असशीलच. कायद्यानुसार तुझ्या गुन्ह्यासाठी तुला सुचवलेली शिक्षा तुला का दिली जाऊ नये, याबाबत तुला काही स्पष्टीकरण द्यायचे आहे का?"

"अं....हो." म्हणत आझादने खिशातून चश्मा काढत तो डोळ्यांवर चढवला. हचिन्सन आणि सिटन त्याला मान नकारार्थी हलवून काही बोलू नको म्हणून सुचवत होते. पण त्यांच्याकडे दुर्लक्ष करत आझादने कोटाच्या खिशातून घडी केलेले पिवळसर रंगाचे पाच-सहा कागद बाहेर काढले. त्यावर अगदी बारीक अक्षरात काही लिहिले होते. घडी केलेले कागद उलगडून पंचांसमोर तोंड करत आझादने ते वाचण्यास सुरुवात केली.

"ब्रिटिश साम्राज्यशाहीच्या टाचेखाली लोकांना उपाशी मरताना मी हिंदुस्थानात पाहिलेले आहे. अमृतसर येथे जनरल डायरने ओडवायरच्याच आधिपत्याखाली केलेल्या अमानुष कत्तलीची दृश्ये मी प्रत्यक्ष पाहिलेली आहेत. या घटनांमुळेच मी ब्रिटिश साम्राज्याचा द्वेष्टा बनलो. ओडवायरचा वध करून हा प्रतिशोध मी घेतला नसता तर हिंदुस्थानच्या नावाला कलंक लागला असता. तुमच्या फाशीच्या शिक्षेची मला पर्वा नाही. वृद्धावस्थेपर्यंत जिवंत राहून काय उपयोग? तरुणपणी मरण्यातच खरा पुरुषार्थ आहे. मी माझ्या देशासाठी बलिदान करत आहे.

मी हे केले कारण मला त्याच्याविरुद्ध दूषित ग्रह होता. त्याची ती लायकीच होती. तोच खरा गुन्हेगार होता. त्याला माझ्या देशबांधवांचा बाणेदारपणा चिरडून टाकायचा होता. त्याला माझ्या पूर्वजांच्या पराक्रमावर शंका होती म्हणून मी त्याला चिरडून टाकले. मी जालियनवाला बागेत करण्यात आलेल्या अपमानाचा, अमानुष वागणुकीचा, मानवतेवर करण्यात आलेल्या बलात्काराचा प्रतिशोध घेतला. ते माझे कर्तव्यच होते. एकवीस संपूर्ण वर्षं मला माझा प्रतिशोध घ्यायचा होता. मी तो घेऊ शकलो याचा मला आनंद होत आहे. मी मृत्यूच्या कल्पनेने अजिबात विचलित झालेलो नाही.

ब्रिटिश साम्राज्यवादाचा धिक्कार असो. तुम्ही म्हणता, भारतामध्ये शांती नाही. आमच्याकडे फक्त गरिबी आहे; पण वर्णद्वेषावर पोसलेल्या तुमच्यासारख्या सुशिक्षितांनी माझ्या देशाचा हा ऱ्हास केला आहे. तुम्ही केवळ तुमचा इतिहास वाचा. कळेल तुम्हाला सारे काही. तुमच्यात काही मानवी सभ्यता असेल तर तुम्ही लाजेने मरूनच गेले पाहिजे. आपणास सर्व जगाचे सत्ताधारी म्हणवणारे तुम्ही रक्तपिपासू , लोकांना पाशवी वागणूक देणारे तथाकथित बुद्धिवादी लोक, असे तुम्ही अक्करमाशांची औलाद आहात."

"मी तुझे राजकीय भाषण ऐकत बसणार नाही," आझादचे बोलणे मध्येच थांबवत ॲटकिन्सन म्हणाला.

"मला काही सांगायचे आहे का म्हणून तुम्हीच मला विचारले."

"जर तुला या केससंबंधी काही सांगायचे असेल तर सांग."

"ही...ही आहे माझी केस," हातातील कागद हवेत हलवत आझाद म्हणाला.

“मी निषेध करणार होतो आणि हे तेच आहे, ज्याबद्दल मी निषेध व्यक्त करत होतो.”

“त्या कागदांवर जे लिहिले आहे ते इंग्लिशमध्ये आहे का?”

“हो.”

“जर तू ते कागद मला दिलेस तर ते वाचून, तुला नक्की काय म्हणायचे आहे ते अधिक चांगल्या प्रकारे मला समजू शकेल.”

“नाही, हे कागद मला हवे आहेत. तुमच्यासाठी नाही आहेत ते.”

“तू काय म्हणतो आहेस, मला काहीच कळत नाही आहे.”

“मी जे वाचणार आहे, ते तुम्हाला नक्की कळेल. मी हे वाचावे अशी तुमची इच्छा आहे की नाही?”

“मी पुन्हा सांगतो, ते कागद मला दे. ते वाचून तुला काय म्हणायचे आहे ते मला समजेल.”

“जर मी हे कागद तुम्हाला दिले तर ते कोण वाचून दाखवणार?” हातातील कागदांकडे निर्देश करत आझादने विचारले.

“मी वाचेन.” ॲटकिन्सनने अगदी शांतपणे उत्तर दिले.

“इथे जमलेल्या प्रत्येक सदस्याने आणि पंचांनी माझे म्हणणे ऐकावे असे मला वाटते.”

आझादच्या या बोलण्याचा अर्थ लगेचच मॅक्लूअरच्या ध्यानात आला. क्रांतिकारक भाषण करून स्वतःस हिंदुस्थानच्या लढ्यातील शहीद म्हणून मिरवून लोकांचा पाठिंबा मिळवण्यासाठी आझादचा हा सारा खटाटोप चालला आहे, हे तो समजून चुकला.

“माय लॉर्ड, उधम सिंगची ही इच्छा संपूर्णतः अवाजवी आहे. तरीही त्याला वाटत असेल की त्याचे वक्तव्य सर्वांनी ऐकावे, तर इमर्जन्सी पॉवर्स ॲक्टच्या कलम सहा अन्वये आपण त्याचे वक्तव्य कुठेही प्रसिद्ध केले जाणार नाही, याची दक्षता घेऊ शकतो.”

मॅक्लूअरच्या सल्ल्यावर ॲटकिन्सनने मान डोलावली आणि आझादकडे बघत तो म्हणाला, “ठीक आहे, तू वाच तुझी जी केस आहे. पण एक लक्षात ठेव, तू जे काही इथे बोलशील ते कुठेच छापले जाणार नाही.”

“अंऽऽहं...” आझादने हलकासा सुस्कारा सोडला.

“तू वाचू शकतोस.”

“मी हे निषेध नोंदवण्यासाठी केले आणि मी त्याचे स्पष्टीकरण करणार आहे. मला अजून भरपूर वाचायचे आहे,” पुन्हा एकदा हातातल्या कागदांकडे निर्देश करत आझाद म्हणाला.

"विधिवत ज्या शिक्षेस तू पात्र आहेस, ती तुला का देऊ नये याचे स्पष्टीकरण दे फक्त. राजकीय भाषण करू नकोस."

"मला फाशीच्या शिक्षेची अजिबात पर्वा नाही. ते माझ्यासाठी काहीच नाही. मी मृत्यूला आणि इतर कुठल्याच शिक्षेला घाबरत नाही." हाताची मूठ समोरील कठड्यावर आपटत आझाद ओरडला.

"मी मरायला अजिबात घाबरत नाही. उलट मला हौतात्ममरण येत आहे याचा मला अभिमान आहे. ब्रिटिश साम्राज्याचा जाच माझ्या देशबांधवांना सहन करावा लागत आहे. मला माझ्या मातृभूमीला स्वतंत्र करायचे आहे. मला माझ्या बांधवांना मदत करायची आहे. मला आशा आहे, मी गेल्यानंतर माझे इतर देशबांधव तुमच्यासारख्या कुत्र्यांना माझ्या देशातून हाकलण्याचे माझे स्वप्न पूर्ण करतील. तुम्ही लोक भारतात जाऊन हत्याकांड करून परत येता, तेव्हा तुम्हाला बक्षिसे, पदके दिली जातात; पण जेव्हा आम्ही इंग्लंडला येऊन आमच्या मारेकऱ्याचा वध करतो तेव्हा आम्हाला मृत्यूची शिक्षा दिली जाते. आज मी इंग्लिश कोर्टात इंग्लिश पंचांसमोर उभा आहे. मला कुठल्याच गोष्टीची पर्वा नाही. जेव्हा स्वतःला सुसंस्कृत म्हणवणारे रक्तपिपासू लोक भारतात येतात, तेव्हा भारतीय विद्यार्थ्यांवर मशिनगनने गोळ्या चालवण्याचे आदेश देतात. जिथे तुमच्या लोकशाहीचा टेंभा मिरवणारा युनियन जॅक फडकतो, जिथे तुम्ही तुमच्या प्रभू येशूच्या दयाळूपणाचे दाखले देत तुमच्या ख्रिश्चन धर्माचा प्रसार करता; त्या माझ्या भारत देशाच्या रस्त्यावर तुम्ही माझ्या देशाच्या हजारो बायकापोरांच्या कत्तली करता. मला ब्रिटिश जनतेबद्दल बिलकूल द्वेष नाही. उलट इंग्लंड सरकारच्या अन्यायाने पिचून निघालेल्या कामगार वर्गाविषयी मला अतीव सहानुभूती आहे. या घाणेरड्या इंग्रज सरकारविरुद्ध मी आहे. तुम्ही लोकसुद्धा या घाणेरड्या, खोट्या राजकारणी लोकांकडून तशा प्रकारेच पिडले जात आहात. एके काळचा अतिशय श्रीमंत असा माझा देश गरिबीचे द्योतक बनला आहे. ठार मारणे, कापून टाकणे, नष्ट करणे, एवढेच चालवले आहे तुम्ही माझ्या देशात. पण हे वर्तमानपत्रात कधीच छापले जात नाही. माझे लाखो बांधव तुमच्या या डर्टी डॉग्जकडून मारले गेले आहेत."

"मी यापुढे एक शब्दही ऐकून घेणार नाही. तू ते कागद बाजूला ठेवू शकतोस. मी तुला शिक्षा सुनावतो आहे," संतापाने थरथरत ॲटकिन्सन म्हणाला.

"माझे म्हणणे ऐकून तुम्ही थकलात की काय? की कंटाळा आला माझ्या भाषणाचा? की सत्य सांगून सर्वांसमोर तुम्हाला नागडे केले याचा राग आला? का ऐकायचे नाही तुम्हाला माझे म्हणणे? मला तर अजून भरपूर काही बोलायचे आहे."

"मला काहीही ऐकायचे नाही."

"तुम्हीच विचारले होते, मला काही सांगायचे आहे का म्हणून."

“मी आता काहीही ऐकणार नाहीये.”

“तुम्ही अतिशय घाणेरडी माणसे आहात. तुम्ही भारतात आमच्यावर कसा अत्याचार करत, हे तुम्हाला आमच्या तोंडातून ऐकायला लाज वाटते. म्हणून तुम्हाला ते ऐकावेसे वाटत नाही. यू डर्टी डॉग्ज! सैतान आहात तुम्ही.”

आझादच्या वक्तव्याने ॲटकिन्सनचा संताप अगदी अनावर झाला. फाशीची शिक्षा सुनावण्याच्या वेळी न्यायाधीशाला डोक्यावर परिधान करावी लागणारी काळी टोपी न घालताच त्याने आझादला फाशीची शिक्षा सुनावली. संतापाने त्याचे अंग थरथर कापू लागले होते.

फाशीची शिक्षा ऐकताच आझादने डोळ्यांवरील चश्मा काढून कोटाच्या खिशात ठेवला. हांतातील कागदाचे तुकडे करत ते त्याने हवेत उडवले. उजवा हात हवेत वर उंचावत दुसऱ्या हाताने कटघराच्या कठ्ड्यावर जोराने बुक्के मारू लागला.

“इन्किलाब झिंदाबाद! इन्किलाब झिंदाबाद! इन्किलाब झिंदाबाद!”

इन्किलाबच्या त्रिवार घोषणा देत आझाद उजवा हात हवेत वर उंचावत होता. त्याच्या जवळील रक्षकांनी त्याला आवरण्याचा प्रयत्न केला; पण तो बधला नाही. मुखातून शापांची सरबत्ती चालूच होती.

“यू डर्टी डॉग्ज! ब्रिटिश साम्राज्याचा धिक्कार असो! हिंदुस्थानी राज्य चिरायू होवो!”

रक्षकांनी जवळपास पकडूनच त्याला पिंजऱ्याच्या बाहेर काढले. रक्षक त्याला धरून नेत होते की तोच पंचांकडे तोंड करून आझाद थुंकला.

“यू ब्रिटिश डॉग्ज! यू डिझर्व्ह धिस. डाउन विथ ब्रिटिश इंपरिलिझम! डाउन विथ ब्रिटिश डर्टी डॉग्ज! लाँग लिव्ह इंडिया!”

आझाद सारखा शिव्यांची लाखोली वाहतच होता. इतके दिवस मनात साचून असलेला त्याचा ब्रिटिशांबद्दलचा द्वेष त्याच्या मुखातून बाहेर पडत होता. न्यायाधीश ॲटकिन्सनसकट सारेच आझादच्या या तुफान रूपापुढे हतबल झाले होते. ॲटकिन्सनने रक्षकांना आझादला तिथून घेऊन जाण्यास फर्मावले होते खरे, पण रक्षकांनाही आझादला आवरणे कठीण जात होते. अखेर कसेबसे रक्षक आझादला घेऊन न्यायालयाबाहेर येण्यात यशस्वी झाले. आझाद न्यायालयाबाहेर गेला म्हणून साऱ्यांनी सुटकेचा निःश्वास टाकला. आझाद न्यायालयाबाहेर गेला खरा; पण त्याने दिलेल्या घोषणा अजूनही न्यायालयात घुमत होत्या.

इन्किलाब झिंदाबाद!

## १०

## आत्मयज्ञ

दिवस बदलले होते. कालपर्यंत खुनाचा आरोप असलेला संशयित आरोपी आता ब्रिटिश सरकारचा खास पाहुणा बनला होता. ओल्ड बेली फौजदारी न्यायालयाने आझादला फाशीची शिक्षा सुनावली खरी; पण त्याने आझादच्या मनःस्थितीत फारसा फरक फडला नाही. फाशीची शिक्षा होणार, हे त्याने अगदी सुरुवातीपासून गृहीत धरले होते. आता खास पाहुणा म्हटला की त्याचा चांगला पाहुणचार तर केलाच पाहिजे; आणि इंग्रज तर आपल्या अतिथिधर्मासाठी जगामध्ये प्रसिद्ध होते. त्यामुळे खास पाहुणचार आझादच्या वाट्याला आला, यात काही फारसे विशेष नव्हते. उलट तसा पाहुणचार न मिळता, तरच नवल होते. पाहुणा खास, मग त्याची राहण्याची जागा सामान्य असून कशी चालेल. सामान्य अशा ब्रिक्स्टन तुरुंगातून आझादची रवानगी लंडनच्या उत्तर भागातील पेंटनव्हिले तुरुंगात करण्यात आली होती. न्यायालयातील सुनावणी आटोपल्यावर त्याला तिथूनच पेंटनव्हिले तुरुंगात नेण्यात आले. या वेळी त्याच्या हातात बेड्या अडकवल्या होत्या. शिवाय, भोवताली रक्षकांची संख्याही वाढवली होती. पाहुण्याची याहून चांगली बडदास्त काय ठेवली जाणार?

क्युलेडोन्सिअन रस्त्याला लागूनच पेंटनव्हिले तुरुंगाची शांत, धीरगंभीर अशी एकमजली इमारत होती. दाट लोकवस्तीच्या शहरात, छोट्या-मोठ्या इमारतींच्या जंगलात स्वतःचे वेगळेपण टिकवून ठेवून दिमाखदार पद्धतीने ती जगाकडे बघत होती. महान क्रांतिकारक मदनलाल धिंग्रांच्या पावनस्पर्शाने पुनीत झालेल्या त्या वास्तूस पुन्हा एका दुसऱ्या महान क्रांतिकारकाचा पदस्पर्श होत होता. तुरुंगामध्ये फाशीच्या कैद्यांसाठी खास वेगळ्या कोठड्या होत्या. त्यांना इतर कैद्यांपेक्षा वेगळेच ठेवले जायचे. आझादची कोठडी तर फाशीच्या तख्ताच्या अगदी शेजारीच होती. पण आझादला त्याबद्दल फारसे काही वाटत नव्हते. मृत्यूचे भय त्याला नव्हतेच. काही दिवसांवर येऊन ठेपलेल्या आपल्या अनंतकाळच्या सोबत्याला घाबरण्याचे कारण तरी काय होते आझादला? श्वासांच्या माळेशिवाय होतेच काय त्याच्याकडे गमावण्यासाठी. तुरुंगात आल्यानंतर त्याच्याजवळचे कपडे काढून घेऊन त्याला कैद्यांचे जाडेभरडे कपडे दिले गेले होते. बिव्हरच्या कातड्यापासून बनवलेल्या त्या सदऱ्याला ना बटण होते ना काज होते. जी गोष्ट सदऱ्याची, तीच पॅण्टची. पॅण्टलाही अडकवण्यासाठी पट्टा नव्हता, ना नाडी होती. त्याच्या पायातील बूटही काढून घेऊन त्याला वापरण्यासाठी स्लीपर्स दिल्या होत्या. त्याचे उपोषण मात्र त्याने

या तुरुंगातही चालू ठेवले होते. त्यामुळे त्याला दररोज जबरदस्तीने अन्न भरवले जाई, जे तो नंतर तोंडात बोटे घालून उलटी करून टाकत असे. त्याला त्यासाठी दररोज मारही खावा लागत होता. सततचे उपोषण आणि मारहाण यामुळे त्याची तब्येत खालावत चालली होती. त्यामुळे कैद्यांचा डॉक्टर दररोज त्याला तुरुंगात भेटून जात असे. आझादला समजवण्याचा प्रयत्न करत असे. पण उलट आझाद त्यालाच हौतात्म्यासाठी आलेला मृत्यू कसा उदात्त असतो, ते पटवून देत असे. आझादच्या बोलण्यातून त्याची आता जगण्यावर जराही आसक्ती राहिलेली नाही, हे डॉक्टरला जाणवत असे. आझाद कधीकधी असे काही भाषण झोडायचा, की हा वेडा माणूस हौतात्म्याच्या लालसेपायी तुरुंगात आत्महत्या करण्यासही कमी-जास्त करणार नाही, असे डॉक्टरला वाटत असे. त्याने तसे तुरुंगाधिकाऱ्यास सुचवलेही होते. त्यामुळेच आझादच्या कोठडीमध्ये कुठेही धातूचे वा काचेचे धारदार टोक असणार नाही, याची विशेष काळजी घेतली गेली होती. डेप्युटी गव्हर्नर आणि तुरुंगाधिकारी दररोज त्याला भेटून जात असत. आझादवर लक्ष ठेवण्यासाठी प्रत्येक पाळीसाठी दोन, असे सहा रक्षक नेमले होते. आझादला फाशी देणाऱ्याकडे सोपवेपर्यंत तो शारीरिक व मानसिकदृष्ट्या खंबीर राहावा म्हणून त्याच्याशी गप्पा मारून त्याचे मनोस्वास्थ्य टिकवून ठेवण्याची जबाबदारीही त्यांच्यावर सोपवली होती. त्यांच्याशी गप्पा मारण्यात आझादचा वेळही खूप चांगला जात होता. तो त्यांच्यासोबत पत्त्यांचा क्रिबेज खेळ खेळत असे. मृत्यूच्या एवढ्या समीप येऊन पोहोचला असताही आझादची विनोदी वृत्ती, खेळकरपणा कायम होता. त्या रक्षकांनी नेहमी फाशीची शिक्षा झालेल्या कैद्यांना मृत्यूच्या भयाने रडताना पाहिले होते, केलेल्या पापांची प्रभूकडे क्षमायाचना करताना पाहिले होते, रात्री अपरात्री झोपेतून ओरडत उठताना पाहिले होते; पण आझादचा या क्षणीही तो उल्हास, उत्साह पाहून ते रक्षकही आश्चर्यचकित झाले होते. आझादची मनःस्थिती बिघडू नये म्हणून ते आझादजवळ सहसा फाशीचा विषय काढत नसत. पण आझादच बोलताबोलता त्यांच्यापाशी आपल्या फाशीबद्दल बोलत असे. त्याच्या फाशीची तारीख पंचवीस जूनची ठरवण्यात आली होती. रोज आपल्या फाशीला अजून किती दिवस बाकी आहेत याची मोजणी तो करत असे. त्या दिवसाची वाट बघत तो दिवस काढत होता. एकेक दिवस त्याचा एकेक वर्षासारखा जात होता. आपल्या फाशीचा दिवस लवकर यावा आणि लवकर आपण या जन्मातून मुक्त व्हावे, असेच त्याला वाटत होते.

बाहेरच्या जगातून मात्र या फाशीच्या शिक्षेबद्दल संमिश्र प्रतिक्रिया व्यक्त होत होत्या. काही जणांनी न्यायालयाने सुनावलेल्या या शिक्षेचे स्वागत करून त्या निर्णयाचे समर्थन केले होते. तर समाजाच्या काही स्तरांतून टीकेची प्रचंड झोड

उठली होती. आझादने जो काही गोळीबार केला आहे त्याचे बीज एकवीस वर्षांपूर्वी झालेल्या अमृतसर हत्याकांडामध्ये आहे. त्यामुळे त्याला याबद्दल दोषी ठरवणे चुकीचे होईल. तसेच जर आता आझादला फाशीची शिक्षा दिली गेली, तर भारतीयांशी असलेले ब्रिटिशांचे संबंध बिघडण्याची शक्यता आहे, असा इशाराही काही जणांनी दिला. आझादचे मित्र, हितचिंतकही कोर्टाने सुनावलेल्या या निर्णयावर नाराज होते आणि या शिक्षेविरुद्ध दाद मिळवण्यासाठी 'रॉयल कोर्ट ऑफ जस्टिस'मध्ये त्यांनी आवेदन केले होते. त्यानुसार पंधरा जुलैला सुनावणीही सुरू झाली. हचिन्सन, कृष्ण मेनन यांना या सुनावणीतून जराही आशा नव्हती. आझादने ओल्ड बेली न्यायालयात अखेरच्या क्षणी केलेल्या भाषणामुळे त्याच्या बचावाचे सारे मार्ग बंद झाले, हे त्यांना माहीत होते. पण तरी शिवसिंगच्या आग्रहाखातर हचिन्सन पुन्हा एकदा आझादचा बचाव करण्यास उभा राहिला. सरकारी पक्षाच्या वतीने मॅक्लूअरने आपली ओल्ड बेली न्यायालयातील मांडणीच पुन्हा सादर केली. हचिन्सनने आपला अपघाती मृत्यूचाच मुद्दा पुढे दामटला. दोघांची जुगलबंदी आझाद आरोपीच्या पिंजऱ्यात उभा राहून गप्प बघत होता. अखेर, कोर्टाने त्याच्या फाशीच्याच शिक्षेवर पुन्हा शिक्कामोर्तब केले. फाशीची शिक्षा ऐकून मान डोलावत आझाद हसला. त्याला परत तुरुंगात नेण्यासाठी आलेल्या रक्षकांसमवेत अगदी संथ, बेडर पावलांनी पिंजऱ्याबाहेर पाऊल टाकले.

रॉयल कोर्टमध्ये आझादची केस लागून सुनावणी पूर्ण होण्यास बराच वेळ गेला होता. त्यामुळे आझादच्या फाशीची शिक्षा पंचवीस जूनहून पुढे ढकलून एकतीस जुलैला करण्यात आली होती. दिवस भरभर हातातून निघून जात होते. काहीतरी करून आझादला वाचवण्यासाठी शिवसिंग आपले पूर्ण प्रयत्न करत होता. रॉयल कोर्टमध्ये आझादवरील अभियोगाच्या निर्णयाचा पुनर्विचार करण्यासाठी झालेल्या सुनावणीतूनही काहीही फलित झाले नव्हते. अखेर, कृष्ण मेननच्या सांगण्यावरून इंग्लंडच्या राजाकडे क्षमेचे आवेदन करण्याचे त्याने ठरवले. पण त्यातही कृष्ण मेनन सक्रिय सहभाग घेत नव्हता. आझादवर दया करून त्याची शिक्षा रद्द करावी अशा आशयाचे पत्र लिहून त्याखाली आझादच्या हितचिंतकांच्या स्वाक्षऱ्या घेऊन ते शिवसिंगने बादशहाकडे पाठवून दिले होते. पण त्याचाही काही उपयोग झाला नव्हता. एकतीस जुलैचा दिवस जवळ येत होता आणि आझादच्या बचावाचे सारे प्रयत्न असफल ठरले होते.

सकाळी आझादची जरा उशिराच झोप चाळवली. उठून पलंगावर बसत त्याने कोठडीबाहेर नजर टाकली. बाहेर दोघे रक्षक पत्ते खेळण्यात गर्क होते.

"गुड मॉर्निंग फ्रेंड्स, सकाळी सकाळी पत्त्यांचा डाव चांगला रंगलेला दिसतोय," त्यांच्याकडे पाहतच आझाद म्हणाला.

"गुड मॉर्निंग उधम, काय रे, काल काय गाढ झोपला होतास! एवढ्या बॉम्बगोळ्यांच्या आवाजात तुला झोप कशी लागली?"

"बॉम्बगोळ्यांचा आवाज?" आश्चर्याने आझादने दोघांकडे बघितले.

"अरे, काल खाडीवर हिटलरच्या विमानांची आणि रॉयल विमानांची जंग झाली ना. सारे कैदी उठून बसले होते. आपल्या इथे तर बॉम्ब पडणार नाही ना, म्हणून घाबरले होते सारे. पण तुला काय कसलेच पडले नव्हते. तू तर अगदी गाढ झोपला होतास." त्यातल्या एका रक्षकाने सांगितले.

"हा कशाला घाबरेल, यालाच तर सोडवण्यासाठी आली होती ती विमाने. काय उधम, बरोबर ना?" दुसरा रक्षक लगेच बोलून गेला.

"मला? आलेही असतील. आजही येऊ शकतात. अगदी आताही. सावध राहा," मस्करीच्या सुरात आझाद म्हणाला. पण दोघे मात्र आझादच्या बोलण्याने पुरते घाबरले. भीतीने अवाक् होऊन ते आझादकडे बघू लागले.

"अरे घाबरलात? मी तर मस्करी करतोय. मला सोडवायला मी कोण त्याचा जावई आहे का? काल रात्री मी स्वप्नात माझ्या मित्राला भेटलो. त्यामुळे आनंदाच्या भरात मला ते बॉम्बगोळ्यांचे आवाज ऐकूच आले नाहीत. जाऊ दे त्याचं. बरं, मी पण खेळू का?"

आझादच्या विचारण्यावर दोघांनी एकमेकांकडे बघितले.

"तुला आता आवरून घ्यायला हवे. आज एकतीस जुलै आहे," गंभीरपणे ते म्हणाले.

"माहिती आहे मला. पण अजून वेळ असेल ना, की नाही? बरं, ठीक आहे. मी आवरून घेतो. मग खेळू आपण."

सकाळी साडेआठ वाजेपर्यंत आझाद स्नानविधी, उपाहार आणि पोशाख करून तयार झाला. आजच्या प्रसंगी त्याने कैद्याचा गणवेश उतरवून त्याचे कपडे चढवले होते.

"बराच वेळ झाला. कोणीच आले नाही अजून? तुमचे साहेब विसरले की काय?" अधीरतेने आझादने विचारले.

"नऊची वेळ आहे. तेव्हा येतील सगळे."

"हूंऽऽ" हलकासा हुंकार भरत आझाद पुन्हा आपल्या बिछान्यावर बसला.

"बाकी कैदी पण दिसत नाहीत?" जरा वेळ गेला तसे आझादने पुन्हा विचारले.

"त्यांना नेहमीच्या कामावर नेले आहे."

"अरेरे! त्यांना शेवटचे गुडबाय बोलायचे राहून गेले." हळहळत आझाद पलंगावर बसला. बऱ्याच दिवसांच्या उपोषणाने त्याचे शरीर थकलेले असले तरी त्याच्या चेहऱ्यावरचा उत्साह मात्र निरंतर होता. त्याच्यावर काहीशा अधीरतेची झाक होती. वेळ लवकर निघत नव्हता म्हणून आझाद थोड्याथोड्या वेळाने रक्षकांना 'झाली का वेळ? अजून किती वेळ बाकी आहे?' असे विचारायचा. वेळ काढण्यासाठी कोठडीत येरझाऱ्या मारत होता.

नऊ वाजण्यास दोन मिनिटं असताना त्याच्या कोठडीबाहेर अधिकाऱ्यांची पावले कुरकुरली. तुरुंगाधिकारी आपल्या चार वॉर्डनसोबत त्याच्या कोठडीत येऊन उभा राहिला. वेळ झाली आहे हे समजून आझाद त्यांनी न सांगताच उठला.

"चला जेलरसाहेब, चलायचं ना?"

"तू तयार आहेस?"

"हूं."

"तुला काही शेवटचं सांगायचं आहे का?"

आझादने मंद स्मित करीत नकारार्थी मान डोलावली.

"ठीक आहे. चल तर मग."

"ठीक आहे. चलो यारो, जाने का वक्त हो गया। तुमच्याबरोबर वेळ चांगला गेला. वरती भेटलो तर तिथे पण पत्ते खेळू." म्हणत कोठडीबाहेरील रक्षकांचा निरोप घेऊन आझाद गुपचूप तुरुंगाधिकारी आणि वॉर्डनच्या मागून निघाला. पुढे जेलर, त्याच्यामागे दोन वॉर्डन, त्यांच्यामागे आझाद आणि त्याच्यामागे दोन वॉर्डन अशी ती वरात तुरुंगांच्या रांगेतून निघत वधस्तंभाच्या मोकळ्या पटांगणात आली. वधस्तंभाजवळ आझादसाठी फासाचा दोर सज्ज करत दोन मांग उभे होते. त्यांच्या शेजारीच एक अधिकारी उभा होता. वधस्तंभाच्या चौकाच्या जवळ चार शिपाई, तसेच चारही भिंतींना लागून पाच-पाच शिपायांची एक तुकडी होती.

हौतात्म्याच्या भावनेत धुंद होऊन तो चौक चढून वधस्तंभाजवळ आला. तसाच तो फाशी तख्तावर आला आणि ट्रेपडोअरवर जाऊन उभा राहिला. तो येताच मांगाने त्याचे हात बांधले. पण आझादला शुद्ध होती कुठे. त्याची नजर दूर आकाशात खिळली होती. दूर आकाशात घिरट्या घालणारा पक्ष्यांचा एक थवा त्याला खुणावत होता. त्याला जवळ बोलावत होता.

आझादच्या डोक्यावर काळी टोपी चढवायला आलेला मांगदेखील त्याची ती शून्यात हरवलेली नजर बघून चक्रावला. तशीच त्याने ती टोपी आझादच्या डोक्यावर चढवली. दुसऱ्या मांगाने त्याच्या गळ्यात फासाचा दोर अडकवला आणि दोराची गाठ आवळून घट्ट केली. सर्व तयारी झाली होती. आता फक्त इशाऱ्याची प्रतीक्षा होती. वधस्तंभाशेजारी उभ्या असलेल्या अधिकाऱ्याचे लक्ष हातातील घड्याळाकडेच

होते. आणि तो क्रूर समय आला. त्या अधिकाऱ्याने इशाऱ्याची खूण म्हणून आपला उजवा हात वरून खाली केला. लगेचच मांगाने कळ दाबली आणि मघापासून स्थिर असलेल्या आझादच्या पायाखालच्या ट्रेपडोअरच्या फळ्या उघडल्या गेल्या.

आझादचे शरीर वधस्तंभावर लोंबकळू लागले. शरीराची थोडी धडपड झाली आणि क्षणार्धात त्याचे मनपाखरू मोकळे होऊन आकाशात उडणाऱ्या त्या पक्ष्यांच्या थव्यामध्ये मिसळून गेले.

सरकारी नियमाप्रमाणे आझादचे शरीर तसेच काही वेळ फाशीतख्तावर लोंबकळत ठेवले गेले. नंतर त्याचे शरीर तख्तावरून उतरवून वैद्यकीय तपासणीस पाठवले. तुरुंगाच्या वैद्यकीय अधिकाऱ्यांनी त्याच्या शरीराची तपासणी करून त्यास मृत घोषित केले.

आझादचे शरीर एका काळ्या लाकडी पेटीत बंद करून सुमारे एकच्या दरम्यान तुरुंगाच्या मागच्या स्मशानभूमीत पुरण्यात आले. त्याच्या कबरीवर एक पांढरा दगड ठेवून त्यावर 'यूएस' अशी अक्षरे कोरण्यात आली.

महान क्रांतिकारक मदनलाल धिंग्रा आणि आयरिश क्रांतिकारक सर रॉजर यांच्या कबरीशेजारी विसावण्याचा बहुमान आझादला मिळाला.

नंतर एकोणीसशे चौऱ्याहत्तरमध्ये आझादचे पार्थिव अवशेष पेंटनव्हिले तुरुंगातून दिल्लीस आणण्यात आले. तिथून त्या पार्थिवाची प्रचंड मिरवणूक काढून ते अमृतसरच्या जालियनवाला बागेत आणण्यात आले. त्यांच्या अस्थींचा एक कलश बागेतील स्मारकात ठेवण्यात आला आणि बाकीच्या अस्थींचे आनंदपूर येथे गंगा नि सतलज नद्यांच्या संगमात विसर्जन केले गेले.

अखेर स्वातंत्र्य मिळालेल्या भारत देशात जगण्याचे आझादचे स्वप्न, जालियनवाला बागेतील स्मारकात ठेवल्या गेलेल्या त्याच्या अस्थिकलशाच्या रूपाने पूर्ण झाले.

■

# राम मोहम्मद सिंग आझाद यांचा जीवनपट

| | | |
|---|---|---|
| ६-१२-१८९९ | : | पतियाळा संस्थानातील सुनाम गावी जन्म |
| १९०२ | : | आईचा मृत्यू |
| १९०७ | : | वडिलांचा मृत्यू |
| २४-१०-१९०७ | : | पुतलिघरच्या अनाथाश्रमात प्रवेश |
| १९१७ | : | वडील बंधू साधूसिंगचा न्यूमोनियाने मृत्यू |
| १३-०४-१९१९ | : | जालियनवाला बाग हत्याकांड |
| १९१९-१९२१ | : | हालबाजार भागात पुस्तक भांडारांना भेटी, भाषणे, भगतसिंगशी ओळख |
| १९२२ | : | पूर्व आफ्रिका, केनियामध्ये काम करण्यास गेले |
| १९२३ | : | काबूलमध्ये मास्टर मोटासिंगची भेट |
| १९२३ | : | आफ्रिकेत गदर पार्टीशी संबंध |
| १९२३ | : | भारतात परतले |
| १९२४-१९२७ | : | कॅलिफोर्निया, डेट्रॉइट, शिकागो, पूर्व न्यू यॉर्कमध्ये गदरचे प्रसारकार्य |
| २७-०७-१९२७ | : | भगतसिंगच्या बोलावण्यावर भारतात परतले |
| ३०-०८-१९२७ | : | अमृतसरला विनापरवाना शस्त्रे बाळगण्याच्या आरोपाखाली अटक |
| ०१-१०-१९२७ | : | जिल्हा न्यायालयात सुनावणी, पाच वर्षांची सक्तमजुरीची शिक्षा, पेशावर तुरुंगात रवानगी |
| २३-०१-१९२८ | : | शिक्षेविरुद्ध पंजाब उच्च न्यायालयात केलेले आवेदन फेटाळले |

गेले, मुलतान तुरुंगात रवानगी
२३-०३-१९३१ : भगतसिंग, सुखदेव आणि राजगुरू यांना लाहोर तुरुंगात फाशी
२३-१०-१९३१ : तुरुंगातून सुटका, पार्टी सहकाऱ्यांची भेट
फेब्रुवारी १९३२ : सैफुद्दिन किश्चलूंची भेट
जून १९३२ : काश्मीरला प्रयाण
०७-०७-१९३२ : काश्मीरमध्ये सहकारी स्वर्णसिंगसकट पोलिसांकडून अटक
०८-०७-१९३२ : अटकेतून सुटका
१९३३ : खोट्या पारपत्रावर भारत सोडले
१९३४-१९३५ : इटली, फ्रान्स, स्वित्झर्लंडमध्ये क्रांतिप्रसार कार्य
१९३५ : स्वित्झर्लंडमधील जिनिवा शहरात सरदार अजितसिंगांची भेट
१९३६ : जर्मनीतील बर्लिन शहरात अब्दुल रहिमानची भेट
१९३६ : रशिया, लेनिनग्रॅड, मॉस्को, पोलंड, लॅटविया, इस्टोनियामध्ये प्रसारकार्य
१९३७ : ऑस्ट्रियामध्ये प्रसारकार्य, इंग्लंडला आगमन
१९३७ : 'द एलिफंट बॉय' चित्रपटात एक्स्ट्रा म्हणून काम
१९३७ : डब्लिन शहराला भेट
१९३७ : केनसिंग्टन गार्डनजवळील ओडवायरच्या घराची पाहणी
१९३८ : थर्लस्टनला ओडवायरच्या घराला भेट, ओडवायरशी ओळख, मोटारचालकाचे काम
१५-०२-१९३८ : फ्रान्सला रवाना, डंकर्कमध्ये डॉ. हजारा सिंगची भेट
२७-०७-१९३८ : खंडणी वसूल करण्याच्या आरोपाखाली लंडनमध्ये अटक
०२-०८-१९३८ : जामिनावर सुटका
१०-०८-१९३८ : न्यायालयात खटल्याची सुनावणी
१६-०८-१९३८ : निर्दोष मुक्तता
१९३८ : 'दि फोर फिदर्स' चित्रपटात एक्स्ट्रा म्हणून काम
नोव्हेंबर १९३८ : शेफर्ड बुश गुरुद्वारात जगतसिंगशी ओळख
नोव्हेंबर १९३८- फेब्रुवारी १९३९ : डॅब्स बाझारसाठी मोटारवाहकाची नोकरी
फेब्रुवारी १९३९- एप्रिल १९३९ : टुरिस्ट एजंट म्हणून काम
०२-०४-१९३९ ते १०-०६-१९३९ : विटबी ब्रदर्स कंपनीत सुतारकामाची नोकरी
१३-०६-१९३९ ते १०-०७-१९३९ : साउथहॅम्प्टन डॉकवर सुतारकामाची

| | | |
|---|---|---|
| | | नोकरी |
| १४-०७-१९३९ ते ०७-११-१९३९ | : | पर्किनसन अॅन्ड कंपनीमध्ये सुतारकामाची नोकरी |
| १२-०३-१९४० | : | सरदार गुरबचनसिंगच्या रेस्टॉरन्टवर मित्रांना मेजवानी |
| १३-०३-१९४० | : | कॅक्स्टन हॉलमध्ये मायकेल ओडवायरचा वध, कॅनोन रो पोलीस स्टेशनमध्ये बंद करण्यात आले |
| १४-०३-१९४० | : | बो स्ट्रीट न्यायालयात अभियोग दाखल, ब्रिक्स्टन तुरुंगात रवानगी |
| २१-०३-१९४० | : | अभियोग सादर |
| ०१-०४-१९४० | : | अभियोगाची सुनावणी |
| ०२-०४-१९४० | : | मध्यवर्ती सेशन्स कोर्टात अभियोग पाठवला |
| ०४-०६-१९४० | : | ओल्ड बेली मध्यवर्ती फौजदारी कोर्टात अभियोग सादर |
| ०५-०६-१९४० | : | फाशीची शिक्षा सुनावली, पेंटनव्हिले तुरुंगात रवानगी |
| १५-०७-१९४० | : | रॉयल कोर्ट ऑफ जस्टिसमध्ये सुनावणी, शिक्षा कायम |
| ३१-०७-१९४० | : | पेंटनव्हिले तुरुंगात फाशी,<br>तुरुंगाच्या कबरीस्तानात अंत्यविधी |
| २०-०७-१९७४ | : | चौतीस वर्षांनंतर पार्थिव अवशेष भारतात आणले. |

# संदर्भसूची

**मराठी :**

१) प्रलयातील पिंपळपाने - विष्णू श्रीधर जोशी
२) मृत्युंजयांचा आत्मयज्ञ - विष्णू श्रीधर जोशी
३) गुरू गोविंदसिंग - कृपाल सिंग - अनुवाद : अरविंद देशपांडे
४) शिखांचा इतिहास - गंगाधर गाडगीळ
५) माझे लंडन - मीना प्रभू

**हिंदी :**

१) रंग दे बसंती चोला - भीष्म साहनी
२) भारत के महान क्रांतिकारी मदनलाल धिंग्रा और शहीद उधम सिंग - अवदेश कुमार चतुर्वेदी

**English :**

1) Challenge to imperial hegemony - The life story of a great Indian patriot Udham Singh – Navtej Singh.
2) The historiography of the Jalianwala Bagh Massacre, 1919 – Savita Narain